चिंता सोडा...

जरा दमाने घ्या...

आयुष्य आनंदाने उपभोगा...

हाऊ टू स्टॉप वरिंग अॅन्ड स्टार्ट लिव्हिंग

डेल कार्नेगी ह्यांच्या अनुभवसिद्ध कौशल्यांमुळे आनंदी आणि सुरक्षित आयुष्य जगण्याचा नविन दृष्टिकोन मिळाला आणि त्याची चिंता करण्याची सवय कायमसाठी सुटली.

- भविष्यकाळ आणि भूतकाळ ह्यांचे दरवाजे साखळदंडांनी बंद करा. आजच्या दिवसाला बंदिस्त करा.
- आयुष्याची मजेशीर बाजू बघण्याचा प्रयत्न करा.
- स्वतःला कार्यमग्न ठेवा. चिंताक्रांत माणसाने स्वतःला कामात गुंतवून घेतले पाहीजे.
- जुन्या नोंदी तपासून पाहा. एखादी अप्रिय घटना भविष्यात घडेल म्हणून जर तुम्ही धास्तावलेले असाल तर त्या घटनेला सरासरीचा नियम लावून ती घटना घडण्याची शक्यता कितपत आहे ते आजमावून पाहा.
- प्राप्त परिस्थितीत तुम्ही जास्तीतजास्त काय चांगले करु शकता ते करा.
- तुमचे आनंदाचे क्षण आठवा. कडू आठवणी विसरुन जा.
- दुसऱ्याच्या सुखदुःखात स्वतःला बुडवून टाका. प्रत्येक दिवशी एक तरी असे सत्कर्म करा, ज्यामुळे एखाद्याच्या चेहऱ्यावर आनंद पसरेल.

डेल कार्नेगी यांच्या ह्या प्रेरणादायी आणि व्यावहारीक शिकवणी आजसुद्धा तितक्याच स्फुर्तीदायी आहेत. जितक्या त्या लिहिल्या गेल्या त्यावेळी होत्या. आता तुम्ही सुद्धा अशा लोकांच्या पंक्तित जाऊन बसणार आहात ज्या लाखो लोकांनी हे व्यावहारीक शहाणपण शिकून प्रतिष्ठा मिळवली आहे.

आपल्या स्नेहीजनांना पुस्तके भेट द्या

'How to Stop Worrying and Start Living'
या इंग्रजी पुस्तकाचा मराठी अनुवाद

# चिंता सोडा सुखाने जगा

चिंतेवर विजय मिळवून देणारे,
काळाच्या कसोटीवर उतरलेले प्रभावी उपचार


लेखक
**डेल कार्नेगी**

अनुवाद
**ॲड. शुभदा विद्वांस**

**मेहता पब्लिशिंग हाऊस**

**HOW TO STOP WORRYING AND START LIVING**
by DALE CARNEGIE


Copyright © Mehta Publishing House, Pune


Translated into Marathi Language by Adv. Shubhada Vidwans

**चिंता सोडा सुखाने जगा / मार्गदर्शनपर**

अनुवाद : ॲड. शुभदा विद्वांस
१४०२, कॉसमॉस टॉवर, नवनीत मोटर्सजवळ,
एल्. बी. एस्. रस्ता, गोकुळनगर, ठाणे – ४००६०१.
E-mail: shubhada.vidwans@gmail.com

प्रकाशक : सुनील अनिल मेहता, मेहता पब्लिशिंग हाऊस,
१९४१, सदाशिव पेठ, माडीवाले कॉलनी, पुणे ३०.

प्रकाशनकाल : नोव्हेंबर, २०११ / जानेवारी, २०१४ / जानेवारी, २०१६
नोव्हेंबर, २०१७ / पुनर्मुद्रण : सप्टेंबर, २०१८

P Book ISBN 9788184983081
E Book ISBN 9788184989663
E Books available on : play.google.com/store/books
www.amazon.in

हे पुस्तक मी अशा माणसाला अर्पण करीत आहे
ज्याला हे वाचण्याची गरज नाही,
- तो म्हणजे लॉवेल थॉमस

# या पुस्तकाचा तुम्हाला जास्तीतजास्त उपयोग करून घेता यावा म्हणून दिलेल्या नऊ सूचना

१ – या पुस्तकापासून तुम्हाला जास्तीतजास्त फायदा करून घ्यायचा असेल, तर एक गोष्ट अत्यावश्यक आहे व इतर कोणत्याही नियमापेक्षा ती अधिक महत्त्वाची आहे. ही मूलभूत गरज तुम्ही भागवली, तर बाकी फार काही करण्याची गरज नाही. ही महत्त्वाची गोष्ट केली, तर इतर सूचनासुद्धा न वाचता तुम्ही चमत्कार घडवू शकता.

काय आहे ही गरज? अत्यंत प्रामाणिकपणे, खोल हृदयातून आलेली शिकण्याची ऊर्मी! पराकोटीचा निश्चय की, मी काळजीमुक्त होऊन नव्याने आयुष्य जगेन!

ही प्रबळ इच्छा तुमच्या मनात कशी निर्माण होईल? सतत मनाला बजावत राहा की, ही तत्त्वे तुमच्यासाठी किती महत्त्वाची आहेत! तुम्हाला अधिक आनंदी आणि समृद्ध जीवन यामुळेच मिळू शकते, अशी चित्रे डोळ्यांपुढे आणा. मनाशी पुन्हा-पुन्हा असे म्हणा, 'भविष्यात मी या पुस्तकातील जुन्या, त्रिकालाबाधित सत्यांचा अवलंब केला, तरच माझी मन:शांती, माझा आनंद, माझे आरोग्य आणि कदाचित माझी संपत्तीसुद्धा चिरकाल टिकेल.'

२ – प्रत्येक भाग सुरुवातीला भराभर वाचा. सामान्यपणे नंतर तुम्हाला लगेच दुसरा भाग वाचण्याचा मोह पडेल; पण तसे करू नका. जर तुम्ही फक्त मनोरंजनासाठी पुस्तक वाचत असाल, तर ठीक आहे. अन्यथा तसे करू नका. पण जर तुम्हाला तुमच्या चिंतेवर उपचार करायचे असतील, तर तोच भाग पुन्हा वाचा. प्रत्येक पुढच्या वाचनाला वेळ कमी लागेल आणि तुमच्या ज्ञानात भर पडेल.

३ – वाचता-वाचता मधूनच थोडे थांबा आणि जे वाचले त्यावर विचार करा. स्वत:च्या मनाला प्रश्न विचारा की, तुमच्या व्यक्तिगत जीवनात या सूचनांचा वापर तुम्ही कधी आणि कशा प्रकारे करू शकता. असे वाचन तुम्हाला खूप उपयोगी

ठरेल आणि सशा-हरिणाच्या पाठलागापेक्षा ते नेहमीच चांगले!

४ – वाचताना लाल क्रेयॉन पेन्सिलचा किंवा पेनाचा वापर करा आणि जी सूचना तुम्हाला उपयोगात आणावी असे वाटते, ती अधोरेखित करा. त्याच्यावर खूण करा. असे अधोरेखित केलेले किंवा खूण केलेले पुस्तक अधिक वाचनीय वाटते आणि पुन्हा घाईघाईने महत्त्वाचे वाचायला उपयोगी पडते.

५ – एका मोठ्या इन्शुरन्स कंपनीत मॅनेजर असलेली एक महिला मला माहिती आहे. ती प्रत्येक महिन्यात कंपनीने इश्यू केलेले करारनामे वाचते. वर्षानुवर्षे ती हे करते. का? कारण अनुभवाने ती हे शिकली आहे की, लक्षात ठेवण्याचा हाच मार्ग आहे.

दोन वर्षे खर्च करून 'जाहीर भाषणकला' विषयावरचे पुस्तक लिहूनसुद्धा आजही त्या पुस्तकात मी नेमके काय लिहिले आहे हे मला पुस्तक उघडून पाहावे लागते. आपला विस्मरणाचा वेगसुद्धा चकित करणाराच असतो!

म्हणून या पुस्तकापासून तुम्हाला खरा फायदा मिळवायचा असेल, तर एकदा वाचून हे टाकून देऊ नका. एकदा वाचून झाल्यावरही दर महिन्याला एकदा तरी पुनर्वलोकन करा. तुमच्या टेबलावर ते सहज दिसेल अशा ठिकाणी ठेवा. तुमच्यात काहीतरी सुधारणा व्हायच्या शक्यता आहेत याची मनाला खात्री पटवा. लक्षात ठेवा, हे पुस्तक पुन्हा पुन्हा वाचल्यानेच तुम्हाला तुमच्या संकटांपासून मुक्ती मिळेल. दुसरा उपायच नाही.

६ – बर्नार्ड शॉ म्हणतो, 'तुम्ही कोणाला शिकवण्याचा प्रयत्न केलात, तर तो माणूस शिकत नाही.' शॉने हे बरोबर म्हटले आहे. शिकणे हे कृती केल्यानेच होते. म्हणून जर ही तत्त्वे अवलंबण्याची व त्यात कौशल्य मिळवण्याची तुमची इच्छा असेल, तर कृती करा. संधी मिळेल तेव्हा सूचनांचा वापर करा. जर असे केले नाही, तर तुम्ही वाचलेले सगळे विसरून जाल. जे ज्ञान आपण वापरतो, तेच फक्त मनाला चिकटते.

नेहमीच या सूचना वापरणे कदाचित तुम्हाला शक्य नसेल. मला हे माहिती आहे, कारण हे पुस्तक जरी मी लिहिले असले, तरी त्यातील सगळ्या सूचनांचे पालन करणे मलासुद्धा जमत नाही. म्हणून लक्षात ठेवा की, हे पुस्तक वापरताना तुम्ही फक्त ज्ञान मिळवत नाही, तर तुम्ही स्वत:ला नवीन सवयी लावत आहात. आयुष्याला नवीन दिशा देत आहात; पण हे सगळे घडायला वेळ लागणारच. चिकाटी मात्र हवी.

हे पुस्तक मार्गदर्शिका म्हणून वापरा. त्यायोगे चिंतेवर विजय मिळवा आणि काही समस्या सोडवता आल्या नाहीत, तरी या पुस्तकाची पाने उलटून तुम्ही अधोरेखित केलेले परिच्छेद वाचा आणि बघा काय जादू घडते!

७ – तुमच्या कुटुंबातील सदस्यांचीही मदत घ्या. जर तुम्ही कुठल्या सूचनांचे उल्लंघन करत असाल, तर त्यांना तुम्हाला सुधारण्याची संधी द्या.

८ – प्रकरण २२मध्ये एच. पी. होवेल व बेन फ्रँकलिन या दोन यशस्वी माणसांबद्दल सांगितलेल्या युक्त्या तुम्हीही वापरा. ते आठवड्याभरात घडलेल्या गोष्टींचा जसा आढावा घेऊन आपण काय चुका केल्या हे समजून घेत होते, तसेच तुम्हीही करू शकता. तुम्ही फक्त दोनच गोष्टी करायच्या आहेत:

अ) स्वत:ला योग्य शिक्षण द्यायचे आहे, जे नि:शुल्क आणि गुप्तता बाळगणारे आहे.

ब) तुम्हाला तुमच्या चिंता मिटवून जीवनाची नवीन सुरुवात करून तुमच्या क्षमता आजमावायच्या आहेत.

९ – एक डायरी करा. जेव्हा या सूचना आणि तत्त्वे वापरून तुम्हाला विजय मिळेल तेव्हा त्याची नोंद करा. सर्व तपशील लिहा. अगदी नावे, तारखा, निष्कर्ष पाहा. या नोंदींमुळे तुमचा उत्साह वाढेल आणि आणखी काही वर्षांनी तुम्ही ही डायरी उघडाल, तेव्हा ती संध्याकाळ नक्कीच रोमांचकारी असेल!

# नऊ सूचना थोडक्यात

१.  चिंतेवर विजय मिळविण्याची दुर्दम्य इच्छा अंगी बाणवा.

२.  पुढील प्रकरणाकडे जाण्यापूर्वी आधीचे प्रकरण किमान दोन वेळा वाचा.

३.  थोडे वाचून झाल्यावर जरा थांबून स्वत:ला प्रश्न विचारा की, तुम्ही याचा वापर कसा कराल.

४.  महत्त्वाच्या सूचना अधोरेखित करा.

५.  प्रत्येक महिन्याला पुस्तक पुन्हा चाळा.

६.  संधी मिळेल तिथे या सूचनांचा अवलंब करा. तुमच्या समस्या सोडवण्यासाठी हे पुस्तक मार्गदर्शिका म्हणून वापरा.

७.  मित्रांना, कुटुंबातील सदस्यांना मदतीला घेऊन जर यातील सूचनांच्या मर्यादांची तुम्ही पायमल्ली केली, तर त्यांना खुशाल तुमची कानउघाडणी करू द्या.

८.  प्रत्येक आठवड्याला तुम्ही काय प्रगती केली ते पाहा. तुमचे प्रगतिपुस्तक तुम्हीच बनवा. सुधारणा करा. भविष्यासाठी धडा शिकून घ्या.

९.  एक डायरी करा. या पुस्तकाच्या शेवटी दाखवल्याप्रमाणे तुम्ही कोणती तत्त्वे वापरली ते लिहा.

# प्रिय वाचक

'हाउ टू स्टॉप वरिंग अॅण्ड स्टार्ट लिव्हिंग' या पुस्तकाच्या अनुवादाची जबाबदारी मेहता पब्लिशिंग हाऊसने माझ्यावर सोपवल्याबद्दल मी त्यांची अत्यंत आभारी आहे. अगदी वयाच्या दहाव्या वर्षापासून मी या पुस्तकातील अति थोर व्यक्तींच्या जीवनातील अस्सल अनुभवांबद्दल माझ्या वडिलांकडून ऐकले होते. आम्हा तिन्ही भावंडांच्या वाढीमध्ये डेल कार्नेजी यांचा मोठा सहभाग आहे. माझे वडील त्यांचे मोठे चाहते होते व ते या पुस्तकातील सूचना तंतोतंत पाळत असत.

डेल कार्नेगी यांनी या पुस्तकासाठी निवडलेला 'काळजी' हा विषय आपल्या जिवाभावाचा आहे. डिप्रेशन, नर्व्हस ब्रेकडाऊन, पाठदुखी, मानदुखी ही सगळी काळजीचीच अपत्ये आहेत; तर ब्लडप्रेशर, डायबिटिस, हायपरटेन्शन, कॅन्सर ही त्यांची चुलतभावंडे आहेत. संत कबीरसुद्धा म्हणत की, चिता आणि चिंता यामध्ये अधिक भयानक कोण? तर चिंता! कारण ती जिवंत माणसाला हळूहळू जाळते, तर चिता मृत देहाला एकदम नष्ट करते.

हे पुस्तक वाचताना तुम्ही आत्मविश्वासाने भारून जाल. तुमच्या सगळ्या काळज्या चुटकीसरशी नाहीशा होतील, इतकी प्रचंड ताकद या पुस्तकात आहे. चिंता या विषयावरील जगातील पहिली प्रयोगशाळा डेल कार्नेगी यांनी काढली. पाकशास्त्रावरील पुस्तके वाचून पोट भरत नाही किंवा व्यायामावरची पुस्तके वाचून कॅलरीज कमी होत नाही, पण 'हाउ टू स्टॉप वरिंग अॅण्ड स्टार्ट लिव्हिंग' वाचून चिंता नक्कीच कमी होते, याची हमी मी तुम्हाला देते.

या पुस्तकाचा अनुवाद करताना एक अभिनव कल्पना मला सुचली. 'शोले' सिनेमातील अमिताभ तुम्हाला आठवतो का? दोन्ही बाजूंना छापा असलेले नाणे बाळगणारा! म्हणजे चिंता आणि निश्चिन्ती याही नाण्याच्या दोन बाजू आहेत. मग तुम्हीसुद्धा दोन्ही बाजूंना 'निश्चिन्ती' असे लिहिलेले नाणे का नाही जवळ बाळगत? मला खात्री आहे की, हे पुस्तक वाचल्यानंतर तुम्हाला ते सहज जमून जाईल. या पुस्तकाच्या विक्रमी खपाने जगातील आजपर्यंतची सगळी रेकॉर्ड्स मोडली आहेत.

डेल कार्नेगी यांचे ज्या थोर लोकांशी सलोख्याचे संबंध होते त्यांची नावे लिहितानासुद्धा माझी लेखणी थरथरली! खरोखर या पुस्तकामुळे मी हेन्री फोर्ड, रॉक फेलर, ऑसलर चर्चिल, लिंकन यांसारख्या लोकांच्या खाजगी आयुष्यात डोकावू शकले; त्यातून खूप शिकायला मिळाले; तुम्हालाही मिळेल. मला खात्री आहे की, अतिशय सहज, सोप्या आणि ओघवत्या भाषेतील हे अत्यंत प्रामाणिक पुस्तक तुम्हाला नक्कीच आवडून जाईल!

**ॲड. शुभदा विद्वांस**

आणि त्याचे साधे, सरळ, सोपे जीवन व विचार याबद्दल सांगितले आहे.

**विसाव्या प्रकरणात** 'मेलेल्या कुत्र्याला कोणी लाथ मारत नाही' असे शीर्षक देऊन लोक जेव्हा तुमच्यावर टीका करतात, तेव्हा ती यशाची पावती समजावी असे सोपे तत्त्वज्ञान सांगितले आहे.

**एकविसाव्या प्रकरणात** टीकाकारांकडे दुर्लक्ष करून आपण आपल्या कामापासून विचलित होऊ नये यासाठी चार युक्तीच्या गोष्टी सांगितल्या आहेत.

**बाविसाव्या प्रकरणात** स्वत:च्या मूर्खपणाचा कबुलीजबाब देण्याचा मंत्र सांगितला आहे. अर्थात तो स्वत:च्या मनाशी द्यायचा आहे; जाहीरनामा वाचायचा नाही!

**तेविसाव्या प्रकरणात** वेळेचे व कामाचे नियोजन इतक्या प्रभावी पद्धतीने सांगितले आहे की, अक्षरश: एम.बी.ए.च्या अभ्यासक्रमातसुद्धा याचा समावेश व्हायला हवा असे वाटून जाते.

**चोविसाव्या प्रकरणात** तुमची दमणूक ही शारीरिक कारणामुळे नाही, तर मानसिक कारणांमुळे होते यावर प्रकाश टाकला आहे; त्यावर उपायसुद्धा सांगितले आहेत.

**पंचविसाव्या प्रकरणात** थकवा टाकून चिरतरुण दिसण्याच्या युक्त्या दिल्या आहेत. त्यासाठी प्रसिद्ध मानसशास्त्रज्ञांचे सल्ले घेतले आहेत.

**सव्विसाव्या प्रकरणात** कामाच्या नियोजनाच्या चार चांगल्या सवयींचा सांगोपांग ऊहापोह केला आहे.

**सत्ताविसाव्या प्रकरणात** थकवा, काळजी, त्यामुळे होणारी चिडचिड, होणारा संताप या सगळ्या राक्षसांना पळवून लावण्याचे तंत्र दिले आहे.

**अठ्ठाविसाव्या प्रकरणात** निद्रानाश व तो टाळण्यासाठी करायचे उपाय जगप्रसिद्ध मानसशास्त्रज्ञांकडून समजून घेतले आहेत.

**शेवटचे प्रकरण** तर अत्यंत बहारदार आहे! यामध्ये एकतीस अशा सत्यकथा आहेत की, त्या-त्या लेखकांच्या स्वत:च्या शब्दांत त्या त्यांच्या नावानिशी छापल्या आहेत.

# अनुक्रमणिका

हे पुस्तक कसे लिहिले गेले आणि का? – १

भाग एक
## चिंतेबद्दलची काही मूलभूत तत्त्वे जाणून घ्या

१. दिवसाला बंदिस्त करा – ८
२. काळजीमुक्त होण्याचा जादूई मंत्र – १९
३. काळजी तुम्हाला कशी पोखरते? – २६

भाग दोन
## काळजीच्या विश्लेषणासाठी काही मूलभूत साधने

४. 'काळजी' या समस्येचे विश्लेषण व त्यापासून मुक्तता – ४०
५. व्यवसायातील पन्नास टक्के काळज्या कशा टाळता येतील? – ४८

भाग तीन
## काळजीच्या सवयीतून तुमची मोडतोड होण्यापूर्वी तुम्ही ती सवय मोडून टाका

६. मनात काळजीने घर करण्यापूर्वी तिला हाकलून कसे लावावे? – ५४
७. काळजीमध्ये वाहवत जाऊन नुकसान करून घेऊ नका – ६४
८. सरासरीचा नियम – ७१
९. अटळ ते स्वीकारा! – ७८
१०. तुमच्या काळजीला 'स्टॉप लॉस' आदेश द्या – ८८
११. भुस्सा कापण्याचा प्रयत्न करू नका – ९५

**आठव्या प्रकरणात** सरासरीचा नियम आपल्या व्यक्तिगत आयुष्याला कसा लावायचा व त्याद्वारे समस्या कशा चुटकीसरशी सोडवायच्या याची रोचक माहिती दिली आहे.

**नवव्या प्रकरणात** प्रेमाचा सल्ला दिला आहे – जे अपरिहार्य आहे, जे आपण टाळू शकत नाही त्याचा आनंदाने स्वीकार करा.

**दहावे प्रकरण** तर फारच रोचक आहे! त्यात आपल्या आयुष्याला जणूकाही स्टॉक मार्केटची उपमा दिली आहे. तेथे 'जसे आपण आर्थिक नुकसान टाळण्यासाठी 'स्टॉप लॉस' ऑर्डर देतो तशीच 'स्टॉप लॉस' ऑर्डर आपण आपल्या आयुष्यातील दुर्घटना टाळण्यासाठी का देऊ नये?' हा नावीन्यपूर्ण विचार मांडला आहे.

**अकराव्या प्रकरणात** 'भुस्सा कापू नका' म्हणजे थोडक्यात भूतकाळाला गाडून टाका. तसेच सांडलेल्या दुधाचा पश्चात्ताप करू नका; या आपल्या पूर्वजांनीच सांगितलेल्या गोष्टी अधिक प्रभावी भाषेत उदाहरणांतून मांडल्या आहेत.

**बाराव्या प्रकरणात** सांगितले आहे की, आयुष्याला कलाटणी देणाऱ्या फार छोट्या गोष्टी असतात; जसे एखादे वाक्य किंवा काही शब्द, पण त्याचा पाठपुरावा करा.

**तेराव्या प्रकरणात** लेखक सबुरीने वागण्याबद्दल सांगत आहे. राग हा माणसाचा खूप मोठा शत्रू आहे. संतापापोटी कुणाचा बदला घेण्याचा विचारसुद्धा मनात आणू नका, कारण त्याची फार मोठी किंमत चुकवावी लागते.

**चौदाव्या प्रकरणात** लेखकाने प्रेमपूर्वक व समजुतीने सांगितले आहे की, कृतघ्न असणे हा जगाचा धर्म आहे. कोणी कृतज्ञता व्यक्त केली, तर तो तुम्हाला मिळालेला बोनस समजा.

**पंधराव्या प्रकरणात** आपली ज्ञानेंद्रिये, आपला शारीरिक धडधाकटपणा आणि आपल्या जमेच्या बाजू ह्यांचे विचार सकारात्मकता धारण करण्यास किती उपयोगी ठरतात ते उदाहरणांसहित सांगितले आहे.

**सोळाव्या प्रकरणात** 'स्वत:बद्दलची लाज बाळगणे सोडून द्या' हे सांगितले आहे. तुम्ही 'तुम्ही' म्हणूनच जगा व दुसऱ्याची नक्कल करू नका.

**सतराव्या प्रकरणात** संधीचे सोने कसे करावे हे आंबट लिंबापासून गोड सरबत करण्याच्या रूपकातून छान समजावून दिले आहे.

**अठराव्या प्रकरणात** चौदा दिवसांत नैराश्यावर मात करणारा कानमंत्र दिला आहे. आपण स्वत:ची दु:खे विसरून इतरांना आनंद कसा देता येईल, याचा विचार करण्याबद्दल सांगितले आहे.

**एकोणिसाव्या प्रकरणात** लेखक नॉस्टॅलजियात गेल्यासारखा दिसतो आहे. त्याचे मिसुरीतील बालपण व त्याच्या आई-वडिलांनी काळजीवर केलेली मात

# या पुस्तकात तुम्ही काय वाचाल?

या पुस्तकाचे लेखक डेल कार्नेगी यांच्या प्रस्तावनेतील हे पुस्तक का व कसे लिहिले गेले याबद्दलची दिलखुलास, सच्ची कहाणी अतिशय रोमांचित करणारी आहे. लेखकाचे सुरुवातीचे संघर्षाचे दिवस प्रेरणादायी आहेत.

तसेच या पुस्तकाचा तुम्हाला जास्तीतजास्त उपयोग करून घेता यावा म्हणून दिलेल्या नऊ सूचना आहेत, त्यांचे पालन तुम्ही जरूर करा. तसेच प्रत्येक भागानंतर त्या भागात नेमके काय सांगितले आहे त्याचा थोडक्यात परामर्श घेतला आहे.

**पहिले प्रकरण** आपला रोजचा दिवस साचेबंद कसा करावा हे सांगते. त्यात सर विल्यम ऑसलर, ज्यांना इंग्लंडमधील सर्वांत मोठा मान मिळाला, त्यांनी काळजीवर कशी मात केली हे त्यांच्याच शब्दांत वाचा.

**दुसऱ्या प्रकरणात** तुम्ही आज जो एअर कंडिशनर वापरता त्याचा जनक विलिज कॅरिअर याच्या विजयाची कथा आहे. त्याने वापरलेल्या जादूई तंत्राने तुम्हीही भारावून जाल.

**तिसऱ्या प्रकरणात** काळजी तुम्हाला कशी पोखरते ते सोदाहरण सांगितले आहे. सुप्रसिद्ध मायो ब्रदर्सनेसुद्धा अनेक दाखले दिले आहेत.

**चौथ्या प्रकरणात** काळजीचे विश्लेषण व त्यापासून मुक्तता कशी मिळवायची यावर मोलाचा सल्ला आहे. या प्रकरणाच्या शेवटी दिलेल्या चार प्रश्नांची उत्तरे तुम्ही शोधून तर बघा, समस्या चुटकीसरशी सुटतील!

**पाचवे प्रकरण** हे व्यावसायिक काळज्यांबद्दलचे आहे व त्या कशा सोडवायच्या याच्या युत्त्या त्यात सांगितल्या आहेत.

**सहाव्या प्रकरणात** धोक्याचा इशारा दिला आहे की, मनात काळजीने घर करण्यापूर्वीच त्यांना हाकलून लावावे.

**सातवे प्रकरण** मनाला लागणाऱ्या वाळवीच्या संकटाबद्दल सांगते.

भाग चार

## शांती आणि आनंद मिळवून देणारे सात मानसिक दृष्टिकोन

१२. तुमचे आयुष्य बदलवणारे आठ शब्द – १०८
१३. बदला घेण्याची मोठी किंमत चुकवावी लागते! – ११८
१४. कृतज्ञतेची अपेक्षा धरू नका – १२७
१५. तुमची बलस्थाने तुम्ही लाखो रुपयांना कधी विकाल का? – १३४
१६. स्वतःला ओळखा आणि त्याचा अभिमान बाळगा! – १४१
१७. तुमच्या हाती लिंबे आली, तर त्याचे सरबत बनवा – १४९
१८. नैराश्य चौदा दिवसांत बरे करण्याचा कानमंत्र! – १५७


भाग पाच

## चिंतेवर विजय मिळविण्याचे हमखास उपाय

१९. माझ्या आई-वडिलांनी काळजीवर केलेली मात – १७४


भाग सहा

## लोकांच्या टीकेकडे कसे दुर्लक्ष करावे?

२०. लक्षात ठेवा! मेलेल्या कुत्र्याला कोणी लाथ मारत नाही – १९४
२१. हे करा! टीका तुम्हाला दुखावणार नाही – १९८
२२. मी केलेल्या मूर्ख गोष्टी – २०२


भाग सात

## थकवा आणि काळजी टाळण्याचे सहा मार्ग अवलंबा आणि तुमचा उत्साह सळसळता ठेवा!

२३. दिवसातील एक तास कसा वाढवाल? – २१०

२४. तुम्हाला थकवा का येतो? आणि त्यावर तुम्ही कोणता उपाय करू शकता? - २१५
२५. थकवा टाळून चिरतरुण कसे दिसायचे! - २२०
२६. थकवा आणि चिंता टाळणाऱ्या चार चांगल्या सवयी - २२६
२७. थकवा, काळजी आणि रागाची निर्मिती करणाऱ्या कंटाळ्याला कसे पळवून लावाल? - २३२
२८. निद्रानाशाच्या काळजीपासून स्वत:ला दूर कसे ठेवावे? - २४१

भाग आठ

**मी काळजीवर विजय मिळवला! ३१ खऱ्या गोष्टी**

माझ्यावर अचानक आलेली सहा संकटे - सी. आय. ब्लॅकवूड / २५०
केवळ एक तासात मी स्वत:ला आशावादी माणूस बनवू शकतो. - रॉजर बॅबसन / २५२
न्यूनगंडातून मी मुक्त कसा झालो? - एल्मर थॉमस / २५३
मी अल्लाच्या बागेत राहिलो! - आरव्ही. सी. बोडले / २५७
काळजीला दूर पळवण्यासाठी मी वापरलेल्या पाच पद्धती - प्रो. विल्यम फेल्पस / २६०
मी कालही उभी होते आणि आजही उभी राहीन - डोरोथी डिक्स / २६३
मला वाटत नाही, मी उद्याची पहाट पाहू शकेन - जे. सी. पेनी / २६५
मी जिममध्ये जाऊन बॅग बडवतो किंवा बाहेर मोकळ्या हवेत फिरायला जातो - कलोन एडी इगन / २६६
व्हर्जिनिया टेकमधील मी एक चिंतामणी - जिम बर्डसॉल / २६७
मी याच वाक्याला प्रमाण मानून जगलो! - डॉ. जोसेफ आर. सिझू / २६९
मी संकटांना पार केले - टेड एरिक्सन / २७०
एके काळी मी जगातील सर्वांत मूर्ख माणूस होतो! - पार्स व्हाइटिंग /२७१
मी कितीही मजल मारली, तरी मागचे दोर कापले नाहीत! - जॉन ऑट्री / २७३

भारतात मी ऐकलेला आतला आवाज! – इ. स्टॅन्ले जोन्स / २७६

जेव्हा अंमलदार माझ्या दारी आला! – होमर क्राय / २७८

माझा सगळ्यात जास्त बलाढ्य शत्रू : चिंता! – जॅक डेंपसे / २८१

मी देवाकडे प्रार्थना केली की, मला अनाथाश्रमात जाण्यापासून वाचव!
– कॅथलीन हॉल्टर / २८२

माझ्या पोटात जणू कनसासमधील चक्रीवादळ घोंघावतेय!
– कॅमरॉन शिप / २८४

मी माझ्या पत्नीला बशा धुताना पाहून काळजी करणे थांबवले!
– रे विल्यम वूड / २८६

मला उत्तर मिळाले! – डेल ह्युजेस / २८८

काळ हेच औषध! – लुईस मॉटंट / २९०

मला सक्त ताकीद होती की, एक शब्दही बोलायचा नाही किंवा तसूभरही
हलायचे नाही – जोसेफ रॅन / २९२

विचारांना हद्दपार करणे मला चांगले जमते! – आर्डवे टेड / २९३

जर मी काळजी करणे थांबवले नसते, तर केव्हाच स्मशानात पोहोचलो
असतो! – कोनी मॅक / २९४

मी अल्सर्स व काळजीपासून नोकरी व दृष्टिकोन बदलून सुटका मिळवली
– आर्डन शार्प / २९६

मी आता हिरव्या दिव्याचा शोध घेतो! – जोसेफ कॉटर / २९७

उसनी मिळालेली पंचेचाळीस वर्षे कशी वापरली?
– जॉन डी रॉकेफेलर / २९९

मी आत्महत्येच्या मार्गावर होतो, कारण मला विश्रांती कशी घ्यायची हेच
माहिती नव्हते – पॉल सॅम्पसन / ३०६

खरोखर माझ्या बाबतीत चमत्कार झाला! – जॉन बर्गर / ३०७

बेंजामिन फ्रँकलिनने काळजीवर मात कशी केली?
– बेंजामिन फ्रँकलिन / ३०९

मी चिंतेने इतकी बेजार झाले होते की, अठरा दिवस काहीच खाऊ शकले
नाही – कॅथरीन फार्मर / ३१०

# हे पुस्तक कसे लिहिले गेले आणि का?

१९०९ साली मी न्यूयॉर्कमधील सगळ्यात दु:खी तरुण होतो. जगण्याचे साधन म्हणून मी मोटार-ट्रक विकत असे. मोटार-ट्रक चालण्यासाठी काय लागते, हेसुद्धा मला माहिती नव्हते. एवढेच नाही, तर मला हे कळून घेण्याचीसुद्धा इच्छा नव्हती. अतिशय घाणेरड्या घरातले हलक्या दर्जाचे माझे आयुष्य तिरस्करणीय होते. 'वेस्ट ५६ स्ट्रीट' हा माझा पत्ता होता. मला अजूनही आठवते की, माझ्याकडे भिंतीवर लटकवलेले अनेक टाय होते. जेव्हा मी त्यातील एक टाय ओढून घेत असे तेव्हा झुरळांचा थवाच इतस्तत: पसरत असे. मला अत्यंत हलक्या दर्जाच्या हॉटेलमध्ये खावे लागे, त्याची मला आजही घृणा वाटते. ती हॉटेल्ससुद्धा झुरळांनी भरलेली असत.

मी रोज रात्री दमून-भागून घरी येत असे, तेव्हा माझे डोके प्रचंड दुखत असे. त्या डोकेदुखीची अनेक कारणे होती. म्हणजे निराशा, काळजी, कडवटपणा आणि बंडखोरी अशी बरीच. माझे मन बंड करून उठले होते, कारण मी माझ्या कॉलेजच्या दिवसात पाहिलेल्या स्वप्नांचा चक्काचूर झाला होता. हे कसले आयुष्य होते! मला ज्या साहसाची, धाडसाची अपेक्षा होती ते या आयुष्यात काहीच नव्हते. माझी आयुष्याबद्दलची कल्पना अशी कधीच नव्हती. माझे कामाचे ठिकाण अतिशय तिरस्करणीय होते. मी झुरळांबरोबर राहत होतो. घाणेरडे जेवण जेवत होतो आणि भविष्याबद्दलची कुठलीच आशा नव्हती. मी माझ्या कॉलेजच्या दिवसांत जसे लिहीत-वाचत होतो, तसेच आयुष्य मला आत्ताही हवे होते.

मला हेसुद्धा माहिती होते की, आत्ताचे माझे मला न आवडणारे काम मी सोडून दिले असते, तरी फारसे काही बिघडणार नव्हते. तसेही खूप पैसे कमवण्यात मला रुची नव्हती; पण मला उच्च अभिरुचीचे आयुष्य जगायचे होते. थोडक्यात मी

आता अशा ठिकाणी येऊन पोहोचलो होतो की, जेथून परतीचा मार्ग बंद होता. अनेक तरुणांना आयुष्यात नवीन सुरुवात करताना या क्षणाला तोंड द्यावे लागते. म्हणून मी तात्काळ निर्णय घेतला आणि त्या निर्णयामुळे माझे आयुष्य पूर्णच बदलून गेले. त्यामुळे माझे उर्वरित आयुष्य माझ्या कल्पनेतील स्वर्गीय सुखापेक्षाही अधिक चांगले झाले.

माझा आता निर्णय झाला होता. मी माझे ते तिरस्करणीय काम सोडून द्यायचे ठरवले होते. वॉरेन्सवर्ग येथील शिक्षकांना शिकवण्याच्या कामाचा चार वर्षांचा अनुभव माझ्या गाठीशी असल्यामुळे मी ठरवले की, रात्रशाळेत प्रौढांना शिकवायचे व त्यायोगे उदरनिर्वाह करायचा. असे करण्याने दिवसा माझ्या आवडीची पुस्तके वाचून मी व्याख्यानांची तयारी करू शकणार होतो आणि कथा-कादंबऱ्या-गोष्टीही मला लिहिता आल्या असत्या. मला आता फक्त 'लिहिण्यासाठी जगायचे होते आणि जगण्यासाठी लिहायचे होते!'

रात्री मी प्रौढांना कोणता विषय शिकवणार होतो? मी थोडे मागे वळून माझ्या कॉलेजच्या शिक्षणाचा विचार केला तेव्हा माझ्या असे लक्षात आले की, त्या शिक्षणापेक्षा व त्या अनुभवांपेक्षा मी जी जाहीर भाषणे केली त्याचा मला माझ्या व्यवसायात व खऱ्या आयुष्यात जास्त उपयोग झाला. कसा? तर या जाहीर भाषणांमुळेच माझा घाबरटपणा गेला व मला आत्मविश्वास आणि धाडस मिळाले. लोकांशी मी योग्य प्रकारे व्यवहार करू शकतो ही खात्री झाली. मला हेसुद्धा पटले की, नेतृत्व नेहमी तुम्हाला उभे राहून तुम्हाला काय वाटते हे सांगण्याचे बळ देते.

मग कोलंबिया आणि न्यूयॉर्क अशा दोन्हीही विद्यापीठांत मला जाहीर सभांमध्ये बोलण्याचे कौशल्य शिकवण्यासाठी त्यांनी व्याख्याता म्हणून नेमावे यासाठी मी अर्ज केला, पण या दोन्ही विद्यापीठांनी तो नाकारला.

मी निराश झालो, पण झाले ते एका दृष्टीने बरेच झाले. कारण मी YMCA या रात्रशाळेत शिकवायला सुरुवात केली, ज्यामुळे मला माझ्या शिकवण्याचे चांगले परिणाम ताबडतोब मूर्त स्वरूपात दिसून आले. खरोखरच खूप आव्हानात्मक काम होते ते! पण या माझ्या वर्गात प्रौढ मंडळी कधीच आली नाहीत, कारण त्यांना महाविद्यालयातील शिक्षणाची प्रतिष्ठा किंवा सामाजिक प्रतिष्ठा हवी होती. जे आले ते फक्त एकाच कारणासाठी आणि ते म्हणजे त्यांच्या समस्यांवर तोडगा शोधण्यासाठी! त्यांच्या बिझिनेस मीटिंगमध्ये स्वतःच्या पायावर उभे राहून न घाबरता चार शब्द कसे बोलता येतील हे शिकण्यासाठी ते आले होते. काही सेल्समन त्यांच्या किचकट ग्राहकांशी कसे वागायचे, त्यांना कसे पटवून द्यायचे आणि आपले मनोधैर्य कसे वाढवायचे हे शिकण्यासाठी आले. त्यांना त्यांच्यात आत्मविश्वास आणि समतोल आणायचा होता. त्यांना व्यवसायात इतरांच्या पुढे जायचे होते.

त्यांना त्यांच्या कुटुंबासाठी अधिक पैसा हवा होता आणि हे शिकण्यासाठी ते शिकवण्या ठेवून दाम मोजत होत; आणि हवा तो परिणाम न दिसल्यास शिकवणी बंदसुद्धा करत होते. अशा वेळी मला जरी पगार नसला, तरी फायद्याच्या काही टक्के पैसे मिळत होते आणि माझी उपजीविका भागवण्यासाठी मला व्यवहारी राहणे गरजेचे होते.

काही वेळेस तर मला वाटायचे की, मी अपंगांनाच शिकवतो आहे; पण आता माझे मलाच जाणवते की, ते मला मिळणारे विनामूल्य शिक्षण होते. मला माझ्या विद्यार्थ्यांना त्यांच्या ध्येयाकडे प्रेरित करावे लागत असे. मला त्यांचे प्रश्न सोडवण्यात मदत करावी लागत असे. प्रत्येक दिवशीचा वर्ग त्यांना अधिक उत्साहवर्धक वाटावा व त्यांनी रोज यावे म्हणून विशेष प्रयत्न करावे लागत असत.

हे खरोखरच माझ्या आवडीचे काम होते. हे बिझनेसमन किती लवकर आत्मविश्वास मिळवायचे आणि किती लवकर बढती आणि पगारात वाढ मिळवायचे ते बघून मी चकित व्हायचो! माझ्या क्लासेसचे यश माझ्या अपेक्षेच्याही पलीकडचे होते. फक्त वर्षभरातच असा बदल घडला की, जे YMCA मधील लोक प्रत्येक रात्रीचे पाच डॉलर्स द्यायला तयार नव्हते, ते आता तीस-पस्तीस डॉलर्सची भागीदारी द्यायला लागले होते. सुरुवातीला मी फक्त लोकांशी जाहीरपणे कसे बोलायचे हे शिकवत असे, पण हळूहळू माझ्या हे लक्षात आले की, या लोकांना मित्र कसे मिळवावेत व समोरच्यावर प्रभाव कसा टाकावा हेसुद्धा शिकायची गरज आहे. अजूनपर्यंत मानवी नातेसंबंधांवर एकही पुस्तक मला सापडले नव्हते, म्हणून मी ते स्वत:च लिहिले. ते मी नेहमीच्या चाकोरीतून लिहिले नाही, तर ते पुस्तक माझ्या खऱ्या अनुभवांमधून घडत गेले आणि मग मी त्याला नाव दिले 'हाउ टू विन फ्रेंड्स ॲण्ड इन्फ्लुएन्स पीपल'.

खरेतर हे पुस्तक मी माझ्या क्लासमधील विद्यार्थ्यांसाठी लिहिले होते. या पुस्तकाबरोबर मी आणखीही चार पुस्तके लिहिली होती, ज्यांबद्दल यापूर्वी कोणी कधी ऐकले नव्हते. त्यामुळे त्याचा एवढा प्रचंड खप होईल असे मला स्वप्नातही वाटले नव्हते. मला असे वाटते की, आत्तापर्यंतच्या सगळ्या लेखकांमध्ये मीच जास्त विस्मयचकित झालेला, जिवंत लेखक आहे.

त्यानंतर अनेक वर्षे गेली आणि माझ्या लक्षात आले की, माणसांच्या जीवनातील सगळ्यात मोठी समस्या म्हणजे 'चिंता'. माझ्या विद्यार्थ्यांमध्ये बिझनेसमन होते, उच्च पदस्थ अधिकारी होते, विक्रेते होते, अभियंते होते, अकौंटंट्स होते, शिक्षक होते आणि या सगळ्यांची समस्या 'चिंता' ही होती. बायकांचीसुद्धा हीच समस्या होती; अगदी गृहिणीपासून ते महिला उद्योजिकांपर्यंत! त्यामुळे स्पष्टच सांगायचे, तर 'चिंतेला कसे जिंकायचे' यावर पुस्तक असणे गरजेचे होते. म्हणून

मी शोध घेतला. मी अनेक मोठमोठ्या वाचनालयांना भेट दिली आणि मला 'चिंता' या विषयावरची फक्त बावीस पुस्तके सापडली. माझा हा शोध मोठा मजेशीर होता, कारण मला समजले की, 'वर्म्स' या नावाची १८९ पुस्तके होती आणि आणखी असे लक्षात आले की, नऊ वर्म्स पुस्तकांपैकी एका पुस्तकाचा विषय 'चिंता' हा होता. आहे की नाही गंमत! जर चिंता ही एवढी मोठी समस्या असेल, तर प्रत्येक शाळा-कॉलेजमध्ये 'चिंता थांबवा' अशा शीर्षकांचे अभ्यासवर्ग असायला हवेत की नको?

माझ्या तरी असे ऐकिवात नाही, पण कुठल्याच देशात असा कोर्स अस्तित्वात आहे, त्यामुळे याचा परिणाम म्हणूनच आपल्याकडे अनेक इस्पितळांत नैराश्य आणि औदासीन्याचा आजार असलेल्या रुग्णांनी खाटा भरलेल्या दिसतात.

न्यूयॉर्क लायब्ररीत असलेली ही बावीस पुस्तके मी चाळली. त्याशिवाय मला मिळतील ती पुस्तके मी विकत घेतली, पण त्यांपैकी एकही पुस्तक मला माझ्या क्लासमध्ये पाठ्यपुस्तक म्हणून वापरण्याच्या योग्यतेचे वाटले नाही, म्हणून मी स्वत:च असे पुस्तक लिहिण्याचे ठरविले.

सात वर्षांपूर्वीच मी हे पुस्तक लिहिण्यासाठी तयारी केली होती. कशी? प्रत्येक शतकातले तत्त्ववेत्ते 'चिंता' या विषयावर काय म्हणाले आहेत, याचा मी अभ्यास केला. अनेक मोठमोठ्या लोकांची चरित्रे वाचली. ज्यांनी जीवनाची अनेक अंगे अभ्यासली आहेत, अशा लोकांच्या मुलाखती घेतल्या; पण ती फक्त सुरुवात होती.

फक्त चरित्रे वाचणे आणि मुलाखती घेणे यापेक्षाही अधिक महत्त्वाचे काम मी केले. चिंता या विषयासाठी मी एक स्वतंत्र प्रयोगशाळा बनवली आणि तिथे ५ वर्षे काम केले. माझ्या माहितीप्रमाणे अशा प्रकारची ही जगामधील पहिली प्रयोगशाळा होती; पण आम्ही हे केले. आम्ही विद्यार्थ्यांसाठी एक नियमावली बनवली व विद्यार्थ्यांना त्यांच्या वैयक्तिक आयुष्यात चिंता मिटवण्यासाठी ते नियम वापरायला सांगून त्यामध्ये कितपत यश मिळते ते बघण्यास सांगितले. काहींना त्यांचे जुनेच मार्ग अवलंबण्यास सांगितले.

या प्रयोगातून निष्कर्ष मिळाल्यानंतर 'मी चिंतेला कसे जिंकले' याबद्दलची असंख्य भाषणे मी ऐकली. त्याबरोबरच चिंतेला जिंकण्याविषयीची शेकडो पुस्तके वाचली. मला अनेकांनी या संबंधीच्या उपयुक्त गोष्टी पोस्टाने पाठवल्या. जगभरातून मला मदत झाली, म्हणूनच असे म्हणावे लागेल की, हे पुस्तक काही आभाळातून पडले नाही. तसेच चिंतेला जिंकणारे हे काही शैक्षणिक नीतिपर, उद्‌बोधक पुस्तक नव्हे. तर हे एखाद्या चलत्‌चित्रपटासारखे, संक्षिप्त स्वरूपातील, सामाजिक उपयोगासाठी लिहिले गेलेले, काळजीवर मात करणारे, हजारो लोकांचा अनुभव सांगणारे

*मार्गदर्शक पुस्तक आहे.*

*फ्रेंच तत्त्वज्ञ वॅलेरी म्हणतो, 'शास्त्र हे यशस्वी पाककृतीप्रमाणे असते.' त्याचप्रमाणे या पुस्तकातसुद्धा अशा यशस्वी आणि काळाच्या कसोटीवर उतरलेल्या चिंतेपासून मुक्त करणाऱ्या पाककृती आहेत. तुमच्या माहितीसाठी तुम्हाला मी हे आधीच सांगतो की, या पुस्तकात नवीन असे काही नाही, पण तुमच्या आयुष्याशी त्याची सांगड कशी घालायची ते इथे सांगितले आहे आणि जेव्हा तुम्हाला हे समजेल तेव्हा मला नवीन काही सांगायची गरजच पडणार नाही. चांगले आयुष्य कसे जगायचे ते आपल्याला माहिती आहे. आपली समस्या अज्ञान ही नसून कृतिशून्यता ही आहे. या पुस्तकाचा उद्देश हा आहे - तुम्हाला पूर्वपदाला आणणे, उदाहरणांनी समजावून सांगणे, तुमचे आयुष्य सुरळीत जावे म्हणून प्रयत्न करणे, तुम्हाला सुखद गारवा मिळवून देणे, भरभरून यश मिळवून देणे, पूर्वापार चालत आलेली सत्ये तुम्हाला सांगणे आणि तुम्हाला हे सगळे मिळवण्यासाठी स्वत:ला हातपाय हलवण्यास लावणे.*

*अर्थातच, हे पुस्तक कसे लिहिले गेले हे समजावून घेण्यासाठी तुम्ही नक्कीच हे पुस्तक वाचायला घेतलेले नाही, तर तुम्हाला स्वत:ला काहीतरी कृती करायची आहे, हे मला माहीत आहे. कृपया या पुस्तकाचे दोन्ही भाग वाचा. संपूर्ण पुस्तक वाचूनही जर तुम्हाला वाटले की, तुम्ही निष्प्रभ आहात आणि तुम्ही अजूनही चिंताक्रांत आहात आणि आयुष्य उपभोगू शकत नाही, तर हे पुस्तक सरळ भिरकावून द्या. ते तुमच्यासाठी नाही.*

**डेल कार्नेगी**

## भाग एक

चिंतेबद्दलची काही मूलभूत तत्त्वे जाणून घ्या

# १

## दिवसाला बंदिस्त करा!

१८७१च्या वसंत ऋतूमध्ये एका तरुणाने एक पुस्तक उचलले आणि त्यामध्ये ते एकवीस शब्द वाचले. ते पुढे भविष्यात त्याच्या मनावर खोलवर कोरले गेले. मॉण्ट्रिअल जनरल हॉस्पिटलमध्ये वैद्यकशास्त्र शिकणारा हा मुलगा आपण परीक्षेत पास होऊ की नाही या भयाने ग्रासला होता. त्याला काय करावे, कोठे जावे आणि वैद्यकीय प्रॅक्टिसपासून चार पैसे कसे कमवावेत याची चिंता पडली होती.

इ. स. १८७१मध्ये वाचलेले ते एकवीस शब्द या वैद्यकशास्त्राचा अभ्यास करणाऱ्या मुलासाठी फार क्रांतिकारक ठरले आणि पुढे तो त्याच्या काळातील सर्वांत मोठा व सुप्रसिद्ध डॉक्टर झाला. जगप्रसिद्ध 'हॉपकिन्स इन्स्टिट्यूट'ची स्थापना त्यानेच केली. ब्रिटिश साम्राज्याने ऑक्सफर्ड युनिव्हर्सिटीमध्ये इंग्लंडच्या राजाकडून त्याची 'रिजिअस प्रोफेसर' असा शाही दर्जा असणारी नेमणूक केली. हे सर्वांत मोठे गौरवाचे पद त्याला मिळाले. जेव्हा त्याचा मृत्यू झाला, तेव्हा १४६६ पाने असलेले दोन मोठे खंड त्याच्या कारकिर्दीचा आढावा घेण्यासाठी प्रकाशित केले गेले.

त्याचे नाव होते सर विल्यम ऑसलर! १८७१च्या वसंत ऋतूमध्ये त्याने असे कोणते एकवीस शब्द वाचले होते? थॉमस कार्लाईलच्या एका पुस्तकातील ते एकवीस शब्द होते : 'दुरून अंधूकसे काय दिसते ते पाहणे हे आपले काम नसून आपल्या हातात आत्ता कोणते काम आहे त्याकडे लक्ष देणे हे आपले काम आहे.'

त्यानंतर बेचाळीस वर्षांनी अशाच एका वसंत ऋतूतील शांत, सौम्य संध्याकाळी येल विद्यापीठातील विद्यार्थ्यांना उद्देशून सर विल्यम्स ऑसलर भाषण करत होते. त्यांनी विद्यार्थ्यांना सांगितले की, त्यांच्यासारखा माणूस जो चार विद्यापीठांमध्ये प्रोफेसर आहे, एका लोकप्रिय पुस्तकाचा लेखक आहे 'तो इतरांपेक्षा खूप जास्त

हुशार असणार' असा समज असणे स्वाभाविक आहे, पण हे खरे नाही. हे त्यांनी जाहीरपणे सांगितले. त्यांच्या जवळच्या मित्रांना हे माहिती होते की, 'माझा मेंदू मध्यम प्रतीचाच आहे.'

मग त्यांना हे जे प्रचंड यश मिळाले होते त्याच्या मागचे गुपित काय होते? त्यांनी त्याचे सारे श्रेय त्यांच्या 'बंदिस्त दिवसा'च्या जीवनप्रणालीला दिले आहे. म्हणजे काय? याचा अर्थ काय? त्याचे त्यांनी पुढीलप्रमाणे स्पष्टीकरण केले आहे. काही महिन्यांपूर्वी ते जहाजातून अटलांटिक समुद्र पार करत होते. तेथे त्यांनी जहाजाच्या कप्तानाचे निरीक्षण केले होते. ब्रिजवर म्हणजे जेथून जहाज चालवण्याचे काम चालते तेथे उभे राहून फक्त एक बटण दाबले. त्याबरोबर सगळी मशीन्स जोरजोरात धडधडली आणि जहाजाचे अनेक भाग धाडकन बंद झाले आणि अशी विभागणी झाली की, एकाचा दुसऱ्याशी काहीच संबंध नाही. ऑसलर यांनी त्याच्या विद्यार्थ्यांना असे आवाहन केले – तुम्हा सर्वांना यापेक्षाही मोठ्या सफरीवर जायचे आहे आणि खूप मोठी कामे एकत्रितरीत्या करायची आहेत. माझे तुम्हाला कळकळीचे सांगणे हे आहे की, तुमचे तुमच्यावर असे नियंत्रण हवे की, तुम्ही सुरक्षिततेचा उपाय म्हणून असे कप्पेबंद आयुष्य जगणे शिकायला पाहिजे. ब्रिजवर या. म्हणजेच आयुष्याला सामोरे जा. महत्त्वाची कामे योग्य दिशेने चालली आहेत का ते बघा. बटण दाबून आयुष्याच्या प्रत्येक टप्प्यावरच्या घडामोडींचा अंदाज घ्या. मजबूत लोखंडी दरवाजांनी भूतकाळाला बंदिस्त करा. दुसरे बटण दाबून धातूच्या पडद्याने अजून जन्म न झालेल्या उद्यावर मात करा. आता तुम्ही आजच्या दिवसापुरते तरी सुरक्षित झालात. भूतकाळाला गाडून टाका. तो मृत आहे. उद्याचे ओझे आजच घेऊ नका. काल आणि उद्याला बरोबर घेऊन चाललात, तर तुमची पावले लटपटणारच! भविष्यकाळालासुद्धा भूतकाळासारखे बंद करून टाका. तुमचे भविष्य म्हणजे 'आज'च आहे. 'उद्या' हा शब्दच बाद करून टाका. तुमचा आजचा दिवस हा पापविमोचनाचा दिवस आहे. जो भविष्याची चिंता करतो त्याचा कार्यभाग बुडतो. त्याला मानसिक आजार होतात. काळज्या मागे लागतात. म्हणून माझा उपदेश ऐका आणि फक्त आजचा विचार करा. ही शिस्त मनाला लावून घ्या. 'डे टाइट कंपार्टमेंट' म्हणजे हेच!

डॉ. ऑसलर यांना असे म्हणायचे होते का की, आपण उद्याची काहीच तयारी करायची नाही? नाही, असे अजिबात नाही; पण त्यांना त्यांच्या भाषणाद्वारे असे सांगायचे होते की, आज तुमच्या हातात जे काही आहे, ते पूर्ण क्षमता वापरून, लक्ष केंद्रित करून आणि बुद्धिमत्ता व उत्साह जास्तीतजास्त वापरून करा. हीच तुमच्या भविष्याची तरतूद आहे.

सर विल्यम ऑसलर यांनी येल इथे असे सांगितले – दिवसाची सुरुवात

प्रभूच्या प्रार्थनेने करा. ही प्रार्थना म्हणजे: 'देवा आम्हाला आज जेवण मिळू दे.'

लक्षात घ्या, ही प्रार्थना फक्त आजच्या जेवणासाठी आहे. काल आपल्याला जे शिळे जेवण मिळाले त्याची तक्रार नाही आणि प्रार्थनेत असेही म्हटलेले नाही की, 'हे देवा, भविष्यात दुष्काळ पडला, तर पुढे आम्ही काय खायचे? समजा माझी नोकरी गेली तर? आणि मला उपाशी राहावे लागले, तर मी काय करायचे?'

नाही! ही प्रार्थना आपल्याला हेच शिकवते की, देवाकडे फक्त आजच्या दिवसाच्या जेवणापुरतीच मागणी करा, कारण आजचा दिवस तुमचा! उद्याचे कोणी पाहिले?

फार वर्षांपूर्वी एक निर्धन तत्त्ववेत्ता डोंगर-दऱ्यांतून फिरत असताना लोक त्याच्याभोवती जमले. त्या काळात जगणे फार अवघड होते. एके दिवशी लोक त्याच्याभोवती जमले असताना त्याने काही मोठ्या माणसांची विधाने सांगून परिणामकारक भाषण केले. या भाषणातील १५ शब्द असे होते, 'म्हणून उद्याचा विचार करू नका, कारण उद्याच उद्याचा विचार स्वतंत्रपणे करेल. दिवसभराचा विचार पुरेसा आहे.'

जिझसनेसुद्धा असे सांगितले आहे की, 'उद्याचा विचार करू नका'; पण हे अनेकांना पटले नाही. त्यांना हे बोलणे काहीसे गूढ, अपरिपूर्णत्वाचे वाटले म्हणून ते हे नाकारतात. ते म्हणतात – 'असे कसे चालेल? उद्याचा विचार तर केलाच पाहिजे. माझ्या कुटुंबाच्या रक्षणासाठी मला विमा उतरवला पाहिजे. मला माझ्या वृद्धापकाळासाठी पैसे बाजूला काढून ठेवले पाहिजेत. आयुष्यात काही प्रगती करण्यासाठी मला नियोजन केले पाहिजे.'

बरोबर आहे तुमचे! नक्कीच तुम्हाला हे केले पाहिजे. जिझसने सांगितलेला हा तीनशे वर्षांपूर्वीचा शब्दांचा अर्थ किंग जेम्सच्या काळात जो होता तो आज नाही. तीनशे वर्षांपूर्वी 'थॉट' या शब्दाचा अर्थ काळजी हा होता. बायबलाच्या नवीन आवृत्त्यांमध्ये हे विचार योग्य पद्धतीने मांडले आहेत. जिझसला असे म्हणायचे होते की, 'उद्याची काळजी करू नका.' नक्कीच उद्याचा विचार तुम्ही करा. त्यासाठी विचार करून आराखडे बांधा, नियोजन करा आणि तयारी करा; पण काळजी करू नका.

दुसऱ्या महायुद्धात आपल्या सैन्यप्रमुखांनी उद्यासाठी योजना आखली होती. ॲडमिरल जे. अर्नेस्ट, जे अमेरिकेतील नेव्हीचे संचालक होते ते म्हणाले, "मी सर्वश्रेष्ठ माणसे, सर्वश्रेष्ठ युद्ध-सामग्री सोबत पाठवली आहेत आणि त्यांच्याकडे अत्यंत बुद्धिमान योजना आहेत. मी एवढेच करू शकतो."

युद्ध असो किंवा शांतता असो, चांगले विचार आणि वाईट विचार यातील महत्त्वाचा फरक हा की, चांगले विचार नेहमी कार्यकारणभाव व त्याचे परिणाम

यांच्या दृष्टिकोनातून तर्कशुद्ध आणि विधायक योजना आखतात. तर वाईट विचार नेहमी ताणतणाव आणि नैराश्याला जन्म देतात.

'दि न्यूयॉर्क टाइम्स' या जगप्रसिद्ध वृत्तपत्राचे प्रकाशक आर्थर हेग सुल्झबर्जर यांची मुलाखत घेण्याचे भाग्य एकदा मला लाभले. श्री. सुल्झबर्जर यांनी मला सांगितले की, युरोपमध्ये जेव्हा दुसरे महायुद्ध ऐन धुमश्चक्रीत होते तेव्हा ते अगदी थिजून गेले होते. भविष्याची चिंता त्यांना इतकी भेडसावत होती की, ते रात्रभर झोपू शकत नव्हते. वारंवार ते मध्यरात्री बिछान्यातून बाहेर येत आणि एक कॅनव्हास आणि रंगाच्या बाटल्या घेऊन चित्र रंगवत. आरशात पाहून स्वत:चे शब्दचित्र बनवण्याचा प्रयत्न करत. त्यांना चित्रकलेतील 'ओ' की 'ठो'ही कळत नव्हते, पण तरीही ते रंगवत; केवळ त्यांच्या चिंतेपासून मुक्तता मिळवण्यासाठी! तरीही त्यांची चिंता दूर झाली नाही आणि त्यांना मन:शांती मिळाली नाही. नंतर त्यांनी चर्चमध्ये ज्या पाच शब्दांची ओळ वाचली, ती मात्र फार प्रभावी ठरली. हे पाच शब्द म्हणजे – माझ्यासाठी एकच पायरी पुरेशी आहे.

*'देवा, मला प्रकाश दाखव!*
*मला तुझ्या पायाशी राहू दे. मी तुला पाहण्याची इच्छा धरणार नाही.*
*दुरूनच ठीक आहे; माझ्यासाठी एकच पायरी पुरेशी आहे.'*

नेमक्या याच काळात युरोपमध्ये कोठेतरी सैन्यातील एक तरुण हाच धडा गिरवत होता. त्याचे नाव टेड बेंजरमिनो. तो मेरीलँड, बाल्टोमोर येथील होता. काळजीबरोबर द्वंद्वयुद्ध खेळणारा तो एक अव्वल दर्जाचा लढवय्या होता.

एप्रिल, १९४५मध्ये टेड बेंजरमिनो लिहितात, 'माझ्या मोठ्या आतड्याला पीळ पडला होता, त्यामुळे मला प्रचंड वेदना होत होत्या. मी अतिशय काळजीत होतो. जर त्या वेळी युद्ध संपले नसते, तर मी शारीरिकदृष्ट्या पूर्ण कोलमडून गेलो असतो, याची मला खात्री आहे.

'मी प्रचंड दमलो होतो. मी ९४ इन्फंट्री तुकडीचा नॉन-कमिशन ऑफिसर होतो. माझे काम रेकॉर्ड बनवणे व किती माणसे युद्धात मेली, किती बेपत्ता झाली, किती जणांना हॉस्पिटलमध्ये ठेवले त्याचा हिशोब ठेवणे हे होते. कोणती प्रेते आपल्या माणसांची व कोणती शत्रूची हे ओळखण्यास मदत करण्याचे कामही मी करत होतो व त्यांना घाईघाईने उथळ खड्डा खणून पुरण्याचे कामही मी करत होतो. या माणसांच्या काही वैयक्तिक वस्तू त्यांच्या जवळच्या नातेवाइकांना देणे, हे कामसुद्धा मी करत होतो, कारण त्यांना त्या वस्तूचे मोल होते. मला सतत अशी भीती वाटायची की, आम्ही काहीतरी गंभीर चुका करत आहोत. नाही म्हटले, तरी

या चुकांमध्ये माझाही सहभाग होताच. मला खूप काळजी वाटायची की, माझ्या सोळा महिन्यांच्या एकुलत्या एका मुलाला कवेत घेण्यासाठी मी जिवंत राहीन की नाही? माझ्या मुलाला मी अजून पाहिलेही नव्हते. मी काळजीने इतका खंगलो की, माझे ३४ पाउंड वजन कमी झाले होते. मी इतका केविलवाणा झालो होतो की, माझे माझ्या मनावर नियंत्रण उरले नव्हते. मी माझ्या हाताकडे पाहिले. निव्वळ हाडे आणि कातडी उरली होती. अशा शारीरिक अवस्थेत घरी जाण्याच्या कल्पनेने मी भयभीत झालो. मी पार मोडून गेलो व लहान मुलासारखा हुंदके देऊन रडू लागलो. त्याच सुमारास बल्जचे युद्ध सुरू झाले आणि मी पुन्हा मानव म्हणून जगण्याची आशाच सोडून दिली.

‘मग मी आर्मीच्या डॉक्टरांच्या दवाखान्यात गेलो आणि तेथे त्यांनी मला जो उपदेश केला त्यामुळे माझे संपूर्ण आयुष्यच बदलून गेले. आधी माझी संपूर्ण शारीरिक तपासणी केली गेली आणि त्यांनी मला धक्कादायक बातमी दिली की, माझा आजार हा मानसिक स्वरूपाचा आहे. डॉक्टर म्हणाले, “टेड, तू कधी वाळूचे घड्याळ पाहिले आहेस? तू तुझे आयुष्य तसे बनव. तुला माहितीच असेल की, वाळूच्या घड्याळात हजारो वाळूचे कण असतात. ते वरच्या भागात असतात आणि अगदी हळूहळू त्या अरुंद नळीतून ते खालच्या भागात जातात आणि ही क्रिया चालू असताना ते घड्याळाला जरासुद्धा अपाय करत नाहीत आणि एका वेळी फक्त एकच कण जातो. ते आपण फक्त बघत राहतो. काही करू शकत नाही. तू, मी किंवा आणखी कोणीही या काचेच्या घड्याळासारखे असतो. जेव्हा आपण सकाळी दिवसाला सुरुवात करतो तेव्हा दिवसभरासाठी शेकडो कामे करायची आपण ठरवलेली असतात, पण ती सगळी आपण एकदम केली, तर प्रचंड गोंधळ उडेल. एकही धडपणे होणार नाही. एक-एक करतच आपण ती कामे संपवतो. ज्याप्रमाणे वाळूचा एक-एक कण वरच्या भागातून खालच्या भागाकडे शांतपणे, अरुंद मार्गातून जात असतो, त्याप्रमाणे आपणही जर हे तत्त्व अवलंबिले नाही, तर आपल्या पाठीचा कणा मोडून जाईल.”

‘त्या दिवशी त्या डॉक्टरांनी दिलेला हा सल्ला मी पुढे आयुष्यभर तंतोतंत पाळला. ‘एका वेळी वाळूचा एकच कण – एका वेळी एकच काम!’ युद्धाच्या काळातील तत्त्वामुळेच मी स्वत:ची शारीरिक व मानसिकदृष्ट्या होणारी हानी वाचवू शकलो. आजसुद्धा मी जे महत्त्वाचे पद भूषवीत आहे – (डायरेक्टर फॉर ॲडक्रफ्टर्स प्रिंटिंग ॲण्ड ऑफसेट कं.) – त्या व्यवसायातसुद्धा अशाच समस्या उद्‌भवतात, ज्या युद्ध काळात उद्‌भवल्या होत्या. एकाच वेळी अनेक आघाड्यांवर लढावे लागते आणि त्यासाठी फारच कमी वेळ मिळतो. आपल्याकडचा साठा अपुरा असतो. नवीन योजना हाताळाव्या लागतात. नवीन आलेल्या साठ्याचे

नियोजन करावे लागते. पत्ते बदललेले असतात, नवीन येणारे ऑफिसर्स असतात आणि परत जाणारे ऑफिसर्सही असतात. आणखी असे बरेच काही असते. अशा वेळी गोंधळून जाण्यापेक्षा आणि निराश होण्यापेक्षा डॉक्टरांनी जे सांगितले होते ते मी आठवतो – 'वाळूचा एक कण एका वेळी'. ते शब्द पुन्हापुन्हा मनाशी आठवून मी माझी कामे पूर्ण करतो आणि मग ती अधिक चांगल्या प्रकारे होतात. कुठलाही संभ्रम नाही, गोंधळ नाही आणि रणांगणावर मला जी व्याधी जडली होती त्याचा लवलेशही नाही!'

एक अतिशय भयप्रद, पण तुम्हाला सांगावीशी वाटणारी गोष्ट म्हणजे आपल्या सध्याच्या जीवनशैलीमुळे हॉस्पिटल्समधील निम्म्या खाटा अशा रुग्णांसाठी आरक्षित केल्या गेल्या आहेत की, जे कालच्या आणि उद्याच्या काळजीमुळे कोलमडून गेले आहेत. या लोकांपैकी निम्म्या लोकांनी जर जिझसचे पुढील वाक्य लक्षात ठेवले असते, तर त्यांना हे आजारपण टाळता आले असते; अधिक आनंदी जीवन जगता आले असते; अधिक उपयुक्त जीवन जगता आले असते! – 'उद्याची चिंता करू नका' किंवा ऑसलरचे वाक्य : 'दिवसाला बंदिस्त करा.'

तुम्ही आणि मी आत्ता या क्षणाला दोन चिरंतन गोष्टींबरोबर बैठकीत बसलो आहोत. एक म्हणजे विशालकाय भूतकाळ, जो अविचल आहे आणि भोगून झाला आहे. आणि दुसरा म्हणजे आपल्यासमोर झेपावणारा भविष्यकाळ. या दोन्ही काळांमध्ये जगणे आपल्याला केवळ अशक्य आहे. नाही! नकोच! एका सेकंदासाठीसुद्धा नको! असे करण्याचा जर आपण प्रयत्न केलाच, तर आपली शारीरिक व मानसिक हानी होईल. म्हणून आत्तापासून ते झोपेपर्यंत आपण फक्त चालू वर्तमानकाळ जगू या! रॉबर्ट स्टिव्हन्सन म्हणतो त्याप्रमाणे ''आपले ओझे कितीही जड असले, तरी प्रत्येक जण एका दिवसासाठी ते सहजपणे वाहू शकतो. प्रत्येक जण आनंदाने, शांतपणे, प्रेमाने आणि सात्त्विकतेने त्या दिवसाच्या अंतापर्यंत जगू शकतो. हेच तर जीवन आहे!''

हो, अगदी हेच सांगायचे आहे! मिसेस शिल्ड मु. पो. सागिनॉव, मिशिगन ही काय सांगते बघा! नैराश्याने होरपळून निघालेली, अगदी आत्महत्येपर्यंत जाऊन पोहोचलेली ती एकच शिकली फक्त - झोपेपर्यंत जगा! ''१९३७ साली माझे पती मृत्यू पावले. मी खूप दु:खी होते. त्या वेळी मी पूर्णपणे कफल्लक होते. मी माझ्या पूर्वीच्या मालकांना याबद्दल लिहून माझी जुनी नोकरी मिळवली. त्यांचे नाव लेऑन रोच आणि कंपनीचे नाव रोच व्हॉलावर (कनसास शहरातील कंपनी). पूर्वी मी खेडोपाडीच्या तसेच शहरातील शाळांमध्ये पुस्तके विकून माझी गुजराण करत असे, पण माझ्या नवऱ्याच्या आजारपणात दोन वर्षांपूर्वी मी माझी गाडी विकली होती. आता मी एक सेकंडहँड गाडी उधारीवर विकत घेतली आणि पुन्हा माझे

पुस्तके विकण्याचे काम चालू केले.

"मला असे वाटले होते की, पुन्हा एकदा निरनिराळ्या गावी जाऊन माझे नैराश्य जाईल, पण एकट्यानेच गाडी चालवून आणि एकट्यानेच जेवण-खाण करून माझे नैराश्य कमी झाले नाही. काही प्रदेश असे होते की, तेथे जाऊनही काही फायदा नव्हता; परिणामी मला माझे गाडीचे कर्ज छोटे असूनही फेडणे अवघड झाले.

"१९३८ साली वसंत ऋतूमध्ये मी मिसुरी भागात काम करत होते. शाळांची परिस्थितीही फार नाजूक होती. रस्तेही खराब होते. मलाही अगदी एकाकी व निरुत्साही वाटत होते. इतके की, मला आत्महत्या करावीशी वाटत होती. यश मिळणे जवळपास अशक्यच दिसत होते. जगण्यासाठी उद्युक्त करणारे काहीच नव्हते. प्रत्येक दिवस उजाडल्यावर हा दिवस पार कसा पडेल याचे मला भय वाटत असे. माझ्या गाडीचे कर्ज मी कसे फेडणार याची चिंता वाटत असे. माझ्या खोलीचे भाडे मी फेडू शकत नव्हते. मला उपाशी राहावे लागेल अशीही भीती वाटत होती. दिवसेंदिवस माझी प्रकृती खालावत चालली होती आणि डॉक्टरांसाठीसुद्धा माझ्याकडे पैसे नव्हते. माझ्या बहिणीला खूप दुःख झाले असते व माझ्या अंत्यविधीसाठीसुद्धा माझ्याकडे पुरेसे पैसे नव्हते या दोनच विचारांनी मी आत्महत्या केली नाही.

"माझ्या या हताश परिस्थितीतून मला बाहेर काढणारे असे काहीतरी मी वाचले की, त्यामुळे मला जगण्याचे बळ आले. त्या लेखामधील एक प्रेरणादायी वाक्य मी कधीही विसरू शकणार नाही आणि आयुष्यभर त्याची ऋणी राहीन. ते वाक्य होते, 'शहाण्या माणसांसाठी प्रत्येक दिवस नवीन चैतन्य घेऊन येतो!' मी हे वाक्य मी मोठ्या अक्षरात टाइप करून माझ्या गाडीच्या काचेवर लावले. त्यामुळे मी ते प्रत्येक सेकंदाला पाहू शकत होते. त्यामुळे मला हे प्रकर्षाने जाणवले की, एका वेळी एक दिवस जगणे काहीच अवघड नाही. कालचा दिवस विसरून जायला आणि उद्याचा विचार न करायला मी शिकले. रोज सकाळी मी स्वतःलाच म्हणायचे : आजचा दिवस नवा आहे.

"आता मी माझ्या एकटेपणावर मात करण्यात यशस्वी झाले होते. मी आता आनंदी होते. बऱ्यापैकी यशस्वी होते आणि आयुष्य जगण्याचा नवीन उत्साह माझ्यामध्ये आला होता. आता माझ्या आयुष्यात कितीही वाईट प्रसंग आला असता, तरी मी खचून जाणार नाही याची मला खात्री पटली. मी आता भविष्याला घाबरत नव्हते. आता मला कळले आहे की, एका वेळी एक दिवस मी जगू शकते आणि शहाण्या माणसासाठी प्रत्येक दिवस नवा असतो.''

तुम्हाला काय वाटते, पुढील ओळी कोणी लिहिल्या आहेत?

*आनंदी माणूस एकटा असतानाही आनंदीच असतो*
*जो 'आज'ला आपले मानतो,*
*सुरक्षित मानतो, तो उद्याला असे म्हणू शकतो*
*उद्या! काय वाट्टेल ते कर!*
*कारण मी आजचा दिवस जगलो आहे.*

या वरील ओळी जरी आधुनिक काव्य वाटत असले, तरीसुद्धा ते ख्रिस्ताच्या जन्माच्या पूर्वी तीनशे वर्षे होरेसे या रोमन कवीने लिहिले आहे.

मानवी स्वभावाचे मला माहिती असलेले सगळ्यात मोठे दुर्दैव म्हणजे आपण सगळे जगणे पुढे ढकलत असतो. क्षितिजावर कोठेतरी जादूची गुलाबांची बाग फुलेल याची आपण वाट पाहतो, पण आपल्या खिडकीबाहेर आज उमललेल्या गुलाबाच्या फुलांकडे आपले लक्ष जात नाही.

आपण का इतके मूर्ख असता?

स्टीफन लिकाक लिहितात, 'आपल्या जीवनाची छोटीशी मिरवणूक मोठी विलक्षण, विचित्र असते. लहान मुलगा म्हणतो, 'मी जेव्हा मोठा मुलगा होईन तेव्हा...', मोठा मुलगा म्हणतो, 'मी जेव्हा वयात येईन तेव्हा...', वयात आलेला मुलगा म्हणतो, 'मी जेव्हा लग्न करीन तेव्हा...' लग्न झालेला मुलगा म्हणतो, 'मी जेव्हा निवृत्त होईन तेव्हा...' आणि जेव्हा तो निवृत्त होतो तेव्हा तो पुन्हा मागे बघतो आणि आयुष्याच्या भूतकाळातील चित्र त्याला पुन्हा हवेहवेसे वाटते. थंड वाऱ्याने त्याला हुडहुडी भरते, कारण मौजमजेचे अनेक क्षण त्याच्या हातून निसटून गेलेले असतात. आपल्याला फार उशिरा हे समजते की, आयुष्यातील प्रत्येक दिवस, प्रत्येक तास, प्रत्येक क्षण हा जगण्यासाठी असतो.'

कै. एडवर्ड इव्हान्स डेट्राईट येथील रहिवासी होते. आयुष्यातील प्रत्येक दिवस, प्रत्येक तास, प्रत्येक क्षण जगण्यासाठी असतो हे त्यांना आधी समजले नव्हते. अत्यंत गरिबीत जन्मलेला हा माणूस वृत्तपत्र विकत असे, नंतर एका किराणा मालाच्या दुकानात क्लार्क म्हणून त्यांनी काम केले. लग्नानंतर सात माणसांचे कुटुंब त्यांच्यावर अन्नासाठी अवलंबून होते. मग त्यांना साहाय्यक ग्रंथपालाची नोकरी मिळाली. जरी पगार कमी होता, तरी ती नोकरी सोडायचे धाडस त्यांच्यात नव्हते. आठ वर्षांनी त्यांनी स्वत:चा व्यवसाय सुरू करण्याचे धाडस केले. या नवीन व्यवसायासाठी त्यांना पंचावन्न डॉलर्स उसनवारी करावी लागली. त्याची पुढे दर वर्षाला वीस हजार डॉलर्स इतकी आवक सुरू झाली; पण पुढे विचका झाला त्यांनी एका मित्राला तारण दिले जो पुढे बँकरप्ट झाला. त्यानंतर लगेच दुसरे संकट असे आले की, ज्या बँकेत त्यांनी स्वत:चे पैसे ठेवले होते ती

बँक बुडाली. अजून त्यांच्याकडचे सगळेच पैसे संपले नव्हते, पण त्यांना आता सोळा हजार डॉलर्सचे कर्ज झाले होते. हे सगळे त्यांना सहन होण्यासारखे नव्हते. त्यांनी मला सांगितले, ''मी झोपू शकत नव्हतो, जेवू शकत नव्हतो. मी आजारी पडलो.'' ते पुढे म्हणाले, ''चिंता आणि फक्त चिंता हेच माझे दुखणे होते. एके दिवशी रस्त्याने चालताना मी चक्कर येऊन खाली पडलो. आता मी चालूही शकत नव्हतो. मला आता अंथरुणात पडून राहावे लागत होते. माझ्या अंगावर खूप मोठमोठे फोड झाले होते. त्यामुळे पडून राहणेसुद्धा खूप वेदनामय होते. दिवसेंदिवस मी अशक्त होत चाललो होतो. शेवटी डॉक्टरांनी निर्वाणीचे सांगितले की, माझ्या आयुष्याची कालमर्यादा आता फक्त दोन आठवडे उरली आहे. आता काळजी करून किंवा संघर्ष करूनही काहीच उपयोग नव्हता. त्यामुळे मी शांत झालो. कित्येक दिवस मी सलग दोन तासपण झोपू शकत नव्हतो, पण आता माझ्या ऐहिक समस्या संपुष्टात आल्यामुळे मी लहान मुलासारखा गाढ झोपू लागलो. त्यामुळे माझा थकवा दूर झाला. मला भूक लागायला लागली आणि माझे वजन वाढले.

''काही आठवड्यांनंतर मी कुबड्या घेऊन चालू शकलो. सहा आठवड्यांनंतर मी पुन्हा कामावर जायला लागलो. मला वर्षाला वीस हजार डॉलर्स मिळायचे ते आता आठवड्याला तीस डॉलर्स मिळायला लागले, तरीही मी आनंदात होतो. जलवाहतुकीच्या वेळी ऑटोमोबाइल्स जेव्हा जहाजावर चढवल्या जात तेव्हा त्यांच्यामागे ठेवण्याचे ठोकळे विकण्याचे काम मला मिळाले; पण मी आता आयुष्यासाठी नवीन धडा शिकलो होतो. मला आता अधिक काळज्या नको होत्या. भूतकाळात काय घडले या विषयीची अधिक खंत नको होती. भविष्याबद्दलचे भय नको होते. मी माझे सगळे लक्ष, सगळा वेळ, सगळा उत्साह फक्त ठोकळे विकण्यावरच केंद्रित केला होता.''

पण त्यातूनही एडवर्ड इव्हान्सने उंच भरारी घेतली. थोड्याच वर्षांत ते 'इव्हान्स प्रॉडक्ट्स कंपनी'चे प्रेसिडेंट झाले. अनेक वर्षांपासून न्यूयॉर्क स्टॉक एक्स्चेंजसाठी ती अग्रगण्य समजली जाते. तुम्ही जर कधी ग्रीनलँडवरून विमानाने गेलात, तर कदाचित 'इव्हान्स फील्ड' येथे तुमचे विमान उतरेल. विमानतळाला त्यांच्या गौरवाप्रीत्यर्क्ष हे नाव दिले गेले. तरीही हेच म्हणावे लागेल की, इव्हान्सला एवढे मोठे प्रचंड यश केवळ 'दिवसाला बंदिस्त केल्यामुळे'च मिळाले.

व्हाइट क्वीनने म्हटल्याप्रमाणे, 'आज आपल्या हातात आलेला मुरांबा ब्रेडवर पसरवण्याऐवजी आपण कालच्या मुरांब्याबद्दल किंवा उद्याच्या मुरांब्याबद्दल काळजी करतो.'

मॉंटेगनी या फ्रेंच तत्त्ववेत्त्यानेसुद्धा हीच चूक केली. तो म्हणतो, ''माझे आयुष्य अनेक चुकांनी भरलेले आहे. त्यांपैकी काही घडल्या, तर काही घडल्या

नाहीत.'' तुमचेही असेच असावे.

डांटे म्हणतात, ''विचार करा. आजचा दिवस पुन्हा कधीही उजाडणार नसतो. आयुष्य प्रचंड वेगाने आपल्या हातून निसटत असते. आपण अवकाशातून प्रति सेकंद एकोणीस मैल या वेगाने पाठलाग करतो. 'आज' ही आपल्याजवळ असलेली मौल्यवान अशी आपल्या मालकीची गोष्ट आहे. फक्त तेवढेच शाश्वत आहे.''

लॉवेल थॉमसबरोबर मी नुकतीच एक साप्ताहिक सुट्टी त्याच्या शेतावर घालवली. तेथे मी बघितले की, त्याने त्याच्या स्टुडिओतील भिंतीवर, जिथे त्याचे सतत लक्ष जाईल अशा ठिकाणी खालील ओळी फ्रेम करून लावल्या होत्या :

*आजचा हा दिवस देवाने बनवलाय*
*आपण तो आनंदाने साजरा करू आणि त्यात सुखाने राहू.*

जॉन रस्किन या लेखकाच्या टेबलावर एक लहान दगड होता, ज्याच्यावर मोठ्या अक्षरात 'टुडे' असे लिहिलेले होते. माझ्याही आरशावर मी अशीच एक कविता लिहून ठेवली होती, जी मी रोज सकाळी दाढी करताना वाचत असे. ही तीच कविता होती, जी सर विल्यम ऑसलरने आपल्या टेबलावर ठेवली होती – सुप्रसिद्ध भारतीय नाटककार कालिदास यांनी ती लिहिली होती :

### पहाटेला सलाम

*पहाट झाली*
*चैतन्य! नवचैतन्याकडे पाहा*
*यातच लपलेले आहे वैविध्य आणि तुमचे अस्तित्व*
*तुमच्या वाढीचा आनंद*
*तुमच्या कृतीचे वैभव*
*सौंदर्याची खाण*
*काल हे एक स्वप्न होते*
*उद्या हा केवळ एक दृष्टिकोन आहे*
*पण आजच्या दिवसामुळेच उद्याचे आनंदी स्वप्न पूर्ण होणार आहे.*
*प्रत्येक उद्यामध्ये आशेचा किरण आहे*
*म्हणून 'आज'कडे अधिक लक्ष द्या*
*हाच पहाटेला प्रणाम*

म्हणून काळजीबद्दल तुम्हाला हे समजून घ्यायला पाहिजे की, जर तुम्हाला काळजीला तुमच्या आयुष्यातून हद्दपार करायचे असेल, तर सर विल्यम ऑसलरने जे केले ते करा.

**१ – भूतकाळ आणि भविष्यकाळ अगदी लोखंडी दरवाजांनी बंद करा. दिवस बंदिस्त करा. म्हणजे फक्त आजचाच विचार करा.**

तुम्ही स्वतःला पुढील प्रश्न विचारून त्याची उत्तरे तुम्हीच द्या –

१) आजमितीला मी माझे जगणे केवळ काळजी करण्यासाठी पुढे ढकलत आहे का? किंवा माझ्या आयुष्याच्या क्षितिजावर जादूची गुलाबाची बाग फुलण्याच्या चमत्काराची मी वाट पाहतो आहे का?

२) पूर्वी घडून गेलेल्या घटनांबद्दल खंत बाळगून मी माझा वर्तमानकाळ खराब करतो आहे का?

३) आता दिवसभरात मी काय काय मिळवणार असा विचार करून मी अंथरुणातून बाहेर पडतो का? चोवीस तासातून मला जास्तीतजास्त काय मिळवता येईल?

४) आयुष्यात फक्त आजच्या दिवसाचा विचार करून मला अधिक मिळेल का?

५) असे करायला मी कधी सुरुवात करू, पुढच्या आठवड्यात? उद्या? की आजच?

# २

## काळजीमुक्त होण्याचा जादूई मंत्र

काळजीवर झटपट रामबाण उपाय करणे तुम्हाला नक्कीच आवडेल. होय ना? हे तंत्र तुम्ही ताबडतोब हे पुस्तक पुढे न वाचताही आणू शकता.

मग आता मी तुम्हाला विलिज कॅरिअर – अत्यंत हुशार इंजिनिअर – ज्याने एअर कंडिशण्ड इंडस्ट्री सुरू केली आणि जो न्यूयॉर्कमधील कॅरिअर कॉर्पोरेशनचा प्रमुख आहे, त्याने काळजीवर कशी मात केली ते सांगणार आहे. आत्तापर्यंत काळजीवर मात करण्याचे जेवढे उपाय मी ऐकले त्यामध्ये मला सर्वांत जास्त भावलेली हीच गोष्ट आहे. जेव्हा आम्ही न्यूयॉर्कमध्ये इंजिनिअर्स क्लबमध्ये भेटलो होतो तेव्हा ती मला खुद्द मि. कॅरीअरनेच सांगितली होती.

"तेव्हा मी तरुण होतो." कॅरिअर म्हणाले, "न्यूयॉर्कमधील बुफेलो येथील बुफेलो फोर्ज कंपनीमध्ये मी कामाला होतो. मिसुरी येथील क्रिस्टल शहरात एक लाख डॉलर्सचा प्रकल्प होता. माझ्यावर गॅस क्लिनिंग उपकरण बसवण्याची जबाबदारी टाकण्यात आली होती. हे उपकरण बसवण्याचा हेतू हा होता की, त्यामुळे गॅसमधील अशुद्ध द्रव्ये जाऊन गॅस-इंजिनचे कोणतेही नुकसान न करता हा गॅस जळू शकणार होता. गॅस अशा प्रकारे स्वच्छ करण्याची ही पद्धत अगदी नवी होती. यापूर्वी ती फक्त एकदाच आणि तीही वेगळ्या परिस्थितीत वापरली गेली होती. मिसुरी येथील क्रिस्टल शहरात या कामामध्ये काही अडचणी आधी दिसून आल्या नाहीत. मात्र त्या पुढे दिसून आल्या. गॅरंटी देऊ शकण्याइतपत ते काम मनाप्रमाणे झाले नाही.

"मी माझ्या अपयशामुळे व्यथित झालो होतो. जणूकाही माझ्या डोक्यावर कोणी हातोड्याने घाव घालत होते, असे मला वाटत होते. माझ्या पोटाचे स्नायू आवळले गेले आणि मला इतकी चिंता वाटली होती की, मी झोपू शकत नव्हतो.

"शेवटी माझी सदसद्विवेकबुद्धी कामी आली. मी विचार केला की, काळजी करून काहीच साधणार नव्हते. चिंतातुर न होता त्यातून मार्ग काढण्याचा मी विचार करू लागलो आणि त्याचा परिणाम दिसू लागला. काळजीमुक्त होण्याचे हेच तत्त्व मी आता तीस वर्षांपासून वापरतो आहे. ते अत्यंत साधे आहे. कोणीही ते वापरू शकते. ते तीन टप्प्यांत आहे. –

"टप्पा पहिला – मी आधी निर्भयपणे आणि प्रामाणिकपणाने परिस्थितीचा आढावा घेतला आणि प्रथम हा विचार केला की, जर अपयश आलेच, तर जास्तीतजास्त वाईट काय घडणार आहे? कोणी मला तुरुंगात डांबून ठेवणार आहे का? कोणी माझ्यावर गोळ्या झाडणार आहे का? तर नाही, नक्कीच नाही. हां! पण एक शक्यता अशी होती की, कंपनीत मी ज्या पदावर होतो तिथून मात्र मी पदच्युत होण्याचा संभव होता. याशिवाय आणखी अशीही शक्यता होती की, माझ्या मालकांनी आत्ता जे वीस हजार डॉलर्स गुंतवून ही मशीनरी टाकली होती ती काढून टाकावी लागली असती.

"टप्पा दुसरा – जास्तीतजास्त वाईट काय घडणार आहे, हे एकदा समजून घेतल्यावर मी स्वतःच्या मनाला त्याचा स्वीकार करण्याची परवानगी देऊन टाकली. मी स्वतःला म्हणालो, हे अपयश माझ्या कारकिर्दीसाठी धक्का असेल आणि कदाचित त्यामुळे माझी नोकरी जाईल; पण असे घडलेच, तरी मला दुसरीकडे नोकरी मिळू शकेल. कदाचित यापेक्षा वाईट परिस्थितीत नोकरी करावी लागेल; पण असेही घडू शकेल की, माझ्या मालकांना हे जाणवेल की नाहीतरी त्यांनी ही नवीन पद्धत प्रायोगिक तत्त्वावर अवलंबिली होती आणि हा नवीन प्रयोग जर त्यांना वीस हजार डॉलर्सला पडला असेल, तर हे नुकसान सोसण्याची त्यांची ताकद नक्कीच होती. ते पैसे त्यांच्या संशोधनाच्या खात्यावर मांडले गेले असते, कारण नाहीतरी हा प्रयोगच होता. अशा प्रकारे वाइटातली वाईट गोष्ट गृहीत धरून आणि ती स्वीकारण्याची मनाला परवानगी दिल्यावर एक फार महत्त्वाची गोष्ट घडली. ताबडतोब मला हलके वाटू लागले आणि कित्येक दिवसांत न मिळालेली मनःशांती लाभली.

"टप्पा तिसरा – तेव्हापासून मी जरी एखादी वाइटातली वाईट गोष्ट मानसिक पातळीवर स्वीकारलेली असली, तरी ती साध्य करण्यासाठी मला शांत मनाने वेळ देता आला. मी जे वीस हजार डॉलर्सचे नुकसान सोसले होते ते कमी करण्याचे मार्ग आणि उपकरणे शोधण्याचे प्रयत्न मी केले.

"अनेक प्रयोग करून पाहिल्यावर माझ्या असे लक्षात आले की, आम्ही जर आणखी पाच हजार डॉलर्स खर्च करून त्याच्या जोडीला आणखी एक उपकरण बनवले, तर आमच्या समस्येचे निराकरण होऊ शकते. आम्ही तसे केले आणि वीस हजार डॉलर्सचे नुकसान वाचवले.

"जर मी फक्त काळजीच करत बसलो असतो, तर मी हे करू शकलो नसतो. कारण काळजी करण्याने सगळ्यात वाईट असे घडते की, आपण आपल्या कामावर लक्ष केंद्रित करू शकत नाही. जेव्हा आपण काळजी करतो तेव्हा आपले मन इकडून तिकडे उड्या मारते आणि आपण निर्णय घेऊ शकत नाही अन् जेव्हा आपण आपल्या मनावर वाइटात वाईट संकटाला तोंड देण्याची जबरदस्ती करतो, पण परिस्थिती मनापासून स्वीकारतो, तेव्हा आपल्या खुळचट कल्पनाशक्तीला फारसा वाव मिळत नाही आणि मग आपण आपल्या संकटांना सामोरे जाऊन आपण त्यावर आपले लक्ष केंद्रित करू शकतो.

"आयुष्यभर संकटे झेलताना अनेक वर्षांपूर्वी घडलेल्या या प्रसंगाची मी सांगड घातली आहे आणि त्याचा मला फार चांगला उपयोग झाला आहे. परिणामी, माझे आयुष्य बरेचसे काळजीमुक्त झाले आहे."

आता प्रश्न असा पडतो की, कॅरिअरची ही जादूई युक्ती मानसिकदृष्ट्या बोलायचे झाले, तर इतकी मौल्यवान आणि व्यवहार्य का आहे? याचे कारण असे की, जेव्हा आपण काळजीने आंधळे झालेले असतो तेव्हा निराशेच्या काळ्या ढगांमधून हाताला धरून आपल्याला बाहेर काढणारा हा मंत्र आहे. जमिनीवर घट्ट पाय रोवून उभे करण्यास याची आपल्याला मदत होते. आपण कोठे आहोत हे आपल्याला समजते. म्हणजेच, जर आपला पायाच मजबूत नसेल, तर त्यावर आपण जी इमारत उभी करणार आहोत, ती मजबूत कशी असेल?

प्रोफेसर विल्यम जेम्स हे मानसशास्त्राचे जनक आहेत. त्यांचा मृत्यू १९१०मध्ये झाला; पण जर आज ते जिवंत असते आणि त्यांनी काळजीमुक्त होण्याचा हा उपाय ऐकला असता, तर त्यांनी आनंदाने तो मान्य केला असता. मला हे कसे माहीत? कारण त्यांनी त्यांच्या विद्यार्थ्यांना हे सांगितले होते : जे आहे ते आनंदाने स्वीकारा, कारण कुठल्याही दुर्दैवी गोष्टीच्या परिणामांवर मात करण्याची ही पहिली पायरी असते.

'दि इंपॉर्टन्स ऑफ लिव्हिंग' या लोकप्रिय पुस्तकात युटांग यांनीसुद्धा हेच सांगितले आहे. हा चायनीज तत्त्ववेत्ता म्हणतो, "खरी मन:शांती ही वाइटाचा स्वीकार करूनच मिळते. मानसशास्त्राच्या भाषेत मला वाटते, याचा अर्थ ऊर्जेची मुक्तता हा होय."

खरे आहे हे! मानसशास्त्राच्या दृष्टीने ही ऊर्जेची मुक्तताच! जेव्हा आपण वाइटाचा स्वीकार करतो तेव्हा त्यापेक्षा अधिक वाईट काही घडणार नसते. यानंतर आपल्याला काहीतरी मिळणारच असते. कॅरिअरनेसुद्धा तेच म्हटले आहे – परिस्थितीचा स्वीकार केल्यावर त्या दिवसात कधी नव्हे इतकी मन:शांती मला मिळाली आणि मी विचार करू शकलो.

खरेच, हे पटण्यासारखे आहे. हो की नाही? तरी असे लाखो लोक आहेत की,

ते संतापाच्या भरात त्यांच्या आयुष्याचे नुकसान करून घेतात, कारण ते वाइटाचा स्वीकार करायला नकार देतात. परिस्थिती सुधारण्यास नकार देतात. नुकसान टाळण्यास नकार देतात. त्यांच्या नशिबाला अधिक चांगले घडवण्याऐवजी ते कडवटपणाच लक्षात ठेवतात आणि त्यांच्या अनुभवांबरोबर युद्ध खेळत राहतात आणि स्वत:ला विषण्णतेचा रोग जडवून घेतात.

कॅरिअरची काळजीवर उपाय करण्याची ही पद्धत आणखी कोणी वापरली हे समजून घेणे तुम्हाला आवडेल का? ऐका तर मग! माझा एक विद्यार्थी. न्यूयॉर्कमधील तेलाच्या व्यवसायात तो होता.

''मला ब्लॅकमेल करण्याचा प्रयत्न केला गेला. मला कधीच वाटले नव्हते की, मला कोणी ब्लॅकमेल करू शकेल.'' तो म्हणाला, ''माझा स्वत:चासुद्धा या घटनेवर विश्वास बसत नव्हता, पण खरोखर मला ब्लॅकमेल केले गेले. असे घडले की, माझी जी तेलाची कंपनी होती तिच्याकडे अनेक मालवाहतूक करणारे ट्रक्स आणि ड्रायव्हर्स होते. प्रत्येक ग्राहकाला आम्ही काही ठरावीक मर्यादेचा साठा ठरवून दिला होता, पण त्यातील काही ड्रायव्हर्स नेहमीच्या ग्राहकांना ठरलेले तेल न देता कमी देऊन ते तेल अधिक भावाने बाजारात विकत होते. या अनैतिक कृतीचा सुगावा मला लागला. काय झाले की, एक माणूस माझ्याकडे आला आणि त्याने तो सरकारी निरीक्षक असल्याचे सांगितल. मग त्याने माझ्याकडे अवाजवी गैरलागू पैशाची मागणी केली. त्याने मला असे सांगितले की, जर त्याला त्याने मागितलेली रक्कम मिळाली नसती, तर आमचे ड्रायव्हर कसे अनैतिक कृत्य करत होते, त्याचा त्याच्याकडे असलेला कागदोपत्री पुरावा त्याने जिल्हा न्यायालयात सादर केला असता.

''मला हे माहिती होते की, व्यक्तिश: मला काळजी करण्याचे काहीच कारण नव्हते; पण हेसुद्धा तितकेच खरे होते की, कायद्याच्या दृष्टीने एखाद्या फर्मच्या नोकराच्या कृतीसाठी ती फर्म जबाबदार असते. याशिवाय आणखी असे की, जर ही केस कोर्टात गेली असती व वर्तमानपत्रांनी ती उचलून धरली असती, तर माझ्या धंद्यावर त्याचा विपरीत परिणाम झाला असता. मला आमच्या फर्मच्या नावलौकिकाचा खूप अभिमान होता. माझ्या वडिलांनी चोवीस वर्षांपूर्वी सुरू केलेली ती कंपनी होती.

''मला इतकी काळजी वाटली की, मी आजारी पडलो! तीन दिवस आणि तीन रात्री मी काही खाऊ शकलो नाही की झोपू शकलो नाही. मी एका दुष्टचक्रात सापडलो होतो. 'मी पैसे द्यावे का? पाच हजार डॉलर्स? की त्या माणसाला सांगावे, तुला काय करायचे ते कर!' दोन्ही बाजूंनी मी खूप विचार केला; पण निर्णय होत नव्हता. ते एक दु:स्वप्न होते.

''आणि मग एका रविवारी रात्री मला आमच्या कार्नेगी क्लासमध्ये एक छोटेसे

पुस्तक मिळाले 'हाउ टू स्टॉप वरि.' ते मी वाचले. जसजसे मी पुस्तक वाचत गेलो व कॅरिअरच्या अनुभवाशी आलो – 'आपत्तीला तोंड द्या' – ते वाचून मग मी स्वत:ला प्रश्न विचारला, 'जास्तीतजास्त वाईट काय घडू शकते? जर मी त्या ब्लॅकमेलरला पैसे दिले नाहीत व त्याने ते पुरावे जिल्हा न्यायाधिकाऱ्याला दाखवले, तर काय होईल?' त्यावर उत्तर असे होते, 'कदाचित माझा धंदा बुडेल. ती गोष्ट सगळ्यात वाईट आहे; पण मला कोणी तुरुंगात पाठवणार नाही. आणखी काय होईल? की माझ्या सामाजिक इभ्रतीला धक्का पोहोचेल.'

"मग मी स्वत:ला विचारले, 'ठीक आहे. धंदा बुडेल.' मी हे मानसिक पातळीवर स्वीकारले. 'पुढे काय होईल? माझा धंदा बुडाला, तर मला नोकरी शोधावी लागेल.' त्यात काही वाईट नव्हते. माझ्या या व्यवसायात अनेक ओळखी होत्या आणि कुणीही मला आनंदाने नोकरी दिली असती. या विचारांनी मला बरे वाटले. तीन दिवस आणि तीन रात्री मी जी भीती वागवत होतो तिच्यापासून माझी सुटका झाली. माझ्या तीव्र भावना शांत झाल्या. आश्चर्याची गोष्ट म्हणजे मी विचार करायला लागलो.

"आता मी कॅरिअरने सांगितलेल्या तिसऱ्या पायरीवर जाऊन उभा राहिलो होतो – 'वाईट परिस्थितीत काही सुधारणा करता येते का बघा.' मी जेव्हा उपायांचा विचार करायला लागलो तेव्हा एक नवीन दृष्टिकोन मला मिळाला. जर मी माझ्या वकिलाला सगळी परिस्थिती सांगितली असती, तर कदाचित मला न सुचलेला मार्ग त्याला सुचला असता. मला माहिती आहे की, असे यापूर्वी काही कधी घडलेच नव्हते असे म्हणणे चुकीचे आहे, पण अर्थातच यापूर्वी मी एवढा विचार केला नव्हता. मी फक्त काळजीच करत होतो. मी मनाशी ठरवले, 'उद्या सकाळी पहिले काम म्हणजे वकिलाला भेटणे.' मग मला इतके शांत वाटले की, मी एखाद्या लाकडी ओंडक्याप्रमाणे झोपलो!

"दुसऱ्या दिवशी माझ्या वकिलाने मला सांगितले की, जिल्हा सरकारी वकिलाला जाऊन भेटा व सगळे सत्य सांगून टाका. मी तसेच केले. माझे ऐकल्यानंतर त्या वकिलांनी मला जे सांगितले ते ऐकून मला धक्का बसला. सरकारी वकील म्हणाले की, असे धमकी देऊन पैसे उकळणाऱ्यांची टोळीच आहे. तो मी सरकारी माणूस आहे सांगणाराच लुच्चा माणूस आहे आणि पोलिसांना खूप दिवसांपासून तो हवा आहे. हे ऐकून मला इतके बरे वाटले! मी विनाकारणच तीन दिवस अन् तीन रात्री स्वत:ला त्रास करून घेतला होता आणि उगीचच पाच हजार डॉलर्स अशा लबाड माणसाला देऊन मी हात चोळत बसलो असतो.

"पण या अनुभवावरून मी आयुष्यभरासाठी धडा शिकलो. आता माझे मन कुरतडणारी अशी कोणतीही समस्या आली की, मी कॅरिअरचा फॉर्म्युला आठवतो.''

तुम्हाला असे वाटते का की, फक्त कॅरिअरलाच समस्या होत्या. तर मग ऐका : तुम्हाला माहीत नसेल. ही गोष्ट आहे अर्ल. पी. हाने, मॅसाच्युसेट्स येथे राहणाऱ्या माणसाची! त्याने स्वत: १७ नोव्हेंबर, १९४८ रोजी बोस्टन येथील स्टार्टलर हॉटेलमध्ये मला ती सांगितली.

"मी तेव्हा माझ्या विशीत होतो," तो म्हणाला, "तेव्हा मी इतका चिंताक्रांत असायचो की, अल्सर्सने माझ्या पोटाचे अस्तरच कुरतडायला सुरुवात केली. एके रात्री मला प्रचंड रक्तस्राव सुरू झाला. मला शिकागोमधील हॉस्पिटलमध्ये नेण्यात आले. माझे वजन १७५ पौंडांवरून नव्वद पौंडांपर्यंत कमी झाले. मी इतका अशक्त झालो होतो की, मला हातसुद्धा हलवायचा नाही असे सांगितले गेले. तिन्ही डॉक्टरांपैकी एक प्रख्यात अल्सर स्पेशालिस्ट होते. त्यांनी सांगितले की, माझी केस बरी न होणारी आहे. रोज प्रत्येक तासाला अल्केलाइन पावडर, अर्धा चमचा दूध आणि अर्धा चमचा क्रीम असा माझा आहार होता. नर्सने एक रबराची नळी माझ्या पोटाला लावली होती, ज्यायोगे सकाळी व रात्री उत्सर्जक द्रव्ये बाहेर काढली जात.

"असे काही महिने चालू राहिले. शेवटी मी स्वत:शी विचार केला, 'जर हे असे क्षणाक्षणांनी मरणे असेल, तर आज तुझ्या हातात जेवढा वेळ उरला आहे तो सत्कारणी लाव. तुला जगप्रवास करण्याची खूप इच्छा होती, ती तू आत्ता पूर्ण कर!'

"मी जेव्हा हे माझे विचार माझ्या डॉक्टरांना बोलून दाखवले व सांगितले की, मी स्वत: माझे पोट दिवसातून दोनदा साफ करू शकेन. तेव्हा त्यांना धक्का बसला. अशक्य! त्यांनी यापूर्वी असे कधीच ऐकले नव्हते. ते म्हणाले की, जर मी असा जगप्रवास केला, तर माझे शव समुद्रातच टाकावे लागेल. मी त्यांना सांगितले, असे होणार नाही. मी माझ्या नातेवाइकांना वचन दिले आहे की, माझे शव नेब्रास्का येथील आमच्या ब्रोकन बो प्लॉटमध्ये पुरायचे, म्हणून मी माझी दफनपेटी बरोबरच घेऊन जात आहे.'

"मी माझ्या दफनपेटीची व्यवस्था केली व माझ्या सामानात जहाजावर चढवली. तसेच शिपिंग कंपनीच्या अधिकाऱ्यांनाही हे सांगितले, "जर माझा मृत्यू झालाच, तर माझे शव गोठवण्याच्या कपाटात जहाज परतेपर्यंत राहू द्या." अशा पद्धतीने मी माझ्या सागरी सहलीला अगदी जुन्या ओमारचे चैतन्य घेऊन सुरुवात केली.

"ज्या क्षणी मी एस. एस. प्रेसिडेंट ॲडम्स नावाच्या जहाजात लॉस एंजेलिस येथे चढलो आणि ते जहाज पूर्वेकडे चालल्याचे मला समजले तेव्हा मला खूप बरे वाटले. मी हळूहळू माझ्या अल्केलाईन पावडरी घेणे सोडून दिले. तसेच पोटातून पंपाच्या साहाय्याने उत्सर्जन बंद केले. हळूहळू मी सगळ्या प्रकारचे अन्न खाऊ लागलो. अगदी वेगळे, दुसऱ्या देशांचे संमिश्र अन्नही खाऊ लागलो. त्यामुळे मला

मरण येणे सहज शक्य होते. काही आठवडे गेले. आता मी सिगारेट्ससुद्धा ओढू लागलो. मद्यपानही केले. अनेक वर्षांत मी कधीच एवढी मौजमजा केली नव्हती. मी समुद्री वादळे, पाऊस सगळेकाही मजेने उपभोगत होतो. त्यामुळे मी नक्कीच माझ्या दफनपेटीत जाऊन पडलो असतो. खरेतर त्या भीतीने माझे काही व्हायला हवे होते, पण उलट या साहसांची मला नशा चढायला लागली होती.

"मी जहाजावर अनेक खेळ खेळलो, गाणी म्हटली, नवीन मित्र केले, मध्यरात्रीपर्यंत जागलो. आम्ही जेव्हा चीन व भारत या देशांना भेटी दिल्या, तेव्हा माझ्या असे लक्षात आले की, माझ्या व्यवसायातल्या अडचणी या पूर्वेकडील भूक आणि दारिद्र्याच्या मानाने फारच क्षुल्लक आहेत. म्हणून माझ्या निर्बुद्ध काळज्या मी थांबवल्या आणि मला बरे वाटायला लागले. मी जेव्हा अमेरिकेला परत गेलो तेव्हा मी नव्वद पौंड्स परत मिळवले होते आणि मी हेसुद्धा विसरून गेलो होतो की, मला पोटाच्या अल्सरचे कधी काळी दुखणे होते. आयुष्यात इतकी प्रसन्नता मला कधीच अनुभवण्यास आली नव्हती. मी पुन्हा माझ्या कामावर रुजू झालो आणि त्यानंतर कधीच आजारी पडलो नाही."

अर्ल हाने यांनी हे सर्व सांगितले त्या वेळी मला समजले की, काळजीवर मात करण्याचे जे तत्त्व कॅरिअर यांनी वापरले होते तेच वापरून त्यांनीही काळजीला जिंकून घेतले होते.

तो सांगत होता – "मी आधी स्वतःला प्रश्न विचारला, 'वाइटात वाईट काय घडण्याची शक्यता आहे?' उत्तर होते, 'मृत्यू.' मग मी मृत्यूला स्वीकारण्याची तयारी केली. म्हणजे मला करावीच लागली. दुसरा पर्यायच नव्हता. डॉक्टरांनी माझी केस निराशाजनक म्हणून घोषित केली होती.

"नंतर तिसरी पायरी म्हणजे आहे या परिस्थितीत अधिक चांगले आयुष्य कसे उपभोगता येईल. कमीतकमी वेळात अधिक चांगले काय करता येईल असा विचार मी केला. जर मी जहाजावरसुद्धा काळजी करणे चालू ठेवले असते, तर माझे शवच कॉफीनमधून बाहेर पडले असते. मी काळजी करणे सोडून दिल्यावर मला समस्यांचा विसर पडला. मनाची ही शांतताच मला माझे आयुष्य वाचवण्यास उपयोगी पडली."

म्हणून दुसरा नियम हा की, जर तुम्हाला काळजी भेडसावत असेल, तर कॅरिअरचे हे सूत्र तुम्ही पुढील तीन गोष्टी करून वापरा –

१) स्वतःला प्रश्न विचारा - 'वाइटात वाईट काय घडणार आहे?'

२) जर ते घडणारच असेल, तर ते स्वीकारा.

३) नंतर शांतपणे विचार करून बाह्य परिस्थिती कशी सुधारता येईल ते बघा.

# ३

## काळजी तुम्हाला कशी पोखरते?

*ज्या लोकांना काळजीशी संघर्ष कसा करायचा ते समजत नाही, त्यांचा भर तारुण्यात मृत्यू होतो.*

*– डॉ. ॲलेक्स कॅरल*

खूप खूप वर्षांपूर्वी एका संध्याकाळी एका शेजाऱ्याने माझ्या दारावरील बेल वाजवली आणि मी व माझ्या सर्व कुटुंबाने देवीची प्रतिबंधक लस टोचून घ्यावी असा त्याने आग्रह धरला. असे हजारो स्वयंसेवक दारावरची बेल वाजवत फिरत होते. त्यापैकीच तो एक होता. संपूर्ण न्यूयॉर्क शहरामध्ये ते फिरत होते. लोक भयभीत होऊन तासन्तास रांगेत उभे राहून प्रतिबंधक लस टोचून घेत होते. रोगप्रतिबंधक लस देण्याचे केंद्र फक्त हॉस्पिटलमध्येच होते असे नव्हे, तर पोलीस स्टेशनमध्ये, शाळांमध्ये, उद्योगधंद्यांच्या ठिकाणी असे सर्वत्र होते. दोन हजारांपेक्षा अधिक डॉक्टर्स आणि नर्सेस दिवस-रात्र अव्याहतपणे काम करत होत्या. ही एवढी खळबळ माजायचे कारण काय होते? तर न्यूयॉर्क शहरातील आठ माणसे देवी या व्याधीने ग्रस्त होती आणि दोन दगावली होती. आठ लाख लोकसंख्या असलेल्या शहरात देवीच्या रोगाचे दोन मृत्यू!

मी अनेक वर्षांपासून न्यूयॉर्क शहरात राहतो आहे, पण आत्तापर्यंत एकानेही माझ्या दरवाजाची घंटा 'काळजी' या भावनिक आजाराविरुद्ध मोहीम उघडून उपाय करण्यासाठी वाजवली नाही. असा आजार, जो त्याच काळात देवीपेक्षाही दहा हजार पटींनी अधिक धोकादायक होता.

असा एकही माणूस दरवाजावर थाप मारत माझ्याकडे आला नाही व त्याने इशारा दिला नाही की, प्रत्येक दहा जिवंत माणसांमागे आज अमेरिकेत एक माणूस

नैराश्याने पछाडलेला आहे. काळजी आणि भावनिक संघर्ष यांचे प्रमाण वाढले आहे. म्हणून या पुस्तकातील हा भाग लिहिताना मी तुमच्या दरवाजावर थाप मारून तुम्हाला इशारा देत आहे असे समजा.

वैद्यकशास्त्रातील नोबेल प्राइज विजेते डॉ. अलेक्स कॅरेल म्हणतात, 'असे व्यावसायिक ज्यांना काळजीशी लढा कसा द्यायचा हे माहिती नसते ते तरुणपणात मृत्युमुखी पडतात.' त्यामुळं गृहिणी, घोड्यांचे डॉक्टर्स, गवंडीकाम करणारेसुद्धा त्याला अपवाद नाहीत.

काही वर्षांपूर्वी, मी माझी सुट्टी टेक्सास आणि न्यू मेक्सिको येथे डॉ. गोबर यांच्याबरोबर घालवली. डॉ. गोबर हे कोलोराडो आणि सांता-फि-हॉस्पिटल येथील प्रसिद्ध असे प्रमुख डॉक्टर होते. आम्ही 'काळजीचे दुष्परिणाम' या विषयावर बोलत होतो. ते म्हणाले, ''एकूण रुग्णांपैकी ७०% रुग्ण जेव्हा डॉक्टरांकडे जातात तेव्हा ते खरेतर स्वत:च स्वत:ला बरे करू शकतात. फक्त त्यांनी त्यांच्या भयगंडातून आणि चिंतेतून बाहेर पडले पाहिजे. याचा अर्थ मला असे म्हणायचे नाही की, त्यांचा आजार काल्पनिक किंवा खोटा असतो. त्यांचे आजार अगदी दुखणाऱ्या दाताइतकेच खरे असतात. काही वेळेस तर ते शंभर पटीने गंभीरसुद्धा आहेत, पण माझा रोख अपचन, स्नायूंचे दुखणे, पोटाचे अल्सर, छातीत कसेतरी होणे, निद्रानाश आणि काही प्रकारचा पॅरालिसिसकडेसुद्धा आहे!

''हे सगळे आजार खरेच आहेत. मला माहिती आहे ना, कारण मलासुद्धा सुमारे बारा वर्षांपासून पोटाच्या अल्सरची व्याधी आहे.

''भयच काळजीला जन्म देते. काळजी तुम्हाला गंभीर आणि निराश बनवते व तुमच्या पोटाच्या मज्जातंतूंवर त्याचा परिणाम होऊन पोट गुबारते व चुकीचे रस पाझरले जातात. हे सगळे अनैसर्गिक असते आणि त्यामुळे पोटाचा अल्सर होतो.''

डॉ. मॉंटेग्यू म्हणजे ज्यांनी 'नर्व्हस स्टमक ट्रबल' नावाचे पुस्तक लिहिले आहे, त्यांनीही हेच म्हटले आहे, ''तुम्ही जे खाता त्यामुळे तुम्हाला पोटाचे अल्सर्स होत नाहीत, तर तुम्हाला जे खाते त्यामुळे ते होतात.''

मायो क्लिनिकचे अल्वारेझ म्हणतात, ''अल्सर्स वाढण्याचे किंवा नाहीसे होण्याचे खरे कारण म्हणजे आपले भावनिक ताण, तणावाच्या डोंगर-दऱ्या हेच होय.''

या विधानाला दुजोरा देणारी गोष्ट म्हणजे मायो क्लिनिकमध्ये सुमारे पंधरा हजार रुग्णांची पोटाच्या व्याधीसंबंधात तपासणी झाली. पाचपैकी चार रुग्णांमध्ये शारीरिकदृष्ट्या काही कारण सापडले नाही. भय, चिंता, तिरस्कार, पराकोटीचा स्वार्थ आणि जगाशी किंवा भोवतालच्या वास्तवाशी जुळवून घेण्याची असमर्थता हीच पोटदुखीमागची खरी कारणे होती. पोटाच्या अल्सर्समुळे मृत्यू ओढवू शकतो.

'लाइफ' या मासिकाच्या अहवालानुसारसुद्धा दुर्दैवी रोगांमध्ये पोटाच्या अल्सर्सचा दहावा क्रमांक लागतो.

मायो क्लिनिकमधील डॉ. होबेन यांच्याशी माझे नुकतेच बोलणे झाले. त्यांनी अमेरिकन असोसिएशन ऑफ इंडस्ट्रियल फिजिशियन व सर्जन्स यांच्या कॉन्फरन्समध्ये एक पेपर वाचला. त्यांनी सांगितले की, त्यांनी १७६ व्यावसायिकांच्या केसचा अभ्यास केला, ज्यांचे सरासरी वय ४४ वर्षे होते. त्या पेपरमध्ये म्हटले आहे की, : '१/३पेक्षा अधिक उच्चपदस्थ हे उच्च रक्तदाब, हृदयरोग आणि पोटाचे अल्सर्स यांपैकी एका रोगाने तरी आजारी आहेत.' विचार करा, एकूण उच्चपदस्थांपैकी १/३ लोक हे त्यांच्या शरीराची अवहेलना करीत आहेत. त्यांच्या अवघ्या चाळिशीतच त्यांना जीवघेण्या रोगांनी गाठले आहे. त्यांच्या या यशाची त्यांना कितीतरी पटीने जास्त किंमत मोजावी लागत आहे. त्यांना यशस्वी तरी कसे म्हणावे? जर आपला व्यवसाय वृद्धिंगत करण्यासाठी ते हृदयरोग, अल्सर्स आणि हाय ब्लडप्रेशर विकत घेत असतील, तर याला फायदा तरी कसे म्हणावे? जरी संपूर्ण जग या लोकांच्या मालकीचे असले, तरी झोपण्यासाठी त्यांना एका वेळी एकच पलंग लागणार आहे ना? दिवसातून ते जास्तीतजास्त तीनच जेवणे घेऊ शकणार आहेत ना? सर्वसाधारण माणसालासुद्धा एवढे मिळवणे अवघड नसते; पण तो अधिक शांतपणे झोपू शकतो आणि त्याचे जेवण उच्चपदस्थ अधिकाऱ्यापेक्षा जास्त असते. माझ्यापुरते सांगायचे झाले, तर मी स्पष्टपणे सांगू इच्छितो की, मला कोणी पर्याय दिलाच, तर शरीराची हेळसांड करून पंचेचाळीसाव्या वर्षी व्याधी जडवून घेऊन एखादी सिगरेट कंपनी काढण्यापेक्षा किंवा रेल्वेरूळ बांधण्यापेक्षा काळजीमुक्त आयुष्य जगणे मला जास्त आवडेल.

जगप्रसिद्ध सिगरेट उत्पादकाचा मृत्यू जंगलात थोडीशी मौजमजा करताना हृदय बंद पडून झाला. कोट्यवधी रुपये मिळवले आणि अवघ्या एकसष्टाव्या वर्षी त्याचा मृत्यू झाला. बहुधा 'व्यावसायिक यश' या नावाखाली त्याने त्याच्या आयुष्यातील वर्षांचाच सौदा केला.

माझ्या मते, तो कोट्यधीश सिगरेट उत्पादक हा माझ्या वडिलांच्या तुलनेत, ५०%सुद्धा यशस्वी नव्हता. माझे वडील मिसुरीतील शेतकरी. ते एकोणनव्वदाव्या वर्षी जवळ एकही डॉलर शिल्लक नसताना मृत्यू पावले.

सुप्रसिद्ध मायो ब्रदर्सने असे जाहीर केले की, आमच्या हॉस्पिटलमधील निम्म्यापेक्षा अधिक खाटा मज्जातंतूंच्या व्याधिग्रस्त लोकांनी भरलेल्या आहेत. जेव्हा उत्कृष्ट मायक्रोस्कोपखाली या मज्जातंतूंचे निरीक्षण केले (शवविच्छेदनाच्या वेळी) गेले तेव्हा त्यांचे मज्जातंतू एखाद्या निरोगी व्यक्तीच्या मज्जातंतूंसारखेच होते, पण त्यांच्या समस्या शारीरिक पातळीवरच्या बिघाडामुळे नसून व्यर्थ नैराश्य,

चिंता, काळजी, भय, पराभव, निरर्थकता या भावनांमुळे उद्भवलेल्या होत्या. प्लेटो म्हणतो, 'डॉक्टर्स सगळ्यात मोठी चूक कोणती करतात, तर रुग्णांच्या मनाचा काहीच विचार न करता शरीरावर उपचार करतात. मन आणि शरीर यांचा विचार एकत्रितपणे व्हायला हवा.'

पण हे सत्य समजायला वैद्यकशास्त्राला सुमारे तेवीसशे वर्षे लागली. आता वैद्यकशास्त्राची नवीन शाखा हळूहळू आकार घेऊ लागली आहे आणि तिला शरीरमानसशास्त्र किंवा इंग्रजीत त्यालाच सायकोसोमॅटीक असे म्हणतात. यात शरीरावर व मनावर इलाज करणारी औषधेच दिली जातात. आता आपण हेच करण्याची वेळ आली आहे. कारण ज्या रोगांमुळे पूर्वी अनेकांचा मृत्यू झाला होता, त्या देवी, कॉलरा, पित्तरोग व इतर त्रासदायक रोगांचा आता वैद्यकशास्त्रातील अनेक महत्त्वपूर्ण शोधांमुळे समूळ नायनाट झाला आहे. जंतू संसर्गामुळे होणाऱ्या नुकसानापेक्षाही काळजी, भय, तिरस्कार, वैफल्य आणि निराशा या भावनांमुळे होणारे शारीरिक व मानसिक नुकसान टाळणे वैद्यकशास्त्राला अजून तरी जमलेले नाही. या भावनिक रोगांमुळे घडणाऱ्या दुर्घटनांचा आकडा आता वाढत चालला आहे आणि त्यामुळे प्रचंड उलथापालथ होते आहे. आपल्या तरुण पिढीतील सहापैकी पाच मुले मानसिक कारणांमुळेच दुसऱ्या महायुद्धात नाकारली गेली.

वेड कशामुळे लागते? सगळी उत्तरे कोणालाच माहिती नाहीत; पण अशी शक्यता आहे की अनेक केसेसमध्ये भय आणि काळजी हे महत्त्वाची भूमिका निभावतात. चिंताक्रांत आणि जेरीस आलेली व्यक्ती या दुष्ट जगाबरोबर सामना करू शकत नाही. तिचे वास्तवाचे भान सुटते व सभोवतालच्या परिस्थितीची तिला जाणीव राहत नाही. त्यामुळे स्वत:च निर्माण केलेल्या स्वप्नांच्या दुनियेत ती जगते आणि आपल्या काळज्यांना दूर ठेवते.

माझ्या टेबलावर आत्ता माझ्यासमोर पोलास्की या लेखकाचे 'हाउ टू स्टॉप वरिंग ॲण्ड गेट वेल' हे पुस्तक पडले आहे. त्यांपैकी काही भागांची शीर्षके खाली देत आहे –

*काळजी तुमच्या हृदयाला कशी हानी पोहोचवते*
*काळजीच उच्च रक्तदाबाला पोसते*
*संधिवात काळजीमुळे होतो*
*तुमच्या पोटाच्या आरोग्यासाठी काळजी करू नका*
*काळजीमुळे सर्दी-पडसे होते*
*काळजी आणि थायरॉइड*
*काळजी लावणारा मधुमेह*

काळजीविषयी आणखी नवीन दृष्टी देणारे पुस्तक म्हणजे डॉ. मोनिंजर यांनी लिहिलेले 'मॅन अगेन्स्ट हिमसेल्फ'. मायो ब्रदर्सपैकीच एक असणारे हे मानसोपचारतज्ज्ञ या पुस्तकामध्ये काळजी कशी टाळायची हे सांगणारा एकही नियम देत नाहीत; पण काळजी, वैफल्य, तिरस्कार, संताप, बंडखोरी व भय यामुळे आपल्या शरीराची व आपल्या मनाची कशी धूळधाण उडते याचे भेदक चित्र त्यांनी परिणामकारकरीत्या रंगवले आहे. तुमच्या सार्वजनिक वाचनालयात या पुस्तकाची प्रत तुम्हाला नक्की वाचायला मिळेल.

काळजीमुळे चांगला धट्टाकट्टा मनुष्यसुद्धा आजारी पडू शकतो. जनरल ग्रांट यांना सिव्हिल वॉर बंद होण्यापूर्वीचे दिवस अजूनही आठवतात. ती गोष्ट अशी होती : ग्रांट नऊ महिने हल्ले करणाऱ्या सैन्यात रिचमंड येथे होते. जनरल लीच्या सैन्याचा पराभव झाला, त्या वेळी सैन्य अतिशय भुकेले होते. त्यांच्या कपड्यांच्या चिंध्या झाल्या होत्या. सगळीकडेच विषण्णता होती. आपापल्या तंबूत प्रार्थना चालू होत्या, रडणे चालू होते, पुढे काय होणार याची चिंता होती. युद्ध संपत आले होते त्या वेळी लीच्या माणसांनी तंबाखू, कापूस यांच्या गोदामाला आगी लावल्या. रिचमंडमधील शस्त्राचे कारखानेसुद्धा भस्मसात झाले आणि लीचे हे सैन्य रातोरात शहरातून पळून गेले. रात्रीच्या अंधारात ज्वाळा भडकत होत्या. ग्रांटच्या सैन्याने लगोलग पाठलाग केला. सर्व बाजूंनी लीच्या सैन्याला कोंडीत पकडण्याचा प्रयत्न केला. शेरीडनच्या घोडदळाने रेल्वेचे रूळ उखडून टाकले व त्यांना थोपवले.

ग्रांटला प्रचंड डोकेदुखीमुळे काहीसे अंधत्व आले होते. त्यामुळे तो सैन्याच्या मागे पडला आणि एका झोपडीत त्याने ती रात्र घालवली. त्याच्या 'मेमरीज' या पुस्तकात त्याने लिहिले आहे की, 'गरम पाण्यात पाय बुडवून, हळदीचा लेप माझ्या मनगटांना, पाठीला व मानेला लावल्याने सकाळी मला थोडे बरे वाटेल, असे मला वाटले.'

खरोखर दुसऱ्या दिवशी सकाळी त्याला बरे वाटलेसुद्धा! पण ते बरे वाटणे केवळ हळदीच्या लेपामुळे नव्हते, तर एक घोडेस्वार लीकडून शरणागतीचा संदेश घेऊन आल्यामुळे होते.

तो लिहितो, 'जेव्हा तो ऑफिसर शरणागतीचा निरोप घेऊन आला तेव्हाही माझे डोके दुखतच होते; पण ज्या क्षणी मी ती चिठ्ठी वाचली तेव्हा मात्र मी पूर्ण बरा झालो.'

हे उघडच आहे की, ग्रांट काळजीमुळे, ताणतणावामुळे व भावनांच्या उद्रेकामुळे आजारी होता. ज्या क्षणी त्याच्या भावनांचे रूपांतर आत्मविश्वास, साफल्य आणि विजय यामध्ये झाले त्या क्षणी त्याला बरे वाटले.

त्यानंतर सत्तर वर्षांनी रूझवेल्टच्या काळात सेक्रेटरी असलेल्या हेन्री मोरगेन्थू

याच्या लक्षात आले की, केवळ काळजीपोटी तो सातत्याने आजारी पडत होता. त्याने त्याच्या डायरीत लिहून ठेवले – 'प्रेसिडेंटने ४,४००,००० गॅलन गव्हाच्या किमती अचानक वाढवायचे ठरवल्याचे ऐकताच मला इतके प्रचंड अस्वस्थ वाटले की, मी ताबडतोब घरी जाऊन झोपलो.'

काळजीमुळे लोकांचे काय होते ते पाहण्यासाठी मला लायब्ररीत जाऊन पुस्तक वाचायची किंवा डॉक्टरकडे जाण्याची गरज पडत नाही. जेथे मी हे पुस्तक लिहीत बसलो आहे त्या खोलीच्या खिडकीतून मला घराघरांतून ते चित्र दिसते. त्यांपैकी एका घरात वैफल्याने अंथरुणाला खिळलेला माणूस दिसतो, तर दुसऱ्या घरातील माणसाच्या काळजीचे रूपांतर डायबिटीसमध्ये झालेले दिसते. जेव्हा शेअर मार्केट गडगडते तेव्हा त्याची रक्तातील आणि लघवीतील साखर वर चढलेली असते.

फ्रेंच तत्त्ववेत्ता माँटेग्नी जेव्हा मेयर म्हणून निवडून आला तेव्हा तो तेथील जमावाला उद्देशून म्हणाला, "मला तुमच्या सर्व समस्या सोडवण्यासाठी त्या हातात घ्यायच्या आहेत, पण त्या फुप्फुसापर्यंत किंवा यकृतापर्यंत न्यायच्या नाहीत."

हा स्टॉक मार्केटमध्ये व्यवहार करणारा माझा शेजारी तेथील भानगडी थेट रक्तापर्यंत नेऊन स्वत:चे मरण जवळ करत होता.

काळजीमुळे माणसाची काय हानी होते ते पाहण्यासाठी मला लोकांच्या घरांमध्ये डोकावण्याची गरज नाही. या खोलीत बसून लिहितानाही मला माझ्या पूर्वीच्या घरमालकाची आठवण होते. केवळ काळजीमुळे तो अवेळी मरणाच्या दारात पोहोचला होता.

काळजी तुम्हाला संधिवाताच्या व्हील चेअरवर नेऊन बसवते. डॉ. रसेल संधिवाताचे जगप्रसिद्ध डॉक्टर होते. त्यांनी संधिवाताला कारणीभूत ठरणाऱ्या चार सामान्य गोष्टींची यादी केली आहे.

१) वैवाहिक आयुष्यातील अप्रिय घटना
२) आर्थिक संकट आणि दु:ख
३) एकटेपणाची काळजी
४) सतत संताप, धगधगत राहणे

अर्थात फक्त या चार कारणांमुळेच संधिवात होतो असे नाही. संधिवाताचे अनेक प्रकार आहेत आणि त्याची वेगवेगळी कारणे आहेत; पण पुन्हा हे सांगावेसे वाटते की, सामान्यपणे या चार कारणांमुळे संधिवात होतो. उदाहरण द्यायचे झाले,

तर गॅस कंपनीने गॅस देणे बंद केले आणि घरावर कर्ज देणाऱ्या बँकेला टाळे लागले तेव्हा माझा मित्र प्रचंड वैफल्यग्रस्त झाला आणि त्यातच त्याच्या बायकोला संधिवाताचा तीव्र झटका आला. त्याने त्यावर कितीतरी औषधे केली, आहारनियंत्रण केले. संधिवात तेव्हाच बरा झाला जेव्हा त्याची आर्थिक परिस्थिती सुधारली.

काळजीमुळे दातांच्यापण समस्या उद्‌भवतात. डॉ. विल्यम मॅकगोनीग्ले यांनी डेंटल असोसिएशनमध्ये भाषण देताना सांगितले, "काळजी, भय, तिरस्कार यांसारख्या अप्रिय भावना शरीरातील कॅल्शिअमचे प्रमाण बिघडवतात आणि त्यामुळे दातांच्या समस्या उद्‌भवतात." डॉक्टरांनी त्यांच्या एका पेशंटबद्दल असे सांगितले, "त्याची बायको गंभीर आजारी होती. त्यापूर्वी त्याला कधीही दातांची समस्या नव्हती, पण बायको हॉस्पिटलमध्ये असताना त्याला नऊ कॅव्हिटीज झाल्या. त्याचे कारण होते फक्त काळजी!"

थायरॉइड झालेल्या अचपळ माणसाचे तुम्ही कधी निरीक्षण केले आहे का? मी केले आहे आणि मी तुम्हाला सांगू शकतो. अशी माणसे थरथर कापतात. ती खूप हालचाली करतात. मृत्यूची भीती त्यांच्या डोळ्यात दिसते. त्यामुळे त्यांच्या दुखण्यात अधिक वाढ होते. थायरॉइड ही ग्रंथी शरीराला नियमित करते. तिच्या सुरळीत चाललेल्या कार्यात अडथळे आल्यामुळे ती योग्य प्रकारे काम करत नाही. ती हृदयाला पळवते आणि संपूर्ण शरीर आतमध्ये प्रचंड भट्टी चालू असल्याप्रमाणे धगधगत राहते आणि जर याला प्रतिबंध केला नाही, म्हणजे गरज पडल्यास ऑपरेशन किंवा औषधोपचार केले नाहीत, तर पेशंट दगावू शकतो, जणूकाही तो स्वत:ला जाळून घेतो.

काही दिवसांपूर्वी मी फिलाडेल्फियाला माझ्या एका मित्राबरोबर गेलो होतो. त्याला हीच व्याधी झाली होती. आम्ही डॉ. ब्रॅमचा सल्ला घेतला. ते अडतीस वर्षांपासून या दुखण्यावर उपचार करण्यासाठी प्रसिद्ध होते. त्यांच्या प्रतीक्षा-खोलीत भिंतीवर एका लाकडी फ्रेमवर रंगवलेली पुढील वाक्ये होती. ती मी लिहून घेतली –

***विश्रांती आणि मनोरंजन***

*गात्रे शिथिल करणारे सगळ्यात उत्तम मनोरंजन म्हणजे –*
*अध्यात्म, झोप, संगीत आणि हास्य!*
*देवावर श्रद्धा ठेवा. गाढ झोप घ्यायला शिका.*
*चांगल्या संगीतावर प्रेम करा. आयुष्याची गंमतशीर बाजू बघा;*
*मग आरोग्य आणि आनंद तुमचेच आहे!*

डॉक्टरांनी माझ्या मित्राला पहिला प्रश्न हा विचारला : ''भावनिक पातळीवर अशी कोणती उलथापालथ झाली आहे की, आज ही परिस्थिती आली?'' त्यांनी माझ्या मित्राला धोक्याची सूचना दिली की, जर त्याने काळजी करणे थांबवले नाही, तर हृदयविकार, पोटदुखी किंवा डायबिटीस यांसारखी शारीरिक गुंतागुंत आणखी वाढेल. हे सगळे रोग म्हणजे एकमेकांची भावंडे आहेत; चुलत भावंडे आहेत.

जेव्हा मी मेर्लि ओब्रॉन या सिनेनटीची मुलाखत घेतली तेव्हा तिने सांगितले की, काळजी करणे ती नाकारते. कारण तिला माहिती आहे की, काळजीचा सगळ्यात जास्त परिणाम तिच्या चेहऱ्यावर झाला असता जे तिचे मुख्य भांडवल होते.

ती पुढे म्हणाली, ''मी जेव्हा सिनेमात काम मिळावे म्हणून प्रथम प्रयत्न केला तेव्हा मी खूप चिंतेत होते आणि भयभीतपण होते. मी भारतातून आले होते आणि लंडनमध्ये मी कोणालाच ओळखत नव्हते. तरीही मी काम मिळवण्यासाठी धडपडत होते. मी काही निर्मात्यांना भेटले, पण कोणीच मला काम दिले नाही. मी थोडेफार पैसे बरोबर आणले होते, तेही संपत आले होते. दोन आठवड्यांपर्यंत मी चुरमुऱ्यांवर व पाण्यावर जगले. आता मला फक्त काळजी नव्हती, तर त्याच्या जोडीला भूकसुद्धा होती. मी स्वत:ला म्हणाले, 'तू कदाचित मूर्ख असशील. तुला कदाचित सिनेमात कामसुद्धा मिळणार नाही, कारण तुला अनुभव नाही. तू कधीच अभिनय केला नाहीस. मग तुझ्याकडे दाखवण्यासारखे काय आहे? तर फक्त सुंदर चेहरा!'

''मग मी आरशात पाहिले आणि माझ्या लक्षात आले की, काळजीचे दुष्परिणाम माझ्या चेहऱ्यावर स्पष्ट दिसायला लागले होते. माझ्या चेहऱ्यावर सुरकुत्या यायला लागल्या होत्या; काळजीने चेहरा ओढला गेला होता. मी स्वत:शी निश्चय केला, 'हे सगळे ताबडतोब थांबवायला पाहिजे. काळजी करणे तुला परवडणारे नाही. तुझी जमेची बाजू तुझा सुंदर चेहरा. तोच काळजीमुळे कुरूप दिसतो आहे!'

''काही गोष्टींमुळे बायकांचे वय वाढलेले दिसते. त्यांच्यात कडवटपणा येतो आणि काळजीमुळेच त्यांचा चेहरा खराब होतो. काळजीमुळे इतर भावना गोठवल्या जातात. आपण आपला जबडा गच्च आवळून धरतो आणि मग चेहऱ्यावर सुरकुत्या येतात. कपाळावर आठ्या येतात. केस पांढरे होतात. काही वेळेस तर केस गळून जातात. आपल्या त्वचेचा पोत खराब होतो. त्वचेवर रेघोट्या उमटतात. मुरुमे येतात.''

आज अमेरिकेत हृदयरोग हा मोठ्या प्रमाणात यमसदनाला पाठवणारा रोग आहे. दुसऱ्या महायुद्धामध्ये जवळपास लाख लोकांतील तिसरा हिस्सा लोक

एकमेकांशी लढताना मृत्युमुखी पडले; पण त्याच ठरावीक काळात दोन लाख नागरिक हार्टअॅटॅकने मेले आणि एक लाख लोकांना हृदयरोग जडला, ज्याचे कारण केवळ काळजी आणि ताणतणावपूर्ण आयुष्य हेच होते! डॉ. कॅरेल म्हणतात त्याप्रमाणे ज्यांना काळजीशी लढा कसा द्यायचा हे समजत नाही ते व्यवसाय करणारे तरुण तरुणपणी मरतात. त्यांच्या हृदयरोगाचे प्रमाण जास्त आहे.

विल्यम जेम्स म्हणतात, ''कदाचित देव आपल्याला क्षमा करेल, पण मज्जासंस्था कधीच करणार नाही.''

एक धक्कादायक आणि अविश्वसनीय सत्य हे आहे की, जितके अमेरिकन्स प्रत्येक वर्षी मरतात त्यापेक्षा अधिक अमेरिकन्स आत्महत्या करतात.

असे का होते? उत्तर आहे : 'काळजी.'

पूर्वी चायनीज सत्तांध क्रूर राज्यकर्त्यांना जेव्हा त्यांच्या कैद्यांना त्रास द्यायचा असे, तेव्हा ते त्यांचे हात व पाय व त्यांच्या डोक्यावर बांधून ठेवत. थेंब थेंब पाणी पडेल अशी व्यवस्था असलेला साठा ठेवत. दिवस-रात्र या 'टपटप' पाण्याच्या आवाजामुळे त्यांना त्यांच्या डोक्यावर जणू कोणी हातोडा मारत आहे असे वाटे आणि ते कैदी वेडे होत. अधिक चौकशी करताना अशीच त्रास देण्याची पद्धत स्पेनमध्ये तसेच हिटलरच्या जर्मन कॉन्सनट्रेशन कॅम्पमध्येसुद्धा वापरली जात असल्याचे निदर्शनास आले.

काळजी ही टपटप पडणाऱ्या पाण्याच्या थेंबाप्रमाणे आहे. सतत वाटणारी काळजी माणसाच्या मेंदूवरील नियंत्रण घालवून टाकते व तो आत्महत्या करण्यास प्रवृत्त होतो.

मी जेव्हा मिसुरीत असताना मिसरुडे न फुटलेला एक खेडवळ मुलगा होतो तेव्हा 'बिली संडे'मध्ये वर्णन केलेल्या नरकामधील काल्पनिक संकटांमुळे भयभीत व्हायचो, पण काळजीमुळे आज ज्या संकटांना तोंड द्यावे लागते ती त्याच्या कितीतरी पटीने जास्त आहे. उदाहरणार्थ, काळजी करणे ही तुमची सवयच असेल, तर एखाद्या दिवशी तुमच्या वेदना इतक्या तीव्र होतील की, त्या मानवी सहनशक्तीच्या पलीकडच्या असतील.

तुमचे जीवनावर प्रेम आहे ना? तुम्हाला दीर्घायुष्य हवे, चांगले आरोग्य हवे आहे ना? तर मग तुम्ही असे करू शकता. मी पुन्हा तुम्हाला डॉ. कॅरेल काय म्हणतात ते सांगतो आहे – जे लोक आजही त्यांच्या आधुनिक शहरी जीवनाच्या कोलाहलापासून दूर राहून स्वतःची मानसिक शांतता जपतात, त्यांना मज्जासंस्थेत कोणतीही बाधा येणार नाही.

शहरातील कोलाहलापासून तुम्ही स्वतःला दूर ठेवून स्वतःची मनःशांती जपू शकता का? जर तुम्ही सर्वसामान्य व्यक्ती असाल, तर त्याचे उत्तर होय असे येईल.

अगदी जोर देऊन मी 'होय' हा शब्द वापरतो आहे. आपण आपल्याला समजतो त्यापेक्षा आपण अधिक कणखर असतो. आपल्या आतमध्ये अशा काही प्रेरणा असतात ज्यांची प्रचिती आजवर आपल्याला आलेली नसते. थोरो जसे त्याच्या वाल्डेन या पुस्तकात म्हणतो की, 'माणसामध्ये स्वत:चे जीवन प्रयत्नपूर्वक जास्तीतजास्त चांगले करण्याची असलेली अमर्याद क्षमता ही अतिशय प्रोत्साहन देणारी गोष्ट आहे. जर एखाद्या व्यक्तीने आत्मविश्वासाने आपल्या स्वप्नांच्या दिशेने आगेकूच केली आणि त्याच्या कल्पनेतील आयुष्य जगण्याचा प्रयत्न केला, तर त्याला अनपेक्षित असे यश नक्की मिळेल.'

नक्कीच हे पुस्तक वाचणाऱ्या अनेकांमध्ये ही दुर्दम्य इच्छाशक्ती आणि काही अंतर्यामी प्रवाह आहेत जे ओल्गामध्ये होते. अनुभवाने तिच्या हे लक्षात आले की, कितीही दुर्दैवी परिस्थिती असली, तरी ती तिच्या काळजीला हद्दपार करू शकते. माझासुद्धा अढळ विश्वास आहे की, तुम्ही आणि मीसुद्धा हे करू शकतो. ओल्गाने मला लिहिलेल्या पत्रात असे म्हटले आहे की, 'साडेआठ वर्षांपूर्वी मी मरणार हे जाहीर केले गेले होते. मला कॅन्सर झाला होता. कणाकणाने आणि क्षणाक्षणाने मरण येणार होते. देशातील सर्वोत्तम डॉक्टर्स मायो ब्रदर्स यांनीसुद्धा हार पत्करली होती. मी अशा रस्त्यावर होते की, जेथून पुढील सर्व मार्ग बंद होते. मृत्यू माझ्यासमोर 'आ' वासून उभा होता! मी तरुण होते. मला मरायचे नव्हते. माझ्या मनाच्या निराश अवस्थेत मी माझ्या डॉक्टरांना केलाँग येथे फोन केला व मला जेवढे जोरात शक्य होते तेवढ्या जोरात मी त्यांना माझा आक्रोश ऐकवला. ते अधीरतेने म्हणाले, "ओल्गा, बाळा काय झाले? तू स्वत:शीच भांडते आहेस का? तू जर अशी रडत राहिलीस, तर नक्कीच मरशील. तुझ्या बाबतीत खूप खूप वाईट घडलेय, पण ठीक आहे. आता सत्याला सामोरी जा. काळजी करणे सोडून दे आणि दुसरे काहीतरी कर." त्या क्षणापासून मी शपथ घेतली. अशी शपथ घेतली की, घेताना माझी नखे माझ्या कातडीत शिरली आणि वेदनेने मी विव्हळले : 'मी आत्ता इथून पुढे काळजी करणार नाही. मी रडणार नाही आणि जे-जे चांगले करता येईल ते-ते मी करीन. मी जगेन.

"गंभीर स्वरूपाच्या कॅन्सरला त्या काळी तीस दिवसांसाठी साडेदहा मिनिटे X-Ray घ्यायची उपचारपद्धती होती. त्यांनी मला एकोणपन्नास दिवस रोज साडेचौदा मिनिटे X-Ray दिले. जरी माझी हाडे माझ्या शरीरामध्ये घट्ट रुतून बसली होती आणि माझी पावले शिशासारखी झाली होती, तरी मी पर्वा केलीच नाही. मी एकदाही रडले नाही. उलट मी हसले. हो, हेही खरे आहे की, मी प्रयत्नपूर्वक हसले!

"मी इतकीपण मूर्ख नाही की केवळ हसण्यामुळे माझा कॅन्सर बरा होईल,

असे मला वाटत होते; पण माझा असा विश्वास आहे की, आनंदी मानसिक दृष्टिकोन शरीराला रोगाविरुद्ध लढण्यास मदत करतो. त्यामुळे काहीही असले, तरी माझा अनुभव हेच सांगतो की, केवळ चमत्कारच कॅन्सरला बरे करतो. गेल्या काही वर्षांइतकी निरोगी मी यापूर्वी कधीच नव्हते. खरोखरच मी माझ्या डॉक्टरांची अत्यंत ऋणी आहे, ज्यांनी मला हे शब्द ऐकवले की, 'सत्याला सामोरी जा : काळजी सोड. मग तिच्यापासून मुक्तता मिळवण्यासाठी काहीतरी कर!' ''

मी हा भाग पुन्हा डॉ. ॲलेक्स कॅरेलच्या वाक्यांनीच संपवतो आहे – ज्या लोकांना काळजीशी कसे लढायचे हे समजत नाही ते ऐन तारुण्यातच मरतात.

भविष्य जाणणाऱ्या मोहम्मद पैगंबराच्या शिष्यांनी कुराणात सांगितलेल्या काही पंक्ती आपल्या छातीवर गोंदवून घेतल्या होत्या. मलासुद्धा माझ्या वाचकांनी आपल्या छातीवर पुढील ओळी गोंदवून घेतल्या तर आवडेल – 'ज्या लोकांना काळजीशी कसे लढावे ते समजत नाही ते ऐन तारुण्यात मरतात.'

डॉ. कॅरेलच तुमच्याशी बोलत होते का?

असू शकेल.

# पहिल्या भागाच्या गाभ्यात काय आहे?

**चिंतेबद्दलची काही मूलभूत तत्त्वे जाणून घ्या.**

**नियम १:** चिंता दूर ठेवायची असेल, तर सर विल्यम ऑसलर यांच्याप्रमाणे करा: भूतकाळ आणि भविष्यकाळ लोखंडी दरवाजांनी बंद करा. दिवस बंदिस्त करा; म्हणजे फक्त आजचाच विचार करा.

**नियम २:** पुढच्या वेळेस जेव्हा तुम्ही 'कॅपिटल-टी'च्या बाबतीत पेचप्रसंगात सापडाल, तेव्हा 'विलिज कॅरिअर'चा जादूई फॉर्म्युला वापरा.

**अ –** 'जर मी माझी समस्या सोडवू शकलो नाही, तर जास्तीतजास्त वाईट काय घडू शकते?' हा प्रश्न स्वत:ला विचारा.

**ब –** वाइटातली वाईट गोष्ट गृहीत धरून ती स्वीकारण्याची मनाची तयारी करा.

**क –** मनाने स्वीकारलेली वाईट परिस्थिती सुधारण्यासाठी प्रयत्न करा.

**नियम ३:** हे सतत लक्षात असूदे की, चिंता केल्याने तुम्ही तुमच्या आरोग्याची नासाडी करून फार मोठी किंमत चुकवत असता. ज्या लोकांना काळजीशी संघर्ष कसा करायचा ते समजत नाही त्यांचा भर तारुण्यात मृत्यू होतो.

# भाग दोन

---

## काळजीच्या विश्लेषणासाठी काही मूलभूत साधने

# ४

## 'काळजी' या समस्येचे विश्लेषण व त्यापासून मुक्तता

*मी सहा प्रामाणिक नोकर ठेवले आहेत*
*मला माहिती असलेल्या गोष्टीच ते मला शिकवतात*
*त्यांची नावे आहेत, 'काय' , 'का', 'केव्हा',*
*'कसे' , 'कोठे' आणि 'कोण.'*

रूडयार्ड किपलिंग

दुसऱ्या प्रकरणातील पहिल्या भागातील काळजीवरील विल्यम कॅरिअरचा उपचाराचा उपाय तुमच्या सगळ्या काळज्या मिटवतो का? नाही. नक्कीच नाही.

मग आता काय करायचे? आता आणखी एक उपाय करून पाहू. निरनिराळ्या प्रकारच्या काळज्या सोडवण्यासाठी आपण निरनिराळी साधने वापरून पाहू. त्यासाठी काळजीचे विश्लेषण तीन टप्प्यांमध्ये कसे करायचे ते शिकू या. त्या तीन पायऱ्या पुढीलप्रमाणे :

*१) प्रथम सत्य परिस्थिती समजून घ्या.*
*२) सत्य घटनेचे विश्लेषण करा.*
*३) निर्णयाप्रत या आणि नंतर कृती करा.*

खरोखर किती साधे सरळ आहे! होय! ही युक्ती ॲरिस्टॉटलने शिकवली आणि त्याने स्वत: वापरलीसुद्धा. तुम्ही आणि मीसुद्धा हे तंत्र वापरू शकतो. जर आपल्याला आपल्या सतावणाऱ्या आणि आपले दिवस-रात्र नरकात असण्याची प्रचिती देणाऱ्या समस्या सोडवायच्या असतील, तर हे तंत्र जरूर वापरा.

आता आपण पहिला नियम बघू : सत्य परिस्थिती समजून घ्या – सत्य जाणून घेणे हे इतके महत्त्वाचे का आहे? कारण जोपर्यंत सत्य समजत नाही तोपर्यंत हुशारीने आपल्याला समस्या सोडवणे शक्यच होत नाही. सत्य माहिती असल्याशिवाय आपण फक्त संभ्रमातच डुबक्या मारत राहतो. हे विचार माझे आहेत का? नाही. कोलंबिया विद्यापीठात गेली बावीस वर्षं काम केलेल्या डीन हर्बन हॉक्स यांचे हे विचार आहेत. त्यांनी आत्तापर्यंत दोन लाख विद्यार्थ्यांना काळजीतून मुक्त केलेले आहे. ते मला म्हणाले, ''संभ्रम हे काळजीचे मुख्य कारण असते.'' ते पुढे म्हणाले, ''जगातील निम्म्यापेक्षा अधिक काळज्यांचे कारण हे की, कुठल्याही निर्णयाप्रत येण्यासाठी लोकांना त्या विषयाचे ज्ञान नसते. उदाहरण द्यायचे झाले, तर समजा, मला पुढच्या मंगळवारी दुपारी तीन वाजता एखाद्या संकटाशी सामना करायचा आहे, तर मी पुढचा मंगळवार येईपर्यंत कुठलाही निर्णय मनाशी करण्याचेसुद्धा नाकारतो. या मधल्या काळात मी माझे सर्व लक्ष माहिती गोळा करण्यावर केंद्रित करतो. मी काळजी अजिबात करत नाही. मी माझ्या समस्येमुळे व्यथित होत नाही. मी माझी झोप खराब करत नाही. मी फक्त सत्य शोधण्याच्या मोहिमेवर असतो आणि मंगळवार जेव्हा येतो तेव्हा बहुधा सगळे सत्य माझ्या पुढ्यात असते आणि समस्या आपली आपणच सुटलेली असते.''

यावर मी डीन हॉक्स यांना विचारले, याचा अर्थ असा होतो का की, आता ते काळजीमुक्त जीवन जगत होते. ते म्हणाले, ''होय. मला प्रामाणिकपणे असे सांगावेसे वाटते की, माझे आयुष्य आता काळजीविरहित आहे हे माझ्या लक्षात आले आहे.'' ते पुढे म्हणाले, ''जर प्रत्येकाने आपला वेळ नि:पक्षपातीपणाने आणि वस्तुनिष्ठपणे सत्यशोधनासाठी आणि सत्य सुरक्षित ठेवण्यासाठी दिला, तर त्याच्या काळज्या ज्ञानाच्या उजेडात वाफेप्रमाणे नाहीशा होतील.''

मी हे पुन्हा सांगू इच्छितो, ''जर एखाद्या व्यक्तीने त्याचा वेळ नि:पक्षपातीपणे व वस्तुनिष्ठपणे सत्यशोधनासाठी व ते सुरक्षित करण्यासाठी दिला, तर त्याच्या काळज्या ज्ञानाच्या उजेडात वाफेप्रमाणे नाहीशा होतील.''

पण आपल्यापैकी प्रत्येक जण काय करतो? एडिसन या विषयावर गंभीरपणे म्हणतो, ''खरेतर जगात असा कोणताही उपाय नाही की माणूस त्याचे विचार थांबवू शकेल. जर आपण एखाद्या विचाराने त्रस्त झालेले असलो, तर हे विचार एखाद्या शिकारी कुत्र्याप्रमाणे आपला पाठलाग करतात. आपण सत्य शोधण्याच्या प्रयत्नात मिळालेल्या माहितीमुळे खवळतो, कारण आपली आधीची माहिती वेगळी असते. आपल्याला आता अशी माहिती हवी असते की, जी आपल्या कृतीचे समर्थन करेल; असे सत्य जे आपल्या सकारात्मक विचारप्रणालीला सोयीस्कर असेल आणि आपल्या पूर्वग्रहदूषित विचारांना आधार देईल!''

ॲनी मॉरीस म्हणते : ''आपल्या वैयक्तिक इच्छा-आकांक्षांशी झालेल्या कराराप्रमाणे जे जे असेल ते ते आपल्याला खरे वाटते; पण जे तसे नसते त्यामुळे आपला संताप होतो.''

जर आपल्याला आपल्या समस्यांवर उत्तर सापडणे अवघड वाटले, तर त्यात आश्चर्य ते काय आहे? एखाद्या गणितातील फारसा अवघड नसलेला प्रश्न सोडवतानासुद्धा आपल्याला अशाच समस्या येतात. जर आपण गृहीतकच असे धरले की २ + २ = ५ तर? या जगात असेसुद्धा काही लोक आहेत की, जे आपल्या आयुष्याचा नरक बनवतात आणि बाकीचे २ + २ = ५चा आग्रह धरतात, कधीकधी तर ५००सुद्धा!

यासंबंधी आपण काय करू शकतो? आपल्या भावना आपल्या विचारांपासून दूर ठेवल्या पाहिजेत. डीन हॉक्स म्हणतो त्याप्रमाणे आपण सत्य सुरक्षित केले पाहिजे; पण नि:पक्षपातीपणे व वस्तुनिष्ठपणे!

जेव्हा आपण प्रत्यक्ष काळजी करत असतो तेव्हा हे सोपे नसते. जेव्हा आपण काळजीत असतो तेव्हा आपल्या भावना बेलगाम झालेल्या असतात; पण इथे मी माझ्या समस्या सोडवण्यात उपयोगी ठरलेल्या दोन युक्त्या तुम्हाला सांगतो, त्यामुळे तुम्हाला समस्या स्वच्छ आणि वस्तुनिष्ठ दिसतील.

१) सत्यशोधनाच्या कामात मी असे नाटक करायचो की, जणूकाही हे माहिती गोळा करण्याचे काम मी स्वत:साठी करत नाही. याचा उपयोग मला असा झाला की, मी शांतपणे, नि:पक्षपातीपणे पुरावे गोळा करू शकलो, कारण ते इतरांसाठी होते. त्यामुळे मी माझ्या भावनांना माझ्या कर्तव्यापासून वेगळे ठेवू शकलो.

२) समस्येबद्दलची माहिती गोळा करताना मी काही वेळा असे नाटक करायचो की, जणूकाही मी वकील आहे आणि केसची दुसरी बाजू मांडण्याची मी तयारी करतो आहे. साध्या शब्दांत सांगायचे झाले, तर मी माझ्या स्वत:च्या विरोधातील माहितीसुद्धा गोळा करायचो. म्हणजे अशा सत्य घटना ज्या माझ्या इच्छांना सुरुंग लावायच्या किंवा असे सत्य ज्याच्याशी सामना करणे मला पसंत नसायचे.

मग केसची माझी बाजू व माझी विरुद्ध बाजू अशा दोन्ही मी लिहून काढत असे आणि सहसा माझ्या असे लक्षात येत असे की, सत्य हे दोन्हींच्या मध्ये असे.

मला जो मुद्दा इथे मांडायचा आहे तो असा की, ना तुम्ही ना मी, ना आइनस्टाइन ना अमेरिकेचे सुप्रीम कोर्ट; कोणीही इतके हुशार नसते की, कुठल्याही समस्येचे निराकरण समस्येबद्दलची माहिती गोळा केल्याशिवाय करू शकेल. थॉमस एडिसनला हे माहिती होते, कारण त्याच्या मृत्युसमयी त्याच्याकडे अडीच हजार वह्या अशा नि:पक्षपातीपणे गोळा केलेल्या माहितीने भरलेल्या होत्या. अर्थातच त्या त्याने समस्यांच्या निवारणासाठी बनवल्या होत्या.

म्हणून समस्या सोडवण्यासाठी पहिला नियम म्हणजे सत्य शोधून काढा. डीन हॉक्सने जे केले तेच आपण करू. नि:पक्षपातीपणाने आवश्यक ती माहिती मिळवल्याखेरीज समस्या सोडवण्यासाठी आपण एक पाऊलही पुढे टाकणार नाही.

जगातील आपल्याला आवश्यक असलेली सगळी माहिती मिळाली, तरी जोपर्यंत आपण त्याचे विश्लेषण करून त्यापासून योग्य अर्थ काढत नाही तोपर्यंत निव्वळ माहितीचा काही उपयोग नाही.

मी खूप मोठी किंमत देऊन हे शिकलो आहे की, जमा केलेल्या सत्य गोष्टीचे विश्लेषण त्या गोष्टी लिहून काढल्यामुळे अधिक सोपे होते. खरे सांगायचे, तर कागदाच्या पानांवर सत्य गोष्टी लिहून आणि त्या स्वत:च्या मनाला सांगून आपण शहाणपणाचा निर्णय घेण्यासाठी प्रवृत्त होतो. चार्ल्स केटरिंग म्हणतो त्याप्रमाणे 'जी समस्या योग्य रीतीने मांडली जाते, ती मांडत असतानाच सुटत जाते.'

हे सगळे प्रत्यक्ष व्यवहारात कसे आणायचे ते मी तुम्हाला सांगतो. चायनीज लोक असे सांगतात की, 'एक चित्र दहा हजार शब्दांचे काम करते.'

आपण गेलन लिचफिल्ड यांचेच उदाहरण घेऊ. त्यांना मी अनेक वर्षांपासून ओळखतो. ते अमेरिकेतील अत्यंत यशस्वी उद्योगपती आहेत. ते पूर्वेकडे चीनमध्ये स्थिरावले. जेव्हा १९४२मध्ये जपानने शांघायवर बॉम्बस्फोट केला, तेव्हा ते तेथे होते. मी जेव्हा त्यांच्या घरी पाहुणा म्हणून गेलो तेव्हा त्यांनी मला खरी घडलेली गोष्ट सांगितली, ती अशी :

''जपानने पर्ल हार्बरवर हल्ला केला त्यानंतर लगेच सगळे लोक शांघायमध्ये निवाऱ्याच्या शोधात आले. मी आशिया लाइफ इन्शुरन्स कंपनीचा शांघायमधील मॅनेजर होतो. त्यांनी आम्हाला मालमत्तेच्या किमतीबद्दलचा अंदाज घेण्यासाठी, देण्या-घेण्याचे व्यवहार करण्यासाठी पाठवले होते. मालमत्तेच्या किमती ठरवण्यासाठी मला मदत करण्याची आज्ञा झाली. आता माझ्यापुढे दुसरा पर्यायच नव्हता. मला सहकार्य करणे भाग होते, नाहीतर... 'नाहीतर' म्हणजे 'नाही केले तर' मृत्यू!

''मी मला नेमून दिलेल्या कामाला लागलो, कारण दुसरा मार्ग उपलब्ध नव्हता, पण मला सुरक्षा अधिकाऱ्याचा एक असा ब्लॉक आढळला की, ज्याची किंमत साडे सात लाख डॉलर्स इतकी होती. त्याचा यादीतील समावेश मी हेतुपुरस्सर टाळला. मी सुरक्षा अधिकाऱ्याचा तो ब्लॉक यादीत मुद्दाम गाळला याचे कारण असे होते की, ते सुरक्षा अधिकारी आमच्या हाँगकाँग संस्थेचे होते आणि शांघायमधील त्या मालमत्तेशी त्यांना काही देणेघेणे नव्हते; पण त्याच वेळी हे जर जापनीजना कळले तर काय होईल, या भीतीने मला हुडहुडी भरली आणि त्यांना लगेच कळलेच.

''जेव्हा त्यांना समजले तेव्हा मी ऑफिसमध्ये नव्हतो, पण माझा मुख्य

हिशोबनीस तेथे होता. त्याने मला सांगितले की, तो जपानी ॲडमिरल रागाने बेफाम झाला होता. त्याने जोराने मुठी आवळल्या आणि मला चोर, लबाड वगैरे म्हणाला. जपानी सैन्याशी मी वैर घेतले होते. त्याचा परिणाम काय होणार होता, हे मला कळले होते. मला आता ब्रिजहाउसमध्ये टाकले जाणार होते.

"ब्रिजहाउस! जपानी सैन्याचे हे कैद्यांचे हाल करण्याचे ठिकाण होते. माझे असे काही मित्र मला माहीत होते की, ज्यांनी ब्रिजहाउसमध्ये जाण्यापेक्षा स्वत:ला संपवून टाकणे अधिक पसंत केले होते. मला असेही काही मित्र होते की, ज्यांना ब्रिजहाउसमध्ये चौकशी करण्यासाठी नेल्यानंतर त्यांचे शारीरिक हाल केल्यामुळे ते दहा दिवसात मेले होते. आता ब्रिजहाउसमध्ये जाण्याची माझी पाळी होती.

"आता काय करावे? मी माझ्यासंबंधीची बातमी रविवारी दुपारी ऐकली होती आणि मी गर्भगळीत व्हायलाच पाहिजे होतो. मी नक्कीच गर्भगळीत झालोही असतो, जर मला माझ्या समस्या सोडवण्याचे शास्त्रशुद्ध तंत्र माहिती नसते! अनेक वर्षांपासून जेव्हा माझ्यापुढे समस्या येत तेव्हा मी माझा टाइपरायटर बाहेर काढत असे आणि दोन प्रश्न लिहून काढत असे आणि त्यांची उत्तरे शोधत असे –

१) मला कशाविषयी चिंता वाटत आहे?
२) मी त्यासंबंधी काय करू शकतो?

आधी मी या प्रश्नांची उत्तरे काहीही न लिहिताच शोधण्याचा प्रयत्न करत असे; पण नंतर मी हे बंद केले, कारण माझ्या असे लक्षात आले की, प्रश्न आणि उत्तर दोन्ही लिहून काढले की, मग माझे विचार अधिक सुस्पष्ट होतात. म्हणून त्या रविवारी दुपारी मी शांघायमधील YMCAमधील माझ्या खोलीत गेलो आणि माझा टाइपरायटर बाहेर काढला. मी लिहिले –

१) मला कशाविषयी चिंता वाटत आहे?

त्याचे उत्तर असे होते की, उद्या सकाळी ब्रिजहाउसमध्ये फेकले जाईल अशी मला भीती वाटते.

नंतर मी दुसरा प्रश्न टाइप केला.

२) मी त्यासंबधी काय करू शकतो?

मी अनेक तास याबद्दल विचार केला आणि मग चार उपाय शोधून काढले आणि त्यांचा काय परिणाम होईल याचाही विचार केला.

१. मी जपानी ॲडमिरलला समजावून सांगण्याचा प्रयत्न करू शकतो, पण त्याला इंग्लिश बोलता येत नाही. मी जर दुभाष्याच्या मदतीने काही समजावण्याचा प्रयत्न केला, तर कदाचित आणखीही काही घोटाळे होतील आणि त्याची परिणती

माझ्या मृत्यूत होईल, कारण तो खूप दुष्ट आहे. माझ्याशी बोलण्यापेक्षा तो मला सरळ ब्रिजहाउसमध्ये फेकून देईल.

२. मी पळून जाऊ शकतो. अशक्य! त्यांचा सतत माझ्यावर पहारा असतो. मी YMCAमधील माझ्या खोलीत कधी येतो आणि कधी जातो याची मला नोंद करून ठेवावी लागते. मी जर पळून जायचा प्रयत्न केलाच, तर मला ते पकडून मारून टाकतील हीच संभावना आहे.

३. मी इथेच माझ्या खोलीत बसून राहिलो आणि ऑफिसच्या जवळही फिरकलो नाही, तर... पण नाही. त्या जपानी ॲडमिरलला संशय येईल आणि मग तो शिपायांना मला घेऊन येण्यासाठी पाठवेल आणि मग मला एक शब्दही बोलायची संधी न देता ते मला ब्रिजहाउसमध्ये फेकून देतील.

४. मी रोजच्याप्रमाणेच सोमवारी सकाळी खाली ऑफिसमध्ये जाईन. मी जर असे केले, तर मला बचावाची आणखी एक संधी मिळेल व मी काय केले याचा विचारही त्याच्या मनात येणार नाही. कदाचित तो त्याच्या कामात खूप व्यग्र असेल. कदाचित तो आत्तापर्यंत शांत झाला असेल आणि आता मला छळणार नाही. त्यामुळे त्याला समजावून सांगण्याची आणखी एक संधी मिळेल म्हणून सोमवारी सकाळी रोजच्याप्रमाणे जणूकाही काहीच घडले नाही असे भासवत खाली जाणे अधिक श्रेयस्कर ठरेल. त्यामुळे ब्रिजहाउसमध्ये जाण्यास रोखणाऱ्या दोन संधी मला मिळतील.

जेव्हा मी हे सगळे ठरवले व चौथा प्लॅन स्वीकारला (सोमवारी सकाळी नेहमीप्रमाणे मी खाली ऑफिसमध्ये जाईन.) त्या क्षणी मला खूप बरे वाटले.

दुसऱ्या दिवशी सकाळी मी जेव्हा ऑफिसमध्ये पोहोचलो तेव्हा तो जपानी ॲडमिरल तोंडात सिगरेट धरून बसला होता. नेहमीप्रमाणे त्याने माझ्याकडे एक नजर टाकली आणि काही बोलला नाही. देवदयेने त्यानंतर सहा आठवड्यांतच तो टोकियोला परत गेला आणि माझी काळजी मिटली.

मी आधीच म्हटल्याप्रमाणे मी माझे प्राण केवळ यामुळेच वाचवले की, मी त्या रविवारी दुपारी खास वेळ काढून बैठक मारून बसलो. माझ्या काळजीबद्दलच्या सर्व पायऱ्या लिहून काढल्या, त्यांचे परिणाम लिहून काढले. मी कुठले पर्याय वापरू शकतो व त्यामुळे काय घडू शकते याचा सांगोपांग विचार केला आणि मग शांतपणे निर्णयाप्रत आलो. मी जर असे केले नसते, तर मी घाईघाईने काहीतरी वेडेवाकडे करून बसलो असतो आणि क्षणिक अविचाराने माझ्या हातून चूक घडली असती. जर मी माझी समस्या विचारपूर्वक निर्णय घेऊन सोडवली नसती, तर रविवारच्या संपूर्ण दुपारभर मी नखे कुरतडत आणि केस उपटत बसलो असतो. त्या रात्री मी झोपू शकलो नसतो. दुसऱ्या दिवशी सकाळी मी म्लान चेहऱ्याने आणि

चिंताक्रांत होऊन खाली ऑफिसमध्ये गेलो असतो आणि केवळ तेवढ्यामुळेसुद्धा या जापनीज ॲडमिरलला संशय आला असता आणि माझ्याविरुद्ध काहीतरी कृती करण्यास तो उद्युक्त झाला असता.

वेळोवेळी मला असे अनुभव आल्यामुळे मी हे शिकलो की, योग्य निर्णयाप्रत येण्याची किंमत काय असते. आपला हेतू काय हे न समजणे किंवा पुन्हा पुन्हा त्याच विचारांमध्ये गुरफटणे व स्वत:ला त्यापासून थांबवू न शकणे यामुळे माणूस फक्त नैराश्याच्या खाईत लोटला जातो आणि अक्षरश: नरकयातना भोगतो. माझ्या आता असे लक्षात आले आहे की, जेव्हा मी सुस्पष्ट, निश्चित निर्णयापर्यंत येऊन पोहोचतो तेव्हा माझ्या पन्नास टक्के काळज्या मिटलेल्या असतात आणि जेव्हा माझ्या निर्णयाप्रमाणे मी कृती करायला शिकतो तेव्हा चाळीस टक्के काळज्या मिटतात.

अशा प्रकारे पुढील चार पायऱ्यांचा वापर करून मी माझ्या नव्वद टक्के काळज्या संपवतो.

१) मी ज्या गोष्टींची काळजी करतो ते सर्व थोडक्यात कागदावर लिहिणे.

२) त्यावर मी कोणते उपाय करू शकतो ते लिहिणे.

३) त्यावरून निर्णयाप्रत येणे.

४) ताबडतोब निर्णयाप्रमाणे कृतीला सुरुवात करणे.

गेलन लिचफिल्ड हे स्टार पार्क आणि फ्रीमन या इन्शुरन्स आणि फायनान्स कंपनीचे डायरेक्टर झाले. त्यामुळे ते आशियातील एक मोठे व्यावसायिक म्हणून प्रसिद्धीस आले. त्या वेळी त्यांनी सांगितले की, त्यांच्या मोठ्या यशाचे श्रेय हे समस्यांतून काळजीमुक्त होण्याच्या या तंत्रालाच ते देतात.

हे तंत्र इतके चांगले का आहे? कारण ते कार्यतत्पर, मूर्त स्वरूपात आहे आणि सरळ काळजीच्या काळजाला जाऊन भिडणारे आहे. सगळ्यात महत्त्वाचे म्हणजे 'त्याबद्दल काहीतरी करा' या नियमामुळे समस्येचा अंत करणाऱ्या उच्चांकाला ते जाऊन पोहोचते. जोपर्यंत आपण कृती करत नाही तोपर्यंत आपले सगळे सत्य-संशोधन आणि विश्लेषण हवेत विरून जाते. तो फक्त वेळेचा अपव्यय ठरतो.

विल्यम जेम्सने असे म्हटले आहे की : 'एकदा निर्णय झाला आणि त्याप्रमाणे कृती केली की परिणाम काय होतील याची चिंता करणे सोडून द्या.' त्यांना असे म्हणायचे होते की, सत्य परिस्थिती लक्षात घेऊन तुम्ही काळजीपूर्वक एखादा निर्णय घेतला की, बेधडक कृती करा. मग धरसोड करू नका, काळजी करू नका, पुनर्विचार करू नका. मनात संशय बाळगू नका. पाठीमागे वळून पाहू नका.

एकदा मी ऑक्लोहोमाचे प्रख्यात तेल-व्यावसायिक फिलिप्स यांना विचारले होते की, ते निर्णयाप्रत कसे येतात? त्यावर त्यांचे उत्तर होते, "एका ठरावीक

मर्यादेच्या पलीकडे समस्यांचा विचार करणे यामुळे फक्त संभ्रम आणि काळजी वाढते. एक अशी वेळ येते की, अधिक शोध घेणे आणि विचार करणे यामुळे अधिक उपद्रव होतो. तो क्षण असा असतो की, आता फक्त निर्णय घेणे आणि पुन्हा मागे वळून न बघणे.''

तुम्हीसुद्धा गेन लिचयार्डचे तंत्र का नाही अवलंबत?

प्रश्न पहिला – मला नेमकी कशाची चिंता वाटते?
(खाली रिकाम्या ठेवलेल्या जागेमध्ये तुम्ही पेन्सिलने या प्रश्नाचे उत्तर लिहा.)

प्रश्न दुसरा – तुम्ही याबद्दल काय करू शकता?
(खाली रिकाम्या जागेत या प्रश्नाचे उत्तर लिहा.)

प्रश्न तीसरा – मी काय करायचे ठरवले आहे?

प्रश्न चौथा – मी या निर्णयाची कार्यवाही कधी करणार आहे?

## ५

## व्यवसायातील पन्नास टक्के काळज्या कशा टाळता येतील?

जर तुम्ही एखाद्या व्यवसाय-धंद्यात असाल, तर तुम्ही मनाशी असे म्हणाल, 'या प्रकरणाचे शीर्षक हास्यास्पद आहे. मी माझा व्यवसाय एकोणीस वर्षांपासून करतो आहे आणि इतर कोणापेक्षाही याची उत्तरे मला अधिक चांगली माहिती आहेत. म्हणूनच माझ्या पन्नास टक्के काळज्या कमी करण्याचा उपाय मी दुसऱ्या कोणाकडून ऐकणे फोल आहे.'

बरोबर आहे. काही वर्षांपूर्वी जर असे एखादे शीर्षक मी पाहिले असते, तर मीसुद्धा अगदी हेच म्हणालो असतो. हे खूप मोठे आश्वासन आहे आणि आश्वासने खरी नसतात.

आता आपण स्पष्टच बोलू या : कदाचित हे खरेही असेल की, मला तुमच्या व्यवसायातील पन्नास टक्के काळज्या कमी करता येणार नाहीत. आपण जसे पूर्वीच्या विश्लेषणात म्हटले की, फक्त तुम्हीच हे करू शकता, पण मी तुम्हाला हे दाखवू शकतो की, इतर लोकांनी त्या कशा कमी केल्या - आणि मग उरलेले मी तुमच्यावर सोपवतो!

तुम्हाला आठवत असेल की, या पुस्तकाच्या तिसऱ्या प्रकरणात जगप्रसिद्ध डॉ. ॲलेक्स कॅरेल यांचे वचन उद्धृत केले होते : 'ज्यांना काळजीशी संघर्ष कसा करायचा हे समजत नाही त्यांचा तारुण्यातच मृत्यू होतो.'

चिंता खरोखरच गंभीर असते. म्हणून जर मी तुमच्या दहा टक्के काळज्या मिटवण्यास जरी हातभार लावला, तरी तुमचे समाधान होईल. नाही का? ठीक आहे. मी आत्ता तुम्हाला एका मोठ्या व्यावसायिक उच्च पदस्थाने त्याच्या पन्नास टक्के नव्हे, तर पंचाहत्तर टक्के काळज्या कशा कमी केल्या त्याबद्दल सांगतो.

आणखी तुम्हाला सांगायचे म्हणजे मी तुम्हाला एखाद्या 'मि. जोन्स'ची किंवा 'मि. एक्स'ची किंवा 'ओहिओमधील मला माहिती असलेल्या माणसाची' गोष्ट सांगणार नाही. थोडक्यात ज्यांचा खरे-खोटेपणा तुम्ही तपासू शकत नाही, अशी

कोणतीही गोष्ट मी तुम्हाला सांगणार नाही. तर मी अगदी खऱ्या-खुऱ्या माणसाची, लिऑन शिमकिनची गोष्ट तुम्हाला सांगणार आहे. तो पूर्वी अमेरिकेतील फार मोठ्या पब्लिशिंग हाउसचा – सायमन ॲण्ड स्कूस्टरचा – जनरल मॅनेजर व भागीदारसुद्धा होता. जे पब्लिशिंग हाउस रॉकफेलर सेंटर, न्यूयॉर्क येथे आहे.

शिमकिनचा स्वानुभव त्याच्याच शब्दांत ऐका :

''सुमारे पंधरा वर्षांपासून माझ्या रोजच्या व्यावसायिक आयुष्यातील अर्धा वेळ मी सगळ्यांना एकत्र जमवून त्यांच्या समस्यांचे चर्वितचर्वण करण्यात घालवत असे. आपण हे करायचे का ते? की काहीच नाही करायचे? आम्ही अत्यंत गंभीरपणे हे सगळे करायचो. असे करताना कधी आमच्या खुर्चीत वाकडे होऊन जायचो, कधी फेऱ्या मारत वाद-विवाद करायचो आणि जेव्हा रात्र व्हायची तेव्हा अक्षरश: गर्भगळीत व्हायचो. आणखी उरलेली कितीतरी वर्षे खरेतर हेच चालू राहिले असते. याच्यापेक्षा अधिक चांगला दुसरा कुठला मार्ग असू शकतो? मला याची कल्पनाही नव्हती. जर मला कोणी येऊन सांगितले असते की, माझे काम मी यापेक्षा अधिक चांगल्या प्रकारे करू शकतो किंवा मी आत्तापर्यंत घालवलेल्या वेळेच्या ३/४ वेळ वाचवू शकतो, तर त्या वेळी मी त्याला वेड्यात काढले असते; पण नंतर मी एक अशी योजना तयार केली की, माझ्या कार्यक्षमतेत आश्चर्यकारक वाढ झाली. एवढेच नव्हे, तर त्यामुळे माझे आरोग्य सुधारले. माझ्यातील प्रसन्नता वाढली. ही योजना मी गेल्या आठ वर्षांपासून राबवतो आहे.

''हे सगळे जादूई होते, पण खरेच इतर जादूप्रमाणे जेव्हा तुम्ही हे करून बघाल, तेव्हा तुम्हालाही सोपे वाटेल. त्यामागचे रहस्य हे की, गेल्या पंधरा वर्षांपासून वापरत असलेली माझी कामाची पद्धत मी ताबडतोब बदलली. ती पद्धत अशी की, माझ्या कामाची सुरुवात अडचणीत सापडलेल्या बांधवांच्या समस्यांना सोडविण्यापासून सुरू व्हायची. म्हणजे काय बिघडले आणि आता काय करू? ह्याच्यापुढे मी आता चक्क फुली मारली. दुसरी गोष्ट म्हणजे मी नवीन नियम केला. तो असा की, ज्या कोणाला त्याची समस्या सांगायची असेल, त्याने ते सर्व स्वत: कागदावर लिहून पुढील चार प्रश्न व त्याची उत्तरे लिहून काढावीत आणि मग ते माझ्याकडे द्यावे.

''प्रश्न १ : *समस्या काय आहे?*

(पूर्वी आम्ही आमच्या मीटिंगमध्ये एक किंवा दोन तास सहज यावर घालवत असू, पण नेमकी समस्या काय आहे तेच कोणाच्या लक्षात येत नसे. आम्ही नुसतीच चर्चा करत असू, पण कधीही समस्या कागदावर लिहून काढली नव्हती.)

''प्रश्न २ : *समस्येचे मूळ कशात आहे?*

(जेव्हा मी माझ्या व्यावसायिक आलेखाकडे मागे वळून बघतो तेव्हा माझ्या असे लक्षात येते की, समस्येच्या मुळाशी काय आहे हे शोधायचा मी कधीही प्रयत्न

केला नाही. फक्त चेहरा लांब करून आम्ही चर्चा करत असू.)

"प्रश्न ३ : *समस्येवर कोणते उपाय करणे शक्य आहे?*

(पूर्वी जेव्हा मी मीटिंग बोलवत असे तेव्हा कोणीतरी एक जण एक उपाय सुचवीत असे. दुसरा त्याच्यावर वाद घालत असे. मग वाद रंगात येत असे. मग मुद्दा सुटत असे, पण कोणीही कागद पेन्सिल घेऊन आपण कोणत्या निर्णयाला आलो किंवा आपण कोणकोणते मुद्दे चर्चिले हे लिहून काढत नसे.)

"प्रश्न ४ : *तुम्ही कोणता उपाय सुचवाल?*

(मी एका माणसाबरोबर अशा मीटिंगला जात असे, जो तासन्तास समस्येचे फक्त चर्वण करत असे, फेऱ्या मारत असे; पण कोणते उपाय करणे शक्य आहे हे लिहून काढत नसे. तर हे उपाय लिहून काढावे अशी माझी सूचना आहे.)

"माझे साहाय्यक आता माझ्याकडे त्यांच्या समस्या घेऊन येत नाहीत. का? कारण आता त्यांना हे माहिती झाले आहे की, त्यांना या चार प्रश्नांची उत्तरे द्यावी लागतील आणि त्यापूर्वी सत्य गोष्टी जाणून घेऊन त्यावरील उपायांचा स्वत: विचार करावा लागेल आणि त्यांनी हे सगळे जर स्वत: केले तर ३/४ वेळा त्यांना माझ्या सल्ल्याची गरज पडत नाही. एखाद्या टोस्टरमध्ये टाकलेले ब्रेड ज्याप्रमाणे भाजले गेले की आपोआप बाहेर येतात तसेच त्यांच्या समस्यांवर त्यांना तोडगा मिळतो आणि अगदीच अवघड प्रसंगात जेव्हा सल्लामसलतीची गरज असते तेव्हासुद्धा चर्चा फारच थोड्या वेळात आटोपते. त्यामुळे आता पूर्वीच्या तुलनेत १/३ वेळेत सर्व आटोपते, कारण या चर्चा तर्कशुद्ध आणि कार्यकारणभावाने समाविष्ट असतात.

"आता सायमन आणि स्कूस्टरमधील फार थोडा वेळ चिंताक्रांत विषयांवर आणि घडलेल्या चुकांवर बोलण्यामध्ये जातो व त्यापेक्षा योग्य गोष्टी मार्गावर कशा आणल्या जातील यावर अधिक भर दिला जातो."

माझा मित्र फ्रँक बेटगर – अमेरिकेतील इन्शुरन्समधील प्रसिद्ध व्यक्ती. त्याने मला सांगितले की, त्याच्या या तंत्रामुळे त्याच्या व्यवसायातील फक्त काळज्याच कमी झाल्या नाहीत, तर त्याची संपत्तीसुद्धा वाढली.

फ्रँक बेटगर म्हणाला, "खूप वर्षांपूर्वी मी जेव्हा प्रथम इन्शुरन्स विकायला सुरुवात केली तेव्हा माझ्यामध्ये प्रचंड उत्साह होता आणि मला माझे काम आवडत होते. नंतर असे काहीतरी घडले की, मला प्रचंड निरुत्साह वाटू लागला आणि मला माझे काम सोडून द्यावेसे वाटू लागले. कदाचित मी माझे काम सोडूनही दिले असते, जर त्या शनिवारी सकाळी मला ही कल्पना सुचली नसती की, जरा बैठक मारून माझ्या काळजीची मुळे शोधून काढावी. ती मुळे मी कशी शोधली?

"(१) प्रथम मी स्वत:ला विचारले, 'नेमकी समस्या काय आहे?' तर समस्या अशी होती : मी इन्शुरन्स विकण्यासाठी जेवढा आटापिटा करत होतो, त्या

मोबदल्यात मला मिळणारे पैसे हे धक्कादायकरित्या खूपच कमी होते. मी दारोदार फिरून लोकांना आमच्या इन्शुरन्सच्या कल्पना समजावून सांगायचो. त्यांना त्या पटल्या असे दिसायचे. ते आता इन्शुरन्स घेणार असे वाटू लागताच मी जेव्हा कार्यवाही करण्यास सरसावायचो तेव्हा ते म्हणायचे, 'मि. बेटगर नंतर येऊन भेटा.' आणि मग इतके दिवसांचे माझे सातत्याने केलेले प्रयत्न फुकट जायचे आणि मला नैराश्य यायचे.

"२) मी स्वतःला विचारले, 'यावर कोणते उपाय शक्य आहेत?' पण या प्रश्नाचे योग्य उत्तर मिळण्यासाठी मला सत्य परिस्थितीचा अभ्यास करणे गरजेचे होते. मग मी माझ्या हिशोबाची संपूर्ण वर्षभराची वही काढली आणि त्यातल्या आकडेवारीचा अभ्यास केला.

"आणि मला ती आकडेवारी पाहून धक्का बसला! कारण त्या आकडेवारीनुसार ७०% इन्शुरन्स तर मी पहिल्या भेटीत विकले होते. २३% इन्शुरन्स दुसऱ्या भेटीत विकले होते आणि फक्त ७% इन्शुरन्ससाठी मला फार जास्त कष्ट घ्यावे लागत होते, ज्यामुळे मी हैराण झालो होतो. म्हणजे केवळ ७% विक्रीसाठी मी माझा संपूर्ण दिवसाचा अर्धा वेळ दवडत होतो.

" 'यावर उपाय काय?' उत्तर सोपे आहे आणि उघडच आहे. मी ताबडतोब ठरवून टाकले. एका ग्राहकाला जास्तीतजास्त दोन वेळा भेटायचे. पुढचा जास्तीचा वेळ अधिक चांगल्या, नवीन, विधायक कामासाठी वापरायचा आणि खरोखर याचा इतका चांगला परिणाम मिळाला की, कोणाचाच विश्वास बसणार नाही. फार थोड्या काळात माझी संपत्ती दुप्पट झाली.''

मी मागे म्हटल्याप्रमाणे फ्रँक बेटगर हा देशातील सर्वांत मोठा यशस्वी इन्शुरन्स एजंट ठरला, पण त्याच्या आयुष्यात एक क्षण असा आला होता की, तो हा व्यवसाय सोडून देण्याच्या बेतात होता. त्याने पराभव स्वीकारण्याचे मान्य केले होते, कारण त्याने त्याच्या समस्येचे विश्लेषण केले नव्हते. पण जेव्हा त्याने विश्लेषण केले तेव्हा यशाच्या मार्गावर चालण्यासाठी त्याला पुन्हा ताकद मिळाली.

तुमच्या व्यवसायातील समस्या सोडवण्यासाठी तुम्ही हे प्रश्न स्वतःला विचारून बघाल का? माझे तुम्हाला पुन्हा आवाहन आहे. हे प्रश्न तुमच्या समस्या पन्नास टक्क्यांनी कमी करतील. ते प्रश्न पुढीलप्रमाणे :

१) समस्या काय आहे?

२) समस्येचे कारण काय आहे?

३) समस्या सोडवण्यासाठी कोणकोणते उपाय करणे शक्य आहे?

४) तुम्ही कोणता उपाय सुचवाल?

# दुसऱ्या भागाच्या गाभ्यात काय आहे?

---

## काळजीच्या विश्लेषणाचे मूलभूत तंत्र

**नियम १:** सत्य जाणून घ्या. कोलंबिया विद्यापीठाचे डीन हॉकर्स काय म्हणाले ते लक्षात ठेवा. 'जगातल्या निम्म्या काळज्या अशा लोकांमुळे असतात की, जे परिस्थितीचे पुरेसे ज्ञान मिळविण्याच्या आधीच निर्णय घेऊन मोकळे होतात.'

**नियम २:** सत्य परिस्थिती पडताळून पाहून मगच निर्णयाप्रत या.

**नियम ३:** एकदा काळजीपूर्वक निर्णय घेतला की, मग कृती करा. तुम्ही जो निर्णय घेतला आहे, तो सिद्धीस नेताना त्याचे परिणाम काय होतील याची चिंता करू नका.

**नियम ४:** जेव्हा तुम्ही किंवा तुमचे सहकारी एखाद्या समस्येबद्दल काळजी करण्याच्या मन:स्थितीत असाल, तेव्हा लगेच पुढील चार प्रश्न लिहून काढा.

१) समस्या काय आहे?

२) समस्येचे मूळ कशात आहे?

३) कोणते उपाय करणे शक्य आहे?

४) सगळ्यात उत्तम उपाय कोणता?

## भाग तीन

काळजीच्या सवयीतून तुमची मोडतोड होण्यापूर्वी तुम्ही ती
सवय मोडून टाका

# ६

## मनात काळजीने घर करण्यापूर्वी तिला हाकलून कसे लावावे?

मी तो प्रसंग आयुष्यात कधीच विसरणार नाही जेव्हा डगलस माझ्या क्लासमध्ये विद्यार्थी होता. (मी इथे खरे नाव दिलेले नाही, कारण त्याने मला विनंती केली की, त्याची खरी ओळख मी देऊ नये. पण गोष्ट खरी आहे! त्याने ती संपूर्ण जगाला सांगितली.) दु:ख त्याचे दार ठोठावत एकदा नाही, तर दोनदा आले होते. पहिल्या वेळेस त्याची पाच वर्षांची मुलगी ती काळाने त्याच्यापासून हिरावून घेतली होती. तिच्यावर त्याचे जिवापाड प्रेम होते. त्याला आणि त्याच्या बायकोला त्या वेळी असे वाटले की, ते दोघे हे दु:ख सहन करू शकणार नाहीत. पुढे दहा महिन्यांनी देवाने त्यांना दुसरी मुलगी दिली. मात्र अवघ्या पाचच दिवसांत तिचा मृत्यूही झाला.

दोन वेळा पोटच्या मुलींचे असे मृत्यू हे त्यांच्या सहनशक्तीच्या पलीकडचे होते. त्याच्यातील प्रेमळ पिता बोलत होता, ''मी हे सहन करू शकलो नाही. मी सांगू शकत नव्हतो की काही खाऊ-पिऊ शकत नव्हतो. विश्रांतीसुद्धा घेऊ शकत नव्हतो. माझे शरीर बधिर झाले होते. माझा आत्मविश्वास ढासळला होता.'' मग तो डॉक्टरकडे गेला. एका डॉक्टरने झोपेच्या गोळ्या दिल्या, तर दुसऱ्याने शांत होण्यासाठी इंजेक्शन दिले, पण कशाचाही उपयोग झाला नाही. तो पुढे म्हणाला, ''मला असे जाणवले की, माझे शरीर एखाद्या अवाढव्य प्राण्याच्या अक्राळ-विक्राळ जबड्यात सापडले आहे आणि तो जबडा माझ्याभोवती अधिक अधिक आवळला जातो आहे. जर तुम्हाला अशा वियोगाच्या दु:खाचा काही अनुभव आला असेल, तर माझे दु:ख तुम्ही समजू शकाल.

''पण तरीही मी देवाचा आभारी आहे. कारण माझा चार वर्षांचा मुलगा अजून जिवंत होता. माझ्या खोल जखमेवर तोच मलमपट्टी करत होता. एके दुपारी मी असाच विमनस्क अवस्थेत बसलो असताना माझा मुलगा माझ्याजवळ आला व

५४ । चिंता सोडा सुखाने जगा

म्हणाला ''डॅडी, तुम्ही मला बोट करून द्याल?'' मी खरेतर बोट वगैरे करण्याच्या मन:स्थितीत नव्हतो. खरे सांगायचे, तर काहीच करण्याच्या मन:स्थितीत नव्हतो, पण माझा मुलगा माझ्या इतका मागे लागला की, मला त्याच्या इच्छेपुढे मान तुकवावी लागली.

''ती खेळण्यातील बोट तयार करण्यासाठी मला सुमारे तीन तास लागले. जेव्हा ती बोट तयार झाली तेव्हा मला प्रथमच हे जाणवले की, माझे तीन तास अतिशय मजेत गेले होते व प्रथमच मला इतकी मानसिक शांतता लाभली होती, जी मला कित्येक महिन्यांमध्ये मिळाली नव्हती.

''हा नव्याने लागलेला शोध मला धक्का देणारा होता; पण त्यामुळे मी माझ्या निष्क्रिय, उदासीन आयुष्यातून बाहेर पडलो व काहीतरी करण्याची ऊर्मी माझ्यात आली. कित्येक महिन्यांत मी काहीतरी वेगळा विचार केला. मला हे जाणवले की, जर तुम्ही कुठल्या ना कुठल्या कामात व्यग्र असाल, तुमच्या डोक्यात काही योजना आकार घेत असतील, तर चिंता करणे अवघड असते. माझ्या बाबतीत बोट बनवण्याच्या कामाने माझ्या चिंतेला दूर ढकलून दिले होते, म्हणून मी कामात व्यग्र राहण्याचा निश्चय केला.

''दुसऱ्या दिवशी रात्री मी घरातील प्रत्येक खोलीत जाऊन तेथे काय काय कामे करण्यासारखी होती, याची एक यादी केली. कित्येक गोष्टी दुरुस्त करायला हव्या होत्या. पुस्तकांची कपाटे, जिन्याच्या पायऱ्या, खिडक्यांची तावदाने, दरवाजांच्या मुठी, कुलपे, गळणारे नळ यांसारख्या गोष्टी ठीक करायला हव्या होत्या. माझ्या बाबतीत बोट तयार करण्यामुळे माझ्या मनातील काळजी बाहेर ढकलली गेली होती. माझे मलाच इतके आश्चर्य वाटले की, केवळ दोन आठवड्यांच्या अवधीमध्ये मी दोनशे बेचाळीस अशा गोष्टी शोधून काढल्या की, ज्यांच्याकडे लक्ष पुरवणे आवश्यक होते.

''दोन वर्षांच्या दरम्यान मी त्यातील जास्तीतजास्त गोष्टी ठीक केल्या. शिवाय मी माझ्या आयुष्यात सतत काहीतरी धडपड करायला शिकलो. आठवड्यातून दोन रात्री मी न्यूयॉर्कमध्ये प्रौढांसाठी शिक्षण वर्ग सुरू केला. मी माझ्या स्वत:च्या शहरातसुद्धा काही सामाजिक कार्ये केली. मी आता एका शाळेचा चेअरमनसुद्धा आहे. मी अनेक मीटींग्जना जातो. मी रेडक्रॉस संस्थेसाठी व त्यांच्या इतर कार्यासाठी पैसे जमा करतो. आता मी कामात इतका व्यग्र झालो आहे की, काळजी करायला माझ्याकडे वेळच नाही.''

'काळजी करायला वेळ नाही!' अगदी हेच विन्स्टन चर्चिलनेसुद्धा म्हटले आहे; ज्या वेळी ते दिवसातून अठरा तास काम करत होते! युद्धाचे दिवस होते ते! जेव्हा त्यांना असे विचारले गेले की, त्यांच्यावरील प्रचंड जबाबदाऱ्यांमुळे त्यांना

चिंता वाटते का? तेव्हा ते म्हणाले, ''मी इतका व्यग्र आहे की चिंता करायला मला वेळच नाही.''

मि. केटरिंगने जेव्हा ऑटोमोबाइलसाठी सेल्फ-स्टार्टर शोधून काढला तेव्हा तोसुद्धा हेच म्हणाला होता. मि. केटरिंग त्याच्या निवृत्तीपर्यंत जनरल मोटर्स कंपनीमध्ये व्हाइस प्रेसिडेंट होता; पण या दिवसांत तो इतका गरीब होता की, धान्याचा साठा जेथे करत तिथल्याच एका कोपऱ्यात त्याने त्याची प्रयोगशाळा बनवली होती. त्याच्या बायकोने पिआनो शिकवून मिळवलेले पंधरा डॉलर्स त्याला घरात किराणा सामान भरण्यासाठी मागावे लागत होते. नंतर एकदा पाचशे डॉलर्स त्याने त्याच्या विम्याच्या पॉलिसीवर उधार घेतले होते. मी त्याच्या बायकोला विचारले होते, ''त्या दिवसांमध्ये तुम्हाला कधी काळजी वाटायची का?'' तिने उत्तर दिले, ''हो, मला इतकी काळजी वाटायची की मी झोपू शकत नसे, पण मि. केटरिंगने त्याला त्याच्या कामात इतके वाहून घेतले होते की, त्याला कसलेच भान नसायचे.''

जगप्रसिद्ध शास्त्रज्ञ पाश्चर म्हणतात, ''वाचनालयात आणि प्रयोगशाळेत मिळणारी मन:शांती फार महत्त्वाची का असते? कारण वाचनालयात आणि प्रयोगशाळेत माणसे त्यांच्या कामात इतकी गढून गेलेली असतात की, त्यांना स्वत:च्या काळज्या करायला वेळच नसतो. प्रयोगशील संशोधकांना कधीच वैफल्य येत नाही. असल्या ऐषोआरामांसाठी त्यांच्याकडे वेळच नसतो.''

स्वत:ला कार्यमग्न ठेवण्याने जर आपण काळजीला दूर ठेवू शकत असू, तर मग इतकी साधी गोष्ट आपण का करत नाही? एक मूलभूत नियम आहे. होय. मानसशास्त्रामध्ये सर्वसंमत असलेला नियम. आणि तो नियम असा की, कोणताही माणूस कितीही हुशार असला, तरीसुद्धा एका वेळी एकच विचार करू शकतो. तुमचा यावर विश्वास बसत नाही. ठीक तर मग. आपण एक प्रयोग करू.

असे समजा की, तुम्ही सोफ्यावर मान मागे टाकून आरामात बसला आहात. डोळे मिटा आणि प्रयत्न करा की, एकाच वेळी तुम्ही स्वातंत्र्य देवतेच्या पुतळ्याचा विचार करत आहात आणि उद्या सकाळी तुम्हाला काय करायचे आहे याचे आराखडे बांधत आहात. प्रयत्न करा.

काय लक्षात आले तुमच्या? तुम्ही दोन्ही गोष्टींपैकी फक्त एकाच गोष्टीचा एका वेळी विचार करू शकता. दोन वेगवेगळ्या गोष्टींचा विचार एका वेळी होत नाही. खरे आहे. अगदी हीच गोष्ट भावनांच्या बाबतीत होते. आपण एकाच वेळी खूप उत्साहित आणि त्रासलेले असू शकत नाही. एकाच वेळी आनंदाने प्रफुल्लित होऊन काम करणे आणि त्याच वेळी ओढग्रस्त मन:स्थितीत काम उरकणे या गोष्टी आपल्याकडून होऊ शकत नाहीत. एका प्रकारची भावना दुसऱ्या भावनेला मनातून

बाहेर ढकलते. हा सर्वसाधारण शोध दुसऱ्या महायुद्धामध्ये सैन्यातील डॉक्टरांना जवानांवर मानसिक उपचार करताना फार उपयोगी ठरला.

युद्धातून जेव्हा हे सैनिक बाहेर पडले तेव्हा ते अतिशय गर्भगळीत झाले होते व त्यांचे मानसिक आरोग्य अत्यंत खालावले होते. सैन्यातील डॉक्टरांनी त्यांना 'सतत कामात व्यग्र राहा.' असा सल्ला बरे होण्यासाठी दिला होता.

रुग्णाला उद्योगात गुंतवून ठेवण्याच्या या उपचार-पद्धतीला 'ऑक्युपेशनल थेरपी' असे म्हणतात. या उपचारात औषध म्हणून 'काम' लिहून दिले जाते. ही नवीनच उपचारपद्धती आहे. जुन्या ग्रीक वैद्यकांनी तर हा सल्ला ख्रिस्त जन्मापूर्वी पाचशे वर्षे आधीच दिला होता !

युरोपमधील शांतिप्रिय सोसायटी बेन फ्रँकलीनच्या काळात फिलाडेल्फियामध्ये ही पद्धत वापरत होते. इ. स. १७७४मध्ये एका माणसाने अशा आश्रमाला भेट दिली तेव्हा त्याला धक्काच बसला, कारण असे मनोरुग्ण मोठमोठी कामे करण्यात दंग झाले होते. त्याला वाटले, या गरीब लोकांचा गैरफायदा घेतला जात आहे. तेव्हा संस्थाचालकांनी त्याला हे पटवून दिले की, जेव्हापासून हे लोक कामात दंग आहेत तेव्हापासून त्यांची मानसिक स्थिती सुधारत आहे. त्यामुळे रुग्णांच्या मनाला दिलासा मिळतो.

कोणताही मानसोपचारतज्ज्ञ तुम्हाला हेच सांगेल की, कार्यमग्न असण्याचा आपल्या दुखणाऱ्या शिरांना एखाद्या वेदनाशामकाप्रमाणे उपयोग होतो. लाँगफेलो या प्रसिद्ध कवीची पत्नी जेव्हा वारली तेव्हा त्यालाही हे पटले. एके दिवशी त्याची पत्नी मेणबत्तीचे काही काम करीत असताना तिच्या कपड्यांनी पेट घेतला. लाँगफेलोने तिचा आरडाओरडा ऐकला व जिवाच्या आकांताने तो धाऊन गेला, पण उपयोग झाला नाही. तिचा मृत्यू झाला. त्या भयभीत प्रसंगाच्या आठवणीने लाँगफेलोला वेड लागायची पाळी आली होती, पण त्याला तीन लहान मुले होती. त्यांचे पालन करणे आवश्यक होते. अत्यंत दुःखी अवस्थेतसुद्धा लाँगफेलोने बापाबरोबर आईचीसुद्धा जबाबदारी स्वीकारली आणि ती निभावलीसुद्धा! तो मुलांना फिरायला घेऊन जात असे, त्यांना गोष्टी सांगत असे, त्यांच्याबरोबर खेळ खेळत असे. त्याने त्याच्या 'दि चिल्ड्रेन्स अवर' या कवितेत त्याचे मुलांबरोबरचे सहजीवन अजरामर करून ठेवले आहे. त्याने डांटेच्या साहित्याचे भाषांतरसुद्धा केले. लेखन, वाचन, चरितार्थ चालवणे व मुलांचा सांभाळ करणे या सर्व जबाबदाऱ्या एकत्रितपणे पार पाडताना तो इतका व्यग्र झाला होता की, त्याला स्वतःचा पूर्णपणे विसर पडला होता आणि त्यामुळेच त्याची हरवलेली मनःशांती त्याला परत मिळाली होती. टेनिसनचा परम मित्र ऑर्थर हॅलम याचा मृत्यू झाला तेव्हा तो म्हणाला, ''मला कोणत्यातरी कामात स्वतःला गुंतवून घेतले पाहिजे, नाहीतर मी निराशेच्या

खाईत लोटला जाईन.''

आपल्यापैकी बहुतेकांना हा अनुभव आला असेल की, आपण कामात स्वतःला बुडवून घेतलेले असताना आणि कोणीतरी आपल्याकडून अविश्रांत परिश्रम करून घेत असताना आपल्या समस्या आपल्याला जाणवत नाहीत. तरीसुद्धा खूप वेळ काम केल्यानंतरचा जो पुढचा वेळ असतो, तो फार धोकादायक असतो. जेव्हा आता आपल्याकडे मौजमजा करायला वेळ असतो तेव्हा खरेतर आपण खूप आनंदी असायला हवे असते, पण नेमके त्याच वेळी हे काळजीरूपी राक्षस आपल्यावर वार करायला येतात. तेव्हा आपल्याला खेद वाटतो की, हे आयुष्य आता आपल्याला कोठे नेणार आहे? आपण या दुष्टचक्रात अडकलो की काय? आपल्या बॉसने आपल्यावर जो शेरा मारला त्याचा दडलेला अर्थ काय असू शकतो? कदाचित आपले कामजीवन आता संपुष्टात आले आहे की काय?

जेव्हा आपण कुठल्याच कामात व्यग्र नसतो तेव्हा आपल्या मनात प्रचंड पोकळी निर्माण होते. प्रत्येक फिजिक्स शिकणाऱ्या विद्यार्थ्याला हे माहिती आहे की, 'निसर्गाला पोकळी आवडत नाही.' त्या पोकळीच्या जास्तीतजास्त जवळ असलेली गोष्ट तेथे धावत येते. आपल्याला इलेक्ट्रिक बल्बचे उदाहरण यासाठी देता येईल.

तसेच मनाची पोकळी भरून काढण्यासाठी निसर्ग तत्पर असतो. कशाने भरते ही पोकळी? तर भावनांनी! का? कारण काळजी, भय, तिरस्कार, मत्सर आणि द्वेष या सगळ्या भावनांचे आपल्यावर प्राबल्य असते. त्या अगदी अनादी अनंत काळापासून आपल्या आसपासच असतात. या भावना काही वेळेस इतक्या आक्रमक होतात की, त्या आपल्या मनातील शांत, आनंदी विचारांना आणि भावनांना हुसकावून लावतात.

कोलंबियामधील अध्यापन कॉलेजातील प्रो. मर्सेल यांनीसुद्धा काळजीबद्दल खूप चांगल्या पद्धतीने सांगितले आहे. ते म्हणतात, ''जेव्हा तुम्ही काही करत नसता तेव्हा काळजी तुमचा खूप छळ करते. दिवसभर कामात असता तेव्हा तुम्हाला जाणवत नाही; पण रिकामपण आले की, काळजी तुमचा छळ मांडते. तुमची कल्पनाशक्ती तुमच्याविरुद्ध बंड करते आणि खूप हास्यास्पद शक्यता तुम्हाला एखाद्या भिंगातून मोठ्या करून दाखवते. अशा वेळी तुमचे मन काहीही ओझे नसलेल्या इंजिनाप्रमाणे सुसाट पळत सुटते. ते जणूकाही शर्यतीतच भाग घेते आणि मग बेअरिंग्ज जळण्याची भीती निर्माण होते किंवा आणखीनही काही अपघात होण्याची शक्यता निर्माण होते. म्हणून काळजीवर उपाय हाच की, स्वतःला पूर्णपणे काहीतरी विधायक काम करण्यात गुंतवून घेणे.''

अर्थात हे सगळे समजवून घ्यायला तुम्हाला कुठल्या कॉलेजचे प्रोफेसर असण्याची गरज नाही. दुसऱ्या महायुद्धाच्या काळात मी शिकागोमधील अशा एका

गृहिणीला भेटलो जिने स्वानुभवावरून 'काळजीवर मात करण्यासाठी स्वत:ला काहीतरी विधायक कार्यात गुंतवून घेतले पाहिजे.' हे शोधून काढले. ह्या बाईला आणि तिच्या नवऱ्याला जेव्हा मी न्यूयॉर्ककडून मिसुरीच्या माझ्या शेतावर ट्रेनने चाललो होतो तेव्हा तिथल्या डायनिंग कारमध्ये भेटलो.

तेव्हा या जोडप्याने मला जे सांगितले ते असे की, पर्ल हार्बरची दुर्घटना झाली तेव्हा त्याच्या आदल्या दिवशी त्यांच्या मुलाने सैन्यात प्रवेश केला होता. त्या आईच्या काळजाचा एकुलत्या एक मुलाच्या काळजीने थरकाप उडाला होता. तो कोठे होता? तो सुरक्षित होता का? तो प्रत्यक्ष लढाईत उतरला होता का? तो जखमी झाला होता का? की मारला गेला होता?

त्यावर मी तिला विचारले की, तिने तिच्या काळजीवर मात कशी केली? तिने सांगितले, "सगळ्यात प्रथम मी माझ्या मोलकरणीला कामावरून काढून टाकले आणि घरातील सर्व कामे स्वत: करायला सुरुवात केली, पण तरीही त्यामुळे हेतू साध्य होत नव्हता, कारण ही सगळी कामे मी यांत्रिकपणे पार पाडू शकत होते; त्यासाठी माझे मन व्यग्र असण्याची आवश्यकता नव्हती. त्यामुळे अंथरुण-पांघरुण आवरताना किंवा भांडी घासताना किंवा झाडलोट करताना माझी काळजी करणे चालूच असायचे. मला जाणीव झाली की, मला कुठल्यातरी नवीन कामाची गरज आहे की, ज्याच्यामुळे मी शारीरिक व मानसिकदृष्ट्या मिनिट मिनिट व्यग्र राहू शकेन. म्हणून मी एका मोठ्या डिपार्टमेंटल स्टोअर्समध्ये विक्रेतीची नोकरी धरली.

"त्याचा नक्कीच फायदा झाला. मी आता कामाच्या भोवऱ्यात सापडले. ग्राहकांचे थवेच्या थवे माझ्या आजूबाजूला होते. ते मला किंमत, साइज, कलर्स याबद्दलचे प्रश्न विचारायचे. त्यामुळे माझ्या कामाव्यतिरिक्त दुसऱ्या कोणत्याच गोष्टीचा विचार करण्याची क्षणाचीही फुरसत मला मिळायची नाही आणि जेव्हा रात्र व्हायची तेव्हा फक्त माझ्या दुखणाऱ्या पायांचा विचार माझ्या मनात यायचा. जेवण करून मी माझ्या अंथरुणात शिरले की, मला इतकी गाढ झोप लागायची की, जणू मी बेशुद्ध पडायचे. माझ्या अंगात काळजी करण्यासाठी त्राण नसायचे आणि वेळही नसायचा."

जॉन पॉईसला त्याच्या 'दि आर्ट ऑफ फरगेटिंग दि अनप्लेझंट' या पुस्तकात हे म्हणायचे होते की, 'जेव्हा मनुष्यप्राणी नेमून दिलेल्या कामात रममाण होतो तेव्हा त्याला एक विवक्षित आरामदायी अशी सुरक्षितता जाणवते. एका आंतरिक मन:शांतीचा त्याला प्रत्यय येतो आणि सुखावणाऱ्या बधिरतेची त्याला अनुभूती येते' आणि नेमके हेच त्या दु:खी आईलासुद्धा जाणवले.

खरोखरच देवाने दिलेले हे वरदानच म्हणावे लागेल. ओसा जॉनसन या अमेरिकेतील प्रसिद्ध स्त्रीने स्वत:च्या दु:खावर आणि काळजीवर कसा विजय

मिळवला ते मला सांगितले! कदाचित तिची गोष्ट तुम्ही वाचलीही असेल. त्याचे नाव आहे, 'आय मॅरीड ॲडव्हेन्चर.' अजून कोणत्या स्त्रीने कधी धाडसाशी लग्न केले आहे का? पण ओसाने केले. मार्टिन जॉनसनने तिच्याशी ती एकोणीस वर्षांची असताना लग्न केले आणि चाँटे कनसास येथील घनदाट जंगलात तो तिला घेऊन गेला. जवळपास पंचवीस वर्षांपर्यंत हे कनसासमधील जोडपे जगभर प्रवास करीत फिरले. त्यांनी आशिया आणि आफ्रिका येथील वन्य जीवनावरील फोटो घेतले. काही वर्षांनी त्यांनी वन्य जीवनावर व्याख्याने देत प्रवास केला, चित्रपट तयार केले आणि जगभर दाखवले. त्यांनी एक विमान घेतले होते व त्या विमानातून प्रवास करताना एकदा ते विमान एका पर्वतात घुसले. आणि मार्टिन या अपघातात जागेवरच मरण पावला. ओसासुद्धा जबरदस्त जखमी झाली होती. डॉक्टरांनी भविष्य वर्तवले होते की, ती बिछान्यातून कधीच बाहेर पडू शकणार नाही; पण ते ओसा जॉनसनला पुरेसे ओळखत नव्हते असेच म्हणावे लागेल. तीन महिन्यांनी ती व्हीलचेअरवर बसू शकली. एवढेच नाही, तर खूप मोठ्या जमावापुढे तिने व्याख्यानसुद्धा दिले. त्या काळात व्हील चेअरवर बसून तिने शंभर तरी व्याख्याने दिली असतील. मी तिला विचारले की, तिला एवढे सगळे करायची काय गरज होती. तेव्हा तिने उत्तर दिले : 'मला दु:ख आणि काळजी करायला वेळ मिळू नये म्हणून केवळ मी ते केले.'

ओसाला जे समजले ते टेनिसनने एका शतकापूर्वीच एका कवितेत लिहिले होते : 'मी कामात स्वत:ला गुंतवून घ्यायला पाहिजे, नाहीतर मी शुष्क होईन.'

ॲडमिरल बिर्ड जेव्हा दक्षिण ध्रुवावर अक्षरश: बर्फाखाली गाडला गेला व पाच महिने एका झोपडीत अगदी एकाकी आयुष्य जगला तेव्हा त्याला समजले की, अमेरिका आणि युरोप एकत्र केल्यावर जेवढा मोठा प्रदेश होईल तेवढा अनभिज्ञ प्रदेश कायम बर्फाने आच्छादलेला असतो. तेथे बिर्डने पाच महिने एकट्याने काढले. सुमारे शंभर मैलांपर्यंत एकाही जिवंत प्राण्याची चाहूल त्याला लागली नाही. थंडी तर इतकी प्रचंड होती की, घोंघावते वारे जेव्हा त्याच्या कानाला चिकटून जायचे तेव्हा त्याला त्याचा श्वाससुद्धा गोठलेला आणि स्फटिकरूप जाणवायचा. त्याच्या 'अलोन' नावाच्या पुस्तकात त्याने पाच महिने किती भयप्रद अवस्थेत काढले होते, त्याचे काळीज हलवून सोडणारे वर्णन केलेले आहे. तेव्हा दिवससुद्धा रात्रीसारखेच काळोखे असायचे. स्वत:ला वेड लागू नये म्हणून तो सतत काहीतरी करत बसे.

''रात्रीच्या वेळी कंदील विझवण्यापूर्वी'' तो म्हणाला, ''मी दुसऱ्या दिवशीच्या कामकाजाचे वेळापत्रक बनवत असे. मी मुद्दामच तशी सवय लावून घेतली होती. हे म्हणजे स्वत:शीच करारबद्ध होणे होते. म्हणजे जसे एक तास बोगद्यातून

निसटण्यासाठी, अर्धा तास वाऱ्याबरोबर वाहत आलेले ढीग सारखे करण्यासाठी, फ्युएल ट्रक्सना सरळ करण्यासाठी, एक तास पुस्तकांसाठी शेल्फ बनवण्यासाठी आणि दोन तास मानवी शक्तीवर चालणाऱ्या बर्फाच्या घसरगाडीसाठी तुटलेले पूल दुरुस्त करण्यासाठी.''

तो पुढे म्हणाला, ''अशा प्रकारे कामासाठी वेळेची विभागणी करणे जरा चमत्कारिकच होते, पण त्यामुळे स्वत:वरच हुकमत चालवण्याची एक असामान्य ताकद माझ्यामध्ये आला. त्याशिवाय किंवा असे म्हणू फारतर, तसे काहीतरी केल्याशिवाय माझे दिवस निर्हेतुक होते आणि असा कुठलाही हेतू नसलेला दिवस हा नेहमीच अप्रामाणिक वाटतो.''

पुन्हा लक्षात घ्या : 'निर्हेतुक! जे दिवस पूर्णपणे निर्हेतुकपणे संपतात ते दिवस अप्रामाणिक वाटतात.'

जर तुम्ही किंवा मी काळजीने बेजार झालो, तर आपण नक्कीच पूर्वापार चालत आलेल्या 'काम' याच औषधाचा वापर करू. हेच डॉ. कॅबोर या प्रसिद्ध मानसोपचारतज्ज्ञांनीसुद्धा त्यांच्या 'व्हॉट मेन लिव्ह बाय' या पुस्तकात सांगितले आहे. ''डॉक्टर म्हणून मला अतिरिक्त संशय, धरसोडवृत्ती, मनोदुर्बलता किंवा थरथर कापणारे शरीर या अवस्थेतील माझे रुग्ण कामात व्यग्र राहिल्याने बरे झालेले पाहून खूप आनंद होतो.'' कामामुळे आपल्यात धाडस येते; आत्मविश्वास येतो.

जर तुम्ही आणि मी कामात व्यग्र राहिलो नाही, आपण फक्त स्वत:शीच विचार करीत राहिलो, तर चार्ल्स डार्विन म्हणतो त्याप्रमाणे आपण फक्त शेकडोंनी अंडी उबवत राहू. विनर-विनर ही एक प्रकारची वाळवी जशी चांगल्या गोष्टींचा नाश करते तशीच काळजी चांगल्या व्यक्तीचा नाश करते.

मला न्यूयॉर्कमधील एक उद्योगपती माहिती आहे. तो त्या काळजीरूपी वाळवीशी कार्यमग्न राहून लढला. तो कामात इतका व्यग्र झाला की, काळजी करण्यास किंवा अस्वस्थ होण्यास त्याला वेळच नव्हता. त्याचे नाव लाँगमन. तो माझ्या क्लासमध्ये विद्यार्थी म्हणून आला. काळजीवर मात करण्याचे त्याचे तंत्र इतके प्रभावी होते की, मी त्याला माझ्याबरोबर जेवणासाठी थांबवले आणि मग आम्ही एका हॉटेलमध्ये मध्यरात्रीपर्यंत बसलो. त्याचे अनुभव ऐकले, त्यावर चर्चा केली. त्याने त्याची जी कथा सांगितली ती अशी – ''दहा वर्षांपूर्वी मी काळजीने इतका त्रस्त झालो होतो की, मला निद्रानाशाचा रोग जडला होता. मी अस्वस्थ होतो, गंभीर होतो, चिडचिडा झालो होतो आणि जवळपास वैफल्यग्रस्त होण्याच्या मार्गावरच होतो.

''माझ्या काळजीला कारणही तसेच रास्त होते. मी क्राउन फ्रूट अँड एक्स्ट्रॅक्ट कंपनीचा खजिनदार होतो. स्ट्रॉबेरीच्या गॅलन्ससाठी आम्ही पन्नास हजार डॉलर्स

भांडवलात घालवले होते. एकवीस वर्षांपासून आम्ही स्ट्रॉबेरीचे गॅलन्स आइसक्रीमच्या उत्पादकांना विकत होतो; पण अचानक आमची विक्री बंद झाली, कारण त्या मोठमोठ्या आइसक्रीम कंपन्यांनी म्हणजे नॅशनल डेअरी आणि ब्रॉडेन वगैरेसारख्यांनी स्वत:चे स्ट्रॉबेरीचे उत्पादन सुरू केले आणि त्यायोगे ते त्यांचे पैसे आणि वेळ दोन्हीही वाचवत होते.

"आमचे दुहेरी नुकसान असे होत होते की, आमचे पन्नास हजार डॉलर्स तर विक्री न झाल्यामुळे गेले, पण आमच्या करारानुसार आम्हाला पुढील बारा महिन्यांत आणखी एक लाख डॉलर्सच्या स्ट्रॉबेरी खरेदी करणे बंधनकारक होते. आम्ही आधीच ३,५०,०००/- डॉलर्स बँकेकडून कर्जाऊ आणले होते. हे पैसे फेडणेच अवघड होते, तर नवीन कर्ज कसे करणार? त्यामुळे मी काळजीने पोखरलो गेलो, तर त्यात नवल ते काय?

"वॅटसोनव्हीले, कॅलिफोर्निया येथे आमच्या फॅक्टरीज होत्या. मी ताबडतोब तेथे गेलो आणि आमच्या प्रेसिडेंटला वास्तवाची कल्पना दिली. परिस्थिती कशी बदलली आहे आणि आपले नुकसान कसे अटळ आहे हे सांगितले; पण त्याने माझ्यावर विश्वास ठेवला नाही. उलटपक्षी त्याने आमच्या न्यूयॉर्क ऑफिसला 'तुम्हाला विक्रीचे कौशल्य नाही' असा हिणकस शेरा मारून दोष दिला.

"दिवसभर सतत आर्जवे करून शेवटी मी त्याला आणखी स्ट्रॉबेरीची पॅकिंग्ज करण्यापासून परावृत्त केले आणि आमचा सगळा नवीन माल सॅनफ्रॅन्सिस्कोला पाठवला. त्यामुळे आमचे नुकसान पुष्कळ कमी झाले. खरेतर त्यानंतर माझी काळजी संपायला हवी होती; पण तसे घडले नाही. काळजी करणे आता माझा स्थायी भाव बनला होता. ती एक सवय बनून राहिली होती. थोडक्यात, मला काळजी करण्याची सवय जडली होती.

"जेव्हा न्यूयॉर्कला परत आलो तेव्हा मला प्रत्येक गोष्टीची काळजी वाटू लागली. आम्ही इटलीत चेरी विकत घेतल्या त्याबद्दल साशंकता वाटली, हवाईत अननस घेतले त्याबद्दल चिंता वाटली, आणखी बरेचकाही! मी गंभीर झालो, चिडचिडा झालो, झोपू शकलो नाही आणि मी आधीच सांगितल्याप्रमाणे मी तेव्हा अगदी वैफल्यग्रस्त होण्याच्या मार्गावरच होतो.

"या नैराश्यामध्येच मात्र मी स्वत:चा निद्रानाशाचा रोग बरा करण्यावर औषध शोधून काढले आणि माझ्या काळजी करण्याच्या प्रवृत्तीपासून मुक्तता मिळवली. मी स्वत:ला कामामध्ये झोकून दिले. माझ्या कंपनीच्या सगळ्या विभागांच्या समस्या मी माझ्या शिरावर घेतल्या, त्यामुळे मला काळजी करत बसायला वेळ नव्हता, इतका मी कामात व्यग्र झालो होतो. पूर्वी मी दिवसातून फक्त सात तास काम करत असे. आता मी दिवसातून पंधरा ते सोळा तास काम करू लागलो. मी रोज

ऑफिससाठी सकाळी आठ वाजता जायचो आणि रात्री किंवा मध्यरात्रीपर्यंत काम करत बसायचो. मी आणखी नव्या जबाबदाऱ्या अंगावर घेतल्या. मी मध्यरात्री जेव्हा घरी जायचो तेव्हा इतका प्रचंड दमलेला असायचो की, मी बिछान्यात अंग टाकायचो तेव्हा काही सेकंदांतच बेशुद्ध व्हायचो.

''मी हाच दिनक्रम जवळपास तीन महिने चालू ठेवला. तोपर्यंत माझी काळजी करण्याची सवय मोडली. नंतर मी पुन्हा दिवसातून सात-आठ तास काम करण्याच्या दैनंदिन जीवनास सुरुवात केली. ही घटना घडली त्याला आता अठरा वर्षे उलटून गेली, पण त्यानंतर कधीही मला पुन्हा निद्रानाशाचा किंवा काळजीचा त्रास झाला नाही.''

जॉर्ज बर्नार्ड शॉ म्हणतो ते बरोबर आहे. त्याने थोडक्यात असे सांगितले आहे: 'तुम्ही आनंदी आहात की दुःखी हे जाणून घ्यायची चैन तुम्हाला परवडणारी असते, हेच तुम्ही दुःखी असण्यामागचे गुपित आहे.' म्हणून असले विचार करून स्वतःला त्रास देऊ नका. कामात व्यग्र राहा. त्यामुळे तुमचे रक्ताभिसरण चांगले होईल, तुमचे मन प्रसन्न राहील, तुमचे आयुष्य सकारात्मक विचारांनी भरून जाईल आणि ते काळजीला तुमच्या मनातून हद्दपार करेल. कार्यमग्न व्हा, स्वतःला विधायक कार्यात गुंतवून घ्या. हे पृथ्वीवरील सर्वांत स्वस्त आणि सर्वांत उत्तम औषध आहे.

काळजी करण्याची सवय मोडायची असल्यास नियम १ :

**कामात गुंतवून घ्या. चिंताक्रांत माणसाने स्वतःला कृतिशील बनवले नाही, तर तो निराशेच्या खाईत लोटला जाईल.**

# ७

## काळजीमध्ये वाहवत जाऊन नुकसान करून घेऊ नका

आता मी तुम्हाला एक अत्यंत नाट्यमय कथा सांगणार आहे, जी मी जिवंत असेपर्यंत विसरू शकणार नाही. ही गोष्ट मला न्यू जर्सीमधील मेपलवुड येथे राहणाऱ्या रॉबर्ट मूरने सांगितली.

तो म्हणाला: '१९४५मध्ये मी माझ्या आयुष्यातील सगळ्यात मोठा धडा शिकलो. इंडो-चायनाच्या किनारपट्टीवर २७६ फूट पाण्याच्या खाली मला हे शिकायला मिळाले. मी तेव्हा बाया एस. एस. ३१८ या पाणबुडीवरील अठ्ठ्याऐंशी लोकांपैकी एक होतो. आमच्या रडार यंत्रावरून असे लक्षात आले की, एक गोपनीय युद्धनौका आमच्या मागावर आहे. पहाट झाल्याबरोबर आम्ही युद्धाच्या पवित्र्यात होतो. मी दुर्बिणीतून पाहिले की, एक युद्धनौका, तिला संरक्षण देणारा टँकर आणि बॉंबस्फोट घडवणारा ताफा आमच्यावर हल्ला करण्याच्या बेतात होता. आम्ही तीन टॉरपेडोज सोडले, पण नेम चुकले. प्रत्येक वेळी काहीतरी यांत्रिक चुकीमुळे अपेक्षित गोष्टी घडल्या नाहीत. युद्धनौकेवर हल्ला चालूच होता आणि आम्ही शेवटचा बॉंबस्फोट घडवणाऱ्या नौकेशी लढण्याच्या तयारीत होतो. इतक्यात तिने आमचा मोहरा बनवला (एका जपानी विमानाने साठ फूट पाण्यात असलेल्या आम्हाला बरोबर टिपले होते आणि आमची पोझिशन त्या माइन लेअरला कळवली होती). त्या माइन लेअरपासून वाचवण्यासाठी आम्ही दीडशे फूट पाण्याखाली गेलो. आम्ही हॅचेस उघडू नयेत म्हणून अधिक कड्या-कोयंडे लावले आणि आवाज येऊन आमची चाहूल लागू नये म्हणून सगळे पंखे बंद केले, इलेक्ट्रिक गिअर्स बंद केले, थंडावा आणणाऱ्या यंत्रणा बंद केल्या.

"त्यानंतर अवघ्या तीन मिनिटांनी काय घडले? तोफेचे सहा बार झाले आणि आम्ही खोल समुद्रात गाडले गेलो. महासागराची जमीन आमच्यापासून फक्त २७६

फुटांवर होती. आम्ही भयभीत झालो. एक हजार फूट खोलीपेक्षा कमी पाण्यात असताना हल्ला होणे फार घातक असते आणि पाचशे फूट खोलीमध्ये तर सर्वनाश करणारे असते आणि आम्ही तर त्याहीपेक्षा वाईट अवस्थेत म्हणजे २७६ फूट खोलीमध्ये होतो. सुमारे पंधरा तासांपर्यंत जापनीज युद्धनौका आमच्यावर खोल समुद्रात बाँब सोडत होती. जर खोल समुद्रात हे बाँब फुटले, तर पाणबुडीच्या सतरा मीटरच्या परिसरात जबरदस्त धक्क्याने पाणबुडीला भोक पडत असे. आमच्यापासून पंधरा फुटांवर असे अनेक बाँब्स फुटले. आम्हाला असे आदेश होते की, सुरक्षेचा भाग म्हणून आपापल्या केबिनमध्ये शांतपणे पडून राहा. मी इतका घाबरलो होतो की, श्वाससुद्धा घेऊ शकत नव्हतो. मी स्वत:च्या मनाशी म्हणत होतो, 'हाच तो मृत्यू, मृत्यू असा दिसतो!' खरेतर सगळे पंखे आणि इतरही गारवा देणाऱ्या यंत्रणा बंद असल्यामुळे पाणबुडीतील तापमान शंभर डिग्रीपेक्षाही अधिक होते, पण तरीही भीतीने मला हुडहुडी भरली होती. मी स्वेटर घातला आणि फरचे जॅकेटसुद्धा घातले. तरीही माझा थरकाप होत होता. माझे दात वाजत होते. थंडीतसुद्धा मला घाम फुटला होता. हा हल्ला सुमारे पंधरा तासांपर्यंत चालला. नंतर अचानक सगळे शांत झाले. कदाचित जापनीज माइन लेयरचा बाँबगोळ्याचा साठा संपुष्टात आला असावा. हे पंधरा तास आम्हाला पंधरा लाख वर्षांप्रमाणे भासले. माझ्या आयुष्याचा चलत्‌चित्रपटच माझ्या डोळ्यांसमोर तरळून गेला. मी आत्तापर्यंतच्या आयुष्यात केलेल्या सगळ्या वाईट गोष्टी मला आठवल्या. मी किती क्षुल्लक गोष्टींची काळजी करायचो ते आठवले. नेव्हीत दाखल होण्यापूर्वी मी बँकेत क्लार्क होतो. मला खूप वेळ काम करावे लागे याचा मला संताप यायचा. कमी पगार, भवितव्य अंधकारमय या गोष्टींचा राग येत असे. मी काळजी करायचो, कारण माझे स्वत:चे घर नव्हते. मी नवी गाडी विकत घेऊ शकत नव्हतो. मी माझ्या बायकोला भारी कपडे घेऊ शकत नव्हतो. मी माझ्या बॉसचा खूप तिरस्कार करायचो, कारण तो मला सतत रागवायचा. मला आठवतेय, सगळ्या जगावर रागावलेलो मी अत्यंत कडवटपणे घरात शिरायचो आणि क्षुल्लक कारणांवरून बायकोशी भांडायचो. माझ्या कपाळावर ऑटोच्या अपघातामुळे जी खोक पडली होती तिचाही मला खूप राग यायचा.

"काही वर्षांपूर्वी या सगळ्या काळज्या किती मोठ्या वाटायच्या! पण जापनीज युद्धनौकेने आमच्यावर केलेल्या हल्ल्यांमुळे ती उभी ठाकलेली आमच्या डोळ्यातील मूर्तिमंत भीती! त्याच्यापुढे या काळज्या फारच क्षुल्लक होत्या. मी त्याच वेळी स्वत:ला वचन देऊन टाकले की, जर मी हा सूर्य आणि हे तारे पुन्हा पाहू शकलो, तर मी आयुष्यात कधीच काळजी करणार नाही; कधीही नाही! कधीच नाही! कधीच नाही! मी या भयंकर पंधरा तासांत जगण्याची कला शिकलो. मी चार वर्षे सिरॅकस

विद्यापीठात अनेक पुस्तकांचा अभ्यास करूनही जे शिकलो नव्हतो, ते मी या पाणबुडीत शिकलो.''

बरेचदा असे होते की, खूप मोठ्या संकटांना आपण धीराने तोंड देतो, पण क्षुल्लक काळज्यांनी मात्र आपली मान दुखते. उदाहरणार्थ, सॅम्युअल फेपीजने एका पाहिलेल्या फाशीबद्दल आपल्या डायरीत लिहिले आहे की, फाशी जाणाऱ्या माणसाला मरणाबद्दल काळजी नव्हती, पण फाशी देणाऱ्या माणसाला त्याने सांगितले, 'जरा हळू, माझ्या मानेमध्ये गळू झाले आहे.'

ॲडमिरल बिर्डनासुद्धा ध्रुवीय प्रदेशातील त्या कडाक्याच्या थंडीत आणि अंधारात एक गोष्ट जाणवली - त्यांचे सहकारी इतर गोष्टींपेक्षा कसली तक्रार करत होते, तर 'त्यांची मान दुखते' याची. त्या साहसी सहलीत त्यांच्या सहकाऱ्यांनी धोके, कष्ट आणि -८०° सेल्सी. इतक्या कमी तापमानाबद्दलसुद्धा तक्रार केली नाही. पण ॲडमिरल बिर्ल म्हणतात, ''असे काही सहकारी भेटले की, केवळ दुसरे काही लोक त्यांना दिलेल्या जागेत काही इंचांची घुसखोरी करत होते म्हणून त्यांनी ही सहल सोडून दिली आणि त्यातील एक जण तर मला असा माहिती होता की, ज्याला मेसच्या हॉलमध्ये अशा ठिकाणी जागा हवी होती जेथून तो एका माणसाला एक घास अठ्ठावीस वेळा चावून खाताना बघू शकणार नाही. नाहीतर तो जेवत नसे.''

ॲडमिरल बिर्ड म्हणाले, ''या साहसी कॅम्पमध्ये अतिशय शहाण्या व शिस्तप्रिय माणसांनी क्षुल्लक गोष्टींसाठी आपला तोल गमावलेला मी पाहिला आहे.''

वैवाहिक आयुष्यात तर लोक क्षुल्लक गोष्टींवरूनही भांडतात आणि वेडेपणाचा कळस करतात. जगातील निम्मे हृदयविकार त्यामुळेच होतात.

म्हणजे असे जाणकार म्हणतात. उदाहरण द्यायचे झाले, तर जन. जोसेफ सबाय, शिकागो यांचे उदा. पाहता येईल. त्यांनी आत्तापर्यंत चाळीस हजार केसेस कौटुंबिक न्यायालयात सोडवल्या आहेत आणि ते या निर्णयाला आले आहेत की, 'वैवाहिक जीवनातील अस्वास्थ्याचे मूळ अगदी क्षुल्लक कारणांमध्येच असते.' होगन हे पूर्वी जिल्हा सरकारी वकील होते. त्यांनी सांगितले, ''आमच्या फौजदारी खटले चालणाऱ्या कोर्टात काय दिसते? तर सगळ्या भांडणांचे मूळ बढाया मारणारे मद्यपी, घरगुती खटकेबाज संवाद, अपमानकारक शेरे, क्रोध आणणारे शब्द, उद्धट वर्तन यांमध्ये असते. खरेतर या गोष्टी क्षुल्लक आहेत, टाळता येण्यासारख्या आहेत. आपल्यापैकी फारच थोडे लोक दुष्टपणाने वागतात किंवा फार चुकीचे वागतात. ते फक्त अधूनमधून दिलेले आत्मसन्मानाचे धक्के असतात. कधी तीव्र संताप असतो, तर काही वेळेस फक्त बडेजाव मिरविण्यासाठी दिलेला दणका असतो. आणि यामुळे जगात निम्म्या-अधिक हृदयविकाराच्या केसेस होतात.''

एलिनार रूझवेल्टचे जेव्हा पहिल्यांदा लग्न झाले तेव्हा तिचा आचारी जेवण

फार खराब बनवायचा हीच तिची सगळ्यात मोठी तक्रार होती. ती म्हणते, ''पण आता असे झाले, तर मी ते फारसे मनावर घेत नाही. लक्षातही ठेवत नाही.'' हेच योग्य आहे. ते परिपक्वतेचे लक्षण आहे. अनियंत्रित राज्यकर्ती म्हणून प्रसिद्ध असलेली कॅथरीन दि ग्रेटसुद्धा आचाऱ्याने जेवण बिघडवले तर फक्त हसायची, तक्रार करायची नाही.

मिसेस कार्नेगी आणि मी एकदा एका मित्राच्या घरी शिकागोमध्ये जेवायला गेलो होतो. तो मित्र मटणाचे तुकडे करत होता. हे करताना त्याची काहीतरी चूक झाली. माझ्या लक्षातही आले नाही, पण आले असते, तरी मला त्यात काही गैर वाटले नसते; पण त्याच्या बायकोचे त्याकडे लक्ष जाताच ती त्याच्या अंगावर अतिशय वाईट पद्धतीने ओरडली, म्हणाली, ''जॉन! बघ तू काय करतो आहेस? तुला साधे नीट वाढतापण येत नाही?''

नंतर ती आमच्याकडे पाहून म्हणाली : ''तो नेहमीच अशा चुका करतो. तो हे शिकून घेत नाही.'' नसेलही तो ते शिकला! पण मी मात्र त्याचे कौतुक करतो की, तो असल्या बायकोबरोबर जमवून घेण्याचे तंत्र शिकला. हे काय कमी आहे! थोड्याथोडक्या नाही, तर वीस वर्षांपासून तो संसार करतो आहे. जेवणाच्या टेबलावरचे उत्कृष्ट जेवण आणि उत्कृष्ट मांडामांड करून ही असली अपमानास्पद बोलणी ऐकण्यापेक्षा मी तर ऑमलेट-पाव खाणे पसंत केले असते.

त्यानंतर थोड्याच दिवसांत आम्ही दोघांनी काही पाहुण्यांना जेवायला घरी बोलावले होते. ते आमच्या घरी पोहोचण्याच्या बेतात असतानाच मिसेस कार्नेगीच्या लक्षात आले की, तीन नॅपकिन्स टेबलक्लॉथला मॅच होत नाहीत.

तिने मला हे नंतर सांगितले. ती म्हणाली : ''मी आपल्या आचाऱ्याशी बोलल्यावर मला समजले की, तीन नॅपकिन्स लाँड्रीमध्ये गेले आहेत. त्या वेळी पाहुणे दारात होते, त्यामुळे आता नॅपकिन्स बदलायलासुद्धा वेळ नव्हता. मला खूप वाईट वाटले. मी विचार केला, 'संपूर्ण संध्याकाळ खराब करणारी ही एवढी मोठी चूक माझ्या हातून कशी घडली?' नंतर मी पुन्हा विचार केला, 'ठीक आहे. आता झाले ते झाले. संध्याकाळ का खराब करायची? आणि मी या क्षुल्लक गोष्टी आहेत व त्याकडे लक्ष द्यायचे नाही असे ठरवले. माझ्या मित्र-मैत्रिणींना मी गबाळी, निष्काळजी गृहिणी वाटले तरी चालेल. कारण दुर्मुखलेल्या, चिडचिड करणाऱ्या गृहिणीपेक्षा हे अधिक चांगले! आणि या प्रसंगात माझ्या जे लक्षात आले, ते असे की, तीन नॅपकिन्स वेगळे आहेत, हे आपल्या पाहुण्यांच्या लक्षातसुद्धा आले नाही!''

कायद्याचे एक प्रसिद्ध तत्त्व आहे : कायदा कधीही क्षुल्लक गोष्टीत ढवळाढवळ करत नाही आणि जर मन:शांती हवी असेल, तर आपणही असे करू नये.

क्षुल्लक गोष्टींसाठी रागावून चिडचिड करण्यापेक्षा आपल्याला अशा वेळी दुसऱ्या चांगल्या गोष्टींवर लक्ष केंद्रित करून त्यावर मात करता येते आणि मनात आनंदी विचार आणून पाहण्याचा दृष्टिकोन बदलता येतो. माझा मित्र होमर याने 'दे हॅंड टू सी पॅरिस' आणि आणखी डझनभर पुस्तके लिहिली. त्यात त्याने हे खूप चांगल्या पद्धतीने सांगितले आहे. जेव्हा तो पुस्तके लिहीत असे, वाचन करत असे तेव्हा न्यूयॉर्कमधील त्याच्या घरात वाहनांच्या कर्कश्श आवाजामुळे तो खूप त्रस्त होत असे. जेव्हा तो टेबलावर लिहिण्यासाठी बसत असे तेव्हा त्या सगळ्या आवाजाचा आणि धुराचा त्याच्यावर अनिष्ट परिणाम होत असे.

होमर पुढे म्हणतो, "मी मित्रमंडळींबरोबर जेव्हा गिर्यारोहणाच्या मोहिमेवर जायचो व आम्ही तेथे रात्री शेकोटी पेटवून मौजमजा करायचो तेव्हा फांद्यांचा व त्या आगीतील आवाजाचा मला मुळीच त्रास होत नसे. खरेतर हा आवाज आणि इंजिनाच्या जाळीचा आवाज जवळपास सारखेच होते. मग मला एक आवडत होता व दुसऱ्याचा मी तिरस्कार करत होतो, असे का होते? मी घरी गेल्यावर पुन्हा विचार केला आणि मनाशी ठरवले की, रस्त्यावरील वाहनांचा हा आवाजसुद्धा चांगलाच आहे. आता याबद्दल पुन्हा काळजी करायची नाही आणि रागवायचेसुद्धा नाही आणि मी तसे केलेही. थोडे दिवस मला तो आवाज ऐकू येत होता, पण हळूहळू मी त्याकडे दुर्लक्ष करण्यात यशस्वी झालो.

आणि हेच इतर क्षुल्लक गोष्टींच्या बाबतीत असते. आपल्याला ज्या गोष्टी आवडत नाहीत त्यांच्याच विचारात आपण अक्षरश: पोहत राहतो. याचे कारण म्हणजे आपण त्या गोष्टींना जरूरीपेक्षा जास्त महत्त्व देतो."

डिझारेली म्हणतो, "आपले आयुष्य इतके थोडके आहे की, त्याला आणखी लहान बनवू नये. ह्या विचारामुळेच मी अनेक दु:खद गोष्टींना आयुष्यात तोंड देऊ शकतो. छोट्याछोट्या गोष्टींनी अस्वस्थ होण्याची परवानगी आपणच मनाला देतो. आपण अशा हलक्या गोष्टी विसरून जायला पाहिजेत. आपण या धरतीवर फक्त आणखी काही दशके राहणार आहोत आणि आपण काळजी करण्यात घालवलेले कित्येक तास कशानीच भरून येत नाहीत, हे लक्षात ठेवायला हवे. खरेतर कालांतराने आपण आणि इतर लोकसुद्धा त्या गोष्टी विसरतात म्हणून आपण आपला प्रत्येक क्षण सत्कारणी लावला पाहिजे. चांगले विचार, प्रेम, ममत्व आणि आलेल्या प्रसंगांना धीराने तोंड देणे हे आपले आपण शिकले पाहिजे, कारण आयुष्य खूप थोडे आहे. ते अजून लहान बनवायचे नाही."

रूडयार्ड किपलींगसारखी प्रसिद्ध नामवंत व्यक्तीसुद्धा प्रसंगी हे विसरते की, 'आपले थोडके आयुष्य लहान बनवू नये.' त्याचा परिणाम काय झाला? त्याचे व त्याच्या मेहुण्याचे कोर्ट-दरबारी चाललेले भांडण इतके ऐतिहासिक ठरले की,

त्यावर एक पुस्तक लिहिले गेले : 'रूडयार्ड किपलिंग्ज व्हर्मोंट फ्यूएड'.

त्याची कथा अशी की, रूडयार्ड किपलिंगचे व्हर्मोंटमधील एका मुलीशी लग्न झाले. कॅरोलिन तिचे नाव. ब्रॅटलबोरो येथे त्याने एक सुंदर घर बांधले आणि तेथेच आता पुढील आयुष्य काढायचे या विचाराने तो तेथे स्थायिक झाला. त्याचा मेहुणा निटी बॅलेस्टीयर हा त्याचा अगदी जीवश्च कंठश्च मित्र बनला. दोघेही एकत्र काम करायचे, खेळायचे, मौजमजा करायचे.

नंतर किपलिंगने बॅलेस्टीयरकडून काही जमीन विकत घेतली. अर्थात त्यांचा तोंडी करार असा झाला होता की, किपलिंग त्या जमिनीवरील गवत कापून नेण्यास कधीच हरकत घेणार नाही, पण एके दिवशी बॅलेस्टीयरने पाहिले की, त्या विशिष्ट जागेवर किपलिंगने फुलझाडांची लागवड केली होती. तो रागाने बेभान झाला. किपलिंगनेसुद्धा ठोशाला प्रतिठोसा दिला आणि छोट्या कटकटीचे रूपांतर मोठ्या युद्धात झाले.

काही दिवसांनी किपलिंग जेव्हा सायकलवरून जात होता त्या वेळी त्याचा मेहुणा घोडागाडी घेऊन रस्ता ओलांडत होता, पण किपलिंगला धक्का लागून तो जोरात पडला आणि जो किपलिंग त्याच्या पुस्तकातून मानसिक संतुलनाबद्दल लिहायचा आणि डोके शांत ठेवण्याबद्दल लिहायचा, त्याच किपलिंगने स्वत:च स्वत:चे मानसिक संतुलन घालवले आणि बॅलेस्टीयरविरुद्ध पकड वॉरंट काढले. कोर्टकेस चालली. सगळेच फार सनसनाटी आणि खळबळजनक होते. गावागावांतून वार्ताहर शहरात आले. जगभर बातमी झळकली. मध्यस्थी, तडजोड, मांडवली यांसारखे शब्द बाद झाले. या भांडणामुळे किपलिंगला आणि त्याच्या बायकोला अमेरिकेतील त्यांचे हे सुंदर घर पारखे झाले. सगळा कडवटपणा आणि काळजी कशासाठी, तर केवळ वाळलेल्या गवतासाठी! हा गवताचा भारा उंटाच्या पाठीवरील ओझ्यातील वाढीव गवताच्या काडीसारखाच ठरला!!

सुमारे चोवीस शतकांपूर्वी पेरीकल्स म्हणाला होता : 'सभ्य गृहस्थांनो, आपण किरकोळ गोष्टींवर जरा जास्तच वेळ घालवतो. होय! हे खरेच आहे.'

डॉ. हॅरी इमरसन नेहमी जी गोष्ट सांगतात, ती वनराजीच्या प्रबळ योद्ध्याची, जिंकलेल्या आणि हरलेल्या युद्धाची कथा ऐका :

कोलोरॅडोच्या डोंगरउतारावरील एका प्रचंड महाकाय भुईसपाट झालेल्या वृक्षाची ही कथा आहे. निसर्गप्रेमी सांगतात की, ते झाड चारशे वर्षांपासून तेथे होते. कोलंबसने जेव्हा अमेरिकेत सॅग सालव्हॅजेरेवर पाय ठेवला तेव्हा त्याचे बीज रुजले होते आणि प्लायमाउथला भाविक जेव्हा स्थायिक झाले तेव्हा ते छोटे रोपटे होते. त्यानंतरच्या काळात चौदा वेळा त्याच्यावर

वीज पडून ते कोलमडले. अनेक वादळांना त्या झाडाने यशस्वीपणे तोंड दिले. अत्यंत प्रतिकूल परिस्थितीतसुद्धा ते परत उभे राहिले, पण शेवटी वाळवीच्या किड्यांच्या मोठ्या सैन्याने त्याच्यावर हल्ला करून त्याला जमीनदोस्त केले. त्या वाळवीच्या किड्यांनी त्या झाडाला पोकळ करून टाकले आणि त्याची आतील शक्ती निष्प्रभ केली. इतक्या दुर्बल किड्यांच्या अव्याहत प्रयत्नांमुळे हे शक्य झाले. ज्या महाकाय वृक्षावर काळाचा कोणताच परिणाम झाला नाही, वीज त्याला मोडू शकली नाही, वादळ नमवू शकले नाही, त्याला ज्या किड्यांना माणूस त्याच्या एका चिमटीने चिरडून टाकू शकतो, अशा शूद्र किड्यांनी संपवले.

आपणसुद्धा जंगलातील त्या महाकाय वृक्षाप्रमाणेच आहोत, नाही का? आपणसुद्धा आपल्या जीवनात येणाऱ्या चढ-उतारांना, संकटांना, दुःखद प्रसंगांना मोठ्या हिमतीने तोंड देतो, पण आपल्या हृदयाला काळजीरूपी किड्यांना पोखरण्याची परवानगी देतो! काळजीची वाळवी! ती नाहीशी करणे सहज सोपे असते.

एकदा व्योमिंगमधील टेटॉन राष्ट्रीय उद्यानाला भेट देण्याचा प्रसंग आला. मी राज्याच्या महामार्ग-निरीक्षक असलेल्या चार्ल्स सेफ्रेडबरोबर व इतर काही मित्रांबरोबर होतो. आम्ही रॉकफेलरच्या मालकीच्या जागेला भेट देणार होतो, पण आमच्या गाडीने एक चुकीचे वळण घेतल्यामुळे आम्ही रस्ता चुकलो आणि पहिल्या गाडीपेक्षा एक तास उशिरा पोहोचलो. सेफ्रेडकडे किल्ली होती. त्याने कुंपणाचे गेट उघडले व एवढ्या गरमीत, डासांच्या साम्राज्यात, त्या जंगलात तो एकटा आमची वाट पाहत उभा राहिला. साधुसंतांचासुद्धा संयम तुटला असता असा तो प्रसंग होता, पण तशाही परिस्थितीत सेफ्रेडने संयम राखला. आमची वाट पाहत उभे असताना त्याने झाडाची एक फांदी तोडली आणि त्याची सुबक शिट्टी बनवली. आम्ही पोहोचलो तेव्हा तो डासांना शिव्या घालत होता का? तर नाही. मजेत शिट्टी वाजवत होता. मी ती शिट्टी एक अशा माणसाची आठवण म्हणून अजूनही जपून ठेवली आहे की, ज्याला हे माहीत होते की छोट्या छोट्या गोष्टींचा बाऊ करू नये.

काळजी करण्याची सवय सोडायची असल्यास नियम २ :

**क्षुल्लक गोष्टींनी आपण स्वतःला त्रास करून घेऊ नये. त्या विसरून जाव्यात.**

**लक्षात ठेवा, 'आयुष्य लहान आहे. त्याला आणखी लहान बनवू नका.'**

# ८

## सरासरीचा नियम

मी जेव्हा लहान मुलगा होतो तेव्हा मिसुरीच्या आमच्या शेतावर आम्ही राहत असू. एके दिवशी चेरीची लागवड करण्यासाठी माझ्या आईला मदत करत असताना अचानक मी रडू लागलो. माझी आई म्हणाली, "डेल, तू का रडतो आहेस?" मी त्यावर मुसमुसत सांगितले, "मला भीती वाटते की, मला कोणी जिवंत असतानाच पुरून टाकतील."

त्या काळात माझे बालमन अनंत चिंतांनी ग्रासलेले होते. जेव्हा ढगांचा गडगडाट होत असे तेव्हा मला भीती वाटत असे की, माझ्या अंगावर वीज पडून मी मरणार आहे. जेव्हा घरात पैशाची चणचण भासायची तेव्हा मला भीती वाटत असे की, आता आम्हाला पुरेसे खायलासुद्धा मिळणार नाही. मला काळजी वाटत असे की, मी मेल्यावर नरकात जाणार आहे. सॅम व्हाईट नावाचा माझ्यापेक्षा एक मोठा मुलगा होता. त्याने मला धमकी दिली होती की, तो माझे कान खाणार आहे. त्यामुळे मी अस्वस्थ झालो होतो. मला भीती वाटायची की, मी जर माझी टोपी मुलींच्या दिशेने फिरवली, तर त्या मला हसतील. मला भीती वाटायची की, लग्न झाल्यानंतर लगेचच मी माझ्या पत्नीशी कसे बोलायला पाहिजे. माझ्या कल्पनेनुसार माझे लग्न एका छोट्या गावातल्या चर्चमध्ये होऊन एका छोट्याशा टुमदार गाडीतून माझी वरात माझ्या शेतापर्यंत येईल, असे मला वाटायचे; पण मी चर्चपासून ते आमच्या शेतावरील घरापर्यंतच्या प्रवासात तिच्याशी काय बोलेन याची मला चिंता असायची. मी कसा बोलेन याची मला इतकी चिंता असायची की, नांगरट करत असताना कित्येक तासांपर्यंत धरणीकंप होतो आहे असे मला वाटायचे.

पण जसजसा मी मोठा होऊ लागलो तसतसे मला समजायला लागले की,

मी ज्या गोष्टींची चिंता करत असे त्या नव्याण्णव टक्के तशा घडल्या नाहीत.

उदाहरणार्थ, मी जसे मागे म्हटले की, मला आकाशात वीज चमकली की, खूप भीती वाटायची; पण आता मला समजते की, वीज पडल्यामुळे अपमृत्यू होण्याची शक्यता ही नॅशनल सेफ्टी कौन्सिल यांच्या सांगण्याप्रमाणे ही एका वर्षात जर ३५०० वेळा वीज पडली तर एखादा मृत्यू होतो, अशी आहे.

जिवंतपणी मला कुणी पुरेल ही शक्यता तर याहीपेक्षा अधिक संदिग्ध होती. फार पूर्वीसुद्धा याचे प्रमाण दहा लाख लोकांमध्ये एक असे होते.

कॅन्सरने मात्र मृत्यू होण्याचे प्रमाण आठास एक होते. जर मला कसली चिंताच करायची असती, तर वीज पडून येणाऱ्या मृत्यूपेक्षा किंवा जिवंतपणी गाडून टाकण्याच्या भीतीपेक्षा कॅन्सरची चिंता करणे अधिक सयुक्तिक होते.

मी आत्तापर्यंत पौगंडावस्थेतील आणि तारुण्यातील काळज्यांबद्दलच बोललो, पण आपल्या प्रौढावस्थेतील काळज्यासुद्धा मूर्खपणाच्या असतात; पण तुम्ही, मी, आपण सगळेच आपल्या नऊ-दहा काळज्या लगेच थांबवू शकतो. जर आपण चिडचिड करत राहण्यापेक्षा सरासरीच्या नियमाचा अभ्यास केला व आपल्याला ज्या गोष्टींची काळजी वाटते त्याला हे नियम लावून पाहिले तर या समस्या लगेच सुटतील.

पृथ्वीवरची सगळ्यात प्रसिद्ध इन्शुरन्स कंपनी म्हणजे लंडनची लॉईड्स कंपनी. तिने लाखो डॉलर्स फक्त अभावाने घडणाऱ्या गोष्टींची भीती घालून कमावले. जी संकटे कधीही येणार नाहीत, त्यांवर लंडनच्या लॉईड्स कंपनीने पैजा मारल्या. अर्थात ते स्वत: त्याला बेटिंग म्हणत नाहीत, तर ते त्याला इन्शुरन्स म्हणतात; पण खरे सांगायचे तर सरासरीच्या नियमाचा अभ्यास करून शास्त्रशुद्ध पद्धतीने केलेले हे बेटिंगच आहे. दोनशे वर्षांपासून ही इन्शुरन्स कंपनी प्रबळ होत चालली आहे आणि जोपर्यंत मनुष्य-स्वभाव बदलत नाही तोपर्यंत ती आणखी बलवान होणार आहे, कारण लोक आता बुटांपासून ते जहाजापर्यंत प्रत्येक गोष्टीचा इन्शुरन्स करत आहेत; पण लोकांची ही भीती काल्पनिक आहे हे सरासरीच्या नियमाचा अभ्यास केला तर समजते.

जर आपण सरासरीचा नियम लावून एखादी गोष्ट पडताळून पाहिली, तर आपल्याला आत्तापर्यंत न उकललेले सत्य समजते. उदाहरण द्यायचे झाले, तर जर मला हे आधी माहिती असते की, आणखी पाच वर्षांनी मला गेटीसबर्गचे युद्ध लढायचे आहे, तर मी खूप घाबरलो असतो. शक्य तेवढे लाइफ इन्शुरन्स काढले असते. माझे मृत्युपत्र बनवून ठेवले असते आणि सगळ्या इतर गोष्टी सुरळीत करून ठेवल्या असत्या. मी म्हणालो असतो, 'कदाचित या युद्धावरून मी परत येणार नाही, म्हणून मी जी काही थोडी वर्षे उरली ती चांगली घालवायला

पाहिजेत.' पण वास्तव असे आहे की, सरासरीच्या नियमानुसार पडताळणी केली, तर ग्रेटीसबर्गचे युद्ध लढणे हे वयाचे पन्नास ते पंचावन्न वर्षांमधील गुजरणारे शांतिपूर्ण आयुष्य जेवढे धोकादायक व दुर्घटनाग्रस्त आहे तितकेच हे आहे. थोडक्यात मला काय म्हणायचे आहे की, शांततापूर्ण काळातसुद्धा हजारी जितकी माणसे पन्नास ते पंचावन्न वयाच्या कालमर्यादेत मरतात तितकीच शक्यता गेटीसबर्गच्या १,६३,००० सैन्यामध्ये मृत्यूची होती.

या पुस्तकाची कित्येक प्रकरणे मी कॅनडामधील पर्वतरांगांच्या जवळ बोलीफच्या किनारी सिंपसच्या नम-ही-गाह या लॉजमध्ये लिहिली आहेत. एकदा वसंत ऋतूतील माझ्या येथील वास्तव्यात मला श्री. व सौ. हर्बट सेलिंजर भेटले. शांत व गंभीर सेलिंजरने माझे असे मत बनवले की, ती कधीच कशाची काळजी करत नाही. एके दिवशी संध्याकाळी शेकोटीभोवती आम्ही बसलेलो असताना मी तिला विचारले की, ती कधी काळजीमुळे त्रस्त झाली होती का? यावर तिने आश्चर्याने विचारले, "काळजीने त्रस्त? माझे जवळपास संपूर्ण आयुष्यच काळजीमुळे धुळीला मिळाले आहे." ती म्हणाली, "काळजीवर मात करायला शिकण्यापूर्वी अकरा वर्षे मी स्वत:च स्वत:साठी बनवलेल्या नरकात राहत होते. मी सतत रागावलेली आणि अस्वस्थ असे. मी प्रचंड तणावाखाली जगत होते. त्या वेळी दर आठवड्याला मी बसने सॅनफ्रॅन्सिस्कोला खरेदीसाठी जात असे, पण खरेदी करत असतानासुद्धा मी अत्यंत चिंताग्रस्त असे. मला वाटे, कदाचित मी इस्त्री चालू ठेवून आले आहे, त्यामुळे घराला आग लागली असेल, तर कधी मला वाटे, माझी मोलकरीण मुलांना सोडून गेली असेल, मुले सायकल घेऊन घराबाहेर पडली असतील व एखाद्या गाडीने त्यांना उडवले असेल; आणि सामानाची खरेदी करता करता काळजीमुळे मी अगदी घामाने डबडबत असे आणि तडक बस पकडून घरी सगळे ठीक आहे का ते पाहायला जात असे. माझ्या अशा मानसिक अवस्थेत माझे पहिले लग्न संपुष्टात आले, तर त्यात नवल ते काय?

"माझे दुसरे पती वकील आहेत. अतिशय शांत व अभ्यासू माणूस. ज्याला कधीच कोणत्याच गोष्टीची चिंता नसते. मी जेव्हा कधी गंभीर आणि चिंतेत असते तेव्हा ते - 'शांत राहा. आपण त्याच्यावर विचार करू. तू नेमकी कशामुळे अस्वस्थ आहेस. आपण त्या गोष्टीला सरासरीचा नियम लावून त्याची पडताळणी करू आणि ती गोष्ट घडण्याची शक्यता आहे किंवा नाही ते पाहू.' असे म्हणतात.

"उदाहरणार्थ, मला तो प्रसंग आठवतो जेव्हा आम्ही न्यू मेक्सिकोहून कॅरिस्बार्ड कॅव्हर्न्सना जात होतो. रस्ता अतिशय घाणेरडा, धुळीचा होता. तशात आम्ही पावसाळी वादळामध्ये सापडलो.

"आमची गाडी घरंगळल्यासारखी आणि घसरल्यासारखी चालली होती.

आमचा तिच्यावर ताबा राहत नव्हता. मी देवाकडे प्रार्थना करत होते की, निदान आम्ही घसरलो तरी तो डोंगराचा किंवा इमारतीच्या बाजूकडचा खड्डा असू दे, पण माझा नवरा मात्र मला पुन्हा पुन्हा सांगत होता, ''मी अत्यंत हळू चालवत असल्याने फारसे वाईट घडणार नाही. जरी आपली गाडी खड्ड्यात पडली तरीही सरासरीच्या नियमानुसार आपल्याला इजा होणार नाही.'' त्याच्या शांतपणामुळे आणि आत्मविश्वासामुळे मी शांत झाले.

''एका वसंत ऋतूतील सुट्टीमध्ये आम्ही कॅनडातील पर्वतरांगांमधील होकीन व्हॅली इथे सहलीला गेलो. एके रात्री समुद्रसपाटीपासून सात हजार फूट उंचीवर जेथे आम्ही तळ ठोकला होता तेथे प्रचंड मोठे वादळ झाले आणि त्यामध्ये आमचा तंबू आपले अस्तित्व टिकवू शकेल असे वाटत नव्हते. हे तंबू खूप जाड दोराने एका लाकडी पक्क्या फळीला बांधले होते, पण वादळामुळे ते तंबू हलत होते, थरथरत होते आणि किंचाळतसुद्धा होते. माझी अशी अपेक्षा होती की, आमचा तंबू हळूहळू फाटत जाईल, सैल होईल आणि नंतर आकाशाकडे झेपावेल. मी भयभीत झाले होते, पण माझा नवरा मात्र सतत मला धीर देऊन सांगत होता, ''हे बघ, आपण अगदी चांगल्या गाइड्सबरोबर येथे आलो आहोत. या प्रकारचे तंबू बांधण्याचे काम या पर्वतरांगांमध्ये ते सुमारे साठ वर्षांपासून करत आहेत. हा तंबूसुद्धा अनेक वर्षांपासून येथे आहे. अजूनपर्यंत तरी तो मोडकळून पडला नाही, म्हणून सरासरीच्या नियमानुसार आजसुद्धा आपला तंबू उन्मळून पडणार नाही आणि जरी तसे काही घडलेच, तरी आपण दुसऱ्या एखाद्या तंबूत निवारा शोधू. काळजी करू नकोस, शांत राहा.'' मी माझ्या नवऱ्याचे ऐकले आणि रात्री शांतपणे झोपले.

''काही वर्षांपूर्वी लहान बालकांमध्ये पॅरॅलिसिसची साथ आली होती आणि संपूर्ण कॅलिफोर्निया त्याच्या भीतीने हादरून गेले होते. जर मी पूर्वीचीच असते, तर वेडीच झाले असते; पण माझ्या नवऱ्याने मला वास्तव अत्यंत शांतपणे स्वीकारून त्याप्रमाणे वागण्याबद्दल सांगितले. आम्ही शक्य तेवढी प्रतिबंधात्मक काळजी घेतली. आम्ही मुलांना गर्दीपासून दूर ठेवले, शाळेत पाठवले नाही, सिनेमा थिएटरमध्ये पाठवले नाही. हेल्थ बोर्डकडे चौकशी केली, त्यांचा सल्ला घेतला व त्यांच्याकडून माहिती घेतली. त्यांनी सांगितले की, इतकी मोठी साथ असूनही केवळ संपूर्ण कॅलिफोर्नियात १८३५ मुलांनाच या रोगाचा संसर्ग झाला आहे आणि साथ नसतानासुद्धा दोनशे ते तीनशे मुलांना या रोगाचा संसर्ग होतच असतो. ही आकडेवारी जरी दुःखद असली, तरी आम्हाला हे लक्षात आले की, सरासरीच्या नियमानुसार आपल्या एखाद्या मुलाला संसर्ग होण्याची शक्यता फार दूरची आहे.

'' 'सरासरीच्या नियमानुसार हे होणार नाही' हे माझ्या नवऱ्याचे वाक्य माझी नव्वद टक्के काळजी दूर करण्यास कारणीभूत ठरले आणि या अशा त्याच्या

वेळोवेळी दिलेल्या दिलाशामुळे मी गेली वीस वर्षे अत्यंत सुंदर, शांतपूर्ण आणि कल्पनातीत आयुष्य जगत आहे.''

असे म्हणतात की, आपल्या जवळपास सगळ्याच काळज्या आणि दु:खे वास्तवातून न येता आपल्या कल्पनेतून येतात. मी जेव्हा माझ्या भूतकाळातील वर्षे आठवतो तेव्हा मलाही हे जाणवते की, माझ्या अधिकतर काळज्या काल्पनिक होत्या. जीम ग्रँटने मला सांगितले की, त्याचाही हाच अनुभव आहे. त्याची न्यूयॉर्कमध्ये ग्रांट डिस्ट्रिब्युटींग कंपनी आहे. तो फ्लोरीडाहून दहा ते पंधरा गाड्या भरून संत्री व द्राक्षे मागवत असे. त्याने मला जे सांगितले की, अशा वेळी त्याला खूप मानसिक त्रास होत असे. अनेक नकारात्मक विचार जसे की, गाडीला मध्येच अपघात झाला तर? फळे जर रस्त्यावरच पसरली गेली तर? गाड्या पुलावर असताना पूलच कोसळला तर? अर्थात त्याच्या फळांचा इन्शुरन्स केलेला होता, पण तरीही फळे जर बाजारात वेळेत पोहोचली नाहीत तर? तो इतकी काळजी करत असे की, त्याला भीती वाटू लागली की, त्याच्या पोटात अल्सर झाला आहे. म्हणून तो डॉक्टरकडेसुद्धा गेला. डॉक्टरांनी त्याला सांगितले की, त्याला फारसे काहीही झाले नाही.

तो सांगत होता, ''मग मला जरा बरे वाटले आणि मग मी स्वत:ला प्रश्न विचारायला सुरुवात केली - 'असे बघ, आत्तापर्यंतच्या आयुष्यात तू किती गाड्यांचा व्यवसाय केलास?' उत्तर आले की, जवळपास पंचवीस हजार. नंतर मी पुढचा प्रश्न विचारला, 'त्यांपैकी किती गाड्यांचे नुकसान झाले?' दुसऱ्या शब्दांत सांगायचे झाले, तर सरासरीच्या नियमानुसार पडताळणी केली, तर शक्यता एवढीच आहे की, पाच हजार फळांच्या गाड्या सुरळीतपणे पोहोचल्या, तर एका गाडीचे नुकसान होऊ शकते. मग मी एवढी चिंता का करतो?

''नंतर मी स्वत:ला म्हणालो, 'पण कदाचित पूल पडू शकतो.' पुन्हा मीच प्रश्न केला, 'पूल कोसळून आत्तापर्यंत किती गाड्यांचे नुकसान झाले आहे?' उत्तर आले, 'एकही नाही.' मग मी स्वत:ला म्हणालो, 'तू किती मूर्ख आहेस! 'अगा जे घडलेचि नाही' त्यावर तू वृथा काथ्याकूट करून पोटात अल्सर्स वाढवून घेतोस.

''जेव्हा मी एखाद्या गोष्टीकडे अशा दृष्टिकोनातून बघतो तेव्हा मी किती मूर्ख आहे हे मला जाणवते. तेव्हापासून मी ठरवले की, सरासरीचा नियम हाच माझ्या काळजीवर एकमेव उपाय आहे आणि त्यानंतर आत्तापर्यंत मला कधीही अल्सर्स झालेले नाहीत.''

अल स्मिथ जेव्हा न्यूयॉर्कचा राज्यपाल होता तेव्हा त्याच्या राजकीय शत्रूंच्या हल्ल्यांना उत्तर देताना तो नेहमी असे म्हणायचा, 'आपण रेकॉर्ड तपासून पाहू.' पुढील वेळी तुम्ही आणि मी जेव्हा काळजी करू तेव्हा नक्कीच शहाण्या अल

स्मिथची युक्ती वापरू आणि रेकॉर्ड तपासून पाहू आणि खरोखरच आपली काळजी सयुक्तिक आहे की नाही याची पडताळणी करू. नेमके हेच फ्रेडरिकने केले. त्याला अशी भीती वाटे की, तो त्याच्या थडग्यामध्ये पहुडलेला आहे. आमच्या क्लासमध्ये त्याने जी गोष्ट सांगितली, ती अशी :

"जून, १९४४मध्ये मी एका छोट्या खंदकामध्ये ओमाहा बीचच्या जवळ लपून बसलो होतो. ९९९ सिग्नल सर्व्हिस कंपनीबरोबर मी काम करत होतो. जेव्हा मी त्या खंदकाच्या आजूबाजूला पाहिले तेव्हा त्याचा आकार आयताकृती होता. मी मनाशी म्हणालो, 'अगदी थडग्यासारखा आकार आहे.' मी जेव्हा त्यात झोपलो तेव्हा मला तर ते अगदी थडगेच वाटले. मी मनाशी म्हणालोसुद्धा, 'मी माझ्या थडग्यातच झोपलो आहे' कारण नेमके त्याच वेळी जर्मन बॉंबर्स रात्री अकरा वाजता आले आणि त्यांनी बॉम्ब फेकायला सुरुवात केली. घाबरल्यामुळे माझे शरीर अगदी कडक झाले. पहिल्या दोन-तीन रात्री तर मी झोपूसुद्धा शकलो नाही. चौथ्या किंवा पाचव्या रात्री तर मी नैराश्याच्या खोल गर्तेत सापडलो. मला काहीतरी करायला पाहिजे होते. नाहीतर मी वेडा झालो असतो. म्हणून मी स्वत:च्या मनाला बजावत राहिलो की, पाच रात्री तर येऊन गेल्या आणि अजूनही मी जिवंत आहे आणि आमच्यापैकी प्रत्येक जणच! फक्त दोघे जखमी झाले होते आणि तेसुद्धा जर्मन बॉंबमुळे नाही, तर त्यांच्या अंगावर एक ढलपी पडल्यामुळे. मी काळजी करायचे सोडून दिले आणि विधायक विचार करू लागलो. मग मी एक लाकडी छप्पर तयार केले व माझ्या खंदकाच्या वर लावले. त्यामुळे वरून माझ्या अंगावर काही पडण्यापासून मी स्वत:चे संरक्षण केले. मग मी माझ्या मनाचे समाधान केले की, अगदी नेम धरून माझ्यावरच कोणी हल्ला केला, तरच मी मरू शकतो. मग प्रत्यक्ष माझ्यावर हल्ला होण्याची शक्यता कितपत आहे याची पडताळणी मी केली. ती दहा हजारात एक अशी सरासरीच्या नियमाप्रमाणे मी निश्चित केली आणि अशा विचारांमुळे मी शांत झालो आणि बॉंबगोळ्यांच्या वर्षावातसुद्धा मी झोपू शकलो."

अमेरिकेतील नेव्ही त्यांच्या लोकांना प्रोत्साहित करण्यासाठी सरासरीच्या नियमाचेच तत्त्व वापरत असत. पूर्वी खलाशी असलेल्या एकाने मला सांगितले की, एकदा त्याने व त्याच्या इतर सहकाऱ्यांनी अतिशय ज्वालाग्राही गॅस असलेल्या टँकर्सवर काम करण्याचा करार केला. त्यांना काळजीसुद्धा वाटत होती. त्यांना खात्री होती की, त्यांच्या जहाजावरील अत्यंत ज्वालाग्राही गॅस वाहून नेताना एखाद्या टॉर्पिडोने त्यांना धडक मारली असती, तर त्यांच्या सगळ्यांच्या जहाजातच ठिकऱ्या ठिकऱ्या होतील.

युनायटेड स्टेट्सच्या नेव्हीला याची कल्पना होतीच, म्हणून त्यांनी आधीच

सगळे रेकॉर्ड तयार ठेवले होते. त्या सर्व खलाश्यांना त्यांनी रेकॉर्ड दाखवून सांगितले की, आत्तापर्यंत शंभर टँकर्सना टॉर्पेडोने धडक दिली आहे. त्यांपैकी साठ टँकर्सना कोणतेही नुकसान झालेले नाही आणि चाळीस टँकर्स जरी बुडाले असले, तरी त्यातील फक्त पाच टँकर्स दहा मिनिटांच्या आत बुडाले आहेत. त्याचा अर्थ जहाजातून बाहेर पडायला त्यांना पुरेसा वेळ मिळाला. फार गंभीर अवस्था फारच थोड्यांची होती. त्यामुळे खलाश्यांचे मनोधैर्य वाढले का? ज्याने ही गोष्ट सांगितली तो म्हणाला, "सरासरीच्या या नियमामुळे माझी भीती नाहीशी झाली. सगळ्याच खलाश्यांचे मनोधैर्य वाढले. आम्हाला समजले की, आमचे प्राण वाचवण्याची संधी आम्हाला मिळणार आहे. बहुधा आम्ही मरणार नाही."

काळजी तुम्हाला मोडून टाकेल त्यापूर्वी तुम्ही काळजीची सवय मोडा. त्यासाठी नियम ३ :

**'आपण रेकॉर्ड तपासून पाहू. स्वतःला विचारू, सरासरीच्या नियमानुसार मला काळजी वाटत असलेली घटना घडण्याची शक्यता कितपत आहे?'**

# ९

## अटळ ते स्वीकारा!

फार पूर्वी जेव्हा मी लहान होतो तेव्हा मिसुरीमध्ये मी माझ्या काही मित्रांबरोबर एका अडगळीच्या खोलीतील माळ्यावर खेळत असे. एके दिवशी त्या माळ्यावरून खाली उतरत असताना मी माझा पाय एका खिडकीच्या चौकटीत एका क्षणासाठी ठेवला आणि खाली उडी मारली, पण माझ्या हातामध्ये जी अंगठी होती, ती नखामध्ये इतक्या वाईट पद्धतीने घुसली की, माझे बोट चिरून निघाले.

मी जोरात किंचाळलो, घाबरलो. मला तर वाटले की, मी आता मरणार, पण नंतर हळूहळू हाताची जखम बरी झाली. त्यानंतर मी कधीही त्या दु:खद क्षणाबद्दल विचार केला नाही. त्याचा काय उपयोग होता? जे घडले ते अटळ होते आणि ते मी स्वीकारले होते.

आता माझ्या मनात असा विचारही येत नाही की, माझ्या एका हाताला फक्त तीन बोटे आणि अंगठा आहे.

काही वर्षांपूर्वी मला एक माणूस भेटला जो न्यूयॉर्कमधील एका गावात उंचावर चढविणाऱ्या लिफ्टच्या वाहतुकीचा व्यवसाय करीत होता. त्याचे निरीक्षण केले तेव्हा माझ्या असे लक्षात आले की, त्याचा डावा हात मनगटापासून तुटलेला आहे. मी त्याला विचारले की, त्याला पंजा नाही याचा त्याला कितपत त्रास होतो? तो म्हणाला, ''छे:! असा विचारही माझ्या मनात येत नाही. मी एकतर लग्न केलेले नाही. हं! फक्त जेव्हा सुईमध्ये दोरा ओवायचा असतो तेव्हा मला आठवण येते.''

खरोखर हे फार विस्मयजनक आहे की, जर काळाची ती गरज असेल तर किती लवकर आपण परिस्थितीशी जुळवून घेतो! आपण त्याप्रमाणे स्वत:मध्ये बदल करतो आणि आपल्यातील त्या त्रुटीबद्दल विसरूनसुद्धा जातो.

हॉलंडमधील ॲमस्टरडॅम या शहराच्या चर्चचा विनाश झाला तेव्हा त्याच्यावर

कोरलेली एक ओळ मला नेहमीच आठवते :

*'It is so. It cannot be otherwise.'*

*'हे असेच आहे, कारण यापेक्षा वेगळे असूच शकत नाही.'*

जर तुम्ही आणि मी भूतकाळाचा विचार करत करत काही दशके मागे गेलो, तर अनेक खेदजनक गोष्टी दिसतात आणि त्या तशाच घडणार होत्या, दुसरा पर्यायच नव्हता, असे आपल्या लक्षात येते. आपल्याला निवडीचे स्वातंत्र्य आहे. कोणते? तर एकतर आपण या अपरिहार्य गोष्टींचा आहे तसा स्वीकार करायचा आणि त्याप्रमाणे जुळवून घ्यायचे किंवा त्या अटळ गोष्टींविरुद्ध बंड करून उभे ठाकायचे आणि त्याचा शेवट वैफल्यग्रस्त होण्यात करायचा.

माझ्या एका आवडत्या तत्त्ववेत्त्याचे म्हणजे विल्यम जेम्सचे परिपक्व मत असे – आपल्या वाटेला आलेल्या गोष्टीचे स्वागत करा. तो म्हणतो, ''ते पत्र वाचल्यानंतर जे काही घडले आहे त्याचा स्वीकार करणे ही त्या दुर्दैवावर मात करण्याची पहिली पायरी असते.'' पोर्टलँड येथे राहणाऱ्या एलिझाबेथला हे सत्य स्वीकारावे लागले. तिने मला जे पत्र लिहिले आहे ते असे : 'दुसऱ्या महायुद्धानंतर संपूर्ण अमेरिका विजयोत्सव साजरा करत असताना त्याच दिवशी आम्हाला मिलिटरी विभागातून तार आली. त्यात लिहिले होते की, युद्धभूमीवर लढणारा माझा पुतण्या बेपत्ता आहे ज्याच्यावर माझे जिवापाड प्रेम होते. थोड्याच वेळात दुसरी तार आली की, त्याचा मृत्यू झाला आहे.

'माझ्या दुःखाला पारावार राहिला नाही. तोपर्यंत आयुष्याकडे पाहण्याचा माझा दृष्टिकोन खूप आनंदी होता. मला आवडणारी नोकरी मी करत होते. या पुतण्याला मीच माझ्या अंगाखांद्यावर वाढवले होते. तो मोठा झाल्यावर त्यानेही मला खूप सुख दिले होते. आत्तापर्यंत मी त्याच्यासाठी घेतलेल्या कष्टाचे फळ मला मिळत होते आणि आता ही अशी तार आली होती. माझे संपूर्ण विश्वच कोसळले होते. मला आता वाटू लागले की, कशासाठी मी जगावे? मी माझ्या कामाकडे दुर्लक्ष करू लागले. माझ्या मित्र-मैत्रिणींकडे दुर्लक्ष करू लागले. कशातच माझे मन रमेना. माझी चिडचिड वाढली. स्वभावात कडवटपणा आला. माझ्या प्रेमळ पुतण्याला देवाने का बोलावून घेतले? इतका तरुण मुलगा, ज्याच्यापुढे संपूर्ण आयुष्य उभे होते, तो असा कसा मारला गेला? वास्तव मी स्वीकारू शकत नव्हते. मी माझ्या दुःखात इतकी बुडून गेले की, मी माझी नोकरी सोडून देण्याचे ठरवले आणि सगळ्या जगापासून दूर कुठेतरी अश्रू ढाळत लपून बसण्याचे ठरवले.

'मी माझे कपाट साफ करत होते. दूर कुठेतरी निघून जाण्यापूर्वीची ती आवराआवर होती. तेवढ्यात मला पत्र सापडले. हे तेच पत्र होते जे माझ्या पुतण्याने मला माझी आई वारली तेव्हा लिहिले होते आणि ज्याचा मला विसर पडला होता.

त्या पत्रात त्याने लिहिले होते, 'हे खरे आहे की, आपण सगळे तिला विसरू शकणार नाही आणि विशेषत: तू तर नाहीच; पण मला माहिती आहे, तुला तुझे आयुष्य पुढे नेणे भाग आहे. तुझे स्वत:चे वैयक्तिक तत्त्वज्ञान तुला तसे करायला भाग पाडेल. जीवनातील ज्या सुंदर गोष्टी तू मला शिकवल्यास त्या मी कधीही विसरणार नाही. जेथे कोठे असेन किंवा आपण दोघे एकमेकांपासून कितीही दूर असलो, तरी आयुष्यात तू मला जे 'हासू' दिलेस ते मी कधीही विसरणार नाही. 'कितीही मोठे संकट आले, तरी पुरुषासारखा त्याला तोंड दे.' हे तू मला शिकवलेस, हे मला नेहमीच आठवत राहील.'

'मी पुन्हा कामावर रुजू झाले. मी माझा कडवटपणा संपवला व मनात जी बंडखोरी दाटून आली होती ती परतवली. मी मनाशी म्हटले : 'जे व्हायचे ते घडून गेले आहे. आता ते बदलू शकणार नाही.' पण त्याची मी जसे असावे अशी इच्छा होती तसेच मी वागेन. मी माझ्या कामामध्ये जीव ओतू लागले. मी सैनिकांना पत्रे लिहिली. इतर लोकांच्या मुलांनासुद्धा लिहिली. मी रात्रीच्या प्रौढ शिक्षणाच्या वर्गात जाऊ लागले. नवीन आवडी जोपासल्या, नवीन मित्र-मैत्रिणी केले. माझ्यात मी हेतुपुरस्सर केलेल्या या बदलांवर नंतर माझाच विश्वास बसला नाही. भूतकाळातील दुर्घटनांवर रडणे मी पूर्णपणे थांबवले. आता मी प्रत्येक दिवस आनंदाने जगते! अगदी माझ्या पुतण्याला मी जसे जगावे वाटत होते अगदी तसेच! आता माझे आयुष्य शांतिपूर्ण आहे. मी माझे नशीब स्वीकारले आहे. यापूर्वी ज्या गोष्टींची मला कधीही ओळख नव्हती असे परिपूर्ण व आनंदाने ओत:प्रोत भरलेले आयुष्य आता मी जगते.'

एलिझाबेथ कॉनले जे शिकली तेच आपल्या सगळ्यांना शिकायचे असते. फरक एवढाच की, कोणाला ते लवकर शिकावे लागते तर कोणाला उशिरा. थोडक्यात काय की, ज्या गोष्टी अटळ आहेत त्या आपल्याला स्वीकाराव्या लागतात व त्यांच्याबरोबर सहकार्य करावे लागते. हे असेच आहे. त्याला दुसरा पर्याय नाही. अर्थात हा धडा शिकणे सोपे नाही. सिंहासनावर बसलेल्या राजालासुद्धा ते टाळता येत नाही. बकींगहॅम पॅलेसमध्ये पाचव्या जॉर्जने त्याच्या लायब्ररीच्या भिंतीवर हे वाक्य लिहून ठेवले होते, 'आकाशातून चंद्र गायब झाला म्हणून रडायचे नाही आणि सांडलेल्या दुधाचा पश्चात्ताप करायचा नाही हे मला शिकवा.'

अर्थात हे उघड आहे की, फक्त परिस्थिती एका माणसाला सुखी किंवा दु:खी बनवू शकत नाही, तर आपण परिस्थितीला कोणती प्रतिक्रिया देतो त्यावर आपल्या भावना ठरतात. आयुष्याचा स्वर्ग बनवायचा की नरक हे तुम्ही ठरवायचे आहे, असे जिझसनेसुद्धा सांगितले आहे.

आपण सगळेच संकटांवर व दुर्घटनांवर मात करू शकतो. तसेच त्यांच्यावर

विजयसुद्धा मिळवू शकतो; फक्त आपली तशी इच्छा हवी. कदाचित आपल्याला असे वाटेल की, आपण हे करू शकणार नाही; पण तुम्हाला आश्चर्य वाटेल की, आपल्या अंतरंगात हे सगळे करून दाखवण्याचा जिवंत झरा असतो. आपल्याला वाटते त्यापेक्षा आपण अधिक कणखर असतो.

तार्किंग्टन नेहमी म्हणत असे : 'आयुष्य माझ्यावर जे काही लादेल ते मी आनंदाने स्वीकारेन, फक्त आंधळेपण स्वीकारू शकणार नाही.'

जेव्हा ते साठ वर्षांचे होते तेव्हा अचानक एके दिवशी ते खाली गालिचावर पडले. गालिच्याचे रंग त्यांना धूसर दिसले. त्यांना त्याच्यावरची नक्षीसुद्धा दिसेना. मग ते स्पेशालिस्ट डॉक्टरांकडे गेले आणि त्यांना त्या दुर्दैवी सत्याला सामोरे जावे लागले. त्यांची दृष्टी गेली होती. एका डोळ्याने तर ते ठार आंधळे झाले होते आणि दुसराही त्याच मार्गावर होता. ज्या गोष्टीला ते घाबरत होते तेच नेमके त्यांच्या समोर ठाकले होते.

आता तार्किंग्टन यांची प्रतिक्रिया काय होती? त्यांना असे वाटले का की, 'हे सगळ्यात वाईट संकट आहे?', 'हा माझ्या आयुष्याचा शेवट आहे?' नाही. अजिबातच नाही. त्या वेळी त्यांना स्वत:लाही आश्चर्य वाटले. ते चांगल्या मन:स्थितीत होते. तशाही परिस्थितीत त्यांना विनोद सुचत होते.

अशा प्रकारे नशिबावर मात करता येते का? त्याचे उत्तर खरेतर 'नाही' असेच आहे. जेव्हा तार्किंग्टनना संपूर्ण अंधत्व आले तेव्हा ते म्हणाले, "इतर लोक जसे त्यांचे कोणतेही नुकसान लपवतात तसेच मीसुद्धा माझ्या दुर्दैवाला सामोरा गेलो. मी विचार केला, जर माझ्या पाचही स्पर्शेंद्रियांना इजा झाली असती, तर मी काय केले असते? तर कदाचित मी माझ्या मनालाच माझी इंद्रिये बनवले असते. आपल्याला हे जाणवो अथवा न जाणवो, पण आपण मनानेच पाहत असतो आणि आपल्या मनाच्याच सामर्थ्यावर जगत असतो."

दृष्टी परत आणण्याच्या प्रयत्नांमध्ये तार्किंग्टनची एका वर्षात बारा ऑपरेशन्स झाली. त्यांनी त्याविरुद्ध तक्रार केली का? त्यांना माहिती होते की, हे करणे गरजेचे होते. त्यांना हेही माहिती होते की, याच्यापासून त्यांची सुटका नव्हती. म्हणून त्यांचा त्रास कमी करण्याचा एकच उपाय होता. तो म्हणजे, 'आलीया भोगासी असावे सादर' हॉस्पिटलमध्ये त्यांनी स्वतंत्र खोलीत राहण्यास नकार दिला आणि ते जनरल वॉर्डमध्ये राहिले. जेथे ते इतरांबरोबर त्यांचे दु:ख वाटून घेऊ शकत होते, तेथे ते राहिले. त्यांनी इतरांनासुद्धा हसवण्याचा प्रयत्न केला. त्यांची जेव्हा पुन्हा पुन्हा ऑपरेशन्स केली जात होती, तेव्हा ते किती भाग्यवान होते, हे ते आठवत राहिले. ते पूर्ण जागे होते. त्याच्या डोळ्याबरोबर काय काय चालले होते हे त्यांना समजत होते. "खरोखरच विज्ञानाची प्रगती अगदी आश्चर्यकारक आहे!" तो

म्हणाला, ''डोळ्याइतक्या नाजूक इंद्रियावरसुद्धा शस्त्रक्रिया केली जाते!''

सर्वसामान्य माणसावर जर अशी बारा वेळा डोळ्याची ऑपरेशन्स आणि शेवटी अंधत्व स्वीकारण्याचा प्रसंग आला असता, तर तो वैफल्यग्रस्त झाला असता; पण तार्किंग्टन म्हणाले, 'कोणत्याही आनंदी प्रसंगाबरोबर याची तुलना होऊ शकत नाही.' या प्रसंगाने त्याला स्वीकार शिकवला. यातून सहन करण्याचे जे सामर्थ्य त्याला मिळाले त्याला मोल नाही. जॉन मिल्टनही तेच म्हणाला होता, ''आंधळे असणे हे फारसे दुःखद नाही, पण आंधळेपण सहन करता न येणे हे दुःखद आहे.''

इंग्लंडमधील स्त्रीमुक्ती चळवळीची प्रसिद्ध कार्यकर्ती मार्गारेट फुलर एकदा म्हणाली, 'मी संपूर्ण विश्वाचाच स्वीकार करते.' याचा अर्थ मी कशालाही तयार आहे.

जर आपण या अपरिहार्य गोष्टींबद्दल तक्रारी करत राहिलो आणि त्यांना लाथा मारत राहिलो, तर आपल्यातला फक्त कडवटपणाच वाढत राहील. परिस्थिती तर बदलणार नाहीच, पण आपल्यात बदल होईल. मला हे माहीत आहे. मी तसा प्रयत्नसुद्धा केला आहे.

एकदा एका अपरिहार्य प्रसंगाचा स्वीकार करण्यास मी नकार दिला. एवढेच नव्हे, तर त्याविरुद्ध झगडलोसुद्धा. मी मूर्खासारखा वागलो, तक्रारी केल्या आणि बंड करून उठलो. मी निद्रानाशामुळे माझ्या रात्रींचा नरक बनवला. नेमक्या नको असलेल्या गोष्टीच घडत होत्या. अशा प्रकारे वर्षभर आत्मक्लेश करून घेऊन शेवटी ज्या गोष्टी बदलणे मला शक्य नव्हते त्या मला स्वीकाराव्याच लागल्या.

फार फार वर्षांपूर्वी मीसुद्धा म्हाताऱ्या व्हिटमनबरोबर जोरजोरात ओरडायला हवे होते –

'ज्याप्रमाणे झाडे आणि प्राणी काळोख्या रात्री, वादळे, भूक, मस्करी, अपघात यांच्याविरुद्ध तक्रार करत नाहीत. तसे आपणही शिकावे.'

मी आयुष्यातील बारा वर्षे गुराढोरांबरोबर काम करण्यात घालवली आहेत, पण मी कधीच गाईला पाऊस-पाणी न पडल्याने चारा उष्ण पडला म्हणून ताप आलेला पाहिला नाही किंवा कडाक्याच्या थंडीमुळे अथवा तिच्या मित्राने दुसऱ्या गाईकडे अधिक लक्ष पुरवल्याने ताप आलेला पाहिला नाही. प्राणी वादळ, भूक, तहान, काळोख हे सगळे शांतपणे पचवतात. त्यामुळेच त्यांना कधी वैफल्य येत नाही किंवा पोटात अल्सर्स होत नाहीत किंवा मानसिक आजारही होत नाहीत.

याचा अर्थ, मी तुम्हाला असा सल्ला देतो आहे का की, प्राप्त परिस्थितीपुढे मान तुकवावी? तर नाही, मुळीच नाही. असे म्हणणे म्हणजे लढाई हरण्यासारखेच होईल. जोपर्यंत युद्ध जिंकण्याची शक्यता आहे किंवा परिस्थितीवर मात करण्याची

शक्यता आहे, तोपर्यंत आपण लढलेच पाहिजे! पण जेव्हा आपली सदसद्विवेकबुद्धी आपल्याला सांगते की, आता सगळे करून झाले आणि दैवाचे फासे आपल्या विरुद्ध आहेत तेव्हा आपल्या शहाणपणाला स्मरून योग्य तो निर्णय घेणे गरजेचे असते आणि त्या वेळी त्यासाठी आपण अश्रू ढाळण्यात कोणताही अर्थ नसतो.

कोलंबिया विद्यापीठाचे हॉक्स यांनी मला एकदा सांगितले की, 'मदर गूज'ची कविता त्यांनी त्यांच्या ध्येयासाठी वापरली.

*या विश्वातील प्रत्येक*
*आजारावर इलाज आहे किंवा इलाज नाही.*
*जर इलाज असेल, तर तो शोधून काढा.*
*इलाज नसेल, तर त्याबद्दल वाईट वाटून घेऊ नका.*

हे पुस्तक लिहिताना मी अमेरिकेतील खूप प्रसिद्ध, मोठमोठ्या उद्योगपतींच्या मुलाखती घेतल्या आणि मला त्यातून जे सत्य समजले त्यामुळे मी खूप प्रभावित झालो. त्यांनी सांगितले की, जे अटळ आहे ते आम्ही स्वीकारले आणि चिंतामुक्त एकटेपणाचे आयुष्य आम्ही जगलो. जर त्यांनी असे केले नसते, तर ताणतणावामुळे ते कोलमडून पडले असते. मला जे तुम्हाला सांगायचे आहे ते खालील उदाहरणांवरून तुम्हाला समजेल :

देशभर ज्या पेनी स्टोअर्सच्या अनेक शाखा आहेत त्याचे मालक जे. सी. पेनी मला म्हणाले, "मी पूर्ण कफल्लक झालो, तरी मला चिंता वाटणार नाही. याचे कारण चिंता करून काही मिळत नाही, हे मला माहिती आहे. मी माझी नोकरी शक्य तितक्या चांगल्या प्रकारे करतो आणि बाकीचे देवाच्या भरवशावर सोडतो.''

हेन्री फोर्डनेसुद्धा मला हेच सांगितले, "जेव्हा मला परिस्थिती हाताळणे जमत नाही तेव्हा हे सगळे मी परिस्थितीच्या हातीच सोपवतो.''

जेव्हा मी के. टी. केलरला, त्या वेळच्या क्रिस्लर कॉर्पोरेशनच्या अध्यक्षांना विचारले की, ते स्वतःला काळजीमुक्त कसे ठेवू शकतात, तेव्हा ते म्हणाले, "जेव्हा अवघड परिस्थिती बेकाबू होते तेव्हा जे काही करण्यासारखे असते ते मी करतो. जे करण्यासारखे नसते ते मी विसरून जातो. मी भविष्याची कधीच चिंता करत नाही, कारण मला माहिती आहे की, जगात असा एकही माणूस नाही ज्याला त्याच्या भविष्यात काय लिहून ठेवले आहे ते माहिती आहे.'' जर तुम्ही केलरला सांगितले की, तो मोठा तर्कशास्त्रज्ञ आहे, तर तो ते नम्रपणाने नाकारेल, कारण तो फक्त एक चांगला व्यावसायिक आहे; पण योगायोगाने १९व्या शतकापूर्वी एपिक्टसने रोममध्ये जे शिकवले तेच त्याने सांगितले, "आनंद मिळवायचा एकच

मार्ग आहे आणि तो म्हणजे आपल्या ताकदीपलीकडील किंवा इच्छाशक्तीपलीकडील चिंता करणे थांबवणे.''

सारा बर्नहार्डिट हे एखाद्या स्त्रीने अपरिहार्य परिस्थितीशी कसे जुळवून घ्यायचे याचे उत्तम उदाहरण आहे. जवळपास पन्नास वर्षांपर्यंत तिने सिनेसृष्टीवर अधिराज्य गाजवले. चार देशांमधील ती लाडकी नायिका होती. नंतर ती जेव्हा एकाहत्तर वर्षांची झाली तेव्हा ती पार खचली. तिचे सगळे पैसे संपले. तिच्या डॉक्टरांनी तिला तिचा पाय कापावा लागेल असे सांगितले. अटलांटिक समुद्र पार करताना जहाजावरच्या डेकवर वादळ चालू असताना जहाज जोराने हलल्यामुळे तोल जाऊन ती पडली होती आणि फार वाईट तऱ्हेने जखमी झाली होती. तिच्या पायाच्या रक्तवाहिन्यांना सूज आली होती. तिचा पाय आखूड झाला होता. वेदना तर इतक्या वाढल्या होत्या की, डॉक्टरांना वाटले आता पाय कापावा लागेल; पण डॉक्टर चुकीचे ठरले. साराने एकवार त्यांच्याकडे पाहिले व ती पटकन म्हणाली, ''जर हे करणे गरजेचे असेल, तर ते केलेच पाहिजे. हे माझे नशीब आहे.''

साराला जेव्हा व्हिलचेअरवर बसवून ऑपरेशन थिएटरकडे नेत होते तेव्हा तिचा मुलगा तिच्यासमोर रडत उभा राहिला. तेव्हा ती त्याला म्हणाली, ''कोठेही जाऊ नकोस. मी लगेचच परत येते.'' तिच्या चेहऱ्यावर दु:खाचा लवलेशही नव्हता.

ऑपरेशन थिएटरमध्ये जाण्याच्या मार्गावर व्हिलचेअरवर बसून तिने तिच्या एका नाटकातील प्रवेश पाठ केला. कोणीतरी तिला विचारले की, हे सगळे ती स्वत:ला बरे वाटावे म्हणून करते आहे का? ती म्हणाली, ''छे, छे! हे मी डॉक्टर्स व नर्सेसना आनंदी ठेवण्यासाठी करते आहे. नाहीतर त्यांच्यावर ताण येईल.''

या ऑपरेशनमधून बरी झाल्यानंतरसुद्धा सारा सुमारे सात वर्षांपर्यंत सर्व जगभर फिरली आणि पुन्हा तिच्या रसिकांवर मोहिनी घालण्यात यशस्वी ठरली.

रीडर्स डायजेस्टमधील एका लेखामध्ये एक्सी म्हणतो, ''जेव्हा आपण अपरिहार्य गोष्टींबरोबरचा संघर्ष थांबवतो तेव्हा आपल्या अंतरंगातून अशी ऊर्जा पाझरते, जी आपले आयुष्य अधिक समृद्ध करते.''

कोणत्याही सजीवाकडे इतकी पुरेशी ताकद आणि पुरेशा भावना नसतात की, ज्याच्या साहाय्याने तो किंवा ती अपरिहार्यबरोबर लढू शकेल. त्याच वेळी त्याच्यात आता आयुष्य नव्याने जगावी एवढी ऊर्मीसुद्धा उरलेली नसते, पण या दोन्हीतून एकाची निवड त्याला करावी लागते. एकतर या अपरिहार्य परिस्थितीपुढे तुम्हाला मान तुकवावी लागते किंवा मोडेपर्यंत संघर्ष करावा लागतो.

मी माझ्या मिसुरी येथील शेतावर असे प्रत्यक्ष घडताना पाहिले आहे. माझ्या शेतावर मी अनेक प्रकारची झाडे लावली होती. सुरुवातीला ती झाडे फार भराभर

वाढली. त्याचे मला आश्चर्य वाटले, पण नंतर असा काही वादळाचा तडाखा बसला की, प्रत्येक फांदीन् फांदी बर्फाच्या ढिगाऱ्याखाली उन्मळून पडली. या बर्फाच्या ओझ्याखाली विनम्रपणे वाकण्याऐवजी या झाडांनी आत्मप्रौढी मिरवीत वादळाशी संघर्ष केला आणि ती उन्मळून पडले. त्यांनी आत्मनाश ओढवून घेतला. उत्तरेकडील वृक्षराजींपासून ती शहाणपण शिकली नाहीत. कॅनडामधील गर्द हिरव्या जंगलांमध्ये मी शेकडो मैल प्रवास केला आहे, पण मी कधीही स्प्रुस आणि पाइन हे वृक्ष बर्फामुळे उन्मळून पडलेले पाहिले नाहीत. या सदाहरित जंगलांना वाकायचे म्हणजे परिस्थितीशी जुळवून घ्यायचे माहिती आहे.

जुजुत्सू शिकवणारे शिक्षक त्यांच्या शिष्यांना नेहमी असे सांगतात, 'विलो वृक्षाप्रमाणे वाका : ओक वृक्षाप्रमाणे प्रतिरोध करू नका.'

तुम्हाला काय वाटते, तुमच्या वाहनांचे टायर्स रोडवर इतके धावूनही इतका त्रास कसा सहन करतात? अगदी सुरुवातीला टायर्स बनवणाऱ्यांनी असे टायर्स निर्माण केले की, जे रस्त्यावरील धक्क्यांना प्रतिरोध करतील; पण थोड्याच दिवसांत ते टायर्स फाटले. मग त्यांनी असे टायर्स बनवले, जे ते धक्के सामावून घेतील. जर आपणसुद्धा आपल्या खडतर आयुष्यातील धक्के असे पचवायला शिकलो, तर आपलेसुद्धा आयुष्य सुरळीत आणि दीर्घ होईल आणि आपण जीवन आनंदाने उपभोगू.

जर आपण आयुष्यातील या वाईट प्रसंगांना विरोध केला आणि त्यांच्याशी जुळवून घेतले नाही, तर काय होईल? आपण विलो वृक्षाप्रमाणे वाकण्यास नकार दिला' आणि ओक वृक्षाप्रमाणे ताठर भूमिका स्वीकारली तर काय होईल? उत्तर सोपे आहे. आपल्या अंतर्मनातील संघर्ष वाढेल. आपण चिंताक्रांत, गंभीर, तणावपूर्ण व वैफल्यग्रस्त होऊ.

याही पुढे जाऊन जगातील कटू सत्यांचा आपण स्वीकार केला नाही आणि स्वप्नांच्या काल्पनिक विश्वात जगलो, तर आपण वेडे होऊ.

युद्धाच्या काळात घाबरलेल्या लाखो सैनिकांना एकतर परिस्थितीला शरण जावे लागले किंवा ताणतणावांमुळे ते साफ कोसळले. उदाहरणादाखल आपण विल्यम कॅसेल्युअसचे काय झाले ते पाहू. न्यूयॉर्कमधील आमच्या क्लासमध्ये त्याने जे भाषण केले ते बक्षीसपात्र ठरले. तो म्हणाला :

"मी कोस्टगार्डमध्ये दाखल झालो. त्याबरोबर मला अतिशय युद्धग्रस्त भागात म्हणजे अटलांटिकाच्या परिसरात पाठवण्यात आले. मला दारूगोळ्याच्या साठ्याचे सुपरवायझर बनवण्यात आले. कल्पना करा! एक किरकोळ फटाके विक्रेता दारूगोळ्याच्या साठ्याचा सुपरवायझर! हजारो टन स्फोटकांच्या ढिगाऱ्यावर उभे राहण्याच्या कल्पनेने माझ्यासारख्या किरकोळ फटाके विक्रेत्याच्या हाडांमध्ये थंडीने

हुडहुडी भरली. मला फक्त दोन दिवस सूचना दिल्या गेल्या आणि त्यामधून मला जी माहिती मिळाली, त्यामुळे तर माझी भीती आणखीनच वाढली. माझ्या नोकरीचा तो पहिला दिवस मी कधीच विसरणार नाही. न्यू जर्सीमधील कॅवेन पॉइंट येथे अंधाऱ्या थंडीच्या, धुक्याने भरलेल्या वेळी मला पहिला आदेश झाला.

"माझ्या जहाजावरील पाच नंबरच्या जागी माझी नेमणूक झाली. तेथे माझ्याबरोबर इतर पाच अधिकारी होते. ते तसे मजबूत व कणखर होते, पण त्यांना स्फोटकांबद्दल फारच कमी माहिती होती. तरीही ते मोठमोठे बॉम्ब्स हाताळत होते. ते प्रत्येकी जवळपास एक टनाचे होते. त्या जुन्या जहाजाचा चक्काचूर करण्यास ते पुरेसे होते. दोन केबल्सच्या साहाय्याने हे बॉम्ब्स खाली सोडण्याची व्यवस्था होती. मी मनाशी म्हणायचो, 'समजा यांपैकी एक केबल जरी निसटली तरी केवढा अनर्थ होईल!' मी खूप घाबरलेलो होतो. माझे अंग थरथरत असे, माझे तोंड कोरडे पडत असे. माझे गुडघे भरून येत असत; पण मी पळून जाऊ शकत नव्हतो. माझ्या हृदयातील धडधड वाढत होती. पळून जाण्याच्या प्रयत्नात कदाचित माझ्यावर गोळी झाडली गेली असती. माझा खूप अपमान केला गेला असता. माझ्या आई-वडिलांनाही तोंड दाखवायला जागा राहिली नसती. त्यामुळे मला तेथेच थांबणे भाग होते. मी माझ्या इतर सहकाऱ्यांच्या स्फोटके हाताळण्याच्या निष्काळजी कृतीकडे फक्त हताश होऊन पाहत होतो. कोणत्याही क्षणी जहाज पेट घेईल असे वाटत होते. तास-दोन तास असे भयंकर विचार मनात येऊन गेल्यावर मी माझी सामान्य बुद्धी वापरायचे ठरवले. मी स्वतःच्या मनाशी संवाद करायला सुरुवात केली, 'ठीक आहे! असे बघ की, खरेच जहाज पेटले तर काय होईल? तुला काही कळण्याच्या आतच सगळे संपलेले असेल. मरण्याचा हा सोपा प्रकार आहे. कॅन्सरने मरण्यापेक्षा हे लाख पटीने चांगले आहे. तेव्हा मूर्खपणा सोडून दे. नाहीतरी तू काय अमरपट्टा घेऊन जन्माला आला नाहीस. तुला ही नोकरी करायची आहे किंवा मरायचे आहे. यातील काय निवडायचे ते तूच ठरव.'

"अशा प्रकारे बराच वेळ मी माझ्या मनाशी संवाद साधत राहिलो तेव्हा मला जरा बरे वाटायला लागले. शेवटी मी माझ्या काळजीवर आणि माझ्या भीतीवर अपरिहार्य परिस्थितीचा स्वीकार करूनच मात करू शकलो."

मी ऐकलेला हा धडा मी कधीच विसरणार नाही. आता प्रत्येक वेळी जेव्हा केव्हा मला चिंता करण्याचा मोह होतो तेव्हा मी फक्त माझे खांदे उवडतो व 'चल सोड!' असे मानेला झटका देऊन म्हणतो. मला वाटते त्याचा उपयोग होतो. खरोखर पिनाफोर येथील किरकोळ फटाके-विक्रेत्याला माझा सलाम!

जिझसला क्रुसावर चढवून ठार मारले. या घटनेइतकीच जगाच्या इतिहासातील प्रसिद्ध असलेली मृत्यूची घटना म्हणजे सॉक्रेटिसचा मृत्यू! आत्तापासून पुढील दहा

हजार शतकांपर्यंतसुद्धा लोक त्याचा शिष्य प्लेटो याने लिहिलेला उतारा उत्तम साहित्य म्हणून वाचतील. अथेन्समधील काही लोक जे सॉक्रेटिसचा द्वेष व मत्सर करत होते, त्यांनी सॉक्रेटिसवर खोटे आरोप लावून त्याला मृत्यूची शिक्षा घडवून आणली. जेव्हा सुस्वभावी जेलरने सॉक्रेटिसला विषाचा प्याला प्यायला दिला तेव्हा तो म्हणाला : 'जे अटळ आहे ते स्वीकार. तू हे पी.' सॉक्रेटिसने ते तत्काळ ऐकले आणि अतिशय शांतपणे या जगाचा राजीनामा दिला. संपूर्ण विश्वच या घटनेने हेलावून गेले.

ख्रिस्त जन्मापूर्वी ३९९ वर्षे आधी, 'जे अटळ आहे ते शांतपणे स्वीकार' हे वाक्य बोलले गेले, पण त्या काळाला शिकवण्याच्या गरजेपेक्षा आजच्या काळात ते शिकण्याची गरज अधिक आहे.

मी काळजीवर मात करण्यासंबंधांतील जवळपास प्रत्येक पुस्तक व प्रत्येक मासिक वाचतो. आत्तापर्यंतच्या माझ्या वाचनातून जी गोष्ट मला प्रकर्षाने जाणवली ती फक्त तेहेतीस शब्दांमध्ये तुम्हाला सांगता येईल आणि मला वाटते ते तेहेतीस शब्द तुम्ही तुमच्या बाथरूमच्या आरशावर चिकटवून ठेवावे म्हणजे प्रत्येक वेळी तोंड धुताना तुम्ही तुमची काळजीसुद्धा धुऊन टाकू शकाल. हे तेहेतीस शब्द आहेत :

*'देवा मला अशी प्रसन्नता बहाल कर*
*की जे मी बदलू शकत नाही, त्याचा माझ्याकडून स्वीकार होऊ दे*
*आणि जे बदलू शकेन ते बदलण्याचे धाडस मला दे*
*आणि त्या दोन्हीतला फरक समजण्याचे शहाणपण दे.'*

काळजी करण्याची सवय मोडण्यासाठी नियम ४ :

**अपरिहार्याबरोबर सहकार्य करा.**

# १०

## तुमच्या काळजीला 'स्टॉप लॉस' आदेश द्या

वॉल स्ट्रीटमध्ये पैसे कसे कमवायचे हे तुम्हाला माहिती आहे का? नाही ना! इतर लाखो लोकांनासुद्धा माहिती नाही. आणि जर मला ते माहिती असते, तर या पुस्तकाची किंमत दहा हजार डॉलर्स एवढी झाली असती. काही लोकांना ते कसे करायचे हे माहिती आहे. पुढील गोष्ट मला गुंतवणूक सल्ला देणाऱ्या चार्ल्स रॉबर्टने सांगितली आहे.

"अगदी सुरुवातीला मी टेक्सासहून अमेरिकेला वीस हजार डॉलर्स घेऊन आलो, जे माझ्या मित्रांनी मला स्टॉक मार्केटमध्ये गुंतवायला सांगितले होते. मला असा विश्वास होता की, मला स्टॉक मार्केटमधील खूप कळते, पण मी ते सगळे पैसे घालवून बसलो. हे खरे की, इतर काही व्यवहारात मला फायदा झाला, पण मी माझ्या मित्रांचे पैसे गमावले याचे मला खूप वाईट वाटले. जरी माझे मित्र ते नुकसान सहन करू शकत असले, तरी झालेली गोष्ट गंभीरच होती.

"माझे स्वतःचे पैसे मी घालवले याबद्दल मला फारसे वाईट वाटले नाही, पण माझ्या मित्रांचे पैसे घालवल्यामुळे त्यांना आता तोंड कसे दाखवावे याची मला काळजी वाटत होती. माझ्या मित्रांनी हे नुकसान अधिक खिलाडू वृत्तीने स्वीकारले, याचे मला आश्चर्य वाटले आणि पुढच्या वेळेसाठी त्यांनी मला आशावादसुद्धा दाखवला.

"मला माहिती होते की, मी आंधळेपणाने शेअर्सवर पैसे गुंतवत होतो व केवळ भविष्याच्या भरवशावर पैसे वाढण्याची वाट बघत होतो. इतर लोकांचे ऐकून निर्णय घेत होतो.

"आता मी माझ्या चुकांवर लक्ष केंद्रित केले आणि मनाचा निश्चय केला की, पुन्हा स्टॉक मार्केटमध्ये जाईन ते पूर्ण अभ्यास करूनच! त्याचीच पुढील पायरी

म्हणून मी बर्टन कॅसल्स नावाच्या माणसाशी ओळख करून घेतली व ती वाढवली, कारण हा माणूस शेअर मार्केटमधील किडा म्हणून प्रसिद्ध होता. आजही मी म्हणतो की, या माणसाकडून मी खूपकाही शिकलो. तो माणूस भाग्यवान होता म्हणून यशस्वी झाला असे नव्हे, तर मला माहीत आहे की, त्याचा त्या विषयात अभ्यास होता म्हणून तो एवढा यशस्वी झाला.

"मी जेव्हा त्यांना मार्गदर्शन मागितले तेव्हा त्यांनी मला आधी हे विचारले की, यापूर्वी मी शेअर्सची खरेदी-विक्री कशी करत होतो व नंतर त्यांनी मला या व्यवसायातील सर्वांत मोठे यशाचे गमक सांगितले. ते म्हणाले, "मी स्टॉप लॉसचा आदेश माझ्या प्रत्येक शेअरच्या विक्रीसाठी देतो. म्हणजे उदाहरणार्थ, जर मी एखादा शेअर पन्नास रुपयांना खरेदी केला असेल, तर मी त्यावर ताबडतोब पंचेचाळीस रुपयांची स्टॉप लॉस ऑर्डर देतो. याचा अर्थ असा की, जेव्हा तो शेअर गडगडणार असेल तेव्हा त्याची किंमत पंचेचाळीस रुपयांपेक्षा कमी झाली, तर तो ताबडतोब विका. त्यामुळे माझे पाच रुपयापेक्षा जास्त नुकसान होत नाही."

"त्या मुरब्बी शिक्षकाने पुढे सांगितले, "जर तुम्ही हुशारी वापरून वचनबद्धता केली असेल, तर तुमचा फायदा सरासरी १०, २५ किंवा ५० पॉइंट्ससुद्धा असू शकेल. परिणामी, तुमचे नुकसान पाच पॉइंटपर्यंत मर्यादित ठेवून तुम्ही आणखी निम्म्या वेळेपर्यंत चुका करत राहिलात, तरी तुम्ही बऱ्यापैकी पैसे कमवाल."

"ते ऐकल्यापासून हे तत्त्व मी आत्तापर्यंत अनेक क्षेत्रांत वापरून पाहिले. त्यामुळे माझ्या अशिलांचे आणि माझेसुद्धा हजारो डॉलर्स वाचले.

"काही काळानंतर माझ्या लक्षात आले की, हे 'स्टॉप लॉस'चे तत्त्व मी स्टॉक मार्केट सोडून इतरही अनेक ठिकाणी वापरू शकतो. मी स्टॉप लॉसचे तत्त्व आर्थिक चिंतांव्यतिरिक्त इतर चिंतांच्या बाबतीत लावून पाहिले. मी माझ्या रागाच्या, संतापाच्या प्रसंगातही लावून पाहिले. अक्षरशः एखादी किमया केल्याप्रमाणे त्याचा उपयोग झाला.

"उदाहरणार्थ, माझी एका मित्राबरोबर दुपारच्या जेवणाच्या वेळी भेट ठरली होती. तो क्वचित वेळेवर यायचा. तो मला पूर्वी फार फार वेळ ताटकळत ठेवायचा. या खेपेला मात्र मी त्याला स्पष्ट शब्दांत माझ्या स्टॉप लॉस तंत्राबद्दल सांगून टाकले. मी त्याला म्हणालो, 'हे बघ बील, माझी वाट पाहण्याची जबाबदारी फक्त दहा मिनिटे आहे. मी तुझ्यासाठी आणखी फक्त दहा मिनिटांचे नुकसान करू शकतो. तुझा दहा मिनिटांपेक्षा अधिक उशीर खपवून घेतला जाणार नाही. मग आपली भेट रद्द झाली असे समज. मी निघून गेलेलो असेन.' "

खरेच! ही जाणीव मला फार पूर्वी झाली असती, तर किती बरे झाले असते! त्यामुळे मला माझ्या अधीरतेला, माझ्या रागाला, माझ्या इच्छा-आकांक्षांना, माझ्या

न्याय्य भूमिकेला, माझ्या खेदाला आणि माझ्या सगळ्याच मानसिक आणि भावनात्मक हालचालींना 'स्टॉप लॉस'ची ऑर्डर देता आली असती. माझ्या भूतकाळातील माझी मन:शांती भंग करणाऱ्या परिस्थितीचे मला त्या काळात मोजमाप का घेता नाही आले? तसे करता आले असते, तर मी माझ्या मनाला बजावले असते : 'हे काय डेल कार्नेगी, हा प्रसंग फक्त अर्ध्या तासासाठी अश्रू ढाळण्याचा आहे. यापेक्षा अधिक नाही.' का नाही मला असे जमले?

तरीसुद्धा किमान एका छोट्याशा प्रसंगासाठी तरी मला श्रेय द्यावेच लागेल. तो एक गंभीर प्रसंग होता. माझ्या जीवनातील पेचप्रसंग होता! अशा काळातला की, जेव्हा मी कोठेतरी एकटाच उभा राहून माझी भविष्यकाळाची स्वप्ने पाहण्यात दंग होऊन जायचो आणि ती स्वप्ने धुक्यात विरून जायची. तर प्रत्यक्षात असे घडले की, जेव्हा मी माझ्या तिशीत होतो तेव्हा मी माझ्या आयुष्याचे ध्येय कादंबऱ्या लिहिणे आहे असे ठरवून टाकले होते. जणूकाही मला प्रति नॉरीस किंवा प्रति जॅक लेडन किंवा प्रति थॉमस हार्डी व्हायचे होते. त्या वेळी माझ्या अंगात इतका उत्साह संचारला होता की, दोन वर्षे मी युरोपमध्येच काढली. अर्थात तिथे मी माझ्या तुटपुंज्या डॉलर्सबरोबर राहू शकत होतो. या दोन वर्षांत मी काय केले, तर माझी श्रेष्ठ कलाकृती मी तेथे लिहिली. त्याचे नामकरण मी 'दि ब्लिझार्ड' असे केले. ब्लिझार्ड याचा अर्थ बर्फाचे वादळ. पुस्तकाच्या नावाप्रमाणे त्याचे स्वागतही थंड झाले. जेव्हा माझ्या साहित्यिक एजंटने सांगितले की, माझे लिखाण अत्यंत निरुपयोगी आहे आणि माझ्यामध्ये कुठलीही प्रतिभा नाही, मला कोणतीही दैवी देणगी नाही तेव्हा मला अतोनात दु:ख झाले. मी अतिशय भकासपणे त्याच्या ऑफिसमधून बाहेर पडलो. आता थांबून आणखी कपाळमोक्ष करण्याची माझी इच्छा नव्हती. मला मूर्खात काढले होते. मला जाणवले की, मी आता माझ्या आयुष्याच्या विशिष्ट वळणावर उभा आहे, जेथे मला निर्णय घेणे भाग आहे. मी काय करू? नेमका कोणता रस्ता निवडू? या उदासवाण्या मन:स्थितीतून बाहेर पडायला अनेक आठवडे जावे लागले. त्या वेळी मी हा 'स्टॉप लॉस' शब्द ऐकला नव्हता. नाहीतर मी माझ्या काळजीला स्टॉप लॉस ऑर्डर देऊन मोकळा झालो असतो; पण आता जेव्हा मी पुन्हा मागे वळून पाहतो तेव्हा मला असे जाणवते की, मी नेमके हेच केले. दोन वर्षांपर्यंत मी लिहीत गेलो, घाम गाळत होतो; पण त्याची फारशी नोंद घेतली गेली नाही. तो एक उदात्त अनुभव होता; पण त्यानंतर मी परत दुसऱ्या कामाकडे वळलो. मी माझे संघटनेचे आणि प्रौढ वर्गाला शिकवण्याचे काम सुरू केले आणि फावल्या वेळात आत्मचरित्र लिहिले. जे तुम्ही आत्ता वाचताय तशीच काही सेल्फहेल्प पुस्तके लिहिली.

आता मला माझ्या त्या निर्णयाचा आनंद होता का? आनंद? प्रत्येक वेळी

जेव्हा मी या विषयी विचार करतो तेव्हा रस्त्यावर आनंदाने नाचावे, असे मला वाटते. मी हे अत्यंत प्रामाणिकपणे सांगतो की, मी माझा एकही दिवस किंवा एकही तास त्यानंतर वाया घालवला नाही आणि मी थॉमस हार्डी झालो नाही म्हणून शोकही केला नाही.

शतकापूर्वी एके रात्री जेव्हा जंगलात घुबड वॉल्डनच्या तळ्याजवळ कर्कशपणे ओरडत होते तेव्हा थोरो हंसाच्या पिसाची लेखणी करून स्वत: बनवलेल्या शाईमध्ये बुडवून त्याची डायरी लिहीत होता. 'एखाद्या गोष्टीची किंमत आत्ता ताबडतोब किंवा नंतर पुढे केव्हातरी चुकवावी लागते. त्यालाच मी आयुष्य म्हणतो.'

वेगळ्या शब्दांत सांगायचे झाले, तर एखाद्या गोष्टीच्या लायकीपेक्षा जेव्हा आपण तिची जास्त किंमत मोजतो तेव्हा आपण मूर्ख ठरतो, कारण ती गोष्ट आपल्या अस्तित्वातून काहीतरी हिरावून घेते.

गिल्बर्ट आणि सलिव्हॅन या दोघांनी हेच केले. जगाला आनंदी कसे करायचे आणि आनंद देणारे संगीत कसे निर्माण करायचे हे त्या दोघांना चांगले माहिती होते, पण खेदाने असे म्हणावे लागते की, स्वत:च्या आयुष्यात आनंद कसा आणायचा हे मात्र त्यांना माहिती नव्हते. त्यांनी अतिशय हलकी-फुलकी नाटके केली, ज्यामुळे संपूर्ण जगाला आनंद मिळाला. पेशन्स, पिनाफोर, दि मिकॅडो ही त्यांपैकीच काही नाटके; पण स्वत:च्या स्वभावावर त्यांना विजय मिळवता आला नाही. त्या दोघांनी आपले आयुष्य आणि नातेसंबंध एका छोट्याशा गालिच्यावरून कडवट बनवले. सलिव्हॅनने त्याच्या थिएटरसाठी नव्या गालिच्याची ऑर्डर दिली होती. जेव्हा गिल्बर्टने बिल पाहिले तेव्हा तो खूप संतापला. त्यांचे भांडण कोर्टापर्यंत गेले आणि पुन्हा आयुष्यात ते एकमेकांशी कधीच बोलले नाहीत. जेव्हा सलिव्हॅनने नवीन गाण्यासाठी संगीत बनवले तेव्हा त्याने ते गिल्बर्टला पोस्टाने पाठवले व जेव्हा गिल्बर्टने त्यावर शब्द लिहिले तेव्हा ते त्याने सलिव्हॅनला पोस्टाने पाठवले. स्टेजवर एकत्र येण्यासाठी प्रसंग आला, पण ते एकमेकांच्या विरुद्ध बाजूंना विरुद्ध दिशेने माना वळवून उभे राहिले, जेणेकरून एकमेकांचे चेहरे पाहायला लागू नयेत. त्यांच्या संतापाला, रागाला स्टॉप लॉस ऑर्डर देण्याची माहिती त्यांना नव्हती; जे लिंकनने केले.

युद्ध काळामध्ये एकदा लिंकनचे काही मित्र त्यांच्या शत्रूची निंदानालस्ती करत होते. तेव्हा लिंकन म्हणाला : "तुमच्या बोलण्यावरून असे लक्षात येते की, तुमची त्यांच्याशी वैयक्तिक दुश्मनी आहे. माझीसुद्धा थोडीशी आहे, पण मला ते तेवढे महत्त्वाचे वाटत नाही. माणसाकडे त्याच्या संपूर्ण आयुष्यापैकी निम्मे आयुष्य भांडणामध्ये घालवण्याइतका वेळ नसावा. जर माझ्यावर कोणी हल्ला करण्याचे

थांबवले, तर मी पुन्हा भूतकाळ आठवत बसणार नाही.''

माझी एडिथ नावाची एक आत्या होती. ती आणि काका फ्रँक हे एका गहाण पडलेल्या शेतावर राहायचे, जेथे किड्यांचा उपद्रव होता आणि जी जमीन खाचखळग्यांची आणि नापीक होती. पै-पै गोळा करण्यासाठी त्यांना खूप त्रास घ्यावा लागे. तरीसुद्धा माझ्या आत्याची आपले ते उजाड घर सुशोभित करण्यासाठी नवीन पडदे व आणखी काही गोष्टी घेण्याची इच्छा होती. तिने या गोष्टी मिसुरीमधील एका दुकानातून उधारीवर आणल्या. फ्रँकना आता ही उधारी कशी भागवायची याची चिंता पडली. शेतकऱ्याला बिले कशी चुकती करायची याची जी चिंता सर्वसाधारणपणे असते तीच चिंता फ्रँकना होती. म्हणून गुपचूप ते त्या दुकानदाराकडे गेले आणि त्यांनी त्याला सांगितले की, त्यांच्या बायकोला उधारीवर वस्तू देणे बंद कर. जेव्हा एडिथला हे समजले तेव्हा ती भयंकर संतापली. तिने आकाशपाताळ एक केले. त्या गोष्टीला आता पन्नास वर्षे उलटली, पण तो विषय निघाला की, अजूनही ती संतापाने लाल होते. मी अनेकदा तिला ही गोष्ट इतरांना सांगताना ऐकले आहे. मागच्या वेळेस जेव्हा ती मला भेटली तेव्हा तिचे वय पंचाहत्तर होते. मी तिला म्हटले, ''आंटी, अंकलने तुझा अपमान करून चूकच केली. त्यात शंकाच नाही; पण तुला असे नाही का वाटत की, तीच गोष्ट जवळपास पन्नास वर्षे सतत उगाळून तू त्याहीपेक्षा वाईट गोष्ट करते आहेस?''

या कडवट आठवणींना छातीशी कवटाळून आंट एडिथने फार मोठी किंमत दिली. त्यामुळे तिने स्वत:ची मन:शांती घालवली होती. हे फार मोठे नुकसान तिने स्वत:च केले होते.

बेंजामिन फ्रँकलिन जेव्हा सात वर्षांचा होता तेव्हा त्याने जी चूक केली, ती त्याला सत्तर वर्षे आठवत होती. जेव्हा तो सात वर्षाचा छोटा मुलगा होता तेव्हा तो शिट्टीच्या प्रेमात पडला. ती त्याला ताबडतोब हवी होती म्हणून तो तडक खेळण्याच्या दुकानात गेला. त्याच्याकडे जी काही नाणी जमली होती, ती त्याने दुकानदाराच्या पुढ्यात टाकली. शिट्टीची किंमतही विचारली नाही. या प्रसंगानंतर सत्तर वर्षांनी त्याने त्याच्या मित्राला पत्रात लिहिले, 'नंतर मी घरी आलो आणि घरभर शिट्टी वाजवत फिरलो.' पण जेव्हा त्याच्या मोठ्या भावा-बहिणींना हे समजले की, त्याने शिट्टीच्या किमतीपेक्षा कितीतरी अधिक पैसे दुकानदाराला दिले तेव्हा त्या सगळ्यांनी त्याची खूप टिंगल केली. त्याला ते खूप हसले. त्याने पुढे लिहिले, 'मी अत्यंत अपमानित होऊन रडू लागलो.'

काही वर्षांनी जेव्हा फ्रँकलिनला जगभर प्रसिद्धी मिळाली आणि तो राजदूत म्हणून निवडला गेला तेव्हाही त्याला ही गोष्ट आठवली की, त्याने शिट्टीतून मिळणाऱ्या आनंदापेक्षा शिट्टीसाठी जरूरीपेक्षा जास्त पैसे देऊन दु:खच विकत घेतले.

मात्र फ्रँकलिन या अनुभवातून अतिशय स्वस्तात धडा शिकला. तो म्हणतो, 'मी जसजसा मोठा होऊन या जगाचे व्यवहार शिकलो तेव्हा मी अनेक माणसांचे असे निरीक्षण केले की, त्यांपैकी अनेक लोकांनी त्यांच्या शिट्टीसाठी वाजवीपेक्षा जास्त किंमत मोजली आहे. थोडक्यात, मला हे समजले की, मनुष्य प्राण्याच्या दुःखाचा बराच मोठा भाग त्याच्या आयुष्यात घडलेल्या प्रसंगांचे चुकीचे अंदाज बांधल्यामुळे निर्माण होतो आणि त्यांनी त्यांच्या शिट्टीसाठी अधिक किंवा अवाजवी किंमत दिल्यामुळे ते दुःखी आहेत.'

गिल्बर्ट आणि सॅलिव्हाननेसुद्धा त्यांच्या शिट्टीसाठी खूप जास्त किंमत दिली. एडिथ आँटीनेसुद्धा तेच केले. फार कशाला, डेल कार्नेगीनेसुद्धा अनेक प्रसंगांमध्ये हेच केले. जगप्रसिद्ध कादंबरीकार व 'वॉर अॅण्ड पीस'चा लेखक लिओ टॉलस्टॉयच्या आयुष्याच्या शेवटच्या वीस वर्षांत म्हणजे १८९० ते १९१०मध्ये त्याचे इतके चाहते होते की, त्याच्या घराला भेट देणे म्हणजे एखाद्या पवित्र स्थळाला भेट देणाऱ्या यात्रेकरूसारखे लोकांना वाटे. त्याच्या दर्शनासाठी, त्याचा आवाज ऐकण्यासाठी किंवा त्याच्या कपड्याच्या स्पर्शासाठी लोक ताटकळत उभे राहत. तो जे काही बोलत असे ते प्रत्येक वाक्य लोक लिहून ठेवत. ती जणूकाही संतवाणीच होती; पण प्रत्यक्षात संसारी जीवन जगताना फ्रँकलिनला जे शहाणपण सातव्या वर्षी होते, ते टॉलस्टॉयला सत्तराव्या वर्षीसुद्धा नव्हते.

मला जे म्हणायचे आहे ते असे की, टॉलस्टॉयचे ज्या मुलीवर मनापासून प्रेम होते तिच्याशीच त्याचे लग्न झाले. खरेतर त्याचे सुरुवातीचे वैवाहिक जीवन इतके सुखी आणि आनंदमय होते की, देवापुढे गुडघे टेकवून ते प्रार्थनासुद्धा करत की, 'देवा आम्हाला असेच आनंदी ठेव.' पण ज्या मुलीशी टॉलस्टॉयचे लग्न झाले होते ती अत्यंत मत्सरी होती, संशयी होती. काही वेळेस ती वेषांतर करून त्याच्या हालचालींवर नजर ठेवायची. अगदी जंगलातसुद्धा त्याच्या मागे जायची. ती तिच्या मुलांचासुद्धा इतका मत्सर करायची की, तिने एकदा बंदूक उचलून स्वतःच्या मुलीच्या फोटोवर गोळी झाडली आणि फोटोला छिद्र पाडले. एकदा तर विषाची बाटली तोंडाला लावून फरशीवर गडबडा लोळून आत्महत्या करण्याची धमकी दिली. त्या वेळी तिची मुले भयभीत होऊन, कोपऱ्यात उभी राहून सर्व पाहत होती.

या सगळ्यावरची प्रतिक्रिया म्हणून टॉलस्टॉय काय करायचा? त्याला बऱ्यापैकी राग यायचा; पण त्याने त्यावर जी कृती केली ती आणखीनच वाईट होती. तो डायरी लिहीत बसायचा आणि त्या डायरीत बायकोला दोष द्यायचा. ही त्याची शिट्टी होती. त्याने असे करायचे ठरवले, कारण येणाऱ्या पुढील पिढीला त्याला पटवून द्यायचे होते की, त्याची बायको किती दोषी होती व त्याची कशी काहीच चूक नव्हती. याच्यावर प्रतिहल्ला चढवण्यासाठी त्याच्या बायकोने काय केले असेल?

तिने त्या डायरीची पाने फाडली व जाळून टाकली आणि नंतर स्वतःची डायरी लिहिणे सुरू केले. ज्यामध्ये तिने लिओ टॉलस्टॉयला 'खलनायक' म्हणून रंगवले! तिने एक कादंबरीसुद्धा लिहिली. तिचे नाव होते 'हूज फॉल्ट?'. ज्यामध्ये तिने स्वतःला हुतात्मा म्हणून रंगवले व टॉलस्टॉयला दुष्ट, क्रूर म्हणून!

या सगळ्याचा शेवट काय होणार? या दोन माणसांनी हौसेने बांधलेल्या घराला टॉलस्टॉय स्वतःच 'वेड्यांचे इस्पितळ' का म्हणत होता? उघडच आहे की, त्यामागे अनेक कारणे आहेत. त्यामागचे महत्त्वाचे कारण म्हणजे त्या दोघांचीही तुमच्यावर व माझ्यावर प्रभाव पाडण्याची जबरदस्त इच्छा! खरेतर ज्याची ते एवढी काळजी करत होते ते आपले मत अत्यंत दुय्यम स्वरूपाचे होते! त्यांचा न्यायनिवाडा करणारे आपण कोण होतो? कोणीच नाही! त्या दोन टॉलस्टॉयबद्दलचा विचार करायला आपल्याकडे इतका वेळ कोठे आहे, कारण आपल्याला आपल्या समस्यांची अधिक फिकीर आहे. या दोन असंमजस लोकांनी आपल्या शिट्टीचे एवढे मोठे मोल दिले! पन्नास वर्षांपर्यंत स्वतः बनवलेल्या नरकामध्ये ते राहिले. याचे कारण दोघांनाही 'थांबवा' म्हणण्याचे शहाणपण नव्हते. या विषयाला आपण 'स्टॉप लॉस' ऑर्डर देऊ असे म्हणणे त्यांना सुचले नाही. आपण आपले आयुष्य बरबाद करत आहोत. 'आता आपण बस म्हणू' असे करणे त्यांना जमले नाही.

खरोखर मला प्रामाणिकपणे असे वाटते की, कुठे थांबायचे हे समजणे हाच मनःशांती मिळवण्याचा सगळ्यात मोठा मंत्र आहे. माझा विश्वास आहे की, कोणत्या प्रसंगाची आपल्या आयुष्याच्या दृष्टीने किती किंमत आहे हे समजून घेऊन त्याचे मोजमाप करण्यात आपल्या पन्नास टक्के काळज्या कमी होतील.

म्हणून काळजी करण्याची सवय तुम्हाला संपवण्यापूर्वी तुम्हीच ती सोडा. त्यासाठी नियम ५ :

**जेव्हा एखाद्या चुकीच्या गोष्टीवर पैसे खर्च करण्याचा आपल्याला मोह होतो तेव्हा जरा थांबून स्वतःला पुढील प्रश्न विचारावेत,**

**१) मी ज्या गोष्टीची काळजी करत आहे तिचा खरोखर माझ्याशी इतका संबंध आहे का?**

**२) या काळजीला मी कोणत्या क्षणी 'स्टॉप लॉस' ऑर्डर देऊन त्याबद्दल विसरून जावे?**

**३) या माझ्या शिट्टीसाठी नेमके किती पैसे मी खर्च करावेत? आधीच तिच्या किमतीपेक्षा अधिक मी खर्च केले आहेत का?**

## ११

## भुस्सा कापण्याचा प्रयत्न करू नका

जेव्हा मी हे वाक्य लिहिले, तेव्हा मी माझ्या खिडकीतून बाहेर पाहिले. तेथून मला माझ्या बागेतील डायनॉसॉरच्या पावलांच्या खुणांचा मार्ग दिसतो. हा असा मार्ग मी मुद्दामच कवड्या आणि दगड यांच्या साहाय्याने बनवून घेतला आहे. हा डायनॉसॉरचा ट्रॅक मी येल युनिव्हर्सिटीच्या पिबोडी म्युझियममधून विकत घेतला आहे आणि तिथल्या अधिकाऱ्याचे माझ्याकडे पत्रसुद्धा आहे की, हा ट्रॅक १८० लाख वर्षांपूर्वीचा आहे. अगदी मंगोलियन वंशाचे लोकसुद्धा तो ट्रॅक बदलण्याच्या भानगडीत पडले नाहीत. १८० सेकंदांपूर्वी घडलेली गोष्ट आपण बदलू शकत नाही, तर १८० लाख वर्षांपूर्वीच्या गोष्टीबद्दल विचार करणे वेडेपणाचेच आहे; पण आपल्यापैकी बरेच जण असे करण्याचा प्रयत्न करतात. आपण फारतर १८० सेकंदांपूर्वी घडलेल्या घटनेचे पडसाद बदलू शकतो; पण घटना बदलू शकत नाही.

देवाकडच्या योजनेत फक्त एकच विधायक उपाय आहे आणि तो म्हणजे आपला भूतकाळ विधायक बनवायचा. कसा? तर अगदी शांतपणे! आपण भूतकाळात कोणत्या चुका केल्या त्याचे विश्लेषण करायचे आणि त्यापासून फायदा करून घ्यायचा आणि विसरून जायचे.

मलासुद्धा माहिती आहे की, हे बरोबर आहे; पण नेहमीच माझ्याकडे तेवढे धाडस आणि शहाणपण असेल का, की मी तसे करू शकेन? या प्रश्नाचे उत्तर देण्यासाठी मला फार वर्षांपूर्वी आलेल्या एका अजब अनुभवाबद्दल मी तुम्हाला सांगतो : मी स्वत: तीन लाख डॉलर्स माझ्या स्वत:च्या हाताने गमावले आहेत. एका पैशाचाही फायदा झाला नाही. धाडस असे की, मी प्रौढांच्या शिक्षणासाठी एक कंपनी काढली. अनेक शहरांत त्याच्या अनेक शाखा मी उघडल्या. त्यासाठी लागणारे ऑफिस, स्टेशनरी, स्टाफ, जाहिराती या सगळ्यांवर उदार अंत:करणाने

खर्च केला आणि मी मात्र शिकवण्यात इतका गुंतलो होतो की, आर्थिक बाजूकडे मी लक्षच दिले नाही. त्या काळात मी इतका भोळाभाबडा होतो की, माझ्या या व्यवसायासाठी मला एखाद्या व्यवस्थापकाची गरज आहे, हा विचारसुद्धा माझ्या मनात आला नाही.

शेवटी एका वर्षानंतर एक धक्कादायक कटू सत्य उघडकीस आले. माझ्या असे लक्षात आले की, आमचा व्यवसाय प्रचंड मोठ्या प्रमाणावर चालत असूनही आम्हाला आत्तापर्यंत काहीच आर्थिक फायदा झाला नाही. माझ्या लक्षात आले की, मला दोन गोष्टी करायला पाहिजेत. एक तर जॉर्ज वॉशिंग्टन कार्व्हरप्रमाणे वागले पाहिजे. बँक बुडाली म्हणून त्याचे चाळीस हजार डॉलर्सचे नुकसान झाले. त्याच्या आयुष्यभराची मिळकत होती ती! तेव्हा त्याला कोणीतरी याबद्दल विचारले, तर तो म्हणाला, ''होय मीपण तसे ऐकले आहे.'' आणि त्याने त्याचे शिकवण्याचे काम चालू ठेवले. त्याने झालेल्या नुकसानीचा सल मनातून पुसून टाकला आणि पुन्हा त्याचा कधीही उच्चार केला नाही.

दुसरी गोष्ट मला अशी करायला पाहिजे होती की, पूर्वी मी ज्या चुका केल्या होत्या, त्यांचे विश्लेषण करून पुन्हा तशा चुका घडणार नाहीत, याची खबरदारी घ्यायला पाहिजे होती.

पण खरे सांगायचे, तर या दोन्ही गोष्टींपैकी मी कोणतीच गोष्ट केली नाही. मी खूप काळजीत होतो. काही महिने मी अत्यंत उदास होतो. मला झोप येत नव्हती, भूक लागत नव्हती. एवढी मोठी चूक केल्यानंतर त्यापासून काही शिकण्याऐवजी मी पुढे जाऊन पुन्हा तीच चूक पण थोड्या छोट्या प्रमाणावर केली!

माझा हा सगळा मूर्खपणा कबूल करायला मला खरेतर लाज वाटते, पण मला फार पूर्वीच हे समजले की, 'लोकांना हे शिकवणे फार सोपे आहे की, कसे वागणे चांगले; पण तसे आचरणात आणणे फार अवघड असते.'

न्यूयॉर्कमधील जॉर्ज वॉशिंग्टन शाळेमध्ये शिकवण्याचे भाग्य मला मिळाले. डॉ. पॉल ब्रँडविनसारखे शिक्षक आम्हाला लाभले, जे ॲलेन सॉंडर्सलासुद्धा लाभले होते.

ॲलन सॉंडर्सने सांगितले की, त्यांना आरोग्यशास्त्र शिकवणारे शिक्षक हे ब्रँडविन होते आणि त्यांनी सॉंडर्सना एक मौल्यवान धडा शिकवला. ''मी तेव्हा माझ्या पौगंडावस्थेत होतो, पण त्या काळात मी अत्यंत चिंताक्रांत असे. मी सतत काय चुका केल्या त्याचा विचार करून उदास असे. जर मी परीक्षेचा पेपर लिहायला गेलो, तर रात्र रात्र मला या विचारांनी झोप येत नसे की, मी पास होणार की नाही! मी ज्या गोष्टी केल्या त्या आठवून त्या वेगळ्या प्रकारे कशा करू शकलो असतो अशी मला खंत वाटत असे. मी जे काही बोललो त्यापेक्षा वेगळे बोललो असतो,

तर बरे झाले असते, असा मला पश्चात्ताप होई.

"नंतर एके दिवशी आमच्या वर्गाला सायन्सच्या प्रयोगशाळेत नेण्यात आले. तेथे ब्रँडविन सर होते. त्यांच्या हातात दुधाची बाटली होती आणि ती सर्वांना दिसेल अशा पद्धतीने ते हालचाल करत होते. आम्ही सगळे खाली बसलो व दुधाच्या बाटलीकडे पाहत विचार करत राहिलो की, आरोग्यशास्त्राच्या वर्गात दुधाच्या बाटलीचे काय काम? आणि अचानक डॉ. ब्रँडविन उठले, उभे राहिले आणि दुधाची बाटली सिंकमध्ये ओतून दिली आणि जोरात ओरडले, 'सांडलेल्या दुधाबद्दल पश्चात्ताप करू नका!'

"त्यांनी त्यानंतर आम्हाला सगळ्यांना सिंकजवळ बोलावले आणि झालेले नुकसान जवळून पाहायला लावले. ते म्हणाले, "नीट काळजीपूर्वक बघा, कारण मला तुम्हाला हा धडा जन्मभर लक्षात राहण्यासाठी शिकवायचा आहे. दूध वाहून गेलेले तुम्ही पाहत आहात आणि जगातील कोणतीही व्यक्ती आता ते परत आणू शकत नाही. अगदी त्यापैकी एक थेंबही नाही. थोडेसे विचारपूर्वक वागून आणि काळजी घेऊन दूध वाचवता येऊ शकले असते, पण आता फार उशीर झालेला आहे. आता आपण काय करू शकतो, तर पूर्णपणे तो विचार डोक्यातून काढू शकतो आणि पुढच्या कामाकडे वळू शकतो."

सॉंडर्स पुढे म्हणाला, "त्या वेळी करून दाखवलेले ते छोटेसे प्रात्यक्षिक मी आयुष्यात कधीच विसरलो नाही. शाळेत शिकलेले लॅटिन मी विसरलो, भूमिती विसरलो, पण हा बँडविनने शिकवलेला धडा कधीच विसरलो नाही. शाळेतील माझ्या उच्च शिक्षणामुळे जे मला मिळाले नाही, ते मला जीवनातील या व्यवहारी ज्ञानामुळे मिळाले. शक्य झाल्यास दूध सांडू देऊ नये ही शिकवण मिळाली, पण सांडलेच, तर पूर्णपणे विसरून जावे हेसुद्धा मी शिकलो."

काही वाचकांना माझे हे सामान्य म्हणीसारखे विवेचन आवडणार नाही. इतकी घीसीपीटी म्हण आहे ही, 'सांडलेल्या दुधाबद्दल पश्चात्ताप करू नये.' मलासुद्धा हे माहिती आहे. हजारो वेळा ऐकून ती म्हण आता नीरस वाटते. तरीसुद्धा मला तुम्हाला हे सांगावेसे वाटते की, अशा सामान्य म्हणींमध्येच तिन्ही जगतांतील सर्व काळातील शुद्ध शहाणपण भरलेले असते. त्या मनुष्यस्वभावाचे सच्चे दर्शन घडवणाऱ्या असतात. सच्च्या अनुभवातून आलेल्या म्हणी पिढ्यान् पिढ्या उपयोगी पडत असतात. तुम्ही जेव्हा जेव्हा काळजी या विषयावरील अत्यंत बुद्धिमान लोकांनी काही लिहिलेले वाचाल तेव्हा तुमच्या लक्षात येईल की, त्यांपैकी कोणतेही लिखाण या दोन मूलभूत सामान्य म्हणींशिवाय पूर्ण होणार नाही. पहिली म्हणजे 'डोण्ट क्रॉस युवर ब्रिज अनटिल यू कम टू देम' आणि दुसरी 'डोण्ट रिपेंट ऑन स्पिल्ट मिल्क'. आपणसुद्धा व्यवहारात या दोन म्हणींच्या मथितार्थांचा

चिडचिड न करता वापर केला, तर आपल्याला हे पुस्तक वाचायचीसुद्धा गरज नाही. खरे सांगायचे, तर या जुन्या म्हणी 'कोड ऑफ कंडक्ट' किंवा सदाचाराची नियमावलीच आहेत! त्याचा वापर करून जगलात, तर तुमचे जीवन परिपूर्ण होईल. ज्ञान ही ताकद तेव्हाच बनते जेव्हा ती व्यवहारात वापरली जाते. या पुस्तकाचा हेतू तुम्हाला नवीन काही सांगण्याचा नाही, तर या पुस्तकाचा हेतू तुम्हाला जे आधीच माहिती आहे त्याची आठवण करून देण्याचा आहे आणि तुम्ही ते ज्ञान वापरावे यासाठी प्रेरणा देण्याचा आहे.

कॅ. फ्रेड फुलर शेडसारख्या माणसाचे मी नेहमीच कौतुक करत आलो आहे, ज्याच्याकडे ही दैवी देणगी होती की, जुनेच सत्य तो नव्या पद्धतीने सांगू शकत होता. शिवाय सांगताना डोळ्यांसमोर जणू तो चित्रच उभे करायचा.

फिल्पडेल्फिया हा बुलेटिनचा संपादक होता. त्याने पदवीधर विद्यार्थ्यांच्या वर्गासमोर भाषण करताना विचारले : "तुमच्यापैकी आत्तापर्यंत किती जणांनी लाकूड कापले आहे? जरा हात वर करून दाखवा." पुष्कळ हात वर आले. नंतर त्याने विचारले, "लाकडी भुश्श्याला किती जणांनी करवतीने कापले आहे?" एकही हात वर आला नाही.

"अर्थातच! तुम्ही लाकडी भुश्श्याला कापू शकत नाही." मि. शेड म्हणाले, "कारण तो आधीच कापलेला असतो! तसेच भूतकाळाचे आहे. तुम्ही जेव्हा घडलेल्या गोष्टीची काळजी करता आणि आता त्यामध्ये करण्यासारखे काही उरलेले नसते तेव्हा तुम्ही लाकडाचा भुस्साच कापत असता."

कॉनी मॅक. बेसबॉलचा उत्तम खेळाडू! तो जेव्हा एक्याऐंशी वर्षांचा झाला तेव्हा मी त्याला विचारले की, जे सामने तो हरला त्यांबद्दल त्याला चिंता वाटली का?

कॉनी मॅक त्यावर उत्तरला, "हो, नक्कीच! पण तो मूर्खपणा मी फार वर्षांपासून सोडून दिला आहे. माझ्या लक्षात आले की, चिंता करण्याने काहीच होत नाही. त्यामुळे फक्त तुमच्या पोटात अल्सर्स आणि चेहऱ्यावर रिंकल्स (सुरकुत्या) येतात."

एकदा माझा जॅक डेंपसेबरोबर आभार प्रदर्शनाच्या कार्यक्रमात जेवायचा योग आला. त्याने टुनेबरोबरची त्याची मॅच आठवून असे सांगितले की, टुनेने त्याला हेवी वेट चॅम्पिअनशिप स्पर्धेत हरवले होते आणि त्यामुळे त्याचा आत्मसन्मान दुखावला गेला होता. त्याने सांगितले, "लढतीच्या ऐन मध्यात अचानक मला जाणवले की, मी म्हातारा झालो आहे. दहाव्या फेरीला तर मी फक्त पायावर उभा होतो एवढेच! माझा चेहरा सुजला होता आणि रक्तही येत होते. माझे डोळे जवळपास बंद झाले होते. मी पंचांना टुनेशी अभिनंदनाचे हस्तांदोलन करतानासुद्धा पाहिले. आता मी जागतिक चॅम्पिअन राहिलो नव्हतो. मी गर्दीतून बाहेर पडलो.

माझ्या ड्रेसिंग रूमकडे जाऊ लागलो. काही लोकांनी हात दाबून माझे सांत्वन केले. काहींच्या डोळ्यात अश्रू होते.

"एक वर्षानंतर पुन्हा मी टुनेबरोबर लढलो, पण काही उपयोग नव्हता. मी पुन्हा हरलो; पण आता मी मनाशी विचार केला, 'मी आता भूतकाळात रमणार नाही आणि त्याबद्दल शोकही करणार नाही. 'सांडलेल्या दुधाबद्दल पश्चात्ताप करू नये.' मी हा ठोसा माझ्या हनुवटीवर घेईन, पण आता जमिनीला पाठ टेकवणार नाही."

आणि डेंपसेने तसे करून दाखवले. कसे? त्याने स्वत:ला पुन्हा-पुन्हा बजावले, 'मी आता भूतकाळ आठवणार नाही.' त्याने त्याचा पराभव स्वीकारला आणि त्याबद्दल लिहिलेसुद्धा, तसेच भविष्याच्या काही योजना आखल्या. त्याने डेंपसे रेस्टॉरंट उघडले, तसेच ५७ नंबरच्या रस्त्यावर ग्रेट नॉर्दर्न हॉटेल उघडले. त्याने बॉक्सिंगची प्रदर्शने भरवली. बक्षिसे लावून मॅचेस ठेवल्या. असे विधायक काम करून त्याने स्वत:ला त्यात झोकून दिले. त्यामुळे त्यानंतर त्याला काळजी करायला ना कधी वेळ मिळाला, ना त्याला काळजी करण्याचा मोह झाला! मी चॅम्पिअन असतानापेक्षाही चॅम्पिअन नसतानाचा माझा दहा वर्षांचा काळ खूप आनंदात गेला.

मि. डेंपसेने सांगितले की, त्याने फारशी पुस्तके वाचली नाहीत. माहिती नसूनसुद्धा त्याने शेक्सपिअरचा सल्ला मानला : 'शहाणी माणसे कधीच आपल्या पराभवाचे पोवाडे गात बसत नाहीत. ती आनंदाने आपल्या दु:खावर मलमपट्टी करतात.'

मी जेव्हा ऐतिहासिक पुस्तके व आत्मचरित्रे वाचतो आणि संघर्ष करणाऱ्या लोकांचे निरीक्षण करतो तेव्हा मला खूप आश्चर्य वाटते आणि मला त्यांच्यापासून प्रेरणा मिळते आणि ते ज्या पद्धतीने काळजीला समूळ नष्ट करून आयुष्य पुन्हा नव्याने घडवतात त्याचा मला आदर वाटतो.

एकदा मी सिंगसिंगला भेट द्यायला गेलो होतो आणि मला खूप आश्चर्य वाटले की, तेथील सर्व कैदी हे बाहेर असलेल्या लोकांइतकेच आनंदी होते. मग मी माझे हे मत तेथील वॉर्डनला सांगितले. त्यावर त्याने मला जे सांगितले, ते असे की, जेव्हा कैदी प्रथम सिंग सिंगला येतात तेव्हा ते अत्यंत चिडचिडे व कडवटपणाने भरलेले असतात, पण काही महिन्यांनी त्यातले काही हुशार कैदी त्यांच्या दुर्भाग्याच्या रेषा मिटवून टाकतात, स्थिरावतात आणि तुरुंगातील आयुष्य शांतपणे स्वीकारतात आणि जीवन सुसह्य करतात. वॉर्डनने मला तेथील एका कैद्याबद्दल सांगितले. तुरुंगाच्या आत, अजस्र भिंतीच्या आत तो माळीकाम करत होता आणि भाज्या आणि फुलांची लागवड करताना गाणे गुणगुणत होता.

त्या कैद्याने लागवड करताना जे गाणे म्हटले ते अत्यंत अर्थपूर्ण होते. त्याला माहिती होते :

*'नियतीने थरथरत्या हाताने : ज्या तुमच्या ललाटरेषा लिहिल्या आहेत.*
*त्या तुमच्या सत् कर्मांनीही तसूभरसुद्धा बदलणार नाहीत*
*किंवा तुम्ही गाळलेल्या अश्रूंच्या महापुरातही वाहून जाणार नाहीत.'*

म्हणून अश्रू कशाला वाया घालवायचे? अर्थात आपण अनेक चुका केल्या आहेत; पण म्हणून काय झाले? चुका कोणी केल्या नाहीत? नेपोलिअनसुद्धा त्याच्या एकूण लढायांपैकी १/३ लढाया हरला.

आणि काहीही झाले, तरी कोणीच भूतकाळ परत जिवंत करू शकत नाही. म्हणून आपण नियम ६ नेहमी लक्षात ठेवू.

**लाकडाच्या भुश्श्याला कापण्याचा प्रयत्न करू नका.**

# तिसऱ्या भागाच्या अंतरंगात काय आहे?

काळजीच्या सवयीतून तुमची मोडतोड होण्यापूर्वीच तुम्ही ती सवय मोडून टाका.

---

**नियम १ :** स्वत:ला कार्यमग्न ठेवून तुमच्या मनात चिंतेने जी गर्दी केली आहे, तिला बाहेर ढकला. मनातील हे वाईट विचार दूर करण्यासाठी जे काही अनेक उपाय आहेत त्यातील सर्वांत चांगला उपाय म्हणजे 'कृतिशील राहणे'

**नियम २ :** क्षुल्लक गोष्टींचा बाऊ करू नका. चिंतेची वाळवी मनाला लावून घेऊ नका. नाहीतर तुमच्या आनंदावर विरजण पडेल.

**नियम ३ :** तुमच्या काळज्या कुचकामी ठरवण्यासाठी सरासरीचा नियम लावा. स्वत:ला प्रश्न विचारा 'या असंभव गोष्टी घडण्याची संभाव्यता किती आहे?'

**नियम ४ :** अपरिहार्यतेला सहकार्य करा. जेव्हा तुमच्या हे लक्षात येईल की, परिस्थिती आपल्या हाताबाहेरची आहे व तिच्यात बदल करणे आपल्याला शक्य नाही तेव्हा स्वत:ला असे म्हणा : 'हे असेच घडणार! दुसरे काही घडूच शकत नाही.'

**नियम ५ :** तुमच्या काळजीला 'स्टॉप लॉस' ऑर्डर द्या. तुम्ही एखाद्या गोष्टीची जेवढी चिंता करता तेवढ्या लायकीची ती आहे का हे ठरवा आणि मग ते थांबवा.

**नियम ६ :** भूतकाळ गाडून टाका. लाकडाचा भुस्सा कापू नका.

---

**भाग चार**

---

शांती आणि आनंद मिळवून देणारे सात मानसिक
दृष्टिकोन

# १२

## तुमचे आयुष्य बदलवणारे आठ शब्द

काही वर्षांपूर्वी एका रेडिओ प्रोग्रॅममध्ये मला एक प्रश्न विचारण्यात आला, "आत्तापर्यंतच्या आयुष्यात तुम्ही शिकलेला सगळ्यात महत्त्वाचा धडा कोणता?"

प्रश्न सोपा होता. आत्तापर्यंतच्या आयुष्यात मी सगळ्यात महत्त्वाचे आणि उपयोगी असे काय शिकलो, तर 'आपण जो विचार करतो तो किती महत्त्वाचा असतो!' जर मला समजले की, तुम्ही कशा पद्धतीने विचार करता, तर तुमचे व्यक्तिमत्त्व कसे आहे याचा अंदाज मी करू शकतो. आपले विचारच आपल्याला घडवतात. आपली मानसिकता हा X फॅक्टर आहे, जो आपले नशीब घडवतो.

मला आता हे खात्रीपूर्वक समजले आहे आणि माझ्या मनात त्याबद्दल तिळमात्र शंका नाही की, तुमची आणि माझी सगळ्यात मोठी समस्या खरेतर एकच मोठी समस्या आहे. ती म्हणजे – आपण योग्य विचार कसे निवडायचे? जर आपल्याला योग्य विचार निवडणे जमले, तर आपण आपल्या समस्या सहज सोडवू शकतो. रोमन साम्राज्यावर ज्याने राज्य केले तो जगप्रसिद्ध तत्त्ववेत्ता मार्क्स ऑरेलिअस याने सांगितले की, फक्त पाच शब्द तुमचे उज्ज्वल भविष्य घडवू शकतात – 'आपले विचारच आपले जीवन घडवतात.'

अगदी खरे आहे हे! जर आपल्या मनात आनंदी विचार आले, तर आपण आनंदी होऊ. जर आपण दु:खी विचार मनात आणले, तर आपण दु:खी होऊ. जर आपल्या मनात भीतिदायक विचार आले, तर आपण भयग्रस्त होऊ. जर आपल्या मनात उदासवाणे विचार आले, तर आपण आजारी पडू. जर आपण विचार केला की, आपल्याला यश मिळणार नाही, तर नक्कीच आपण अपयशी ठरू. जर आपण आत्मवंचनेत गुरफटून रडत राहिलो, तर लोक आपल्यापासून दूर पळतील. नॉर्मन पेले म्हणतो, "तुम्हाला तुम्ही कसे आहात असे वाटते तसे तुम्ही नसता,

तर तुम्ही जसा विचार करता तसे तुम्ही असता.''

तुम्हाला असे वाटते का की, मी तुम्हाला मुरब्बी राजकारण्यांसारखा दृष्टिकोन ठेवा असे सुचवतो? नाही. दुर्दैवाने आयुष्य तितके साधे नाही, पण माझा असा आग्रह आहे की, नकारात्मक दृष्टिकोन सोडून देऊन तुम्ही सकारात्मक दृष्टिकोन बाळगा. दुसऱ्या शब्दांत सांगायचे झाले, तर समस्यांमध्ये तुम्ही आस्थेने लक्ष घालणे गरजेचे आहेच; पण काळजी करू नका. आस्थेने लक्ष घालणे आणि काळजी करणे यामध्ये काय फरक आहे? नक्कीच फार फरक आहे. मी तुम्हाला सोदाहरण स्पष्ट करतो. प्रत्येक वेळी न्यूयॉर्कमध्ये गर्दीच्या रस्त्यावर मी जेव्हा रस्ते ओलांडतो तेव्हा मी जी काही कृती करतो आहे ती मी काळजीपूर्वक करतो, पण त्याची काळजी करत नाही. 'काळजीपूर्वक' या शब्दाचा अर्थ असा आहे की, संकटांची जाणीव असणे आणि त्यांचे निवारण करण्यासाठी योग्य त्या हालचाली करणे; पण काळजी करणे म्हणजे निरुद्देश, निरुपयोगी भरकटत नेणाऱ्या विचारांमध्ये अडकणे.

एखाद्या गंभीर समस्येचा आस्थेने विचार करणारा माणूससुद्धा ताठ मान करून शर्टाच्या बटणात सुंदर फूल खोचून रस्त्याने जाऊ शकतो. मी लॉवेल थॉमसला तसे करताना पाहिले आहे. पहिल्या महायुद्धावर त्याने एक सिनेमा काढला होता. त्याच्या प्रदर्शनाच्या वेळी मला त्याला जवळून भेटण्याचा योग आला. त्याने आणि त्याच्या सहकाऱ्यांनी फार जवळून काही फोटो घेतले होते आणि रंगीत अरेबियन सैन्याची चित्रफीतही बनवली होती. त्या काळात लंडनमध्ये आणि जगभरसुद्धा ते सर्व खूप सनसनाटी ठरले होते! लंडनमधील ऑपेरा सिझन सहा आठवड्यांसाठी लांबणीवर पडला, ज्यामुळे लॉवेलला त्याने केलेल्या धाडसाबद्दल लोकांना सांगता येईल व चित्रे दाखवता येतील. इतके प्रचंड यश मिळाल्यानंतर त्याने देशोदेशी जाऊन हे सगळे दाखवायला सुरुवात केली. नंतर त्याने भारत व अफगाणिस्तान येथील जीवनाविषयी चित्रपट बनवले. त्यामध्ये दोन वर्षे घातली आणि अविश्वसनीय दुर्भाग्य त्याच्या नशिबी आले. सगळीकडून अपयश यायला लागले. त्या काळात मी त्याच्याबरोबर होतो. मला आठवते, आम्ही अगदी स्वस्तातल्या हॉटेलमध्ये कोपऱ्यात बसून एकदा जेवण घेतले होते. तेसुद्धा एका मित्राने पैसे उसने दिल्यामुळे शक्य झाले. ही गोष्ट तुम्हाला सांगण्यामागचे तात्पर्य काय, तर लॉवेलला प्रचंड कर्ज झाले होते, अत्यंत निराशा पदरी पडली होती. तो मोठ्या कोंडीत सापडला होता; पण तरीही तो चिंता करत नव्हता. त्याला हे माहिती होते की, त्याने स्वत:च हिंमत हरलेली लोकांना दिसली, तर लोक त्याला शून्य किंमत देतील. त्याचे सावकारसुद्धा! म्हणून प्रत्येक दिवशी सकाळी लवकर उठून, बाजारातून एक फूल आणून, ते शर्टाच्या बटणात खोवून तयार होऊन तो ऑक्सफर्ड स्ट्रीटवरून न

चुकता एक फेरी मारायचा; तेही ताठ मानेने आणि दमदार पावले टाकत! तो मनात सकारात्मक, धाडसी विचार आणायचा आणि पराभवाच्या विचारांचा पराभव करायचा. त्याच्या मते त्याची दुरवस्था लोकांना दिसता कामा नये.

आपल्या मानसिक दृष्टिकोनाचा आपल्या शारीरिक ताकदीवरसुद्धा फरक पडताना दिसतो. प्रसिद्ध ब्रिटिश मानसशास्त्रज्ञ हॅडफिल्ड याने त्याच्या एका चोपन्न पानी, छोटेखानी पुस्तकात एक मजेशीर उदाहरण दिले आहे. पुस्तकाचे नाव आहे : 'सायकॉलॉजी ऑफ पॉवर'. तो म्हणतो, 'मी तीन माणसे निवडली आणि त्यांच्या ताकदीवर त्यांच्या विचारसरणीचा काय परिणाम होतो हे डायनामोमीटरने मोजण्याचे ठरवले.' त्याने त्यांना डायनामोमीटर त्यांच्या संपूर्ण ताकदीनिशी घट्ट धरण्यास सांगितले. अर्थात तिघांसाठी वेगवेगळ्या अटी होत्या.

सामान्य जागृत अवस्थेत ते तिथे असताना त्यांची सरासरी पकड एकशे एक पाउंड होती.

नंतर त्याने त्यांच्यावर संमोहन केले आणि त्यांना सांगितले की, ते तिघे इतके दुर्बल आणि अशक्त आहेत की, ते फक्त एकोणतीस पाउंडच उचलू शकतात म्हणजे जवळपास त्यांच्या ताकदीच्या १/३ पट कमी. यांपैकी एक जण तर बक्षीस विजेता होता; पण जेव्हा तो संमोहनाच्या प्रभावाखाली होता तेव्हा त्याला इतके अशक्त व दुर्बल वाटले, जणूकाही त्याचे बाहू एखाद्या छोट्या बाळाइतके नाजूक आहेत.

तिसऱ्या वेळेस कॅप्टन हॅडफिल्डने त्यांना पुन्हा संमोहन केले आणि त्यांना सांगितले की, ते प्रचंड बळकट, दमदार, शक्तिमान आहेत. ते सरासरी एकशे बेचाळीस पाउंडाचे वजन उचलू शकतात. जेव्हा त्यांची मने अशा सकारात्मक ऊर्जेने भारली गेली तेव्हा त्यांची शारीरिक ताकदसुद्धा पन्नास टक्क्यांनी वाढली.

मानसिकतेमध्ये इतकी अविश्वसनीय ताकद असू शकते!

विचारसरणीची ताकद इतकी जादूई असते, याचे एक उदाहरण मी अमेरिकेच्या वार्षिक नियतकालिकातील एक गोष्ट सांगून देतो. अर्थात मी याच्यावर एक स्वतंत्र पुस्तक लिहू शकेन, पण आपण थोडक्यात विवेचन करू. ऑक्टोबर महिन्यातील एका थंडीच्या, बर्फाळलेल्या रात्री, साधारण युद्धसमाप्तीच्या काळात एका निराश्रित, घरदार नसलेल्या, दुर्लक्षित महिलेने मदर वेबस्टरच्या दरवाजावर थाप मारली. मदर वेबस्टर ही जहाजावरील कॅप्टनची बायको अमेसबरी, मॅसेच्युसेटस इथे राहत होती.

'मदर' वेबस्टरने दरवाजा उघडला तेव्हा एक अत्यंत किडमिडीत, कुठेही मांस नसलेली, जेमतेम शंभर पाउंड वजनाची स्त्री बाहेर उभी होती. ती अत्यंत भेदरलेली होती. ती अनोळखी स्त्री श्रीमती ग्लोव्हर होती व तिने सांगितले की, ती एक असे घर शोधत होती जेथे ती वैचारिक मंथन करून काम करू शकेल.

श्रीमती वेबस्टर म्हणाल्या, ''तू इथेच का राहत नाहीस? एवढ्या मोठ्या घरात मी एकटीच राहते.''

जर सुट्टीसाठी तिचा जावई बिल एलीस न्यूयॉर्कवरून तेथे आला नसता, तर कदाचित मिसेस ग्लोव्हर मदर वेबस्टरच्याच घरी राहिली असती. जेव्हा त्याने मिसेस ग्लोव्हरला तेथे पाहिले तेव्हा तो जोरात ओरडला, 'या घरात कोणा ऐऱ्यागैऱ्याला राहण्याची परवानगी नाही.' आणि त्या बेघर निराश्रित बाईला त्याने घराबाहेर काढले. बाहेर जोराचा पाऊस पडत होता. काही मिनिटे ती तशा पावसात थरथर कापत उभी होती, पण नंतर लगेच तिने पुन्हा मार्ग शोधण्यास सुरुवात केली.

या गोष्टीने पुढे आश्चर्यकारकरीत्या वळण घेतले. ती ऐरीगैरी बाई, जिला बिल एलिसने घराबाहेर हाकलले, आज तिचा लाखोंचा शिष्यगण आहे. ती आज मेरी बेकर एडी म्हणून प्रसिद्ध आहे – ख्रिश्चन सायन्सची संस्थापक म्हणून.

आत्तापर्यंतच्या आयुष्यात तिला आजारपण, दुःख आणि व्यथा याशिवाय दुसरे काहीच माहिती नव्हते. तिचा पहिला नवरा लग्नानंतर लगेचच वारला होता. तिचा दुसरा नवरा तिला एकटीला सोडून एका विवाहित स्त्रीबरोबर निघून गेला होता. नंतर तोही एका झोपडीत राहून मेला. तिला एकच मूल झाले – मुलगा, पण तिच्या अत्यंत गरिबीमुळे, आजारपणामुळे तो चार वर्षांचा असताना त्याचा तिला त्याग करावा लागला आणि त्याच्यापर्यंत पोहोचण्याचे तिचे सगळेच मार्ग खुंटले. तिने त्याला त्यानंतर एकतीस वर्षे पाहिलेही नाही.

तिच्या स्वतःच्या प्रकृती अस्वास्थ्यामुळे तिला 'मनाच्या उपचारावरील शास्त्र' या विषयात विशेष रुची होती. ती लिन मॅसेच्युसेस इथे असताना तिच्या आयुष्याला नाट्यमय वळण मिळाले. एके दिवशी थंडीत शहराकडे जात असताना ती पाय घसरून बर्फावर पडली आणि बेशुद्ध झाली. तिच्या पाठीच्या कण्याला इतकी मोठी दुखापत झाली होती की, डॉक्टरांना वाटले की, ती आता जगणार नाही आणि काही चमत्कार होऊन जगलीच, तरीसुद्धा ती कधीही चालू शकणार नाही.

मृत्युशय्येवर पडलेले असताना एडीने तिचे बायबल उघडले आणि सेंट मॅथ्यूची पुढील वाक्ये मोठ्याने म्हणायला सुरुवात केली, 'आणि काय आश्चर्य! पूर्णपणे गर्भगळीत झालेल्या मृत्युशय्येवरील माणसाला त्यांनी येशूकडे आणले आणि येशू म्हणाला : 'मुला, ऊठ, आनंदी राहा! तुझ्या पापांना क्षमा मिळाली आहे. ऊठ आणि तुझ्या घरी जा.' तो मुलगा उठला आणि सरळ घराकडे चालू लागला.

एडीने सांगितले, ''जिझसच्या या वाक्यांनी माझ्या अंतरंगात अशी ताकद, श्रद्धा आणि बरे होण्याची उमेद जागवली की, मीसुद्धा ताबडतोब बिछाना सोडून चालू लागले.

‘‘हा अनुभव माझ्यासाठीसुद्धा न्यूटनसारखाच होता. झाडावरील खाली पडणारे सफरचंद पाहून न्यूटनचे झाले तसेच माझे झाले. माझी स्वत:ची व इतरांची तब्येत कशी चांगली ठेवायची, याचा शास्त्रीय पाया असलेले ज्ञान मला झाले. सगळ्या दु:खाचे मूळ मनात असते आणि प्रत्येक परिणाम हा मानसिक दौर्बल्याचे लक्षण असते.

अशा प्रकारे मेरी बेकर एडी ही एका नवीन धर्माची – ख्रिश्चन सायन्सची संस्थापिका आणि पाद्री बनली. असा महान धर्म की, ज्याची संस्थापिका एक स्त्री होती. ज्या धर्माचा जगभर प्रसार झाला.

कदाचित तुम्ही आता तुमच्या मनाशी विचार करत असाल की, हा माणूस कार्नेगी ख्रिश्चन सायन्सचा प्रचार करतोय का? तर नाही. तुमचे विचार चुकीचे आहेत. मी ख्रिश्चन सायंटिस्ट नाही, पण जसजसे माझे वय वाढले व विचार प्रगल्भ होत गेले तसतसे विचारांची ताकद व त्यांचा प्रचंड प्रभाव यांचे महत्त्व मला पटत गेले. अनेक वर्षांपासून प्रौढ शिक्षणाचे वर्ग घेतल्यामुळे मला माहिती आहे की, स्त्री आणि पुरुष यांना काळज्या, भीती आणि अनेक प्रकारची आजारपणे यांच्यावर मात करता येऊ शकते आणि ते त्यांची विचारसरणी बदलून आयुष्ये बदलू शकतात. किमान शंभर वेळा तरी असे अविश्वसनीय बदल मी पाहिले आहेत आणि अनेक वर्षांपासून पाहत आलो आहे. त्यामुळे मला त्यात काही नवल वाटत नाही.

माझ्या क्लासमधील एका मुलाचे उदाहरण मी तुम्हाला सांगणार आहे. त्याच्या आयुष्यात विचारांच्या प्रभावामुळे खूप मोठा बदल घडून आला. तो विद्यार्थी वैफल्यग्रस्त झाला होता. कशामुळे? काळजीने! या विद्यार्थ्याने मला जे सांगितले ते असे, ‘‘मी जवळपास प्रत्येक गोष्टीची काळजी करायचो. मी खूप बारीक आहे याची मला काळजी वाटायची. माझे खूप केस गळत होते त्याची मला काळजी वाटायची. मला कधीच पुरेसे पैसे मिळणार नाहीत व त्यामुळे माझे लग्न होणार नाही याची मला काळजी वाटायची. मी कधीच प्रेमळ पिता होऊ शकणार नाही याची मला काळजी वाटायची. ज्या मुलीवर माझे प्रेम आहे तिला मी नक्कीच गमवेन अशी मला भीती वाटायची. माझे सध्या चालू असलेले आयुष्य चांगले नाही अशी मला भीती वाटायची. लोकांचे माझ्याबद्दल काय मत असेल, याची मला काळजी वाटायची. मला काळजी वाटायची, कारण मला वाटायचे की, मला स्टमक अल्सर आहे. या अशा अनेक काळज्यांमुळे मी काम करू शकत नव्हतो. मी माझी नोकरी सोडून दिली. माझ्या आतमध्ये ताणतणाव इतके वाढले होते की, जणूकाही माझा सेफ्टी वॉल्व नसलेला बॉयलर झाला होता. हा तणाव इतका असह्य झाला की, त्याची परिणती नक्कीच कशाततरी होणार होती आणि ती

झालीच. मला नर्व्हस ब्रेकडाऊन झाला! ही मनाची इतकी वाईट अवस्था असते की, कोणत्याही शारीरिक वेदनांपेक्षा या वेदना असह्य असतात. तुमच्यावर कधीच अशी वेळ येऊ नये यासाठी तुम्ही प्रार्थना करा.

''माझी ही वैफल्यग्रस्तता इतकी गंभीर होती की, मी माझ्या स्वत:च्या कुटुंबाशीसुद्धा बोलू शकत नसे. माझा माझ्या विचारांवर ताबा नव्हता. मी अत्यंत भयग्रस्त झालो होतो. थोडासा जरी आवाज झाला, तरी मी उसळत असे. प्रत्येकालाच मी टाळत असे. कोणत्याही कारणाशिवाय रडत असे.

''प्रत्येक दिवस माझ्यासाठी एक संकट असे. मला वाटायचे की, सगळ्यांनी मला वाळीत टाकले आहे, अगदी देवानेसुद्धा! अनेकदा मला नदीत उडी मारून जीव द्यावासा वाटे.

''पण त्याऐवजी मी फ्लोरीडाला सहलीला जायचे ठरवले. मला आशा होती की, परिसरातील बदलांमुळे मला बरे वाटेल. मी ट्रेनमध्ये पाय ठेवणार एवढ्यात माझ्या वडिलांनी माझ्या हातात एक बंद पाकीट ठेवले व सांगितले 'फ्लोरीडाला पोहोचेपर्यंत हे उघडू नको.' मी फ्लोरीडाला पोहोचलो तेव्हा फ्लोरीडा पर्यटकांनी गजबजले होते, त्यामुळे मला हॉटेल मिळू शकले नाही म्हणून मी गॅरेज भाड्याने झोपण्यासाठी घेतले. मी नोकरी मिळवण्याचा प्रयत्न केला, पण ती मिळाली नाही. त्यामुळे मी माझा बराचसा वेळ समुद्रकिनारी घालवत होतो. मी घरी होतो तोच बरा होतो असे मला फ्लोरीडामध्ये वाटले. मग मी वडिलांनी दिलेले पाकीट उघडले व त्यांनी लिहिलेले पत्र वाचू लागलो. त्यांनी लिहिले होते, 'बाळा, तू घरापासून पंधराशे मैल दूर आहेस आणि तरीही तुझ्या मन:स्थितीत काही बदल नाही. खरे ना? मला हे माहितीच होते, कारण तू जाताना एक गोष्ट बरोबर नेलीस ज्याचा तुला त्रास होतो आणि ती गोष्ट म्हणजे तू स्वत:! तुझ्या शरीरात किंवा मनात काहीही बिघाड झालेला नाही. ही परिस्थितीसुद्धा तू स्वत:च तुझ्या हाताने ओढवून घेतली आहेस. ती काही कोणी तुझ्यावर लादलेली नाही. माणूस त्याच्या हृदयात जसा विचार करतो तसा तो असतो. हे तुला जेव्हा समजेल तेव्हा तू घरी परत ये. तू नक्की बरा होशील.'

''वडिलांच्या या अशा पत्राचा मला अधिकच राग आला. मला सहानुभूतीची गरज होती, सूचनांची नव्हे. मी रागाने इतका बेभान झालो होतो की, तेव्हाच आणि तेथेच ठरवून टाकले की, मी पुन्हा कधीच घरी जाणार नाही. त्या रात्री मियामीमध्ये मी एका कमी गर्दीच्या रस्त्याने चाललो होतो. मी एका चर्चपाशी होतो. तेथे चर्चचे काम चालू होते. मला दुसरीकडे कोठे जायलाच जागा नसल्यामुळे मी आत शिरलो. तेथे उपदेश देण्याचे काम चालू होते. ते मीही नाइलाजाने ऐकू लागलो. 'जो आपल्या आत्म्यावर विजय मिळवतो तो एखादे शहर जिंकणाऱ्यापेक्षा अधिक श्रेष्ठ

असतो!' त्या पवित्रमय वातावरणात बसून माझ्या वडिलांनी मला जो उपदेश मला पत्रातून केला होता त्याची जाणीव होऊन माझ्या डोक्यातील सगळे वाईट विचार निघून गेले आणि आयुष्यात पहिल्यांदाच मी शहाणपणाने, स्वच्छपणाने विचार करायला लागलो. मला जाणवले की, मी खरेच मूर्ख आहे. तेथे मिळालेल्या ज्ञानाच्या झगझगत्या उजेडात मला हे जाणवले की, मी अख्ख्या जगाला आणि त्यातील प्रत्येक माणसाला बदलायला बघत होतो आणि प्रत्यक्षात गरज होती ती फक्त स्वत:चा दृष्टिकोन बदलण्याची! माझ्या मनाच्या कॅमेऱ्याची लेन्स बदलण्याची ही गरज माझ्या आधी कधी लक्षातच आली नव्हती.

"दुसऱ्या दिवशी सकाळीच मी माझे सामान बांधले आणि घराकडे निघालो. एक आठवड्यानंतर मी पुन्हा कामावर रुजू झालो. चार महिन्यांनी माझे मला आवडणाऱ्या मुलीबरोबर लग्न झाले; जिला मी गमवेन की काय अशी मला भीती वाटत होती तिच्याशीच. आता आमचे पाच मुले असलेले एक आनंदी कुटुंब आहे. देव आमच्याबाबत दयाळू आहे. त्याने आम्हाला ऐहिक आणि आध्यात्मिक अशी दोन्ही प्रकारची सुखे बहाल केली आहेत. मी जेव्हा वैफल्यग्रस्त झालो होतो तेव्हा अठरा लोकांचे युनिट सांभाळणारा मी एक फोरमन होतो. आता एका मोठ्या फॅक्टरीत साडेचारशे लोकांच्या ताफ्यावर नियंत्रण ठेवणारा मी एक सुपरिटेंडंट आहे. आयुष्य सुखाने भरून वाहत आहे, मैत्रीपूर्ण आहे. आता मला आयुष्याची खरी किंमत समजली आहे. जेव्हा अस्वस्थपणाचे क्षण पुन्हा मनात शिरकाव करायला बघतात तेव्हा मी स्वत:च्या मनाच्या कॅमेऱ्याला पुन्हा नीट ॲडजस्ट करायला सांगतो.

"अगदी प्रामाणिकपणे सांगायचे, तर मला वैफल्य आले होते त्याबद्दल मी देवाचे आभार मानतो, कारण त्यामुळेच माझ्या विचारांची ताकद आणि त्यांचा माझ्या मनावर व शरीरावर होणारा परिणाम याची मला जाणीव झाली. आता माझ्या विचारांनी मला त्रास देण्याऐवजी मी त्यांचा सकारात्मक उपयोग करून घेतो. आता मला समजते की, माझे वडील जे मला परोपरीने सांगत होते की, 'केवळ बाह्य परिस्थिती माझ्या वैफल्याला कारणीभूत नाही' ते किती समर्पक होते! आपल्या आनंदाला किंवा दु:खाला फक्त बाह्य परिस्थिती कारणीभूत नसते. मी या यातनांतून गेलो त्याला काही अंशी मी स्वत:च जबाबदार होतो आणि जेव्हा मला याची जाणीव झाली तेव्हा मी बरा झालो आणि आजही बरा झालो आहे.' हा माझ्या विद्यार्थ्याचा खराखुरा अनुभव होता.

माझी अगदी मनापासून खात्री आहे की, आपली मन:शांती आणि आपला आनंद हा आपण कोठे आहोत, आपल्याकडे काय काय आहे किंवा आपण कोण आहोत यावर मुळीच अवलंबून नसतो, तर तो आपल्या मानसिक दृष्टिकोनावर

अवलंबून असतो. आपण आता जॉन ब्राऊनची गोष्ट पाहू. त्याला युनायटेड स्टेट्सच्या शस्त्राचा कारखाना बळजबरीने ताब्यात घेतल्याबद्दल आणि गुलामांना बंड करण्यास प्रवृत्त केल्याबद्दल फाशीची शिक्षा झाली होती. तो त्याच्याच शवपेटिकेवर आरूढ झाला होता. त्याच्या शेजारी बसलेला जेलर निराश आणि चिंताक्रांत दिसत होता, पण जॉन ब्राऊन मात्र शांत आणि धीरगंभीर होता. व्हर्जिनियाच्या निळ्या पर्वतांकडे पाहून तो म्हणाला, 'किती सुंदर आहे हा देश! यापूर्वी मला कधी हे पाहण्याची संधी मिळाली नव्हती.'

किंवा रॉबर्ट फाल्कन स्कॉट आणि त्याच्या मित्रांची गोष्ट पाहू. दक्षिण ध्रुवावर पोहोचणारे पहिले इंग्लिश! परततानाची त्यांची सहल म्हणजे आत्तापर्यंतच्या मानवी इतिहासातील सर्वांत क्रूर प्रवास ठरला. त्यांचे अन्न संपले होते, तसेच त्यांचे फ्युएलसुद्धा संपले होते. ते पुढे जाऊ शकत नव्हते, कारण अति प्रचंड बर्फाचे वादळ डरकाळ्या फोडत त्यांच्या पुढ्यात ठाकले. अकरा दिवस आणि अकरा रात्री ते या वादळी वाऱ्याला तोंड देत होते. स्कॉटला आणि त्याच्या सहकाऱ्यांना समजून चुकले होते की, ते आता मरणार होते. अशा आणीबाणीच्या प्रसंगी जरूर पडण्याची शक्यता असते हे माहिती असल्यामुळे त्यांनी अफू आणली होती. अफूचा एक मोठा डोस या सगळ्यांनी घेतला आणि पुन्हा कधी जागे न होण्यासाठी आनंदमय स्वप्ने पाहत ते झोपून गेले आणि गाणे गात गात आनंदाने मेले. ते कसे मेले, हे आपल्याला कळण्याचे कारण म्हणजे त्यांच्या गोठलेल्या प्रेतांजवळ आठ महिन्यांनी शोधपथकाला त्यांचे निरोपाचे पत्र मिळाले.

होय, जर आपण धाडसी आणि शांततामय विचार मनात आणून स्वतःला फुलवले, तर आपण फाशीची शिक्षा भोगायला जाण्यासाठी आपल्याच शवपेटिकेवर बसूनसुद्धा निसर्गसौंदर्याचा आनंद उपभोगू शकतो किंवा भुकेने व्याकूळ असताना आणि थंडीने गोठून जातानासुद्धा गाणे गात मरणाला मिठी मारतो.

मिल्टनलासुद्धा तीनशे वर्षांपूर्वी त्याच्या अंधकारमय दुनियेत हे सत्य जाणवले. तो म्हणतो –

*'मनाची स्वतःची एक विशिष्ट अशी जागा आहे. त्यामध्ये स्वर्गाचा नरक बनवण्याची किंवा नरकाचा स्वर्ग बनवण्याची ताकद आहे.'*

मिल्टन जे म्हणतो त्याची 'नेपोलियन' आणि 'हेलेन' केलर ही दोन प्रचिती देणारी योग्य उदाहरणे आहेत. पुरुषांना ज्या गोष्टींची आसक्ती असते, त्या सर्व गोष्टी नेपोलियनकडे होत्या – वैभव, सत्ता, पैसा. तरीही सेंट हेलेना बेटावर तो म्हणाला, ''मी माझ्या आयुष्यात सुखाचे सहा दिवससुद्धा पाहिले नाहीत.'' तर हेलेन केलर बहिरी, मुकी आणि आंधळी असूनही म्हणते, ''खरेच, आयुष्य खूप

सुंदर आहे!''

पन्नास वर्षे जगल्यावर मी माझ्या आयुष्यात काय शिकलो असेन, तर 'तुम्ही स्वत:च फक्त तुमच्या आयुष्यात शांती आणू शकता; दुसरे कोणी नाही.''

इमरसनने त्याच्या 'स्वावलंबन' या निबंधात शेवटी जे लिहिले होते ते तुम्हाला सांगावेसे वाटते – राजकीयदृष्ट्या विजय, भाडेवाढ, आजार बरा होणे, तुमचा आवडता मित्र परत येणे किंवा यांसारख्या तुमच्या मनाला आनंद देणाऱ्या गोष्टी तुमचा उत्साह वाढवतात आणि तुम्हाला वाटते की, आता चांगले दिवस येणार आहेत; पण यावर विश्वास ठेवू नका. कदाचित असे नसेलही! तुमचा आनंद फक्त तुम्हीच मिळवू शकता, बाह्य गोष्टी नाही!

एपिक्टस हा थोर तत्त्ववेत्ता म्हणतो, ''आपल्या शरीरातील ट्यूमर किंवा गळू काढून टाकण्यासाठी आपण जेवढे दक्ष असतो त्याहीपेक्षा अधिक दक्ष आपण आपल्या मनातील वाईट विचार काढून टाकण्यासाठी असले पाहिजे.''

एपिक्टसने सांगितलेले हे १९ शतकांपूर्वीच म्हटले गेले आहे आणि आजचे आधुनिक वैद्यकशास्त्रसुद्धा तेच म्हणते. डॉ. रॉबिन्सन यांनी सांगितले, ''हॉपकिन्स हॉस्पिटलमध्ये दाखल झालेल्या पाच रुग्णांपैकी चार रुग्णांमध्ये त्यांचा आजार भावनिक ताणतणावामुळे बळावलेला असतो. त्यामुळे काही अवयवांमध्येसुद्धा बिघाड होऊ शकतो.''

मॉंटेग्यू. फ्रेंच तत्त्ववेत्ता. त्याने त्याचे आयुष्याचे ब्रीदवाक्य सतरा शब्दांमध्ये सांगितले आहे, ''माणूस जे काही घडले त्यामुळे जितका दुखावला जात नाही तितका तो त्या घटनेबद्दलच्या त्याच्या मतामुळे दुखावला जातो.'' आणि त्या घटनेबद्दलचे मत बनवणे हे आपल्याच हाती असते.

मला काय म्हणायचे आहे? माझ्यामध्ये इतका प्रचंड निर्लज्जपणा आहे की, मी तुमच्या तोंडावर तुम्हाला सांगेन की जेव्हा तुम्ही संकटात असाल आणि तुमच्या शरीरातील नलिका एकमेकांना चिकटून बसतील आणि शेवटी गुंतून बसतील तेव्हाही तुम्ही केवळ तुमची मानसिकता आणि इच्छाशक्ती यांच्या जोरावर निभावून न्या. मला जरी असे काहीसे म्हणायचे असले, तरी ते अगदी तस्सेच नाही. तर हे तसे कसे करायचे हे मी तुम्हाला सांगतो. थोडेसे प्रयत्न करावे लागतील, पण जमून जाईल.

प्रॅक्टिकल सायकॉलॉजी या विषयात विल्यम जेम्स कधीच सर्वोत्तम नव्हता, पण त्याने केलेले पुढील निरीक्षण असे : 'असे वाटते की, आधी आपल्या मनाला करावेसे वाटते आणि मग कृती घडते, पण वास्तवात मनाला वाटणे आणि कृती करणे या एकाच वेळी घडणाऱ्या गोष्टी आहेत आणि म्हणून जर कृतीवर नियंत्रण ठेवले – कारण ती आपल्या अखत्यारीतील बाब असते – तर आपोआपच आपण

आपल्या भावनेवर ताबा ठेवू शकतो; जे आपल्या अखत्यारीत नसते.'

वेगळ्या शब्दांत सांगायचे झाले, तर आपण आपल्या भावना मनाचा निश्चय वगैरे करून ताबडतोब बदलू शकत नाही; पण आपण कृती करायची की नाही हे ठरवू शकतो आणि म्हणूनच आपण आपली कृती बदलली, तर आपोआपच आपल्या भावना बदलतील.

पुढे तो म्हणतो, 'अशा प्रकारे आनंदाकडे जाण्याचा मार्ग हा पूर्णपणे स्वायत्त आणि आपखुषीचाच असतो. जर कधीतरी तुमचा हा आनंद हरवला, तर पुन्हा आनंद शोधा, आनंदाने बोला, तसे वागा; जणू तो कोठे गेलाच नव्हता.'

इतकी सोपी युक्ती काम करेल का? अहो, करून तर बघा! चेहऱ्यावर एक मोठ्ठे, मस्त प्रामाणिक हसू आणा, तुमचे खांदे मागे ढकला, एक चांगला खोल श्वास घ्या आणि एखाद्या गाण्याच्या ओळी म्हणा. जर तुम्हाला गाणे येत नसेल, तर शिट्टी वाजवा, गुणगुणा. तुम्हाला लगेच विल्यम जेम्स जे म्हणाला त्याची प्रचिती येईल. तो म्हणतो त्याप्रमाणे जर तुमच्या मनाने उचल खाल्ली व आनंदाचे इशारे दिले, तर तुम्हाला नैराश्यात राहणे शक्यच नाही!

आपल्या सगळ्यांच्या आयुष्यात चमत्कार घडवणारे हे नैसर्गिक सत्य आहे. मला कॅलिफोर्नियातील एक स्त्री माहिती आहे. मी तिचे नाव घेणार नाही, पण तिला हे गुपित समजले व तिने ते आचरणात आणले तर तिच्या सगळ्या काळज्या चोवीस तासात मिटून जातील. ती म्हातारी आहे आणि विधवा आहे. तिची गोष्ट फारच दुःखद आहे. मला सगळे मान्य आहे; पण ती आनंदी राहण्याचा प्रयत्न करते का? नाही. जर तुम्ही तिला 'कशी आहेस' म्हणून विचारलं तर ती म्हणेल, 'हो. मी बरी आहे.' तिच्या चेहऱ्यावरचे हावभाव व तिच्या आवाजातील आर्तता हेच दाखवतात की ती म्हणते, 'देवा, तुला माझी सगळी दुःखे माहिती आहेत!' शेकडो बायका तिच्याहीपेक्षा दुःखी आहेत. तिच्या नवऱ्याने तिच्यासाठी विम्याची मोठी रक्कम ठेवली आहे. तिची मुले विवाहित आहेत, त्यामुळे तिला घर आहे; पण तरी तिला मी क्वचितच हसताना पाहिले आहे. ती तिच्या तिन्ही जावयांबद्दल नेहमी तक्रार करते की, ते फार स्वार्थी आहेत. ती फक्त एकेक महिनाच घरी राहते, तरी ते तिच्याशी खूप कंजूषपणाने वागतात. तिच्या मुली तिला कधीच भेटवस्तू देत नाहीत. तिने तिचे पैसे 'तिच्या म्हातारपणा'साठी जपून ठेवले आहेत. ती स्वतःला आणि तिच्या कुटुंबाला बोल लावते, पण खरेच असे आहे का? खरोखर ही दयनीय परिस्थिती तिनेच स्वतःवर ओढवून घेतली आहे. स्वतःचे कडवट दुःख आणि त्रासदायक आयुष्य ती बदलू शकते आणि कुटुंबातील एक सन्माननीय व प्रेमळ सदस्य बनू शकते; जर तिला मनापासून बदलायचे असेल तर! आणि हे सगळे बदल घडवून आणायचे असतील, तर सर्वप्रथम तिला आनंदी राहायला हवे.

सुरुवातीला तिने सगळ्यांशी प्रेमाने वागायचे नाटक तरी केले पाहिजे. आपले दु:ख आणि कडवटपणा पसरवण्यापेक्षा आनंद पसरवणे अधिक चांगले!

इंडियानामधील टेल या शहरात राहणाऱ्या ईंग्लर्टला हे गुपित समजल्यामुळेच तो आजही जिवंत आहे. दहा वर्षांपूर्वी ईंग्लर्टला स्कारलेट फिवर (लोहितांग ज्वर) झाला होता. आणि जेव्हा तो त्यातून बरा झाला तेव्हा त्याच्या लक्षात आले की, त्याला नेफ्रायटीस नावाचा मूत्ररोग झाला आहे. त्याने अनेक डॉक्टरांना दाखवले. अगदी भोंदू डॉक्टरांकडेसुद्धा तो गेला; पण कशानेच गुण आला नाही.

नंतर काही काळाने आणखी नवीनच दुखणे उद्भवले. त्याचा रक्तदाब वाढला. तो जेव्हा डॉक्टरांकडे गेला तेव्हा त्यांनी सांगितले की, रक्तदाबाची कमाल मर्यादा म्हणजे २१४ आणि त्याचा रक्तदाब तितकाच होता. जी खूप गंभीर बाब होती. म्हणून सगळी शेवटची निरवानिरव करण्याची तीच वेळ होती, असे डॉक्टरांचे म्हणणे पडले.

तो पुढे म्हणाला, ''मग मी घरी गेलो आणि खात्री करून घेतली की, माझे इन्शुरन्सचे सर्व हप्ते भरलेले आहेत की नाही. नंतर मी देवाजवळ हात जोडून बसलो व माझ्या आत्तापर्यंतच्या चुकांसाठी मला माफ करण्याविषयी विनवले आणि शांतपणे ध्यानधारणा करत बसलो. आत्तापर्यंत मी सगळ्यांना दु:खी केले होते. माझी पत्नी आणि माझे कुटुंब दु:खी होते आणि मीसुद्धा स्वत:ला खोल नैराश्यात बुडवून घेतले होते. असे आठवडाभर आत्मवंचनेत काढल्यानंतर मी मनाशी विचार केला, 'तू मूर्खासारखा वागत आहेस. अजून वर्षभर तरी तू मरणार नाहीस, तर मग आहेत तेवढे दिवस तरी आनंदात का घालवत नाहीस?'

''मी माझे खांदे झटकले. चेहऱ्यावर हसू आणले आणि असे दाखवण्याचा प्रयत्न केला की, सगळेकाही ठीक चालले आहे. मी कबूल करतो की, सुरुवातीला जरी हे फक्त देखाव्यासाठी होते, तरीसुद्धा मी आनंदी आणि सुखी राहण्याची स्वत:वर सक्तीच केली आणि यामुळे फक्त माझ्या कुटुंबालाच मदत झाली असे नाही, तर मलासुद्धा मदत झाली.

''सगळ्यात महत्त्वाचे काय घडले असेल, तर मी जेवढे आनंदी दिसण्याचे नाटक करायला लागलो होतो तेवढाच मी आनंदी झालो! आणखी सुधारणा घडत गेली आणि आज काही महिन्यांनंतर जेव्हा मी माझ्या थडग्यात डॉक्टरांच्या सांगण्याप्रमाणे असायला हवे होतो, पण तोच मी आनंदी व जिवंत आहे. एवढेच नाही, तर माझा रक्तदाब कमी झाला आहे! पण मला एक गोष्ट माहिती आहे की, जर मी सतत माझ्या मृत्यूचा आणि पराभवाचाच विचार करत राहिलो असतो, तर डॉक्टरांची भविष्यवाणी नक्कीच खरी ठरली असती! पण मी माझ्या शरीराला बरे होण्याची एक संधी दिली. मानसिक दृष्टिकोन बदलण्याची संधी!''

तर मी तुम्हाला एक प्रश्न विचारतो. जर आनंदी राहण्याने आणि सकारात्मक विचार करण्याचे केवळ नाटक करण्यानेसुद्धा माणसाचे मरण टळत असेल, तर तुम्ही आणि मी एका मिनिटासाठी तरी नैराश्याचे आणि उदासवाणे विचार का मनात आणायचे? स्वत:ला आणि आजूबाजूच्या लोकांना दु:खी आणि उदास बनवण्याचा आपल्याला काय अधिकार आहे?

काही वर्षांपूर्वी मी एक असे पुस्तक वाचले ज्याचा माझ्या मनावर आणि माझ्या आयुष्यावर खोलवर परिणाम झाला. त्या पुस्तकाचे नाव होते 'ॲज अ मॅन थिंक्स' जेम्स ॲलेनने ते लिहिले होते. त्यात म्हटले होते :

'इतर लोकांच्या आणि घटनांच्या प्रति माणसाने आपले विचार बदलले, तर ती माणसे व त्या घटनासुद्धा बदलतील. माणसाच्या विचारांमध्ये आमूलाग्र बदल झाला, तर तो स्वत:च त्याच्या आयुष्यात होणाऱ्या आमूलाग्र बदलांमुळे चकित होईल. लोक अशा गोष्टींकडे आकर्षित होत नाहीत ज्या त्यांना हव्या आहेत, तर त्या जशा आहेत तशाच ठिकाणी ते आकर्षित होतात. जे आपल्या आयुष्याला आकार देते ते देवत्व आपल्यामध्येच असते. माणूस जे काही मिळवतो, तो त्याच्या विचारांचा परिणाम असतो. माणसाचा विकास, त्याला मिळणारा विजय आणि त्याने संपादन केलेले यश हे सर्व त्याच्या सकारात्मक विचारांचेच फळ असते. जर त्याने त्याचे विचार सकारात्मक केले नाहीत, तर तो अत्यंत दुर्बल, दुर्लक्षित आणि दु:खी होईल.

'जेनिसिसच्या पुस्तकाप्रमाणे या जगन्नियंत्याने माणसाला या पृथ्वीवरची महासत्ता बहाल केली आहे. सगळ्यात सामर्थ्यवान देणगी दिली आहे. अर्थात मला या महासत्तेत वगैरे रुची नाही. मला फक्त स्वत:वर विजय मिळवता आला तरी खूप आहे. मला माझ्या भीतीवर विजय मिळवता आला पाहिजे. माझ्या मनावर आणि माझ्या आत्म्यावर विजय मिळवता आला पाहिजे आणि हा विजय मी मला पाहिजे तेव्हा मिळवू शकतो, ही फार महत्त्वाची गोष्ट मला माहिती आहे. कशी? तर फक्त माझ्या कृतींवर नियंत्रण ठेवून. त्यामुळे साहजिकच माझ्या प्रतिक्रियांवरसुद्धा नियंत्रण केले जाते.'

म्हणून आज आपण विल्यम जेम्सचे काही शब्द आठवू : 'आपण आपल्या चुकीच्या मानसिकतेत एखादा छोटासा बदल केला आणि थोडंसं सहन करायला शिकलो, तर आपण भीतीशी समर्थपणाने लढू शकू.'

आपण आनंद मिळवण्यासाठी लढू या! आपण आनंद मिळवण्यासाठी संघर्ष करायचा म्हणजे काय, तर आपला दैनंदिन कार्यक्रम अधिक आनंदी आणि विधायक विचारांनी आखायचा. इथे खाली एक आदर्श दैनंदिनी दिली आहे. त्याचे नाव आहे 'फक्त आजच्यासाठी'. मला स्वत:ला ही दैनंदिनी अतिशय प्रेरणादायी

वाटली आणि मी याच्या शेकडो प्रती वाटल्या. ही दैनंदिनी पार्टरीज नावाच्या माणसाने लिहिली आहे. जर तुम्ही आणि मी त्याचे पालन केले, तर आपण आपल्या अनेक काळज्या आणि चिंता दूर करू शकू आणि आपला आनंद वाढवू शकू.

## फक्त आजच्यासाठी

१.  आज मी स्वत:ला दिलेले वचन की, मी आनंदी राहीन हे विधान असेच सांगते जे अब्राहम लिंकनने सांगितले की, लोक जेवढे आनंदी राहायचे ठरवतात तेवढेच ते आनंदी होतात. आनंद हा आपल्या अंतर्गत असतो. त्याचा बाह्य परिस्थितीशी काहीच संबंध नाही.

२.  आज जे जे काही घडेल त्या वास्तवाशी मी तडजोड करीन. त्याला सामोरे जाईन आणि माझ्या स्वत:च्या इच्छा-आकांक्षांचा आग्रह धरणार नाही. माझे कुटुंब, माझा व्यवसाय आणि माझे नशीब! ज्या ज्या अडचणी येतील त्याला मला सुचेल तसे मी तोंड देईन.

३.  आज मी माझ्या तब्येतीची काळजी घेईन. मी व्यायाम करीन, पथ्ये पाळीन. माझ्या शरीराचे उत्तम संगोपन करीन आणि शरीराला अपायकारक गोष्टी करणार नाही. त्याकडे दुर्लक्ष करणार नाही. त्यायोगे माझ्या चलनवलनासाठी माझ्याकडे उत्तम चालणारे मशीन असेल.

४.  आज मी माझ्या मनाला खंबीर राहायला शिकवीन. मी काहीतरी उपयुक्त शिकेन. मी मानसिकरीत्या दुर्बल राहणार नाही. मी असे काहीतरी वाचेन ज्यायोगे मला चांगले विचार मिळतील. माझे चित्त एकाग्र होईल आणि मी काहीतरी करण्याचा प्रयत्न करेन.

५.  आज मी माझ्या आत्म्यालासुद्धा तीन प्रकारे सराव देईन. मी असे काहीतरी चांगले करीन, पण त्याची वाच्यता करणार नाही. मला कराव्याशा वाटत नाहीत अशाही दोन गोष्टी मी करीन; केवळ सरावासाठी.

६.  आजच्या दिवशी तरी मी शक्यतो सगळ्यांशी सहमत होईन. मी इतरांमधले चांगले तेच बघेन. चांगले वस्त्र परिधान करेन, हळू आवाजात बोलेन, अदबीने वागेन, उदारमतवादी असेन. सगळ्यांची स्तुती करेन, कोणावर टीका करणार नाही. कोणामध्ये दोष काढणार नाही, दुसऱ्यावर नियंत्रण ठेवणार नाही. कोणाला सुधारण्याचा प्रयत्न करणार नाही.

७.  मी आजचा माझा कार्यक्रम बनवीन. प्रत्येक तासाला मी जे करावे अशी माझी अपेक्षा आहे ते मी लिहून काढेन. कदाचित ते मी तंतोतंत पाळू

शकणार नाही, पण माझ्याकडे ते वेळापत्रक असेल. त्यामधून दोन गोष्टी वगळण्यात येतील. एक – घाईगर्दी आणि दुसरे – निर्णय न घेणे.

८. आज मी फक्त आजच्या दिवसापुरतेच ठरवेन. माझ्या संपूर्ण आयुष्याच्या सगळ्या समस्या मी घेऊन बसणार नाही. मी आयुष्यभर एखादी गोष्ट करायची ठरवली, तर गांगरून जाईन; पण बारा तासांसाठी मी ती करू शकतो.

९. फक्त आजच्यासाठी मी अगदी स्वत:साठी अर्धा तास काढून ठेवला आहे. ज्यामुळे मी पुन्हा ताजातवाना होईन. या अर्ध्या तासात कधीकधी मी देवाचे नामस्मरण करीन. त्यामुळे माझ्या आयुष्याला एक नवीन दिशा मिळेल.

१०.आजच्या दिवशी तरी मी निर्भयपणे जगेन. मुख्यत: आनंदी राहण्यासाठी मी घाबरणार नाही. सुंदर गोष्टींचा उपभोग घेईन आणि ज्यांच्यावर मी प्रेम करतो, तेपण माझ्यावर प्रेम करतात हा विश्वास जागवीन.

जर आपल्याला सुख आणि शांती मिळवणारी मानसिकता तयार करायची असेल, तर नियम १:

**आनंदी विचार करा आणि तसे वागा. मग तुम्ही खरंच आनंदी व्हाल.**

# १३

## बदला घेण्याची मोठी किंमत चुकवावी लागते!

फार वर्षांपूर्वी एके रात्री जेव्हा मी यलो स्टोन पार्कमध्ये सहलीला गेलो होतो तेव्हा इतर सहप्रवाशांबरोबर एका तुटक्या बाकड्यावर बसलो होतो. आमचे लक्ष मात्र पाइन आणि स्प्रूस झाडांच्या गर्द दाट झाडीकडे होते. इतक्यात जो प्राणी बघण्यासाठी आम्ही आतुरतेने वाट बघत होतो ते भयावह जंगली श्वापद आले. ते होते एक भयंकर अस्वल! ते दाट झुडपातून उडी मारून बाहेर आले आणि त्या पार्कमधील हॉटेल मालकाने जेथे स्वयंपाकघरातील सर्व कचरा टाकला होता तो कचरा उखडत बसले. तेथील फॉरेस्ट ऑफिसर घोड्यावर बसून प्रवाशांशी त्या अस्वलाबद्दल बोलत होता. त्याने आम्हाला असे सांगितले की, हे विशिष्ट प्रकारचे अस्वल पश्चिमेकडील जवळपास सगळ्याच प्राण्यांच्या अंगावर झडप घालू शकते, पण शक्यतो म्हशी आणि कोडियाक अस्वल याला अपवाद आहे. त्या रात्री आम्ही पाहिले की, त्याने फक्त एका प्राण्याला : स्कंकलाच (मांजरीच्या आकाराचा प्राणी) त्याच्याबरोबर खाऊ दिले, कारण त्या अस्वलाला माहीत होते की, पंजाच्या एका तडाख्यानिशी तो स्कंकला नाहीसे करू शकतो; पण त्याने तसे का केले नाही? कारण त्याला अनुभवावरून माहिती होते की, त्याच्याने फारसे काही साध्य होणार नव्हते.

मलासुद्धा हे माहिती आहे. जेव्हा मी शेतकऱ्याचा मुलगा होतो तेव्हा मी त्या चार पायांच्या स्कंकला मिसुरीच्या झुडपांच्या रांगांतून जायबंद करायचो आणि आता मोठा माणूस म्हणून दोन पायांच्या अशा स्कंकना न्यूयॉर्कच्या रस्त्यालगत जेरबंद करतो; पण या अनुभवांमधून मी हेच शिकलो की, या दोन्ही गोष्टींनी काहीच चांगले साधत नाही.

जेव्हा आपण आपल्या शत्रूचा तिरस्कार करतो तेव्हा तेच आपल्यावर हुकमत

गाजवतात. आपल्या झोपेचा ताबा घेतात, आपल्या भुकेवर अनिष्ट परिणाम करतात, आपले ब्लडप्रेशर, आपले आरोग्य, आपला आनंद सगळ्यांवरच झाकोळ येतो. आपल्या शत्रूंना जर हे समजले की, त्यांच्यामुळे आपले किती नुकसान झाले आहे, तर त्यांना अधिकच आनंद होतो. ते आपल्याला किती दु:ख देत आहेत आणि त्रस्त करत आहेत या कल्पनेने ते सुखी होतात. आपण त्यांचा तिरस्कार करतो हे समजल्याने त्यांना दु:ख होत नाही. उलट आपला तिटकारा आपल्यालाच नरक-यातनांमध्ये ढकलतो.

तुम्हाला काय वाटते, हे कोणी म्हटले असेल? : 'जर स्वार्थी लोकांनी तुमचा फायदा घ्यायचा प्रयत्न केला, तर तुमच्या यादीतून त्यांना हद्दपार करा, पण त्यांचा बदला घ्यायला जाऊ नका. जर तुम्ही तसा प्रयत्न केलाच, तर त्यांच्यापेक्षा तुम्हीच आधी दु:खी व्हाल.' असे वाटते की, ही कोणी साधुसंतांनी डोळे मिटून उद्‌गारलेली संतवाणी आहे; पण तुमचा गैरसमज आहे. ही वाक्ये मिल्वाऊकी येथील पोलीस खात्याकडून प्रसिद्ध झालेल्या नियतकालिकातील आहेत.

'बदलेकी आग' तुम्हाला हानिकारक कशी आहे? अनेक प्रकारे. 'लाइफ' या मासिकात सांगितल्याप्रमाणे या प्रवृत्तींमुळे तुमच्या आरोग्यावर अनिष्ट परिणाम होतात. 'अशा माणसाच्या स्वभावाचे वैशिष्ट्य म्हणजे त्याचा रक्तदाब खूप जास्त असतो आणि तो रागीट असतो.' जेव्हा राग हा स्वभावाचा स्थायी भाव बनतो तेव्हा त्या मागोमाग हायपरटेन्शन आणि हृदयरोग येतात.

तुम्ही हे ऐकले असेल : जिझस म्हणतो, 'शत्रूवर प्रेम करा.' तेव्हा तो फक्त नीतितत्त्वे शिकवतो असे नाही, तर त्यातून त्याने विसाव्या शतकातील औषधोपचार सांगितला आहे. जेव्हा जिझस म्हणतो, 'सत्तर वेळा माफ करा' तेव्हा तो तुम्हाला व मला हे सांगत असतो की, ब्लडप्रेशर, हृदयरोग, पोटाचे अल्सर आणि इतरही अनेक रोगांपासून लांब राहा.

माझ्या एका मैत्रिणीला नुकताच हार्ट अ‍ॅटक येऊन गेला. तिच्या डॉक्टरांनी तिला बेडरेस्ट घ्यायला सांगितली व कडक शब्दांत सूचना दिल्या की, अगदी काहीही झाले तरी रागवायचे नाही. डॉक्टरांना माहिती असते की, जर तुमचे हृदय कमकुवत असेल तर केवळ संतापसुद्धा तुम्हाला मारू शकतो. काही वर्षांपूर्वी वॉशिंग्टनमधील स्पोकेन या गावी एका हॉटेल-मालकाचा केवळ संतापल्यामुळे मृत्यू झाला. माझ्या टेबलावर आत्ता स्पोकेन येथील पोलीस डिपार्टमेंटमधून आलेले पत्र आहे. त्यात लिहिले आहे, 'काही वर्षांपूर्वी विल्यम फॅकेबर नावाचा अडुसष्ट वर्षांचा माणूस, ज्याचे स्पोकेनमध्ये स्वत:च्या मालकीचे एक कॅफे हाउस आहे त्याने स्वत:च्या हाताने स्वत:चे मरण ओढवून घेतले. घडले असे की, त्याचा एक नोकर होता, जो नेहमी कॉफी पिण्यासाठी मालकाची बशी वापरत असते. विल्यमने

जेव्हा ही गोष्ट स्वत:च्या डोळ्यांनी पाहिली तेव्हा तो इतका प्रचंड संतापला की, त्याने आपले रिव्हॉल्वर काढले आणि त्या नोकराच्या पाठीमागे धावत सुटला आणि रस्त्यात हृदय बंद पडून मेला. मरताना त्याचा हात बंदुकीवर होता. डॉक्टरांच्या रिपोर्टनुसार राग हेच कारण हृदय बंद पडण्यास कारणीभूत ठरले.'

जेव्हा जिझस म्हणतो, 'तुमच्या शत्रूवर प्रेम करा.' तेव्हा आपण अधिक चांगले दिसावे असासुद्धा त्याचा अंतस्थ हेतू असतो. मला असे लोक माहिती आहेत आणि तुम्हालाही ते माहिती असतील ज्यांच्या कपाळावर सतत आठ्या असतात. चेहऱ्यावर खूप सुरकुत्या असतात आणि त्यांचे चेहरे तिरस्काराने ताठर झालेले असतात आणि रागामुळे ते विद्रूप दिसतात. जगातील कोणतीच सौंदर्यवर्धक शस्त्रक्रिया त्यांच्यावर उपाय करून त्यांचे नैसर्गिक सौंदर्य परत आणू शकत नाही. पण जे लोक दयाळू असतात, उदार अंतःकरणाचे असतात, हळुवार असतात आणि प्रेमळ असतात त्यांच्या चेहऱ्यावर नैसर्गिक तेजाची झळाळी येते.

तिरस्कारापोटी आपल्या अन्नाची चवसुद्धा बिघडते. बायबलमध्ये एक वाक्य असे आहे : अगदी साधेसुधे झाडपाल्याचे जेवणसुद्धा प्रेमाने वाढल्यास ते तिरस्कारयुक्त मेजवानीपेक्षा रुचकर लागते.

आपल्या शत्रूला जर हे कळले की, ते आपले जीवन असह्य करत आहेत व आपल्याला वैफल्यग्रस्त करत आहेत, आपले व्यक्तिमत्त्व त्यामुळे खराब होत आहे, आपल्याला हृदयविकार जडत आहे आणि आपले आयुष्य अधिक लहान होत चालले आहे, तर त्यांना किती आनंद होईल याची कल्पनाच न केलेली बरी!

जरी आपल्याला आपल्या शत्रूवर प्रेम करता नाही, आले तरी निदान आपले स्वत:वर प्रेम पाहिजे. आपले स्वत:वर इतके प्रेम पाहिजे की, आपल्या शत्रूला आपल्या आनंदावर घाला घालण्याची परवानगी आपण त्यांना देता कामा नये. आपले आरोग्य, आपले व्यक्तिमत्त्व अबाधितच राहायला हवे. जसे शेक्सपिअर म्हणतो :

*तुमच्या शत्रूसाठी तुमच्या मनाची भट्टी इतकीसुद्धा तापवू नका की, तुम्हीच त्यात जळून जाल.*

जेव्हा जिझस म्हणतो की, आपल्या शत्रूंना आपण सत्तर वेळा माफ करायचे असते तेव्हा तो आपल्याला व्यावसायिक नीतीसुद्धा शिकवत असतो. उदाहरणार्थ, आत्ता माझ्यासमोर स्वीडनमधील उप्पासला येथील जॉर्ज रोनाचे पत्र पडले आहे. अनेक वर्षे रोना व्हिन्ना येथे ॲटर्नी म्हणून काम पाहत होते; पण दुसऱ्या महायुद्धात ते स्वीडनला पळून गेले. त्यांच्याकडे पैसे नव्हते. त्यांना उदरनिर्वाहासाठी काम

करण्याची गरज होती. ते अनेक भाषा लिहू व वाचू शकत होते, त्यामुळे एका इंपोर्ट-एक्सपोर्ट कंपनीमध्ये संवाद साधण्यास त्याचा उपयोग होऊ शकत होता, पण अनेक कंपन्यांनी त्यांना कळवले की, त्यांना अशा माणसाची गरज नाही, कारण युद्ध चालू होते; पण ते त्यांचे नाव फाइलवर ठेवणार होते; पण एका माणसाने त्यांना पत्र लिहिले, 'मला अशा माणसाची गरज तर नाही. तुला माझ्या व्यवसायाबद्दल जे वाटते ते खरे नाही. तू मूर्ख आहेस आणि चुकीचापण आहेस. मला जरी गरज असती तरी मी तुला नेमले नसते, कारण तुला स्वीडिशसुद्धा नीट लिहिता येत नाही. तुझे पत्र चुकांनी भरलेले आहे.'

जेव्हा जॉर्ज रोनाने हे पत्र वाचले तेव्हा तो डोनाल्ड डकप्रमाणे रागाने बेभान झाला. या माणसाने सांगितले की, त्याला स्वीडिश लिहिता येत नाही याचा अर्थ काय? त्या माणसाने लिहिलेले पत्रसुद्धा चुकांनीच भरलेले होते! मग जॉर्ज रोनाने असे काही खरमरीत पत्र लिहिले की, तो माणूस उभ्या उभ्याच जळला असता; पण रोना नंतर स्वतःशीच म्हणाला, 'एक क्षणभर थांब. हा माणूस म्हणतो हे बरोबर नाही हे मला कसे कळणार? मी स्वीडीशचा अभ्यास केला आहे हे खरे, पण ती काही माझी मातृभाषा नाही, त्यामुळे कदाचित माझ्या चुका होत असतील, त्याबद्दल मला खात्री नाही. जर मला नोकरी मिळवायची असेल, तर त्यासाठी मला या भाषेचा अधिक अभ्यास करायला हवा. त्याच्या नकळतच त्या माणसाने माझ्यावर कृपा केली आहे. त्याच्या नापसंतीमुळे माझ्या अर्जात बदल होणार नसला, तरी मला आत्मपरीक्षण करायला मदत होणार आहे. मी त्याला पत्र लिहून आभार मानणार आहे.'

म्हणून मग जॉर्जने आधी लिहिलेले पत्र टराटरा फाडले आणि दुसरे पत्र लिहिले, 'माझ्यासारख्या माणसाची गरज नसतानासुद्धा तुम्ही मला पत्र लिहिण्याचे कष्ट घेतले त्याबद्दल मी तुमचा आभारी आहे. मला तुमच्या कंपनीबद्दल चुकीची माहिती समजली असावी. मी तुम्हाला पत्र लिहिले, कारण चौकशीअंती मला असे समजले की, या क्षेत्रात तुमची कंपनी अग्रगण्य! मी माझ्या पत्रात कुठल्या व्याकरणाच्या चुका केल्या त्या मला माहिती नाहीत. त्याची मला लाज वाटते व त्याबद्दल मी दिलगीर आहे. आता मी स्वीडिश भाषेचा अभ्यास अधिक बारकाईने करेन व माझ्या चुका सुधारेन. मी चाललेल्या रस्त्यावर तुम्ही मला योग्य दिशा दाखवलीत व स्वतःला सुधारण्याची संधी दिली याबद्दल मी तुमचा आभारी आहे.'

थोड्याच दिवसांत जॉर्जला त्या माणसाकडून पत्र आले. त्यामध्ये त्याने भेटायला येण्याबद्दल लिहिले होते. त्याप्रमाणे जॉर्ज गेला व त्याला नोकरी मिळाली. जॉर्जला निदान त्याच्यापुरते तरी हे समजले की, मृदू भाषेत दिलेल्या उत्तराने परिस्थिती निवळते.

प्रत्यक्षात आपण इतके साधुसंत नसतो की, आपल्या शत्रूवर प्रेम करू, पण निदान आपल्या आरोग्यासाठी आणि आपल्या आनंदासाठी तरी आपण त्यांना माफ केले पाहिजे व विसरून जायला पाहिजे. तसे करणेच शहाणपणाचे असते. कनफ्युसीज म्हणतो : 'आपल्या चुका किंवा आपले लुटले जाणे, हे जर आपण आठवत बसलो नाही, तर ते फारसे काही नसतेच.' मी एकदा जनरल एलिस्नोवरच्या मुलाला विचारले की, त्याचे वडील खूप दिवस राग मनात ठेवतात का? त्यावर त्याने सांगितले, 'नाही! डॅड त्यांना न आवडणाऱ्या लोकांचा एक मिनिटसुद्धा विचार करत नाहीत.'

पूर्वी अशी म्हण होती की, जो माणूस रागावू शकत नाही तो मूर्ख असतो, पण आता आपण असे म्हणू, जो माणूस रागावत नाही तो शहाणा असतो.

न्यूयॉर्कचा पूर्वीचा मेयर विल्यम गेनरचेसुद्धा हेच तत्त्व होते. वर्तमानपत्रात त्याच्यावर खूप टीका झाली. इतकी की, त्याच्यावर एका माथेफिरू तरुणाने प्राणघातक हल्ला केला. तो हॉस्पिटलमध्ये मरणाशी लढत असताना म्हणत असे, 'प्रत्येक रात्री मी प्रत्येकाला प्रत्येक गोष्टीसाठी माफ करतो.' केवढा हा आदर्शवाद! अतिचांगुलपणा! दुसरे काय?

मी एकदा बर्नार्ड बरूचला विचारले. तो सहा अध्यक्षांचा विश्वासू सल्लागार होता. ते सहा अध्यक्ष म्हणजे प्रे. विल्सन, प्रे. होर्डिंग, प्रे. कोलरीज, प्रे. हुवर, प्रे. रूझवेल्ट आणि प्रे. ट्रमन. त्याच्या शत्रूंच्या हल्ल्यांमुळे त्याची मन:शांती बिघडायची का? यावर तो म्हणाला, "कोणताही माणूस माझा अपमान करू शकत नाही किंवा मला अस्वस्थ करू शकत नाही, कारण मी त्याला तसे करूच देत नाही."

खरे आहे. जर आपली परवानगी नसली, तर कोणतीच व्यक्ती आपल्याला त्रास देऊ शकत नाही.

*लाठ्या-काठ्यांनी किंवा दगडधोंड्यांनी माझी हाडे तुटतील,*
*पण कोणतेही शब्द मला इजा करू शकणार नाहीत.*

युगानुयुगे संपूर्ण मानवजात अशा व्यक्तीमुळे मेणबत्त्या लावेल ज्याने त्याच्या शत्रूविषयीसुद्धा मनात आकस ठेवला नाही. बरेचदा मी कॅनडामधील जस्वार नॅशनल पार्कमध्ये उभा राहून पश्चिमेकडच्या एका सुंदर पर्वताकडे टक लावून पाहत बसतो. त्या पर्वताचे नाव एडिथ कॅव्हेल हिच्या सन्मानार्थ ठेवले आहे. ती ब्रिटिश नर्स होती आणि तिला एखाद्या साधुसंतांप्रमाणे मरण आले. तिचा गुन्हा काय होता? तर तिने तिच्या बेल्जियममधील घरात इंग्लिश आणि फ्रेंच असणाऱ्या जखमी सैनिकांना लपवून ठेवले, त्यांना जेवण दिले आणि त्यांची शुश्रूषा केली

आणि त्यांना हॉलंडला पळून जाण्यास मदत केली. तिला मृत्यूची शिक्षा झाली. ब्रुसेल्समधील तुरुंगात जेव्हा तिला शिक्षा देण्यासाठी चर्चची माणसे तिच्या बराकीत आली तेव्हा एडिथ कॅव्हेल फक्त दोन वाक्ये उद्‌गारली. ती वाक्ये संगमरवरामध्ये आणि ब्राँझ धातूमध्ये कोरून ठेवलेली आहेत. ती म्हणाली: 'मला हे जाणवले आहे की, फक्त देशभक्ती पुरेशी नाही. कोणाच्याच प्रति तिरस्कार किंवा कडवटपणा असणे उपयोगाचे नाही.' त्यानंतर चार वर्षांनी तिचे प्रेत इंग्लंडला नेण्यात आले. वेस्टमिनिस्टर ॲनीमध्ये त्याला यथोचित सन्मान देण्यात आला. एकदा मी वर्षभर लंडनमध्ये होतो तेव्हा अनेकदा मी एडिथ कॅव्हेलच्या पुतळ्यासमोर उभे राहून संगमरवरात कोरलेली ती अमर वाक्ये पुन्हा पुन्हा वाचत होतो, 'मला जाणवले की, फक्त देशभक्ती पुरेशी नाही, तर माझ्या मनात कोणाबद्दलही तिरस्कार आणि कडवटपणा नको.'

आपल्या शत्रूला माफ करण्याचा व विसरून जाण्याचा एक खात्रीशीर उपाय म्हणजे आपल्यापेक्षाही मोठ्या असलेल्या एखाद्या गोष्टीत स्वत:ला गुंतवून घेणे. असे केल्याने अपमान आणि शत्रुत्व याकडे आपले फारसे लक्ष जात नाही, कारण आता आपले लक्ष आपल्या ध्येयांकडे असते. इतर गोष्टी आपल्या विस्मृतीत जातात. उदाहरणादाखल आपण १९१८मध्ये मिसिसिपीच्या पाइन वृक्षांच्या जंगलात घडलेली घटना पाहू. कशाबद्दल म्हणता? जमावाने हातात घेतलेल्या कायद्याबद्दल? लॉरेन्स जोन्स हा एक काळ्या वंशाचा शिक्षक व धर्मप्रसारक होता, ज्याला कदाचित जमावाने कायदा हातात घेऊन मारून टाकले असते! काही वर्षांपूर्वी लॉरेन्सने ज्या शाळेची स्थापना केली तिला भेट देण्याचा योग आला. 'पाइनी वूड्स कंट्री स्कूल' तिचे नाव आणि तेथे मी विद्यार्थ्यांसमोर भाषण दिले. आज ही शाळा देशभर प्रसिद्ध आहे, पण मी जो प्रसंग सांगतो आहे तो अनेक वर्षांपूर्वी म्हणजे पहिल्या महायुद्धाच्या संवेदनशील काळात घडला आहे. मध्य मिसिसिपीमध्ये अशी अफवा उठली की, जर्मन्स काळ्या लोकांना प्रस्थापित सरकारविरुद्ध बंडखोरी करण्यासाठी प्रोत्साहन देत आहेत. मी आधीच सांगितल्याप्रमाणे लॉरेन्ससुद्धा काळ्या वंशाचा होता आणि त्याच्यावर आरोप लावला की, तो काळ्या लोकांना प्रस्थापित सरकारविरुद्ध बंड करण्यासाठी जागृत करतो आहे. पांढऱ्या लोकांचा एक जमाव चर्चच्या बाहेर उभे राहून ऐकत होता आणि लॉरेन्स आतमध्ये त्याच्या बांधवांना ओरडून सांगत होता, 'आयुष्य हे एक युद्ध आहे. ज्यामध्ये प्रत्येक काळ्या बांधवाने आपल्या अस्तित्वासाठी आणि यशासाठी आपल्या शस्त्रासह लढले पाहिजे.'

'युद्ध!' 'शस्त्र!!' 'लढणे!!!' एवढे शब्द पुरेसे होते. या भांबावलेल्या तरुणांनी लोकांना एकत्र केले आणि चर्चमध्ये जाऊन लॉरेन्सवर झडप घातली आणि त्याला

दोरखंडाने जायबंदी केले. त्याला रस्त्यावरून एक मैलभर ओढत नेले. ते आता त्याला फाशी देऊन जाळून टाकणार होते, तेवढ्यात कुणीतरी ओरडला, ''थांबा, त्याला जाळण्यापूर्वी आपण त्याला दोन शब्द बोलण्याची संधी देऊ.'' सगळ्यांनी होकार भरला. लॉरेन्स जोन्स त्याच्या मृत्यूच्या वेदीवर उभा राहून गळ्याभोवती दोरखंड असताना त्याचे आयुष्य आणि त्याचे ध्येय याबद्दल बोलला. त्याने १९०७मध्ये लोबा विद्यापीठातून पदवी प्राप्त केली होती. त्याचे लुभावणारे चारित्र्य, त्याला मिळालेल्या शिष्यवृत्त्या, त्याचे संगीतातील कौशल्य या सगळ्यांमुळे तो विद्यार्थ्यांमध्ये आणि शिक्षकांमध्येसुद्धा लोकप्रिय झाला. पदवीधर झाल्यानंतरसुद्धा एका हॉटेल लाइनमधील, त्याला व्यावसायिक म्हणून प्रस्थापित करू शकणारी नोकरी त्याने नाकारली आणि खूप मोठ्या संपत्तीचा अव्हेर केला. कशासाठी? कारण त्याने बुकर टी वॉशिंग्टनच्या गोष्टी वाचल्या होत्या, ज्यामुळे तो भारावून गेला होता, म्हणून त्याने स्वतःचे शिक्षण आपल्या गरीब, अशिक्षित बांधवांसाठी उपयोगात आणायचे असे ठरवले. त्यासाठी दक्षिणेतील अत्यंत मागासलेल्या पट्ट्यात तो गेला. मिसिसिपीमधील जॅकसनच्या दक्षिणेला पंचवीस मैलांवरचा परिसर त्याने निवडला. आपल्या हातातले घड्याळ १.६५ डॉलरला गहाण ठेवून त्याने या पाइनच्या जंगलात शाळा उभारली. झाडाच्या बुंध्याचा डेस्क बनवला. जोन्सने त्याला मारून टाकायला निघालेल्या त्या संतप्त जमावाला सांगितले की, त्याच्या गरीब बांधवांच्या अशिक्षित मुलामुलींना शिकवून चांगले शेतकरी, मेकॅनिक आणि व्यवस्थापक बनवण्यासाठी त्याने किती संघर्ष केला आहे. त्याने सांगितले की, इथे ही शाळा उभारण्यासाठी काही गोऱ्या लोकांनीसुद्धा त्याला मदत केली होती. काही गोऱ्या लोकांनी त्याला त्याचे शैक्षणिक प्रसाराचे कार्य पुढे नेण्यासाठी जमीन दिली, जुने फर्निचर दिले, गायी दिल्या, डुकरे दिली आणि पैसेसुद्धा दिले.

जेव्हा लॉरेन्स जोन्सला नंतर असे विचारले गेले की, ज्या लोकांनी तुला रस्त्यावरून ओढत नेले, जे तुला फाशी द्यायला व जाळायला निघाले आहेत त्यांचा तुला राग येत नाही का? त्यावर तो उत्तरला की, 'मी माझ्या ध्येयपूर्तीमध्ये इतका गर्क आहे की, मला कोणाचा तिरस्कार करण्यासाठी वेळ नाही. माझ्या अहम्पेक्षाही काहीतरी उदात्त, विशाल गोष्टींमध्ये मी इतका समरस झालो आहे की, भांडणासाठी माझ्याकडे वेळ नाही. खेद-खंत करण्यास वेळ नाही आणि कोणताही माणूस मला इतके खाली वाकवू शकत नाही की, मी त्याचा तिरस्कार करेन.''

लॉरेन्सच्या आवाजातील तळमळ आणि प्रामाणिकपणा पाहून जमलेला जमाव हेलावून गेला, कारण त्याने स्वतःसाठी नाही, तर त्याच्या ध्येयासाठी लोकांना आवाहन केले. शेवटी जमावातला एक शहाणा ज्येष्ठ नागरिक म्हणाला : ''माझा या मुलावर विश्वास आहे. तो जे सांगतो ते खरे आहे. त्याने जी गोऱ्या लोकांची

नावे घेतली त्यांना मीसुद्धा ओळखतो. तो एक उदात्त काम करत आहे. आपली चूक झाली. त्याला फासावर लटकवण्याऐवजी आपण त्याला त्याच्या कार्यात मदत करू.'' त्याने त्याची हॅट जमावासमोर फिरवली. त्या जमावाने त्याला बावन्न डॉलर्स आणि चाळीस सेंट्सची देणगी जमवून दिली. जो जमाव काही मिनिटांपूर्वी त्याला फासावर चढवायला निघाला होता अशा माणसांसाठी जो म्हणतो, 'मला भांडायला वेळ नाही, खेद करायला वेळ नाही आणि कोणताही माणूस मला इतके खाली वाकवू शकत नाही की मी त्याचा तिरस्कार करेन.'

एपिक्टेट्सने एकोणिसाव्या शतकापूर्वीच्या परिस्थितीकडे बोट दाखवले आहे. तेव्हा समाजात असा समज होता की, आपण जे पेरतो ते उगवते आणि नशीब आपल्याला आपल्या दुष्कृत्यांचे फळ भोगायला लावते. 'संपूर्ण आयुष्याचा विचार केला तर' एपिक्टेटस म्हणतो, ''प्रत्येक माणसाला त्याच्या पापाची शिक्षा भोगावी लागते. जो माणूस कायम हे लक्षात ठेवेल तो कोणावर रागावणार नाही. दुसऱ्याशी नीचपणाने वागणार नाही, दुसऱ्याला शिवीगाळ करणार नाही, तिरस्कार करणार नाही, सतत दुसऱ्याला दोष देत राहणार नाही आणि समोरच्याचा अपमान करणार नाही.''

अमेरिकेच्या इतिहासात बहुधा दुसऱ्या कोणाचीच इतकी निंदानालस्ती झाली नसेल किंवा तिरस्कार केला गेला असेल आणि उलटतपासणी झाली नसेल जेवढी लिंकनची झाली. हर्नडनच्या लिंकनच्या आत्मचरित्राप्रमाणे, 'लिंकनचे कोणत्याही माणसाबद्दलचे मत त्यांना तो आवडत होता की नव्हता यावर अवलंबून नव्हते. एखादे दिलेले काम त्याचा मित्र जितके चांगले करू शकतो तितकेच शत्रूसुद्धा करू शकतो हे त्याला माहिती होते. एखाद्या माणसाने त्याचा दु:स्वास केला किंवा त्याच्याशी त्याचे वैयक्तिक हेवेदावे असले, तरीही तो एखाद्या जागेसाठी लायक असेल तर लिंकन त्याला ती जागा द्यायचा. मला असे वाटत नाही की, केवळ एखादा माणूस त्याचा शत्रू होता म्हणून किंवा त्याला तो आवडत नव्हता म्हणून त्याने एखाद्या माणसाला एखाद्या पदावरून दूर केले.'

लिंकनवर खूप टीका झाली आणि त्याने नियुक्त केलेल्या उच्च पदांवरचे अधिकारी म्हणजे मॅक्लीअन, स्टॅनटॉप सिबर्ड आणि चेस यांनी त्याचा खूप अपमान केला. तरीसुद्धा हंर्नडन म्हणतो त्याप्रमाणे 'लिंकनचा असा विश्वास होता की, आपण सगळे परिस्थितीची, मर्यादांची, पर्यावरणाची, शिक्षणाची आपल्याला लागलेल्या सवयींची आणि आपल्या गुणसूत्रांमध्ये असलेल्या जीन्सची मुले असतो म्हणून आपण केलेल्या एखाद्या कामाबद्दल खूप प्रशंसा करणे आणि न केलेल्या गोष्टींबद्दल निंदा करणे त्याला आवडत नसे.'

कदाचित लिंकनचे हे म्हणणे बरोबर होते. जर तुमच्या आणि माझ्यामध्ये

आपल्या आई-वडिलांचे समान गुणदोष शारीरिक, मानसिक आणि भावनिक पातळीवर असतील आणि आयुष्यात आपल्याबरोबर ज्या घटना घडल्या त्याच त्याच्याबरोबरही घडल्या, तर ते जसे वागतील अगदी तसेच आपणसुद्धा वागू. आपण इतके दयाळू असले पाहिजे की, आपणही सायॉक्स इंडियन्सची प्रार्थना म्हटली पाहिजे, 'हे देवा, जोपर्यंत मी समोरच्याचे दुःख स्वतः त्या जागी राहून दोन आठवड्यांपर्यंत सहन करू शकत नाही, तोपर्यंत मला त्याच्यावर टीका करण्याचा काही अधिकार नाही.' म्हणून आपल्या शत्रूचा तिरस्कार करण्याऐवजी त्याच्यावर दया येऊ द्या आणि देवाचे आभार माना की, त्याने तुमच्यावर ही वेळ आणली नाही. शत्रूवर सतत टीका करण्याऐवजी व सूडबुद्धीने वागण्याऐवजी आपण त्यांना समजावून घेऊ, सहानुभूतीने वागू, मदत करू, क्षमाशीलता दाखवू व त्यांच्यासाठी प्रार्थना करू.

मी अशा कुटुंबात जन्मलो की, जेथे प्रत्येक रात्री गुडघ्यावर ओणवे होऊन बायबलमधील पवित्र ओळी 'फॅमिली प्रेयर' म्हणून म्हटल्या जात. आजही मला माझ्या मिसिसिपीमधील एकाकी शेतातल्या घरातून वडिलांचे ते धीरगंभीर शब्द ऐकू येतात. त्यांनी ज्यांना आदर्श मानले त्यांचे गुणगान ऐकू येते. त्यांचा आदर्शवाद असा की : 'तुमच्या शत्रूवर प्रेम करा. त्यांना आशीर्वाद द्या जे तुम्हाला शिव्याशाप देतात. जे तुमचा तिरस्कार करतात त्यांचे भले करा. जे तुमचा गैरफायदा घेतात त्यांच्यासाठीही प्रार्थना करा.'

माझ्या वडिलांनी जिझसची जीवनशैली आचरण्याचा प्रयत्न केला आणि त्यामुळे त्यांना आंतरिक शांती मिळाली, जी या पृथ्वीवरच्या फार मोठ्या-मोठ्या लोकांनी शोध घेऊनही त्यांना ती मिळाली नाही.

आपला आनंद आणि आपली शांती घेऊन येणारा मानसिक दृष्टिकोन रुजविण्यासाठी आठवा नियम २ :

**आपल्या शत्रूशी बदला घेण्याच्या भावनेने वागू नका, कारण आपण जर तसे केले, तर त्याला जेवढा त्रास होईल त्याच्या अनेक पटींनी अधिक त्रास आपल्याला होईल.**

**जनरल एल्सिनोवरने जसे केले तसे आपण करू. जे लोक आपल्याला आवडत नाहीत त्यांच्याबद्दल विचार करण्यावर आपण एकही मिनिट घालवणार नाही.**

# १४

## कृतज्ञतेची अपेक्षा धरू नका

नुकताच मला टेक्सासमध्ये एक व्यावसायिक भेटला. संतापाने नुसता उकळत होता. तसा मला धोक्याचा इशारा मिळालाच होता की, भेट झाल्यानंतर अवघ्या पंधरा मिनिटांच्या आत तो हे सगळे ओकणार. त्याने तसेच केले. त्याला राग आणणारा प्रसंग खरेतर अकरा महिन्यांपूर्वी घडून गेला होता, पण त्या आठवणींनीसुद्धा त्याचा राग खदखदत होता. तो दुसरे काही बोलूच शकत नव्हता. त्याने त्याच्या चौतीस कर्मचाऱ्यांना नाताळचा बोनस म्हणून दहा डॉलर्स दिले होते. जवळपास प्रत्येकी तीनशे डॉलर्स! पण एकानेही त्याचे आभार मानले नव्हते. मनातला कडवटपणा चेहऱ्यावर, शब्दांमध्ये भरून वाहत होता, "आता मात्र मी त्यांच्यावर एका दिडकीचीही कृपा करणार नाही!"

कन्फ्युशिअस म्हणतो, 'रागीट माणूस विषारी असतो.' मला भेटलेल्या या माणसामध्येसुद्धा इतके विष भिनलेले होते की, मला त्याची दया आली. तो जवळपास साठ वर्षांचा होता. आता आयुर्विमा कंपन्या असे सांगतात की, सरासरी आपले सध्याचे वय आणि ऐंशी यामधल्या काळाच्या दोन तृतीयांश वर्षांपेक्षा आपण अधिक जगतो. म्हणजे याचा अर्थ हा माणूस अजून चौदा-पंधरा वर्षे तरी जगेल. आधीच त्याने या एका प्रसंगामुळे इतका कडवटपणा आणि संताप उरी बाळगला आहे. आणखी काय काय सोसेल देव जाणे. मला त्याची दया आली.

आत्मवंचना आणि संताप यांच्यामध्ये स्वत:ला बुडवून घेण्यापेक्षा त्याने स्वत:ला हा प्रश्न विचारायला हवा होता की, त्याच्या या सत्कृत्याबद्दल त्याची वाहवा का झाली नाही? कदाचित कर्मचाऱ्यांच्या अपेक्षेपेक्षा ते पैसे कमी असतील आणि त्याने त्यांच्याकडून अधिक काम करून घेतले असेल. कदाचित ख्रिसमस बोनस ही त्यांना भेट न वाटता हे त्यांच्या कामाचे फळ आहे असे त्यांना वाटले

असेल. कदाचित तो खूप अपमान करणारा असेल आणि त्याच्यापर्यंत पोहोचू शकण्याची परिस्थिती नसल्यामुळे कोणी त्याला थँक्स म्हणण्याची हिंमत केली नसेल किंवा कोणी पर्वा केली नसेल. कदाचित त्यांना असेही वाटले असेल की, टॅक्सेस चुकवण्यासाठी बोनस जाहीर केला आहे. असे काहीही झाले असेल.

दुसऱ्या बाजूने विचार केला तर कर्मचारी स्वार्थी, हलकट आणि दुर्वर्तनी असावे. हेही असू शकते किंवा हेही नसू शकते. तुमच्याइतकीच मला माहिती आहे, पण डॉ. जॉन्सनने सांगितलेली एक गोष्ट मला माहिती आहे की : 'कृतज्ञता हे खूप चांगल्या लागवडीचे फळ असते. ते सर्वसाधारण सगळ्या लोकांकडून मिळत नाही.'

मी हेच सांगायचा प्रयत्न करतोय की, या माणसाने त्याला दुःखाच्या खाईत लोटणारी चूक केली म्हणजे कृतज्ञतेची अपेक्षा ठेवली. त्याला अजून मानवी स्वभावाची ओळख पटलेली नाही.

तुम्ही एखाद्या माणसाचे प्राण वाचवले, तर तुमच्याशी तो कृतज्ञ राहील अशी तुम्ही अपेक्षा कराल का? कदाचित कराल. पण सॅम्युअल लिओबॉवीस जो सुप्रसिद्ध फौजदारी वकील होता, पुढे तो न्यायाधीश झाला. त्याने त्याच्या कारकिर्दीत अठ्याहत्तर लोकांना फाशीच्या शिक्षेपासून वाचवले. तुम्हाला काय वाटते, त्यांपैकी किती जणांनी थांबून त्याचे आभार मानले किंवा त्याला नाताळात भेटकार्ड पाठवण्याचे कष्ट घेतले? अंदाज करा. बरोबर. कोणीही नाही.

येशू ख्रिस्ताने एके दुपारी दहा महारोग्यांना मदत केली. त्यांपैकी किती जण त्याचे आभार मानण्यासाठी थांबले? फक्त एक. जेव्हा येशूने त्याच्या शिष्यांकडे वळून विचारले, 'बाकीचे नऊ कोठे गेले?' ते पळून गेले होते. आभार न मानता अदृश्य झाले होते. मी तुम्हाला एक प्रश्न विचारतो. तुम्ही, मी किंवा तो टेक्सासमधील व्यापारी आपल्या छोट्या छोट्या उपकारांबद्दल (जे येशूच्या उपकारांपुढे तर फारच छोटे आहेत.) आभाराची अपेक्षा का करतो?

आणि जेव्हा आर्थिक व्यवहारांपाशी हा मुद्दा येऊन ठेपतो, तेव्हा तर हे चित्र आणखीनच विदारक असते. चार्ल्सने मला सांगितले की, एकदा त्याने एका बँकेच्या कॅशिअरला खूप मोठ्या आरोपातून वाचवले होते. या कॅशिअरने काय केले होते? तर त्याने बँकेचा पैसा स्टॉक मार्केटमध्ये लावला होता. या माणसाला वाचवण्यासाठी स्क्वॅनने स्वतःचे पैसे बँकेत भरले. तो कॅशिअर स्क्वॅनबरोबर कृतज्ञ राहिला का? राहिला, पण फक्त काही काळासाठी! पण नंतर थोड्याच दिवसांत तो त्याच्या विरोधात गेला. ज्या माणसाने त्याचा तुरुंगवास वाचवला होता त्याचीच निंदानालस्ती तो करायला लागला!

जर तुम्ही तुमच्या नातेवाइकांना दहा हजार डॉलर्स दिले, तर तुमची अपेक्षा

काय असेल की, ते तुमचे आभार मानतील? ॲण्ड्रू कार्नेगीने हेच केले. त्याने आपल्या मृत्युपत्रात एक लाख डॉलर्स नातेवाइकांना दिले, पण तो जर त्याच्या थडग्यापासून उठून चालत परत आला असता, तर त्याला काय दिसले असते? त्याचे नातेवाईक त्याला शिव्याशाप देत होते का? कारण म्हाताऱ्या ॲण्ड्रूने ३६५ लाख डॉलर्सच्या देणग्या समाजोपयोगी संस्थांना दिल्या होत्या.

तर असे आहे हे सगळे! मनुष्य-स्वभाव हा मनुष्य-स्वभावच राहतो आणि तो आयुष्यभर बदलत नाही. मग आपण त्याचा स्वीकारच केलेला बरा. मार्क्सने ठेवला तसा वास्तववादी दृष्टिकोन आपण ठेवू या. मार्क्स ऑरेलिअस हा एक अत्यंत समंजस रोमन सत्ताधीश होता. त्याने एके दिवशी त्याच्या डायरीत लिहिले होते : 'आज मी अशा लोकांना भेटायला जाणार आहे, जे खूप जास्त बोलतात, जे खूप स्वार्थी आहेत, ज्यांना अहम्गंड आहे, जे कृतघ्न आहेत, पण त्यामुळे मला आश्चर्य वाटत नाही किंवा त्यांच्यामुळे मी अस्वस्थसुद्धा होत नाही, कारण अशा लोकांशिवाय जग असणार हे माझ्या कल्पनेतसुद्धा बसत नाही.'

खरोखर हेच शहाणपणाचे आहे. नाही का? जर आपण इतरांच्या कृतघ्नतेबद्दल कुरकुरत राहिलो, तर कोणाकोणाला दोष द्यायचा? हा मनुष्य-स्वभाव आहे की मनुष्य स्वभाव समजून न घेण्याबद्दलचे आपले अज्ञान आहे? आपण कृतज्ञतेची अपेक्षाच धरायला नको आणि तशात कधी कोणी कृतज्ञता दाखवलीच, तर आपल्यासाठी ते आनंदमयी आश्चर्य असेल आणि जरी नाहीच दाखवली गेली, तरी आपल्याला त्यामुळे वाईट वाटणार नाही.

या प्रकरणातील पहिला मुद्दा मी मांडतो. तो असा : *कृतज्ञता व्यक्त करण्यास विसरणे, हे लोकांसाठी नैसर्गिक आहे. जर आपण कृतज्ञतेची अपेक्षा करत राहिलो, तर आपला कपाळमोक्ष होईल आणि आपल्याला हृदयविकार जडेल.*

मला न्यूयॉर्कमधील एक स्त्री माहिती आहे, जी सतत तिच्या एकाकीपणाबद्दल तक्रार करत असते. तिच्या कोणत्याच नातेवाइकांना तिच्याजवळ फिरकायचे नसते आणि त्यात आश्चर्य काहीच नाही. तुम्ही जर तिला कधी भेटलात, तर ती तुम्हाला तासन्तास हेच ऐकवत राहील की, तिचे भाच्चे आणि पुतणे लहान असताना तिने त्यांच्यासाठी किती केले! त्यांना कांजिण्या झाल्या असताना, गालगुंड झाले असताना आणि डांग्या-खोकला झाला तेव्हासुद्धा ती त्यांच्यासाठी रात्र-रात्र जागली. त्यांच्यासाठी वर्षानुवर्षे खस्ता खाल्ल्या, त्यांच्यापैकी एकाला तिने बिझिनेस स्कूलमध्ये शिक्षण दिले आणि एकीला तर तिचे लग्न होईपर्यंत घरी ठेवून घेतले.

या पुतण्या तिला भेटायला येतात का? हो, बरेचदा येतात, पण केवळ

कर्तव्य म्हणून, मनापासून नाही. कारण त्यांना माहिती असते, इथे बसून आपल्याला आपलीच खरडपट्टी ऐकावी लागणार आहे. कधीही न संपणारे तक्रार-अर्ज आणि आत्मवंचनेत सोडलेले सुस्कारे आपल्याला ऐकावे लागतील आणि जर या बाईकडे खूप दिवस कोणी भेटायला गेले नाही, तर तिच्याकडे एक शेवटचे हुकमी हत्यार आहे. ते म्हणजे तिचा हार्टअॅटॅक!

हा हार्ट अॅटॅक तरी खरा असतो का? हो. खरा असतो! डॉक्टर म्हणतात की, तिचे 'नर्व्हस हार्ट' आहे. त्यामुळे तिच्या हृदयाची धडधड वाढते, पण डॉक्टरांकडेसुद्धा त्याच्यावर औषध नाही. कारण तिचा हा त्रास भावनिक आहे.

या बाईला खरी गरज कशाची आहे, तर प्रेम आणि तिच्याकडे लक्ष पुरवण्याची! पण त्याला ती नाव देते 'कृतज्ञता', पण तिला ते कधीच मिळणार नाही, कारण ती ते मागून घेते आणि ते मिळणे ती तिचा हक्क समजते.

जगात तिच्यासारखी अनेक माणसे आहेत की, ज्यांना पदोपदी कृतघ्नतेचे अनुभव येतात. त्यांनाही एकटेपणाला सामोरे जावे लागते. तेसुद्धा दुर्लक्षित आहेत. त्यांच्यावर इतरांनी प्रेम करावे अशी त्यांची तीव्र इच्छा असते, पण या जगात प्रेम मिळवण्याचा फक्त एकच मार्ग आहे – तो म्हणजे प्रेम कधीही मागू नका आणि त्याच वेळी निरपेक्ष बुद्धीने दुसऱ्यावर प्रेम करा.

तुम्हाला हा अव्यवहार्य आदर्शवाद वाटतो का? असे मुळीच नाही. तर हा चाणाक्षपणा आहे. ज्या आनंदाची आपल्याला अपेक्षा आहे तो आनंद मिळवण्याचा हा एक उत्तम, खात्रीशीर मार्ग आहे. माझ्या कुटुंबात मी स्वत: हे घडताना पाहिले आहे. माझ्या आई-वडिलांना दुसऱ्यांना मदत करण्यात मिळणारा आनंद मी पाहिला आहे. आम्ही गरीब होतो. नेहमी कर्जात बुडालेले असायचो. आम्ही गरीब असलो, तरी आम्ही दर वर्षी एका अनाथालयाला नियमाने पैसे पाठवायचो. लोवामधील एक ख्रिश्चन मिशनरी अनाथालय होते ते! माझ्या आई वडिलांनी कधीही त्या अनाथाश्रमाला भेट दिली नव्हती, त्यामुळे त्यांच्या या देणगीबाबत त्यांचे कोणीही आभार मानले नाहीत. फक्त पोहोचपावती तेवढी यायची; पण त्यांना स्वत:ला मुलांना मदत करण्यात जो आनंद मिळायचा तेवढ्यानेच ते भरून पावायचे. त्यांना त्या मुलांकडून मोबदल्यात कृतज्ञतेची अपेक्षाच नव्हती.

मी घर सोडल्यानंतर प्रत्येक नाताळमध्ये माझ्या आई-वडिलांना एक चेक पाठवायचो आणि त्यांना आग्रह करायचो की, ते पैसे त्यांनी त्यांच्या चैनीसाठी खर्च करायचे, पण क्वचितच ते तसे करायचे. मी ख्रिसमसच्या आधी कधी घरी आलो, तर ते पैसे त्यांनी जिला बरीच मुले आहेत अशा गरीब, अनाथ महिलेला किराणा सामानासाठी आणि कोळसे आणण्यासाठी दिलेले असायचे. अशा प्रकारच्या दानधर्मात त्यांना खूप आनंद मिळत असे. निरपेक्ष हेतूने केलेले दान!

माझा असा विश्वास आहे की, ॲरिस्टॉटलने आदर्श व्यक्तीचे जे वर्णन केले आहे, त्या कसोटीला माझे वडील उत्तीर्ण होतात. अशाच माणसाला आनंदी राहण्याचा अधिकार आहे, ज्याला इतरांना देण्यात आनंद होतो.

या प्रकरणातील दुसरा मुद्दा मला असा मांडायचा आहे की : *आपल्याला जर आनंद मिळवायचा असेल, तर आपण कृतज्ञतेबद्दल विचार करणे थांबवले पाहिजे आणि फक्त आपल्या आंतरिक आनंदासाठी दुसऱ्याला आनंद दिला पाहिजे.*

गेल्या दहा हजार वर्षांपासून पालक आपल्या मुलांच्या कृतघ्नतेबद्दल तक्रार करत आले आहेत.

अगदी शेक्सपिअरचा किंग लिअरसुद्धा ओरडून सांगतो, 'सापाच्या विषारी दातांपेक्षाही कृतघ्न मुले किती अधिक विषारी आहेत!'

पण मुले तरी पालकांचे आभार कसे आणि का मानतील, जोपर्यंत आपण त्यांना तसे करायला शिकवणार नाही? कृतघ्नता ही नैसर्गिक आहे. ती रानटी तणाप्रमाणे असते. कृतज्ञता ही गुलाबाच्या रोपाप्रमाणे असते. तिची मशागत करावी लागते, पाणी घालावे लागते, त्याची लागवड करावी लागते आणि त्याला जपावे लागते.

जर आपली मुले कृतघ्न झालीच, तर त्याचा दोष कुणाकडे जातो? आपल्याकडेच. जर आपण त्यांना इतरांचे आभार मानायला शिकवले नाही, तर ती कसे शिकणार? मग अशा वेळी आपण तरी त्यांनी आपले आभारी असावे, अशी अपेक्षा कशी आणि का करायची?

मला शिकागोमधील एक असा माणूस माहिती आहे की, त्याच्या सावत्र मुलांनी त्याला जी कृतघ्नता दाखवली त्याबद्दल त्याची तक्रार रास्त आहे. तो एका बॉक्स फॅक्टरीमध्ये कामाला होता. क्वचितच कधीतरी आठवड्याला चाळीस डॉलर्सपेक्षा तो अधिक मिळवत असे. त्याने एका विधवेशी लग्न केले होते आणि तिने त्याला पैसे उसने मागून आणून तिच्या दोन मुलांच्या कॉलेज शिक्षणासाठी पाठवायला राजी केले. आठवड्याला मिळणाऱ्या चाळीस डॉलर्स इतक्या तुटपुंज्या कमाईतूनच त्याला घरभाडे, किराणा, भाजीपाला, कपडालत्ता हे सगळे भागवावे लागत असे. अक्षरशः एखाद्या हमालाप्रमाणे तो काम करत असे, पण कधीच तक्रार करत नसे.

त्याचे कधी कोणी आभार मानले? नाही. कधीच नाही. त्याची बायको असे समजत होती की, ते त्याचे कर्तव्यच आहे. तसेच तिच्या मुलांनाही वाटे. आपण आपल्या सावत्र वडिलांचे काही देणे लागतो याची पुसटशी जाणीवसुद्धा त्या

मुलांना नव्हती.

कोणाला दोष द्यायचा? मुलांना? हो. मुलांना तर द्यायचा, पण त्यांच्या आईला तर त्यापेक्षा अधिक दोष द्यायचा. तिला वाटले की, आपल्या तरुण मुलांवर उपकाराचे ओझे कशाला लादायचे? तिला वाटले, आपल्या मुलांच्या आयुष्याची सुरुवात कर्जाने कशाला व्हायला हवी? म्हणून तिला मुलांना कधी असे सांगावेसेसुद्धा वाटले नाही की, 'तुमचे कॉलेजचे शिक्षण पूर्ण करण्यासाठी पैसे पुरवणारे तुमचे वडील किती महान आहेत.' त्याऐवजी तिची मानसिकता होती, 'ते तुमच्यासाठी नाइलाजाने तेवढेच करू शकतात.'

तिला असे वाटले की, ती मुलांसाठी कर्तव्यच करते आहे, पण वास्तवात, ती त्यांना अशा आयुष्यात ढकलत होती की, जेथे त्यांचा असा भयंकर समज झाला की, जणू ती जगतात म्हणजे जगावर उपकारच करतात. याचा शेवट असा झाला की, तिचा एक मुलगा असाच पैशाच्या अफरातफरीवरून जेलमध्ये गेला!

आपण हे कायम लक्षात ठेवले पाहिजे की, आपली मुले आपण त्यांना जसे वाढवू तशीच बनतात. उदाहरण द्यायचे झाले, तर माझ्या आईची बहीण, व्हायोला अलेक्झांडर, मु. पो. मिनापोलीस, जिने आपली मुले 'कृतघ्न' आहेत अशी एकदाही तक्रार केली नाही अशी बाई होती. मी लहान असताना हे पाहिले आहे की, व्हायोला आंटीने तिच्या आईला तिच्या घरी नेऊन ठेवले होते आणि त्याच वेळी तिच्या सासूचीपण सेवा केली होती. मला अजूनही डोळे बंद केल्यावर त्या दोन म्हाताऱ्या बायका फायर प्लेससमोर आंटीच्या फार्महाउसवर गप्पा मारताना दिसतात. व्हायोला आंटीला कधी त्यांचा त्रास झाला नसेल का? मला वाटते बरेचदा झाला असेल; पण तिच्या वागणुकीतून तिने ते कधी दिसू दिले नाही. तिला त्या दोन्ही बायका आवडायच्या. ती त्यांचे लाड करायची. व्हायोला आंटीला सहा मुले होती, पण तरीही या दोन बायकांना सांभाळल्याबद्दल त्यांनी तिचे आभार मानावे किंवा इतरांनी तिचे कौतुक करावे अशी तिची अपेक्षा नसायची. तिच्यासाठी हे सगळे नैसर्गिक होते. तिने असे करणे योग्यच आहे, असे तिला वाटायचे.

आज व्हायोला आंटी कोठे आहे? ती वीस वर्षांपासून विधवा आहे. तिला पाच मोठी मुले आहेत. त्यांची पाच स्वतंत्र घरे आहेत. प्रत्येक जण तिला आपल्याकडे ठेवून घेण्यासाठी धडपडत असतो. तिची मुले तिला मान देतात. केवळ कृतज्ञता म्हणून? छे! फक्त प्रेम, माया, काळजी या पोटीच! कारण या मुलांनासुद्धा त्यांच्या लहानपणी मायेची ऊब मिळाली आणि मानवी दयाळूपणा त्यांनी प्रत्यक्ष पाहिला. मग आता परिस्थिती कशी बदलेल? नाहीच बदलणार!

म्हणून आपण हे लक्षात ठेवले पाहिजे की, कृतज्ञ मुले घडवण्यासाठी आपण स्वतः कृतज्ञ असले पाहिजे. आपण हेसुद्धा लक्षात ठेवले पाहिजे की, 'लहान

भांड्यांना मोठे कान असतात' आणि आपण जे बोलतो ते ते कान देऊन ऐकत असतात. उदाहरणादाखल एखाद्याचा दयाळूपणा मुद्दामच लहान करून दाखवण्याचा आपल्याला मोह होतो. मुलांसमोर आपण असे करणे थांबवले पाहिजे. आपण असे कधीही म्हणायचे नाही, 'ख्रिसमसची भेट म्हणून लीना आंटीने पाठवलेला टेबलक्लॉथ तिने घरी विणला. त्यामुळे तिला काही पैसे खर्च करावे लागले नाही!' हे असले शेरे आपल्याला किरकोळ वाटतात, पण मुले हेच ऐकत असतात. म्हणून असे म्हणण्याऐवजी म्हणावे : 'खरेच, लीना आंटीला हा टेबलक्लॉथ बनवायला किती कष्ट पडले असतील? किती वेळ घालवावा लागला असेल? किती छान आहे ना! आपण लगेच पत्र लिहून तिचे आभार मानू.' आणि आपल्या मुलांनाही त्यांच्या आणि आपल्या नकळत दुसऱ्याची तारीफ करण्याची आणि आभार मानण्याची सवय लागेल.

(अ) कृतघ्नतेबद्दल काळजी करण्यापेक्षा आपण वाट पाहावी. हे आठवावे की, जिझसने दहा महारोग्यांना एके दिवशी मदत केली होती. त्यांपैकी फक्त एकाने त्यांचे आभार मानले. आपण जिझसपेक्षाही मोठे आहोत का?

(ब) आपण हे लक्षात ठेवले पाहिजे की, कृतज्ञतेची अपेक्षा न धरता निरपेक्ष वृत्तीने दुसऱ्याला आनंद देणे हाच आनंद मिळवण्याचा खरा मार्ग असतो.

(क) हे लक्षात ठेवा की, कृतज्ञतेचीसुद्धा पिकासारखी मशागत करावी लागते. जर आपली मुले कृतज्ञ असावीत असे वाटत असेल, तर आपण आपल्या आचरणातून त्यांना कृतज्ञता शिकवली पाहिजे.

# १५

## तुमची बलस्थाने तुम्ही लाखो रुपयांना कधी विकाल का?

अनेक वर्षांपासून मी हेरॉल्ड अॅबटला ओळखतो. तो मिसुरीमधील वेब शहरात राहत असे. तो माझ्या व्याख्यानांचा व्यवस्थापकसुद्धा होता. एकदा आम्ही दोघे कनसासमध्ये भेटलो आणि मग त्याने मला मिसुरीमधील बेल्टॉन येथील शेतावर गाडीतून सोडून दिले. त्या वेळात मी त्याला विचारले, तो स्वत:ला काळजीपासून दूर कसा ठेवू शकतो? आणि त्यावर त्याने मला जी प्रेरणादायी कथा सांगितली ती मी कधीच विसरू शकणार नाही.

तो म्हणाला, ''मी पूर्वी खूप चिंता करायचो, पण १९३४मधील वसंत ऋतूतील एका सकाळी वेब शहरातील एका प्रमुख रस्त्यावरून जात असताना मी जे दृश्य पाहिले त्यानंतर मी माझ्या सगळ्या काळज्या सोडून दिल्या. ते सगळे केवळ दहा सेकंदांमध्ये घडले. मी जगण्याबद्दल त्या दहा सेकंदांत जेवढे शिकलो ते गेल्या १० वर्षांत शिकलो नव्हतो. गेली दोन वर्षे मी वेब शहरात किराणा सामानाचे दुकान चालवले. त्यात मी माझी सगळी आत्तापर्यंतची कमाईच फक्त घालवली नाही, तर त्यामुळे मला इतके कर्जही झाले की, जे मला आणखी सात वर्षे फेडावे लागणार होते. मागच्या शनिवारी माझे किराणा दुकानसुद्धा बंद पडले होते आणि मी इतर व्यापाऱ्यांकडे आणि लोकांकडे कर्ज मागायला निघालो होतो. म्हणजे मी त्यानंतर कनसास शहरात जाऊन नोकरी शोधू शकेन. एखाद्या मारझोड झालेल्या, अपयशी, हरलेल्या माणसासारखा मी रस्त्याने चालत होतो. माझी संघर्ष करण्याची वृत्तीही आता संपली होती आणि विश्वासही ढळला होता. इतक्यात, मी समोरून एक माणूस येताना पाहिला, ज्याला पाय नव्हते. तो एका लाकडी चौथऱ्यावर बसला होता. त्या चौथऱ्याला चार चाके लावलेली होती. त्याच्या हातात दोन लाकडी ठोकळे होते आणि त्यांच्या साहाय्याने तो त्या चौथऱ्याची गाडी

करून स्वत:ला ढकलत ढकलत रस्त्यावरून चालला होता. मी जेव्हा त्याला पाहिले तेव्हा त्याने नुकताच रस्ता क्रॉस केला होता व तो फुटपाथवर चढायचा प्रयत्न करत होता. त्याच्या चेहऱ्यावर प्रसन्न हसू होते. त्याचे माझ्याकडे लक्ष गेल्याबरोबर त्याने मला जोरदार 'सुप्रभात' म्हणून अभिवादन केले. पुढे तो म्हणाला, 'खरेच, किती मंगल प्रभात आहे नाही का?' मी त्याच्याकडे पाहतच राहिलो व मनाशी विचार केला : 'त्याच्यापेक्षा मी किती श्रीमंत आहे! मला दोन पाय आहेत. मी चालू शकतो.' मी स्वत:ची करत असलेली आत्मवंचना आठवून मला त्या वेळी स्वत:ची लाज वाटली. मी स्वत:ला विचारले, 'जर पाय नसताना तो आनंदी, उत्साही आणि आत्मविश्वासपूर्ण जगू शकतो, तर मलातर दोन पाय आहेत, मग मी तर छाती फुगवून चालले पाहिजे.' खरेतर व्यापाऱ्यांकडे व बँकेकडे माझा फक्त शंभर डॉलर्स मागायचा विचार होता, पण आता माझ्यामध्ये दोनशे डॉलर्स मागायचे धाडस आले. आधी मी म्हणालो होतो की, मी कनसासला जाऊन नोकरी मिळवण्याचा प्रयत्न करीन, पण मी आता जाहीर करून टाकले की, मी कनसासला नोकरी करण्यासाठी चाललो आहे. मला कर्जही मिळाले आणि नोकरीही मिळाली.''

आता त्याने त्याच्या बाथरूममधील आरशावर खालील वाक्ये चिकटवून ठेवली आहेत व रोज दाढी करताना तो ती वाचतो:

*'मी उदास होतो, कारण माझ्याकडे बूट नव्हते,*
*पण जेव्हा मी रस्त्यावर असा माणूस पाहिला की, ज्याला पायच नव्हते, तेव्हा मला माझ्या उदासीनतेची लाज वाटली.'*

मी एकदा एडी रिकेनबॅकरला विचारले, ''जेव्हा पॅसिफिक महासागरात तुझ्या सहकाऱ्यांबरोबर तू तराफ्यात एकवीस दिवसापर्यंत निराशेच्या गर्तेत वाहून गेला होतास त्या प्रसंगातून तू सगळ्यात मोठा कोणता धडा शिकलास?'' त्यावर तो म्हणाला, ''त्या अनुभवावरून मी सगळ्यात महत्त्वाचे काय शिकलो असेन, तर जर तुम्हाला ताजे, शुद्ध पाणी प्यायला असेल आणि जेवणाच्या वेळेस अन्न उपलब्ध असेल, तर तुम्हाला कधीही कशाविषयी तक्रार करण्याचे कारण नाही.''

'टाइम' मासिकामध्ये एका जवानाबद्दल एक लेख आला होता. तो गौडल कॅनॉल येथे जखमी झाला तेव्हा त्याच्या घशामध्ये काही कठीण पदार्थांचे तुकडे अडकले होते. त्याचे सात वेळा ब्लड-ट्रान्सफ्युजनसुद्धा केले गेले. त्याने डॉक्टरांना लिहून विचारले; 'मी जगेन का?' डॉक्टरांनी 'होय' असे उत्तर दिले. 'मी बोलू शकेन का?' असे त्याने पुन्हा लिहून विचारले. डॉक्टर म्हणाले, 'होय', मग त्याने पुन्हा चिठ्ठी लिहिली, 'मग मूर्खासारखा मी कशाची काळजी करतो आहे?'

आत्ता या क्षणाला तुम्हीसुद्धा थांबून स्वत:ला असे विचारत नाही का, 'मी मूर्खासारखा कशाची काळजी करतो आहे?' बहुधा तुमच्या असे लक्षात येईल की, तुलनेने तुमच्या समस्या फारशा महत्त्वाच्या नाहीत आणि त्या निरर्थकपण आहेत.

आपल्या आयुष्यातील साधारण नव्वद टक्के गोष्टी बरोबर असतात व दहा टक्के गोष्टी चुकीच्या असतात. जर आपल्याला आनंदी व्हायचे असेल, तर आपण नव्वद टक्के बरोबर गोष्टींवर आपले लक्ष केंद्रित केले पाहिजे व दहा टक्के चुकीच्या गोष्टींकडे दुर्लक्ष केले पाहिजे; पण जर तुम्हाला चिंताक्रांत व्हायचे असेल व कडवटपणा आयुष्यात आणायचा असेल, तर तुम्ही दहा टक्के चुकीच्या गोष्टींवर लक्ष केंद्रित कराल आणि नव्वद टक्के बरोबर गोष्टींकडे दुर्लक्ष कराल, ज्या वैभवशाली आहेत.

इंग्लंडमधील क्रॉम्वेलियन चर्चच्या अनेक भिंतींवर 'थिंक ॲण्ड थँक' हे दोन शब्द कोरून ठेवलेले आहेत. हे शब्द खरेतर आपल्या हृदयातसुद्धा कोरून ठेवले पाहिजेत. ज्यांनी आपल्यावर उपकार केले त्यांच्याबद्दल कृतज्ञता व आपल्याला जे आशीर्वाद व ज्या दैवी देणग्या दिल्या त्याबद्दल देवाचे आभार मानलेच पाहिजेत.

जोनाथन स्विफ्टने 'गलिव्हर्स ट्रॅव्हल्स' नावाचे लोकप्रिय पुस्तक लिहिले. तो इंग्रजी साहित्यातील एक निराशावादी, विध्वंसक लेखक म्हणून प्रसिद्ध आहे. आपण जन्माला आलो या गोष्टीचेसुद्धा त्याला इतके वाईट वाटायचे की, त्याच्या वाढदिवसाच्या दिवशी तो काळे कपडे घालायचा आणि उपवास करायचा. तरीही या निराशावादातसुद्धा तो उत्तम आरोग्याबद्दल आणि आनंदी, प्रसन्न ठेवणाऱ्या गोष्टींबद्दल सतर्क असायचा. तो म्हणतो, "सगळ्यात उत्तम डॉक्टर म्हणजे डॉक्टर डाएट, डॉक्टर क्वाएट आणि डॉक्टर मेरीमन!"

तुम्हाला आणि मला डॉक्टर मेरीमनच्या सेवा उपलब्ध आहेत, त्यासुद्धा फुकट! दिवसाच्या प्रत्येक तासाला! कशा? तर आपले लक्ष आपल्याकडे असलेल्या सगळ्या चांगल्या गोष्टींवर केंद्रित करून! तुम्ही तुमचे दोन्ही डोळे एक कोटी डॉलर्सना विकाल का? तुमच्या दोन पायांचे तुम्ही काय घ्याल? तुमच्या हातांचे? तुमच्या कानांचे? तुमच्या मुलांचे? तुमच्या कुटुंबाचे? तुमच्या वैयक्तिक खाजगी मालमत्तेचे मोलच नाही! त्या अमोल आहेत. जगातील सगळे सोने एकत्र करून तुम्हाला दिले किंवा रॉकफेलर आणि मॉर्गनचे सगळे सोने दिले, तरी तुम्ही तुमची ही संपत्ती विकणार नाही.

पण या सगळ्याची आपल्याला कितपत जाणीव आहे? खेदाने म्हणावे लागते, 'अजिबात नाही'. आपण आपल्याकडे जे आहे त्याचा क्वचितच विचार करतो आणि जे नाही त्याबद्दल झुरत बसतो. हो! हीच तर खरी या पृथ्वीवरची शोकांतिका आहे. इतिहासातील अनेक युद्धांनी किंवा रोगराईंनी जेवढे दु:ख मानवजातीला दिले असेल त्याच्यापेक्षा अधिक दु:ख या मनुष्यस्वभावाने दिले.

याच कारणामुळे जॉन पामरसारखा सर्वसामान्य माणूस एका म्हाताऱ्या असंतुष्ट, तक्रारखोर व्यक्तीत बदलला आणि घरातच दुःख करत राहिला. त्याने मला त्याची कथा सांगितली ती अशी –

मि. पामर न्यू जर्सीमध्ये पॅटरसन इथे राहत असे. तो म्हणाला, ''मी युद्धावरून परत आलो तेव्हा मी स्वतःचा एक धंदा सुरू केला. मी दिवस-रात्र मेहनत करत असे, त्यामुळे धंदा खूप चांगला चालू होता, पण नंतर संकटे सुरू झाली. मला दुकानासाठी आवश्यक असलेले स्पेअर पार्ट्स व इतर सामान मिळेनासे झाले. मला भीती होती की, मला माझे दुकान बंद करून घरी बसावे लागेल. मी इतका चिंताक्रांत झालो की, माझा नेहमीचा हसरा, खेळकर स्वभाव लोप पावला. मी अत्यंत कडवट, चिडखोर बनलो. अर्थात तेव्हा ते माझ्या लक्षात आले नाही, पण मी चिडचिडा, तक्रारखोर बुड्ढा बनलो. मग एके दिवशी चिरतरुण वृत्तीचा, पण अपंग असा एक प्रौढ, जो माझ्यासाठी काम करायचा, तो म्हणाला, ''जॉनी, तुला स्वतःची लाज वाटली पाहिजे. तू हे संकट असेकाही घेतो आहेस की, या संपूर्ण जगात तूच एकटा असा आहेस की, ज्याच्यावर संकटे आली आहेत. समज, तुला दुकान बंद करावे लागलेच, तरी काय होईल? परिस्थिती बदलल्यानंतर तू हे पुन्हा चालू करू शकतोस. तू स्वतःचे आभार मानले पाहिजेस; पण उलट तू सतत चिडचिड करतोस. मी तुझ्या जागी असायला हवा होतो. माझ्याकडे बघ, मला फक्त एकच हात आहे आणि माझा अर्धा चेहरा विद्रूप झाला आहे, तरीही मी कधीच तक्रार करत नाही. तू जर तुझी ही तक्रारखोर सवय आणि चिडचिड थांबवली नाहीस, तर तू फक्त तुझा धंदाच नाही, तर त्याबरोबर तुझे आरोग्य, तुझे घर आणि तुझे मित्र सगळेच गमावून बसशील.''

''या वाक्यामुळे माझे चुकीच्या दिशेने विचार करणे थांबले. मला माझेच जाणवले की, माझी परिस्थिती पुष्कळच चांगली आहे. मी तेव्हाच मनाशी निश्चय केला की मी स्वतःला बदलेन आणि पुन्हा पूर्वीसारखा होईन आणि मी तसे केलेही.''

माझी मैत्रीण ल्युसाईल ब्लेक. अजूनही ते वाईट दिवस आठवले की, तिचा थरकाप होतो. आता ती आपल्याकडे जे आहे त्याच्यासह आणि जे नाही त्याच्याशिवाय आनंदाने कसे जगायचे हे शिकली.

ल्युसाईल मला काही वर्षांपूर्वी भेटली. आम्ही दोघेही कोलंबिया विद्यापीठात वृत्तपत्रविद्या विभागातर्फे शॉर्ट स्टोरी रायटिंगचा कोर्स करत होतो, पण नंतर तिच्या आयुष्यात काही आघात झाला, त्या वेळी ती ॲरिझोनातील टक्सन येथे राहत होती. तिने मला सांगितलेली कथा अशी:

''त्या काळात मी मानसिक संभ्रमात आयुष्य जगत होते. ॲरिझोना विद्यापीठात भाषणकला-अभ्यासही करत होते. वाचासुधार क्लिनिकमध्ये काम करत होते आणि

जिथे मी राहत होते तेथेच संगीताचे क्लासेसपण घेत होते. मी पार्ट्यांना जायचे, डान्सला जायचे, घोड्यावरून रपेट मारायचे. सगळे अगदी छान चालले होते, पण एके दिवशी सगळेच कोलमडले. मला हृदयविकाराचा त्रास सुरू झाला. डॉक्टरांनी इशारा दिला की, एक वर्षभर तरी अंथरुणातच पडून राहावे लागेल. त्यांनी मला पुसटशीसुद्धा आशा दाखवली नाही की, मी पुन्हा पूर्वीसारखी ठीकठाक होऊ शकते.

''वर्षभर अंथरुणात! अपंग अवस्थेत, कदाचित मरणासाठीच! मी भयभीत झाले! हे सगळे माझ्याच बरोबर का घडावे? मी असे कोणते पाप केले होते? मी खूप रडले. अगदी हमसून हमसून रडले. माझे मन कडवट झाले. मन बंड करून उठले, पण तरीही डॉक्टरांच्या सल्ल्याप्रमाणे मला अंथरुणातच पडून राहावे लागत होते. अशात माझा एक शेजारी मि. रूडॉल्फ मला भेटायला आला. तो एक कलाकार होता. तो मला म्हणाला, ''तुला असे वाटते की, अंथरुणात एक वर्ष पडून राहणे म्हणजे फार मोठी शोकांतिका आहे; पण ते तसे नाही. तुला विचार करण्यासाठी आणि स्वत:ला जाणून घेण्यासाठी ही एक फार मोठी संधी आहे. तू तुझ्या आत्तापर्यंतच्या आयुष्यात कधी केली नाहीस एवढी अध्यात्मिक प्रगती तुझ्या आयुष्यात आता होईल.'' त्याच्या या प्रेरणादायी वाक्यांमुळे मी थोडी शांत झाले आणि जगण्याचे वेगवेगळे अर्थ मी जाणून घेऊ लागले. मी स्फूर्ती देणारी अनेक पुस्तके वाचली. एके दिवशी मी रेडिओवर कॉमेण्ट्री करणाऱ्याकडून पूर्वी अनेकदा ऐकलेलेच शब्द ऐकले, पण आता ते माझ्या हृदयाला जाऊन भिडले. ते शब्द होते, 'तुम्हाला ज्या गोष्टींची जाणीव आहे त्याच गोष्टी तुम्ही फक्त व्यक्त करू शकता.' मग मी मनाचा निश्चय केला की, मी मनात आता फक्त असेच विचार आणीन जसे मला जगावेसे वाटते; आनंदी विचार, मौजमजेचे विचार, चांगल्या आरोग्याचे विचार! सकाळी जाग आली की, मी मनाला तसे बजावायचेच की, अशाच गोष्टींचा विचार करायचा ज्याबद्दल मी कृतज्ञ राहू शकेन. वेदनेला थाराच द्यायचा नाही. एक गोड, प्रेमळ मुलगी म्हणून जगायचे. माझी दृष्टी, माझी श्रवणशक्ती, रेडिओवरचे सुश्राव्य संगीत, वाचायला भरपूर वेळ, स्वादिष्ट जेवण, जिवाभावाचे मित्र या सगळ्यांमुळे मी इतकी आनंदी झाले आणि मला इतके लोक भेटायला आले की, डॉक्टरांनी शेवटी माझी सही घेऊन दारावर बोर्ड लिहिला की, माझ्या खोलीत एका वेळी एकाच व्यक्तीला आणि ठरावीक वेळेतच भेटायला परवानगी मिळेल.

''त्याला आता अनेक वर्षे लोटली. आता मी मस्त आनंदी जीवन जगते. जे एक वर्ष मी अंथरुणात काढले त्या वर्षाची मी कृतज्ञ आहे. मी ॲरिझोनात काढलेले ते सगळ्यात मौल्यवान आणि आनंदाचे वर्ष होते. त्या दिवसात मला जी एक चांगली सवय लागली की, आपल्याजवळ जे चांगले आहे, त्याचाच विचार करायचा. ती मला आयुष्यभर पुरली. माझ्यामध्ये असलेला हा सर्वांत मोठा गुण

आहे. मला खरोखर या गोष्टीची लाज वाटते की, जोपर्यंत मी माझे मरण दारात पाहिले नव्हते तोपर्यंत मी जगणे खऱ्या अर्थाने शिकले नव्हते.''

प्रिय ल्युसाईल ब्लेक, कदाचित तुला हे माहिती नसेल की, जो धडा तू शिकलीस तोच धडा तुझ्या दोनशे वर्षे आधी डॉ. सॅम्युअल जॉन्सन शिकला. तो म्हणतो, 'प्रत्येक घटनेकडे सकारात्मक दृष्टीने पाहण्याचा धडा हा वर्षाला एक हजार पौंड कमावण्यापेक्षा अधिक मोलाचा असतो.'

लक्षात घ्या, हे शब्द ज्याने उच्चारले तो काही एखादा व्यावसायिक प्रोफेसर किंवा तत्त्ववेत्ता नव्हता, तर एक सामान्य माणूस होता, ज्याने काळजी, भूक, दारिद्र्य हे वीस वर्षे पचवले आणि शेवटी त्याच्या पिढीतील अत्यंत महत्त्वाच्या प्रभावी लेखकांपैकी एक आणि त्रिकालबाधित संभाषणकुशल शास्त्रज्ञ ठरला.

लोगन पिअसॉल याने फार थोडक्या शब्दांत खूप मोठे शहाणपण मांडले आहे. तो म्हणतो : 'तुमच्या आयुष्यात दोन ध्येये असली पाहिजेत – पहिले म्हणजे तुम्हाला हवे ते मिळवणे आणि दुसरे म्हणजे त्याचा उपभोग घेणे. फक्त शहाणा माणूसच दुसरे ध्येय गाठू शकतो.'

स्वयंपाकघरात सिंकजवळ उभे राहून भांडी धुणे हा अनुभवसुद्धा किती रोमांचकारी असू शकतो, हे जाणून घ्यायला तुम्हाला आवडेल का? असे असेल, तर 'आय वॉण्टेड टू सी' नावाचे अतुलनीय धाडसाचे बोर्घीड डाल यांनी लिहिलेले पुस्तक वाचा.

हे पुस्तक अशा बाईने लिहिले आहे जिने जवळपास पन्नास वर्षे आंधळेपणात घालवली. ती लिहिते, 'मला फक्त एकच डोळा होता आणि त्याच्यावरसुद्धा काळा पडदा होता आणि फक्त एक छोटीशी फट डाव्या बाजूच्या कोपऱ्यात होती. त्यातून मला थोडेसे दिसायचे. मी जर पुस्तक अगदी डोळ्यासमोर धरले व डोळ्यावर ताण आणून पाहिले, तर मला थोडेसे दिसायचे.'

पण कोणी आपल्याला दया दाखवावी असे तिला वाटत नव्हते. तिला 'वेगळी' वागणूक द्यावी अशीसुद्धा तिची अपेक्षा नव्हती. ती लहान असताना तिला हॉपस्कॉच म्हणजे ठिकरी खेळावीशी वाटे, पण तिला ते आखलेले चौकोन दिसायचे नाहीत म्हणून सगळी मुले घरी गेल्यानंतर ती पुन्हा खाली यायची आणि ग्राउंडवर सरपटत जाऊन त्या खुणा मनात साठवायची. त्यांचे मनन करायची. मैदानाचा कानाकोपरा ती लक्षात ठेवायची. त्यामुळे पळापळीचे खेळही ती उत्तम खेळू शकायची. तिचा अभ्यास ती घरीच करायची. मोठ्या अक्षरातील पुस्तके घेऊन ती डोळ्यांच्या इतक्या जवळ नेऊन वाचायची की, तिचे पापण्यांचे केस पुस्तकाला लागायचे. अशा परिस्थितीतही तिने दोन विद्यापीठांच्या दोन पदव्या मिळवल्या : एक मिनासोटा विद्यापीठाची A.B. आणि दुसरी कोलंबिया विद्यापीठाची मास्टर ऑफ आर्ट्स!

मिनासोटा येथील छोट्या खेड्यात तिने अध्यापनाचे काम सुरू केले आणि नंतर ती वृत्तपत्रविद्या व साहित्य या विषयांची प्रोफेसर झाली. तिने तेरा वर्षे शिकवले, रेडिओवर भाषणे केली. पुस्तके व त्यांचे लेखन यांच्याबद्दल सांगितले. तिने पुढे म्हटले आहे, 'पण मनाच्या एका कोपऱ्यात मला सतत भीती असायची की, मी ठार आंधळी होईन. या भीतीवर मात करण्यासाठी मी मुद्दामच आयुष्याकडे पाहण्याचा अधिक खेळकर दृष्टिकोन ठेवला होता.'

मग १९४३मध्ये जेव्हा ती बावन्न वर्षांची झाली तेव्हा एक चमत्कार घडला : जगप्रसिद्ध मायो क्लिनिक यांच्याकडे तिचे डोळ्यांचे ऑपरेशन झाले. आता पूर्वीपेक्षा चाळीस टक्के अधिक दृष्टी तिला प्राप्त झाली आहे.

आता तिच्यासमोर आयुष्याचे नवीन, सुंदर दालन उभे राहिले आहे. आता तिला भांडी धुण्यामध्येसुद्धा आनंद मिळू लागला आहे. तिने त्याचे वर्णन पुढील शब्दांत केले आहे, 'स्वयंपाकघरातील सिंकच्या जवळ उभे राहून मी भांड्यांमधील साबणाचे फुगे पाहून त्यात माझे हात बुडवायचे आणि साबणाच्या बुडबुड्यांचे ते नाजूक, हात लावला की फुटणारे बुडबुडे पाहून माझे भान हरपायचे! मग त्या बुडबड्यांना मी मुद्दामच प्रकाशासमोर धरत असे आणि मग तो इंद्रधनुष्याचा रंगीत देखावा पाहून माझे मन हरपत असे. लहानखुरे इंद्रधनुष्य!'

स्वयंपाकघरातील खिडकीशी उभे राहून उडणाऱ्या चिमण्यांचे ते काळ्या-करड्या रंगसंगतीचे पांढऱ्या बर्फातून जाणारे पंख तिला मोहवून टाकत.

अशा प्रकारे चिमण्या आणि साबणाचे बुडबुडे अशा छोट्या छोट्या गोष्टींमधून तिला अत्यानंद मिळत असे. मग ती पुस्तक बंद करून म्हणत असे, 'देवा! आमच्या आकाशातल्या बापा, मी तुमची आभारी आहे.'

कल्पना करा, भांडी धुणे आणि साबणाच्या बुडबुड्यांमधून इंद्रधनुष्य पाहणे आणि बर्फावरून उडणाऱ्या चिमण्या पाहून आनंदित होणे आणि फक्त तेवढ्यासाठी देवाचे आभार मानणे! काय म्हणावे!!

तुम्हाला आणि मला आपली लाज वाटली पाहिजे. वर्षातील ३६५ दिवस आपण परीकथेतील सुंदर जगात वावरतो, पण आपण इतके आंधळे झालो आहोत की, ते सौंदर्य आपण उपभोगू शकत नाही.

जर आपल्याला काळजी करण्याची सवय घालवायची असेल आणि आयुष्याला नव्याने सुरुवात करायची असेल, तर नियम ४ :

**तुमच्याजवळील चांगल्या गोष्टींचा विचार करा. वाईट गोष्टी विसरून जा!**

# १६

## स्वतःला ओळखा आणि त्याचा अभिमान बाळगा!

मला उत्तर कॅरोलिनामधील माऊंट एअरी येथून मिसेस एडिथ ॲलर्ड हिचे एक पत्र आले. पत्रात तिने लिहिले होते, 'लहान असताना मी फार संवेदनशील आणि लाजाळू होते. मी जरा जास्तच सुदृढ होते आणि माझे गाल तर माझ्या शरीरापेक्षा जास्तच अवाढव्य होते. माझी आई इतकी जुनाट मतांची होती की, सुंदर दिसणारे कपडे घालणे म्हणजे ती मूर्खपणा समजत असे. तिच्या मते भरपूर लांब-रुंद कपडेच घालणे चांगले आणि त्याप्रमाणेच ती माझे कपडे बनवत असे. मी कधीच कोठे पार्ट्यांना गेले नाही, कधी मौजमजा केली नाही. जेव्हा मी शाळेत गेले तेव्हा मी इतर मुलांबरोबर दुसऱ्या कोणत्याच कार्यक्रमात भाग घेतला नाही; अगदी मल्लखांब वगैरेसुद्धा नाही. माझ्या लाजाळूपणाने मला रोगट बनवले होते. माझाही हळूहळू समज होऊ लागला की, इतरांपेक्षा मी वेगळी आहे आणि सगळ्यांना नावडणारी आहे.

'मी जेव्हा मोठी झाले तेव्हा माझ्यापेक्षा बऱ्याच वर्षांनी मोठे असलेल्या माणसाशी माझे लग्न झाले, पण तरीही मी बदलले नाही. माझी सासरची मंडळी शांत आणि आत्मविश्वासपूर्ण होती. चांगले कुटुंब होते. मला जसे हवे होते, तसेच ते होते; पण खूप प्रयत्न करूनही मला त्यांच्यासारखे वागता येत नव्हते. त्यांनी माझ्यात बदल घडवण्याचा प्रयत्न केला, पण जेवढा ते प्रयत्न करत असत तेवढी मी अधिकच माझ्या कोषात जाऊन बसत असे. मी अत्यंत उदास व चिडचिडी झाले. मी सर्व मित्र-मैत्रिणींना टाळत असे. माझी परिस्थिती हळूहळू इतकी बिघडत गेली की, मला दरवाजाची बेल वाजली तरी भीती वाटायची! माझ्या अपयशाची मला जाणीव व्हायची. मला तर हे समजले होते, पण आता माझ्या नवऱ्याच्याही हे लक्षात येईल याची मला भीती वाटायची, म्हणून सगळ्यांसमोर मी आनंदी

राहण्याचा प्रयत्न करत असे; पण मी जरा जास्तच नाटक करते, हेसुद्धा लोकांच्या लक्षात येईल, अशी मला भीती वाटायची. त्यामुळे मी दु:खी व्हायची. शेवटी मी इतकी दु:खी झाले की, माझे अस्तित्व अधिक लांबवणे निरर्थक वाटून माझ्या मनात आत्महत्येचे विचार घोळू लागले.'

आणि अचानक त्या दु:खी बाईच्या आयुष्यात कसा काय बदल झाला?

'योगायोगाने एक वाक्य माझ्या कानावर पडले आणि माझे आयुष्य बदलले.' ती म्हणते, 'एके दिवशी माझी सासू सांगत होती की, तिने तिच्या मुलांना कसे वाढवले. त्याबद्दल सांगताना ती म्हणाली, "कसेही असले आणि काहीही झाले तरी मी मुलांना शिकवले की, तुम्ही 'तुम्ही' म्हणूनच मोठे व्हायचे." या वाक्याने माझ्या मेंदूत प्रकाश पडला! त्या क्षणी मला असे जाणवले की, मी हे सगळे दु:ख विनाकारण विकत घेतले आहे. मी जशी नाही तसे बनण्याचा प्रयत्न मी करते आहे.

'एका रात्रीतून मी बदलले. मी स्वत: म्हणून जगायला शिकले. मी माझ्या स्वत:च्या व्यक्तिमत्त्वाचा अभ्यास केला. मी कशी आहे? मी कोण आहे? हे शोधून काढण्याचा प्रयत्न केला. मी माझ्यातील गुण शोधले. मी रंगसंगती, आधुनिक फॅशन्स याचा विचार केला आणि त्याप्रमाणे माझ्या पोशाखात बदल केला. माझे व्यक्तिमत्त्व त्यामुळे नक्कीच खुलले. मी मित्र-मैत्रिणी जमवले. सुरुवातीला मी काही छोट्याच संघटनांमध्ये सामील झाले, पण त्यामुळे माझी भीती कमी झाली, माझ्यात धाडस आले, कारण माझ्यावरसुद्धा काही कामे सोपवली गेली. प्रत्येक वेळी लोकांसमोर बोलल्यामुळे भीती चेपत गेली. आज मी मला कधी स्वप्नातही वाटले नव्हते त्यापेक्षा अधिक सुखी आहे. आता मीपण मुलांची आई आहे आणि मीसुद्धा त्यांना हाच धडा शिकवते की, तुम्ही कसे आहात हे महत्त्वाचे नाही, पण तुम्ही तुम्हीच आहात हे अधिक महत्त्वाचे!'

"स्वत्वाच्या या समस्येला जुना इतिहास आहे." डॉ. जेम्स गिलके म्हणतात, "आणि मानवी जीवन हे सार्वत्रिक आहे." आपण जे आहोत ते लपवून ठेवणे किंवा ते दाखवण्यास उत्सुक नसणे हेच अनेक मानसिक रोगांच्या मागचे कारण असते. त्यामुळे अनेक गंड निर्माण होतात. अेंजेलो पॅट्री यांनी या विषयावर तेरा पुस्तके आणि वर्तमानपत्रातून हजारो लेख लिहिले आहेत. त्यांचा विषय बालसंगोपन हाच आहे. ते म्हणतात, "कोणतीच व्यक्ती इतकी दु:खी नसते की, तिला अशी इच्छा व्हावी की, तिच्या जे मनात व शरीरात नाही तशा व्यक्तीप्रमाणे तिने असावे." दुसऱ्या शब्दांत, आपण जसे आहोत तसेच दिसावे व वागावे ही नैसर्गिक वर्तणूक असते. त्यापेक्षा वेगळे असणे किंवा दिसणे ही विकृती झाली.

आपण जसे नाही तसे दिसावे किंवा वाटावे ही प्रवृत्ती सिनेसृष्टीतच बळावली. सॅम वुड हा सिनेसृष्टीतील प्रख्यात दिग्दर्शक म्हणतो, "तरुण नट-नट्यांबद्दलची

सगळ्यात मोठी डोकेदुखी ही असते की, त्यांना दुय्यम प्रतीचे लाना टर्नर्स किंवा हलक्या दर्जाचे क्लार्क गेबल्स व्हायचे असते, पण त्यांना हे समजत नाही की, लोकांनी हा फ्लेवर चाखला आहे.'' सॅम वुड कानीकपाळी ओरडून सांगत होता, ''आता त्यांना वेगळे काहीतरी द्या.''

सॅम वुडचे 'गुडबाय मि. चिप्स' आणि 'फॉर हुम द बेल टोल्स' हे सिनेमे प्रदर्शित होण्यापूर्वी तो रिअल इस्टेट एजंट होता. जमिनींच्या व्यवहारात कुशल होता. त्याच्या मते, ''जे तत्त्व सिनेमासृष्टीत लागू पडते तेच व्यावसायिक जगतात पण लागू पडते. इथेसुद्धा तुम्हाला नकलाकार दिसणार नाहीत किंवा पोपटपंची करून भागत नाही.'' तो म्हणतो, ''अनुभवान्ती मी हेच शिकलो की, सगळ्यात सुरक्षित काय असते, तर शक्य तितक्या लवकर मुखवटे धारण करणे सोडून देणे. तुम्ही जसे आहात तसेच वागा.''

मी एकदा त्या वेळेच्या मोठमोठ्या ऑइल कंपन्यांच्या एम्प्लॉयमेंट डायरेक्टर पॉल वाइण्टन यांना विचारले, ''नोकरीसाठी अर्ज करताना लोक सगळ्यात मोठी चूक कोणती करतात?'' आत्तापर्यंत त्यांनी साठ हजार लोकांचा इंटरव्ह्यू घेतला आहे आणि 'नोकरी मिळवण्याचे सहा मार्ग' असे पुस्तकही त्यांनी लिहिले आहे. त्यांनी उत्तर दिले, ''नोकरीसाठी अर्ज करताना सगळ्यात मोठी चूक ते अशी करतात की, ते स्वत: जे आहेत ते दाखवत नाहीत किंवा त्यांना जे उत्तर द्यावेसे वाटते ते न देता तुम्हाला खूश करणारे उत्तर देतात. पण त्यामुळे काही उपयोग होत नाही, कारण ढोंगी माणूस कोणालाच नको असतो. खोटा शिक्का कोणाला हवा असेल का?''

एका कंडक्टरच्या मुलीला हा धडा खूप कष्टाने शिकावा लागला. तिची गायिका होण्याची इच्छा होती, पण तिचा चेहरा चांगला नव्हता. तिचा चेहरा खूप मोठा होता आणि पुढे आलेले तिचे दात तिला अधिकच विद्रूप करत होते. जेव्हा न्यू जर्सीमधील एका नाइट क्लबमध्ये ती गायिली, तेव्हा आपले दात दिसू नयेत म्हणून तिने ते वरच्या ओठाने झाकायचा प्रयत्न केला. आपण आकर्षक दिसावे म्हणून तिने खूप अशोभनीय गोष्टी केल्या. परिणाम काय झाला? तिने स्वत:चे हसे करून घेतले आणि ती अपयशी ठरली.

पण त्याच नाइट क्लबमध्ये एक माणूस तिचे गाणे मन लावून ऐकत होता. तिच्यात प्रचंड गुण आहेत हे त्याने ओळखले. तो तिला परखडपणे म्हणाला, ''हे बघ, तू जे काय सादर केलेस, ते मी पाहत होतो. तू काय लपवायचा प्रयत्न करत होतीस, ते मी जाणून आहे. तुला तुझ्या दातांची लाज वाटते ना?'' ती मुलगी ओशाळली. मग तो पुढे म्हणाला, ''काय बिघडले त्यात? दात पुढे असणे हा काय कायद्याने गुन्हा आहे का? त्यांना लपवण्याचा प्रयत्न करू नकोस. तू तोंड उघडे

ठेवून गा. जेव्हा तुला स्वतःलाच तुझ्या दातांची लाज वाटणार नाही तेव्हाच लोक तुझ्या गाण्यावर प्रेम करतील. आणखी एक मी तुला सांगतो. आज ज्या दातांना तू लपवायचा प्रयत्न करतेस, तेच तुला उद्या संपत्ती मिळवून देतील!''

त्या मुलीचे नाव कास डॅलो. तिने त्या माणसाने दिलेला सल्ला ऐकला आणि त्याचे तंतोतंत पालन केले. तिने फक्त तिच्या श्रोत्यांचा विचार केला. तोंड पूर्ण उघडे करून, स्वतः आनंद घेत व दुसऱ्यांना आनंद देत ती गाऊ लागली. लोकांना ते इतके आवडले की, ती सर्वश्रेष्ठ गायिका ठरली. इतरांनीसुद्धा तिची नक्कल करण्याचा प्रयत्न केला!

सुप्रसिद्ध जेम्स विल्यम्स एकदा लोकांबद्दल बोलताना म्हणाले, ''अनेक लोकांना स्वतःच्या मनाचा ठाव लागत नाही.'' त्यांच्या मते माणूस सरासरी फक्त दहा टक्केच क्षमता वापरतो. तो लिहितो, 'म्हणजेच आपण अर्धजागृत अवस्थेत असतो. आपण आपल्या शारीरिक आणि मानसिक क्षमतांपैकी फार कमी गुणांचा वापर करतो. आपणच स्वतःभोवती कुंपण घालून घेतो. आपल्या अंगी प्रचंड शक्ती असते, पण ती न वापरण्याची सवय लागल्यामुळे आपण अपयशी ठरतो.'

तुमच्या आणि माझ्यामध्येसुद्धा प्रचंड क्षमता आहेत. म्हणून विनाकारण काळजी करण्यात आपण एक क्षणही वाया घालवायला नको. या जगात तुमचे काहीतरी वेगळेपण आहे. अगदी अनादी अनंत कालापासून या जगात अगदी तुमच्यासारखे कोणीच नाही आणि यापुढेही कोणी असणार नाही. अनुवांशिकतेच्या शास्त्रानुसार आपल्याला हे माहिती आहे. तुम्ही आणि मी आपल्या आईकडून आलेल्या चोवीस क्रोमोसोम्सच्या व वडिलांकडून आलेल्या चोवीस क्रोमोसोम्सच्या एकत्रिकरणातून झालेली उत्पत्ती आहोत. हे अठ्ठेचाळीस क्रोमोसोम्स आपण कोणते गुण-दोष घेऊन जन्मणार हे ठरवतात. या क्रोमोसोम्समुळेच आपले आयुष्य पराकोटीचे बदलून जाते. खरोखर आपली निर्मिती खूप अद्भुत आणि भयंकर आहे.

जरी तुमचे आई-वडील भेटले व एकत्र आले, तरी तुम्ही आत्ता आहात तसेच जन्मण्याचा योग तीन लाखांतून एक एवढाच असू शकतो. म्हणजे जरी तुम्हाला तीन लाख भावंडे झाली, तरी ती सगळी वेगवेगळी असतील. तुम्हाला काय वाटते, हा सगळा अंदाज आहे? नाही. हे शास्त्रशुद्ध सत्य आहे. जर तुम्हाला यापेक्षा अधिक माहिती हवी असेल, तर 'यू ॲण्ड हेरीडीटी' हे अम्राम स्कॅनफीलचे पुस्तक वाचा.

मी तुमच्याशी खात्रीने स्वत्वाबद्दल बोलू शकतो, कारण मला स्वतःला अगदी मनापासून तसेच असावे असे वाटते. मला माहीत आहे की, मी तुम्हाला काय सांगतो आहे. माझा स्वतःचा फार कडवट अनुभव आहे आणि तो मला फार महागात पडला. मी जेव्हा मिसुरीच्या शेतकरी कुटुंबातून प्रथम न्यूयॉर्कला आलो

आणि अमेरिकन ॲकॅडेमीमध्ये माझे नाव दाखल केले तेव्हा नट व्हावे अशी माझी खूप मनापासून इच्छा होती. माझा असा समज होता की, 'मला किती हुशारीची कल्पना सुचली! यश मिळवण्याचा सोपा उपाय सापडला!' आणि मला आश्चर्य वाटले की, विनाकारण इतकी मेहनत करणाऱ्या इतरांना हा मार्ग का नाही सापडला? मग मी माझे लक्ष नट होण्याविषयी इतर गोष्टींवर केंद्रित केले. त्या काळातला प्रसिद्ध नट जॉन ड्यूबद्दल मी माहिती मिळवली. तसेच वॉल्टर हॅम्पडन, ओटीस स्कीनर यांचा अभ्यास केला आणि त्यांच्या मला भारावून टाकणाऱ्या गुणांची नक्कल करण्यास मी सुरुवात केली आणि त्या तिघांच्या फक्त गुणांचे एकत्रीकरण करून मी माझे व्यक्तिमत्त्व बनवायला सुरुवात केली. किती मूर्ख होतो मी! खरे म्हणजे ते सगळेच निरुपयोगी होते. मी माझ्या आयुष्याची चांगली वर्षे इतरांची नक्कल करण्यात घालवली. एवढी साधी गोष्ट माझ्या मेंदूत घुसली नाही की, मी स्वत: काय आहे ते लोकांना दाखवून द्यावे आणि मी इतरांसारखा नाही हे लोकांना पटवून द्यावे.

हा इतका वाईट अनुभव गाठीशी असताना मी आयुष्यभरासाठी धडा शिकायला हवा होता; पण तसे घडले नाही. मी इतका मूर्ख होतो की, मी ती चूक पुन्हा एकदा केली; अर्थात त्यानंतर काही वर्षांनी! मी असे ठरवले की, जाहीर भाषण कसे करावे ही कला शिकवणारे पुस्तक अद्याप निघाले नाही म्हणून आपण ते काढावे. नट होण्यासाठी अभिनय शिकताना मी जी चूक केली होती तीच चूक पुन्हा पुस्तक लिहिताना मी केली. मी अनेक लेखकांच्या वेगवेगळ्या कल्पना एकत्र केल्या आणि त्या सगळ्या एकाच पुस्तकात ठासून भरण्याचा चंग बांधला. अशा पद्धतीने अनेक लेखकांच्या लिखाणाचे एकत्रित करून ते हस्तलिखित बनवण्यात माझे एक वर्ष गेले, पण ते हस्तलिखित मी स्वत: वाचून पाहिल्यावर ते जणूकाही माझ्याकडे पाहून वाकुल्या दाखवतेय असेच मला वाटले, कारण त्यात जे लिहिले होते ते सगळे कृत्रिम वाटत होते आणि त्याचा कोणत्याच व्यावसायिकाला काहीच उपयोग झाला नसता. म्हणून संपूर्ण वर्षभर मेहनत घेऊन केलेल्या कामाच्या कागदाचे तुकडे करून मी ते केराच्या टोपलीत फेकले आणि पुन्हा लिखाणाला सुरुवात केली. या वेळेस मी मनाला बजावले, 'हे बघ, तू डेल कार्नेगी आहेस. कदाचित तुझ्यात दोष असतील, तुझ्या लिखाणाला मर्यादा असतील, पण तू तुझेच विचार मांडायचे. दुसऱ्या कोणाचे नाही.' आणि मग मी माझ्या बाह्या सरसावल्या आणि मनोभावे कामाला सुरुवात केली. मी भाषणकलेवरचे एक पाठ्यपुस्तक लिहिले. शिकवताना मला आलेले ते खरेखुरे अनुभव होते. मी माझ्या डोळ्यांनी केलेले ते निरीक्षण होते, त्यामुळे माझे लिखाण सच्चे, जिवंत आणि प्रामाणिक होते. मी आयुष्यभरासाठी यावरून धडा शिकलो. जो धडा वॉल्टर रॅले शिकला. (मी त्या सर

वॉल्टरबद्दल बोलत नाही ज्याने स्वत:चा कोट चिखलामध्ये राणीच्या पायाला द्यावा लागू नये म्हणून पसरला होता तर सर वॉल्टर रॅले हा इंग्रजी साहित्याचा मोठा प्रोफेसर होता.) तो म्हणत असे, 'मी शेक्सपिअरची बरोबरी करणारे लिहू शकत नाही, पण माझे स्वत:चे पुस्तक लिहू शकतो.'

तुम्ही तुमचे अस्तित्व जपा. अरविंग बर्लिनने जॉर्ज गर्शविनला दिलेला सल्ला तुम्हीपण ऐका. जेव्हा बर्लिन आणि गर्शविन प्रथम भेटले तेव्हा बर्लिन सुप्रसिद्ध होता, पण गर्शविन अजून चांगला कंपोझर होण्यासाठी संघर्ष करत होता. त्याला टीन पॅन ॲले येथे आठवड्याला पस्तीस डॉलर्स मिळत होते. बर्लिन गर्शविनच्या क्षमता पाहून भारावून गेला आणि त्याने त्याला त्याचा संगीताचा सेक्रेटरी म्हणून नोकरी देऊ केली. त्याला मिळत असलेल्या पगाराच्या तिप्पट अधिक पगार देऊ केला आणि स्वत:च सल्ला दिला, "तरीही तू ही नोकरी स्वीकारू नकोस, कारण यामुळे तू दुय्यम प्रतीचा बर्लिन होशील, पण तू जर तुझे सध्याचे काम चालू ठेवलेस, तर तू एक दिवस श्रेष्ठ प्रतीचा गर्शविन होशील."

गर्शविनने त्याचा सल्ला ऐकला आणि खरोखरच हळूहळू तो अमेरिकेतील प्रसिद्ध संगीतकारांपैकी एक संगीतकार ठरला.

चार्ली चॅपलिन, विल रोजर्स, मेरी मागरिट, मॅकब्राइड जेन ऑट्री अशा अनेकांना हे धडे शिकावे लागले. मी तुम्हाला घरी बसून या प्रकरणात जे धडे शिकवतो ते या सगळ्यांनी आणि मीसुद्धा मोठी किंमत देऊन गिरवले आहेत.

जेव्हा चार्ली चॅपलिनने सिनेमा बनवायला सुरुवात केली तेव्हा चॅपलिनच्या डायरेक्टरने त्याच्याकडे त्या काळातील एका जर्मन विनोदी नटाची नक्कल करण्याचा आग्रह धरला. त्याला स्वत:चे कसब दाखवण्यास वाव दिला नाही. बॉब होपलासुद्धा हाच अनुभव आला. अनेक वर्षे गाण्यात-वाचण्यात घालवूनसुद्धा जोपर्यंत त्याने स्वत:ची स्टाइल वापरली नाही, तोपर्यंत काहीच हाती लागले नाही. विल रॉजर्स एका छोट्या मनोरंजनाच्या कार्यक्रमात दोर गुंडाळायचे काम कित्येक वर्षांपर्यंत करत होता. जेव्हा त्याच्या विनोदी संवाद साधण्याच्या दैवी देणगीचा शोध लागला तेव्हा त्याला दोर बांधताना संवाद मिळाले.

मेरी मागरिट सुरुवातीला जेव्हा नोकरीवर गेली, तेव्हा तिने आयरीश कॉमेडियनची नक्कल केली आणि ती अपयशी ठरली. मग तिने ती जी कोणी होती तीच बनण्याचा प्रयत्न केला. जेव्हा ती मिसुरीमधील खेड्यातली मुलगी बनली, तेव्हा ती रेडिओ स्टार बनली.

जेव्हा जेन ऑट्री याने आपल्या टेक्सासमधील बोलण्यातील विशिष्ट लकबी प्रयत्नपूर्वक घालवून आपण न्यूयॉर्कमधीलच आहोत हे भासवायचा प्रयत्न केला तेव्हा लोकांनी त्याची खूप चेष्टा केली, पण जेव्हा त्याने बेंजो वाजवून दाखवून

काऊबॉयचे पोवाडे म्हटले तेव्हा तो संपूर्ण जगातील सगळ्यात लोकप्रिय काऊबॉय ठरला.

तुम्ही या जगात इतरांपेक्षा वेगळे आहात आणि त्याच्यातच आनंद माना. निसर्गाने तुम्हाला जे काही दिले आहे त्याचा पुरेपूर वापर करा. सगळीच कला आत्मचरित्रात्मक असते. तुमच्या गळ्यात जे गाणे आहे तेच तुम्ही म्हणू शकता. तुमची चित्रे तुमच्या मनात असतील तशी रेखाटली जातील. तुम्हाला जसे अनुभव येतील, तुम्ही ज्या परिसरात वास्तव्य कराल, आनुवंशिकतेप्रमाणे तुमच्यामध्ये जे गुण-दोष येतील तसेच तुम्ही घडता. अधिक चांगले किंवा अधिक वाईट घडण्यासाठी तुम्हाला तुमची स्वत:ची बाग फुलवावी लागेल. अधिक चांगले वा अधिक वाईट घडण्यासाठी तुमची स्वत:ची वाद्ये लागतील. त्याप्रमाणे तुमच्या आयुष्याचा आर्केस्ट्रॉ सुमधुर किंवा कर्कश्श होईल.

इमर्सनने त्याच्या 'सेल्फ रिलायन्स' या निबंधात लिहिले आहे. 'प्रत्येक माणूस शिक्षण घेतो तेव्हा त्याच्या आयुष्यात हे वळण येते की, जेव्हा त्याची पूर्णत: खात्री होते की, मत्सर हा अडाणीपणा आहे; मर्यादा ही आत्महत्या आहे; अधिक चांगले वा अधिक वाईट घडणे-न घडणे हे पूर्णत: त्याच्यावरच आहे; त्याच्यामध्ये असलेली ताकद निसर्गाला नवीन आहे, पण त्याला स्वत:ला त्याचा अंदाज आहे.'

कवी डगलस मलोक म्हणतो:

*तुम्ही उंच पर्वतावरचे पाइन वृक्ष बनू शकला नाहीत,*
*तर दऱ्याखोऱ्यातील छोटी वनस्पती बना;*
*पण लहानशा ओढ्याजवळील उत्तम वनस्पती बना.*
*वृक्ष न बनता आले तर झुडूप बना.*
*झुडूप बनता आले नाही तर गवत बना!*
*पण ते हायवेवरील आनंदित करणारे असू द्या.*
*तुम्ही सुगंध देऊ शकला नाहीत, तर बास नावाचा मासा बना*
*पण तळ्यातला सुंदर मासा!*
*आपण सगळेच जहाजावरचे कॅप्टन बनू शकत नाही.*
*उरलेल्या लोकांनी खलाशी बना.*
*करण्यासारखी खूप मोठी कामे आहेत.*
*तुम्ही राजमार्ग बनू शकला नाहीत, तर छोटीशी पायवाट बना,*
*सूर्य बनता आले नाही, तर तारा बना.*
*तुमचे यश किंवा अपयश आकारावर अवलंबून नसते.*
*तुम्ही जे काय कराल ते उत्तम करा!*

आपल्याला शांती हवी असेल आणि काळजीमुक्त व्हायचे असेल, तर तसा मानसिक दृष्टिकोन अंगी बाणवला पाहिजे. नियम ५ :

**आपण इतरांची नक्कल करू नये. स्वतःला ओळखा आणि स्वत्व जपा.**

# १७

## तुमच्या हाती लिंबे आली, तर त्याचे सरबत बनवा

हे पुस्तक लिहीत असताना एक दिवस मी शिकागो येथील विद्यापीठात गेलो आणि तेथील कुलगुरू रॉबर्ट हचिन्स यांना विचारले की, ते स्वत:ला काळजीमुक्त कसे ठेवू शकतात? त्यावर त्यांनी उत्तर दिले, ''काही वर्षांपूर्वी मला 'सिअर्स रॉनक आणि कं.'चे अध्यक्ष ज्युलिअस रोझेनुवॉल्ड यांनी जो सल्ला दिला की, 'जेव्हा तुमच्याकडे लिंबू असेल तेव्हा त्यापासून सरबत बनवा.' तो मी पाळण्याचा प्रयत्न करतो.''

एवढा मोठा कुलगुरू असे वागतो, तर जे मूर्ख असतात ते त्याच्या उलट वागतात. जेव्हा मूर्ख माणसाच्या असे लक्षात येते की, आपल्या हाती फक्त लिंबू लागले आहे तेव्हा तो आक्रोश करतो, नशिबाला दोष देतो, मला संधी मिळाली नाही असे म्हणतो आणि ती लिंबं वर फेकतो. मग तो सगळ्या जगाला दोष देतो आणि आत्मवंचनेत दारू पिऊन बेहोष होतो; पण जर शहाण्या माणसाला लिंबू मिळाले तर तो या दुर्दैवापासून कोणता धडा शिकतो? तर मी परिस्थितीत काय सुधारणा करू शकेन? या आंबट लिंबापासून मी मधुर सरबत कसे बनवू शकेन?

संपूर्ण आयुष्यभर ज्याने माणसे, त्यांचा स्वभाव व त्यांच्यामध्ये दडलेली शक्ती यांचा अभ्यास केला असा खूप मोठा मानसशास्त्रज्ञ अल्फ्रेड ॲडलर म्हणतो, ''माणसाचा सर्वांत आश्चर्यकारक गुण हा की. तो 'नव्हत्याचे होते करू शकतो.'!''

इथे मी मला माहीत असलेल्या एका बाईची गोष्ट सांगणार आहे, जिने संधीचे सोने केले. तिचे नाव आहे थेल्मा थॉम्पसन. तिने सांगितले, ''युद्धाच्या काळात माझ्या पतीची नेमणूक कॅलिफोर्नियामधील मोजारे डेझर्ट येथील छावणीत होती. त्यांच्याजवळ राहायला मिळावे म्हणून मीपण तेथे गेले. मला ती जागा अजिबात आवडली नाही. मला तिथे अगदी किळस वाटायची. इतकी दु:खी मी यापूर्वी

कधीच नव्हते. माझ्या नवऱ्याला तिथूनही आणखी पुढे पाठवण्यात आले आणि त्यामुळे मी त्या झोपडीत एकटीच उरले. उकाडा इतका प्रचंड होता की, तापमान १२५ डिग्रीपर्यंत होते. माझ्याशी बोलायलासुद्धा तेथे कोणी नव्हते. अव्याहतपणे प्रचंड वारे वाहत होते आणि मी खाल्लेल्या अन्नाबरोबर, मी घेतलेल्या श्वासाबरोबर माझ्या पोटात वाळू जात होती. सगळीकडे वाळू, वाळू आणि वाळू!

"मी इतकी कमालीची त्रासले होते आणि मला स्वत:बद्दल इतके वाईट वाटायचे की, मी माझ्या आई-वडिलांना पत्र लिहिले की, मी हे सगळे सोडून घरी परत येते, कारण मी इथे आता एक मिनिटही अधिक राहू शकत नाही. यापेक्षा मी तुरुंगात राहणे पसंत करेन. माझ्या वडिलांनी माझ्या पत्राचे उत्तर फक्त दोन ओळींमध्ये दिले. त्या दोन ओळी माझ्या मनात कायम कोरलेल्या आहेत. त्या मी कधीच विसरू शकणार नाही. त्या दोन ओळींनी माझे आयुष्य संपूर्णत: बदलून टाकले. त्या दोन ओळी अशा,

*दोन माणसांनी तुरुंगाच्या लोखंडी गजामधून बाहेर पाहिले,*
*एकाने चिखल पाहिला, तर दुसऱ्याने तारकांनी भरलेले आकाश पाहिले.*

"या दोन ओळी मी पुन्हा पुन्हा वाचल्या. मला स्वत:चीच खूप लाज वाटली. मी आता माझ्या मनाशी निर्धार केला की, प्राप्त परिस्थितीतून जे काही जास्तीतजास्त चांगले करता येईल ते मी करेन. मीसुद्धा आकाशातले तारेच बघेन.

"मग मी तेथल्या गावकऱ्यांशी मैत्री केली आणि त्यांनी मला जी वागणूक दिली त्यामुळे मी थक्क झाले. जेव्हा मी त्यांच्या विणकामात आणि मातीची भांडी बनवण्याच्या कलेत रुची दाखवली तेव्हा त्यांनी त्यातील काही वस्तू मला भेट म्हणून दिल्या, ज्या ते पर्यटकांना विकतसुद्धा द्यायला तयार नव्हते. मी तेथल्या वनस्पतींचा अभ्यास केला. युकासु आणि जोशुना या झाडांचा व तेथील कॅक्टसचाही अभ्यास केला. प्रेअरी प्रदेशातील कुत्र्यांबद्दल अधिक माहिती गोळा केली. वाळवंटातील सूर्यास्त पाहणे मला मनापासून आवडत असे. अनेक दुर्मीळ शंखशिंपले मी तेथे गोळा केले. ते लाखो वर्षांपूर्वीचे होते. तेव्हा हे वाळवंट म्हणजे महासागराची जमीन होती.

"माझ्यामध्ये एवढा मोठा बदल कसा घडून आला? मोजारे वाळवंट अचानक बदलले का? नाही; पण मी बदलले. मी माझा मानसिक दृष्टिकोन बदलला आणि असे केल्याने माझे कंटाळवाणे, भकास आयुष्य अचानक रोमांचकारी, साहसी आयुष्यात बदलले. मला शोध लागलेल्या या नवीन जगामुळे मी भारावून गेले. मी इतकी प्रभावित झाले होते की, मी त्याबद्दल एक पुस्तकसुद्धा लिहिले. त्याचे नाव

होते 'ब्राईट रॅम्पार्ट्स'. मी स्वत:च निर्माण केलेल्या तुरुंगातून बाहेर डोकावून पाहिले आणि मलाही चांदणे दिसले.''

थेल्मा थॉम्पसन, तुम्ही फार जुने सत्य शोधून काढले जे ग्रीकांनी ख्रिस्त जन्मापूर्वी पाचशे वर्षे आधी शोधले होते की, 'सर्वोत्तम गोष्टी या सर्वांत अधिक अवघड असतात.'

फ्लोरिडामधील एका आनंदी शेतकऱ्याला भेटण्याचा योग मला आला. या शेतकऱ्याने त्याच्या हाती आलेल्या विषारी लिंबाचेसुद्धा सरबत बनवले. जेव्हा त्याच्या ताब्यात त्याचे शेत आले तेव्हा तो फार नाउमेद झाला होता. ती जमीन इतकी नापीक होती की, तेथे फळझाडे उगवणे शक्य नव्हते की डुकरे पाळणे शक्य नव्हते. तेथे फक्त काय होते, तर काटेरी झुडपे आणि विषारी साप! पण त्यातूनच त्याला एक युक्ती सापडली. त्याच्या जमिनीतल्या दोषांनाच आता तो त्याची बलस्थाने बनवणार होता. तो या सापांचा उपयोग करून घेणार होता. त्याने सापांचे मांस पिशव्यांमध्ये भरण्यास सुरुवात केली. ते दृश्य पाहून सगळ्यांनाच आश्चर्य वाटले. काही वर्षांपासून मी त्या शेताला भेट देणे थांबवले, पण मी पाहिले आहे की, त्या शेताला भेट देण्यासाठी आता तिकीट काढावे लागते आणि त्यापासून त्याला वार्षिक वीस हजार पाऊंड्स इतके उत्पन्न मिळते. मी या सापांपासून तयार होणाऱ्या विषाच्या पिशव्या जहाजांमधून निर्यात होतानासुद्धा पाहिल्या आहेत. या विषाचा उपयोग अॅटीव्हेनॉम टॉक्सीन म्हणून केला जातो. या सापाची कातडी खूप मोठ्या किमतींना बायकांचे बूट आणि पर्सेस बनवण्यासाठी विकली जाते. जगभर या सापांचे मांस हवाबंद डब्यातून विकले जाते. या बागेचे चित्र असलेले पोस्टकार्ड मी विकत घेऊन त्या खेड्यातील पोस्ट ऑफिसमध्ये पाठवले, जेथे त्याचे नामकरण 'रॅण्टलस्नेक, फ्लोरिडा' असे केले गेले. त्या माणसाच्या सन्मानार्थ ज्याने विषारी लिंबापासून सरबत बनवले, म्हणजेच संधीचे सोने केले.

मी जगभर, खाली-वर, उजवीकडे-डावीकडे असा खूप प्रवास केल्यामुळे मला असे अनेक स्त्री-पुरुष भेटले आहेत, ज्यांच्याशी बोलल्यानंतर मला समजले की, त्यांच्याकडे त्यांच्या प्रतिकूल परिस्थितीवर मात करून यश मिळवण्याची केवढी मोठी ताकद आहे!

विल्यम बोलिथो ज्याने 'ट्वेलव्ह अगेन्स्ट दि गॉड्स' हे पुस्तक लिहिले तो म्हणतो : ''आयुष्यातील सगळ्यात महत्त्वाची गोष्ट कोणती, तर तुमच्याकडे असलेले धन भांडवल म्हणून वापरू नका. कोणताही मूर्ख माणूससुद्धा ते करू शकतो. महत्त्वाची गोष्ट अशी की, तुमच्या नुकसानीतूनपण तुम्ही फायदा शोधा. त्यासाठी बुद्धिमत्तेची गरज असते आणि तेव्हाच शहाण्या आणि मूर्ख माणसातला फरक प्रकर्षाने जाणवतो.''

बोलिथोने वरील उद्‌गार काढले तेव्हा त्याने रेल्वे ॲक्सिडेंटमध्ये एक पाय गमावला होता, पण मला असा एक माणूस माहिती आहे की, ज्याने त्याचे दोन्ही पाय गमावूनसुद्धा तो हिंमत हारलेला नाही. त्याचे नाव बेन फोर्टसन. एकदा एका हॉटेलच्या लिफ्टमध्ये पाय ठेवला तेव्हा मी हा आनंदी माणूस पाहिला. त्याला दोन्ही पाय नव्हते आणि तो एका व्हील चेअरवर कोपऱ्यात बसला होता. जेव्हा त्याच्या मजल्यावर लिफ्ट थांबली तेव्हा त्याने मला नम्रपणे विचारले, "तुम्ही जरा बाजूला होता का म्हणजे मी माझी व्हील चेअर बाहेर काढू शकेन." तो पुढे म्हणाला, "माझ्यामुळे तुमची गैरसोय झाली त्याबद्दल मी दिलगीर आहे." आणि जाताना पुन्हा एक उबदार हसू त्याच्या चेहऱ्यावर पसरले.

जेव्हा लिफ्ट सोडून मीसुद्धा माझ्या मजल्यावर गेलो तेव्हा त्या आनंदी अपंग माणसाचे विचार माझा पिच्छा सोडत नव्हते. म्हणून मी त्याला शोधून काढले आणि त्याला त्याची कथा सांगायला लावली.

त्याने सांगितले, "हे १९२९मध्ये घडले. माझ्या बागेतील पावट्यांच्या वेलींना आधार देण्यासाठी दोन गज मी माझ्या फोर्ड गाडीत टाकले होते आणि ते घरी घेऊन येत होतो. इतक्यात त्यातला एक गज घसरून गाडीच्या खाली आला आणि त्या क्षणाला माझे स्टिअरींग रुतून बसले. नेमका त्या वेळी मी गाडी वळवत होतो. तिथल्या एका बंधाऱ्यावर गाडी आदळून ती झाडावर आपटली. माझ्या पाठीचा कणा जखमी झाला आणि पायातील तर शक्तीच गेली! ते निकामी झाले. त्या वेळी माझे वय अवघे चोवीस वर्षांचे होते आणि त्यानंतर मी कधीच एक पाऊलही टाकले नाही."

चोवीस वर्षांचे वय आणि उरलेल्या संपूर्ण आयुष्यासाठी व्हील चेअरची शिक्षा! मी त्याला विचारले की, त्याने हे सगळे सहन करताना एवढे धाडस कोठून गोळा केले? त्यावर तो म्हणाला की, त्याने स्वत: काही केले नाही. खरेतर तो खूप रागावला, बंड करून उठला, त्याने नशिबाला बोल लावला; पण जसजसा काळ पुढे सरकायला लागला तसतसे त्याला उमजले की, त्याच्या अशा वागण्याने त्याचे नुकसान होत होते. फक्त कडवटपणा अंगी येत होता. हाती काहीच लागत नव्हते. "शेवटी मला असे जाणवले की, इतर लोक माझ्याशी दयाळूपणे आणि सभ्यतेने वागतात, त्यामुळे निदान त्यांच्याशी मी दयाळूपणे आणि सभ्यतेनेच वागले पाहिजे."

मग मी त्याला पुढे विचारले, "आता इतक्या वर्षांनंतर तुम्हाला असे वाटते का की, तो अपघात अत्यंत दुर्दैवी होता?" तो म्हणाला, "नाही. उलट आता जे घडले त्याबद्दल मला दुःख होत नाही. जेव्हा मी त्या मानसिक धक्क्यातून सावरलो आणि माझा राग शांत झाला तेव्हापासून मी एका वेगळ्याच जगात वावरायला

लागलो. मला वाचनाची आवड लागली आणि चांगल्या साहित्याची गोडी वाटू लागली.'' त्याने पुढे सांगितले की, चौदा वर्षांमध्ये त्याने जवळपास चौदाशे पुस्तके वाचली आणि या पुस्तकांनी त्याच्यापुढे नवीन क्षितिजे विस्तारली आणि त्याचे आयुष्य पूर्वी कधी नव्हते एवढे समृद्ध केले. तो आता उत्तम संगीतसुद्धा ऐकू लागला आणि पूर्वी त्याला जे कंटाळवाणे वाटत असे, ते आता त्याला आवडायला लागले. प्रथमच आयुष्य त्याला इतके अर्थपूर्ण वाटू लागले. तो म्हणाला, ''मला आता अशी जाणीव झाली की, ज्या गोष्टी मिळाल्या नाहीत म्हणून मी पूर्वी झुरत होतो त्या तेवढ्या महत्त्वाच्या नव्हत्या.''

त्याच्या वाचनाच्या सवयीमुळे त्याला आता राजकारणात गोडी वाटू लागली. सामान्य लोकांच्या प्रश्नांचा तो अभ्यास करू लागला. त्याच्या व्हील चेअरवरून भाषणे देऊ लागला. तो लोकांना ओळखायला लागला आणि लोकसुद्धा त्याला ओळखायला लागले आणि तो व्हील चेअरवर असतानासुद्धा जॉर्जिया राज्याचा सेक्रेटरी बनला!

न्यूयॉर्क शहरात प्रौढ शिक्षणाचे वर्ग घेताना माझ्या असे लक्षात आले की, अनेक प्रौढांमध्ये ही खेदाची भावना असते की, ते कधी कॉलेजमध्ये गेले नाहीत आणि त्यांना कॉलेजशिक्षण मिळाले नाही. हा त्यांच्यातील फार मोठा दोष आहे, असे त्यांना वाटते; पण मला माहिती आहे की हे खरे नाही. कारण मी अशी अनेक यशस्वी माणसे पाहिली आहेत की, ज्यांचे शालेय शिक्षणसुद्धा पूर्ण झालेले नाही, म्हणून अशा विद्यार्थ्यांना माझ्या क्लासमध्ये मी नेहमी पुढील गोष्ट सांगत असे –

त्या मुलाला आत्यंतिक गरिबीमुळे त्याचे शालेय शिक्षण कधीच पूर्ण करता आले नाही. जेव्हा त्याचे वडील वारले तेव्हा त्याच्या वडिलांच्या मित्रानेच त्यांच्या कॉफीनची व्यवस्था करून त्यांना पुरले. त्याची आई एका छत्र्यांच्या कारखान्यात काम करत होती व उरलेले काम घरी आणून ते रोज रात्री अकरा वाजेपर्यंत करत बसायची.

तो मुलगा अशा परिस्थितीत वाढला. चर्चकडून चालवल्या जाणाऱ्या क्लबतर्फे चालणाऱ्या नाट्य कार्यशाळेत तो रस घेऊ लागला. त्याला अभिनय करण्यात खूप गोडी वाटायची. विशेषत: जाहीर भाषणांचा अभिनय करण्यात! या गोष्टीमुळे त्याचा राजकारणात शिरकाव झाला. तो जेव्हा तीस वर्षांचा झाला तेव्हा न्यूयॉर्कमधील राज्य कायदेमंडळात निवडून आला, पण इतकी मोठी जबाबदारी पेलण्यास आपण असमर्थ आहोत असे त्याला वाटले. त्याने माझ्याकडे स्पष्टपणे कबूल केले की, त्याला त्यातले काहीही कळत नव्हते! मग अत्यंत गुंतागुंतीच्या पास करायला आलेल्या बिलांचा त्याने मनापासून खोलवर अभ्यास केला, कारण त्यावर त्याला त्याचे मत द्यायचे होते. पुन्हा जेव्हा त्याला जंगल कमिटीवर घेतले तेव्हा तो असाच

घाबरला, चिंताक्रांत झाला, कारण तोपर्यंत त्याने कधी जंगलात पाऊलही ठेवले नव्हते. मग त्यानंतर त्याला बँकिंगच्या पॅनेलवर घेतले गेले, पण त्याने कधीही बँकेत स्वत:चे खाते उघडले नव्हते. त्याने स्वत: मला हे सांगितले की, या सगळ्या प्रकारांनी तो इतका नाउमेद झाला होता की, त्याने सगळ्या पदांचा राजीनामा देण्याचे ठरवले; पण आपण हार मानली हेही त्याला आपल्या आईला दिसू द्यायचे नव्हते. अशा निराश अवस्थेत त्याने अभ्यास करायचे ठरवले. दिवसातून सोळा तास तो अभ्यास करत असे आणि अशा प्रकारे त्याने आपल्या अज्ञानाच्या लिंबाचा ज्ञानाच्या सरबतात बदल घडवून आणला. त्याच्या अभ्यासू वृत्तीमुळे तो स्थानिक राजकारणात प्रसिद्ध झाला आणि आता त्याचे नाव राष्ट्रीय पातळीवर प्रसिद्ध झाले आहे. आणि 'टाईम्स ऑफ न्यूयॉर्क'ने म्हटल्याप्रमाणे निर्विवादपणे तो 'न्यूयॉर्कचा सर्वांत लाडका नागरिक बनला.'

मी अल् स्मिथबद्दल बोलत होतो.

अल् स्मिथने जेव्हापासून राजकारणाचे स्वयं-अध्ययन सुरू केले त्यानंतर दहा वर्षांनी न्यूयॉर्क राज्यात त्याच्याइतकी मातब्बर व्यक्ती त्या क्षेत्रात नव्हती. न्यूयॉर्कचा गव्हर्नर म्हणून तो चार वेळा निवडून आला. हे सगळे रेकॉर्ड मोडणारे होते. १९२८मध्ये तो डेमॉक्रॅटिक पक्षातर्फे प्रेसिडेंट पदासाठी उमेदवार होता. सहा श्रेष्ठ विद्यापीठांनी (कोलंबिया आणि हॉवर्डसुद्धा) त्याला पदवी बहाल केली, ज्याने शालेय शिक्षणसुद्धा पूर्ण केले नव्हते!

अल् स्मिथने स्वत: मला सांगितले की, जर दिवसातून सोळा तास त्याने अभ्यास केला नसता, तर या सगळ्या गोष्टी शक्य झाल्या नसत्या.

यशस्वी लोकांच्या जीवनाचा मी जेवढा अधिक खोलवर अभ्यास केला तेवढी माझी खात्री पटली की, आश्चर्यकारकरीत्या त्यातील सर्वाधिक लोक हे अपंग होते आणि त्यांनी खूप कष्ट केल्यामुळे त्यांना त्याचे फळ मिळाले. विल्यम जेम्स म्हणतो त्याप्रमाणे, 'आपले शारीरिक दौर्बल्यच आपल्याला अनपेक्षितरीत्या मदत करते.'

होय! म्हणूनच! मिल्टन आंधळा होता, म्हणून इतके चांगले काव्य करू शकला आणि बिथोव्हन बहिरा होता म्हणून इतका चांगला संगीतकार होता.

हेलेन केलर इतकी यशस्वी का ठरली, तर तिच्या आंधळेपणामुळे व बहिरेपणामुळे!

जर च्याकोव्हस्की इतका वैफल्यग्रस्त झाला नसता आणि त्याच्या असफल लग्नामुळे अगदी आत्महत्येला प्रवृत्त झाला नसता आणि जर त्याचे वैयक्तिक आयुष्य इतके दु:खमय नसते, तर अजरामर 'सिंफोनी पॅथेटिक' निर्माण झाले नसते.

डोस्टोव्होस्की आणि टॉलस्टॉय जर वैयक्तिक आयुष्यात इतके गांजलेले

नसते, तर इतक्या अजरामर कादंबऱ्यांची निर्मिती झालीच नसती.

चार्ल्स डार्विन! ज्या माणसाने शास्त्राची, जीवनाची मूळ संकल्पनाच बदलून टाकली, तो लिहितो, 'जर मी इतका निरुपयोगी झालो नसतो, तर जेवढे कार्य मी आज केले आहे, तेवढे करूच शकलो नसतो.' डार्विनचा हा कबुलीनामा आहे की त्याच्या दौर्बल्यानेच त्याला अकल्पित मदत केली आहे!

ज्या दिवशी इंग्लंडमध्ये डार्विनचा जन्म झाला त्याच दिवशी केंटुकीच्या जंगलात आणखी एक बाळ जन्माला आले आणि तेसुद्धा त्याच्यातील दौर्बल्यामुळेच फार यशस्वी झाले! त्याचे नाव अब्राहम लिंकन! तो जर त्याच्या अमीर-उमराव कुटुंबात राहून वकिलाची पदवी हॉवर्ड्समधून घेऊन सुखाने वैवाहिक जीवन कंठत राहिला असता, तर आज जगभर त्याचे जे शब्द प्रत्येकाच्या हृदयात कोरले गेले व अजरामर झाले ते सुंदर शब्द, 'वुईथ मलाइस टोवर्ड नन्; वुईथ चॅरिटी फॉर ऑल' हे तो उच्चारू शकला नसता.

टॅरी इमरसन फॉस्डिकने त्याच्या 'दि पॉवर टू सी इट थ्रू' या पुस्तकात लिहिले आहे, 'एक स्कॅंडिनेव्हिअन म्हण अशी आहे की, उत्तरेकडील वाऱ्यानेच व्हायकिंग निर्माण केले. व्हायकिंग म्हणजे समुद्रावरचे लुटारू चाचे. जिथे आपल्याला सुरक्षित, आनंदी आयुष्य हवे असते, संकटे नको असतात, ऐषोआराम हवा असतो तेथे लोकांना तो मिळतो का? जे लोक आत्मवंचना करतात, अगदी आरामात गाद्या-उशांवर सुरक्षितपणे पहुडलेले असतानासुद्धा चिंता करत राहतात त्यांना तरी सुख मिळते का? इतिहास असे दाखले देतो की, ज्या लोकांनी खांद्याला खांदा लावून जबाबदारी उचलली आहे, अशा कोणत्याही लोकांना कोणत्याही परिस्थितीत आनंद मिळतो.''

असे समजा की, आपण नाउमेद झालो आहोत आणि आपल्याला असे वाटते आहे की, आता आपल्याजवळ लिंबाचे सरबत बनवण्याची कोणतीच आशा नाही. तेव्हा प्रयत्न करण्यामागे दोन कारणे असतात. कारण पहिले म्हणजे कदाचित आपण यशस्वी होऊ. कारण दुसरे म्हणजे जरी आपण यशस्वी झालो नाही, तरी आपण केलेले प्रयत्न आपल्या व्यक्तिमत्त्वात भर घालतील आणि आपण अधोगतीपेक्षा प्रगतीकडे झेपावले जाऊ. आपले नकारात्मक विचार सकारात्मक बनतील. त्यामुळे ऊर्जेची निर्मिती होईल आणि आपण उद्योगी राहू. त्यामुळे आपल्याला दुःख करायला वेळ मिळणार नाही आणि भूतकाळात काय घडले त्याचे विचारही कायमचे निघून जातील.

ओल बुल नावाचा प्रसिद्ध व्हायेलिनिस्ट पॅरिसमध्ये एका मोठ्या जलशात व्हायोलिन वाजवत असताना त्याची एक महत्त्वाची तार काडकन मोडली, पण त्याने त्याचे गाणे तरीही उरलेल्या तीन तारांवर पूर्ण केले. 'याला जीवन ऐसे नाव!'

असे इमरसन म्हणतो. हे फक्त जीवन नाही, तर त्याही पलीकडचा विजय आहे.

माझ्यापुरते बोलायचे झाले, तर माझ्या हातात असते, तर मी मात्र विल्यम बोलिथोची खालील वाक्ये प्रत्येक शाळेमध्ये ब्रॉँझमध्ये कोरून ठेवली असती :

*'आयुष्यात सर्वांत महत्त्वाचे म्हणजे तुमचे धन भांडवल म्हणून वापरू नका. कोणताही मूर्ख ते करू शकतो. सगळ्यात महत्त्वाचे असते ते हे की, तुमच्या तोट्यामधून तुम्ही फायदा कसा करून घेता. हे करण्यास बुद्धी, हुशारी लागते आणि हीच गोष्ट शहाणा आणि मूर्ख यांच्यातील फरक प्रकर्षाने दाखवते.'*

म्हणून आपल्याला आनंद व शांती देईल असा मानसिक दृष्टिकोन निर्माण करण्यासाठी आपण हा नियम ६ लक्षात ठेवू :

**नशिबाने आपल्याला लिंबू दिले तर, त्याच्यापासून सरबत करायला शिका. थोडक्यात संधीचे सोने करा.**

# १८

## नैराश्य चौदा दिवसांत बरे करण्याचा कानमंत्र!

मी जेव्हा हे पुस्तक लिहायला घेतले तेव्हा मी असे जाहीर केले की, जो कोणी 'मी माझ्या समस्येवर मात कशी केली' हा विषय घेऊन प्रेरणादायी, उपयुक्त अशी खरी कथा सांगेल त्या सर्वोत्तम कथेला दोनशे डॉलर्सचे बक्षीस माझ्यातर्फे देण्यात येईल.

या स्पर्धेसाठी तीन परीक्षकांची मी निवड केली. त्यांपैकी एक होते एडी रिकेनबॅकर, जे ईस्टर्न एअरलाइन्सचे प्रेसिडेंट होते. दुसरे होते डॉ. स्टिवार्ट जे लिंकन मेमोरिअल युनिव्हर्सिटीचे अध्यक्ष होते. तिसरे होते एच. काल्टेबॉर्न जे रेडिओवर बातम्या-विश्लेषक होते. आमच्याकडे अनेक कथा आल्या, पण त्यांपैकी दोन विशेष करून परीक्षकांच्या मनाला इतक्या भावल्या की, निर्णय घेणे कठीण झाले, म्हणून त्या दोन कथांना विभागून बक्षीस देण्यात आले. इथे पुढे मी जी कथा देत आहे, ती सी. आर. बर्टन याची आहे, जो व्हीझर मोटर्समध्ये कामाला होता. त्याने सांगितले :

'मी जेव्हा नऊ वर्षांचा होतो तेव्हाच मी आईला गमावले आणि बारा वर्षांचा होतो तेव्हा माझे वडील वारले.' बर्टन पुढे लिहितो, 'माझी आई एकोणीस वर्षांपूर्वी एके दिवशी सरळ घरातून निघून गेली. त्यानंतर आजतागायत मी तिला पाहिले नाही. तिने तिच्याबरोबर माझ्या दोन लहान बहिणींनाही नेले. त्यांनाही मी परत पाहिले नाही. तिने मला कधी पत्रसुद्धा लिहिले नाही. आई घर सोडून गेल्यानंतर तीन वर्षांनी माझ्या वडिलांचा कार ॲक्सिडेंटमध्ये मृत्यू झाला. मिसुरीतल्या छोट्या खेड्यात माझ्या वडिलांनी व त्यांच्या मित्राने मिळून एक छोटे कॅफे विकत घेतले होते. माझे वडील धंद्याच्या कामानिमित्त परगावी असताना त्यांच्या मित्राने ते कॅफे परस्पर विकून टाकले व पैसे घेऊन पळून गेला. ती बातमी त्यांच्या दुसऱ्या मित्राने

त्यांना कळवली व तातडीने परत येण्याबद्दल सांगितले. ते घाईने परत येत असताना कनसास येथे रस्त्यात अपघात झाला आणि ते त्या अपघातात मृत्युमुखी पडले. माझ्या वडिलांच्या दोन बहिणींनी माझ्या तीन भावडांना आपल्या घरी नेले. या बहिणीसुद्धा गरीब, म्हाताऱ्या व सतत आजारी असत. मी व माझा धाकटा भाऊ कोणालाच नको होतो. गावकऱ्यांच्या दयेवर आम्हाला तेथेच सोडून देण्यात आले. आमच्याकडे इतर लोक अनाथ, पोरके या नजरेने पाहत आणि तसे म्हणतसुद्धा. आमची भीती खरी ठरली. मी अनाथ, पोरका म्हणून एका गरीब कुटुंबात मला आश्रय दिला गेला, पण अजूनही दुर्दैव पाठ सोडत नव्हते. आधीच गरिबी, तशात त्या कुटुंबातील कर्त्या पुरुषाची नोकरी गेली त्यामुळे मी पुन्हा बेघर झालो, कारण आता मला पोसणे त्यांना परवडणारे नव्हते. मग श्री. व सौ. लॉफ्टीन मला त्यांच्या घरी घेऊन गेले. हे घर शहरापासून बारा मैल दूर शेतावर होते. श्री. लॉफ्टीन हे सत्तर वर्षांचे आजारी वृद्ध होते. त्यांनी मला स्पष्ट शब्दात सांगितले की, जोपर्यंत मी खोटे बोलत नाही, चोरी करत नाही आणि त्यांनी सांगितलेले ऐकतो तोपर्यंत मी तेथे राहू शकतो. त्यामुळे या तीन आज्ञा म्हणजे माझे बायबल झाले आणि त्या मी काटेकोरपणे पाळल्या. त्यांनी मला शाळेत घातले, पण पहिल्या आठवड्यात मला इतर मुलांकडून खूप त्रास झाला. इतर मुले माझ्या मोठ्या नाकावरून मला चिडवायची. 'अनाथ! पोरका!' असे हिणवून माझ्या दु:खावर डागण्या द्यायची. मला त्यांना मारावेसे वाटे, पण मि. लॉफ्टीनने मला एका बाजूला घेऊन समजावले, ''नेहमी लक्षात ठेव, जे लोक अशा तंट्या-बखेड्यांपासून दूर राहतात ते असे तंटे करणाऱ्यांपेक्षा खूप मोठे होतात.'' मग मी मारामारी करण्याचा विचार सोडून दिला, पण एके दिवशी तर कहरच झाला. एका मुलाने माझ्या तोंडावर शाळेच्या गोडाउनमधले चिकनचे खत फेकले. मग मात्र मी त्याला खूप झोडपून काढले, पण त्यामुळे मला दोन मित्र मिळाले.

'मिसेस लॉफ्टीनने मला एक नवी टोपी दिली होती. तिने ती मुद्दाम माझ्यासाठीच आणली होती. त्या टोपीचा मला फार अभिमान होता, पण एके दिवशी एक मोठी मुलगी माझ्याजवळ आली आणि एक हिसडा देऊन माझी टोपी ओढून घेतली. तिच्यात पाणी भरून तिने टोपी खराब केली आणि स्पष्टीकरण दिले, पाण्याने भरल्यामुळे माझा मेंदूपण शांत होईल आणि पॉपकॉर्नसारखे तडफडणारे माझे डोकेही थंड राहील.

'मी शाळेत जरी रडत नसलो, तरी घरी येऊन रडत असे. एके दिवशी मिसेस लॉफ्टीनने माझी समजूत घातली आणि असा सल्ला दिला की, त्यामुळे माझ्या काळज्या, संकटे दूर झाली आणि माझे शत्रूच आता माझे मित्र झाले. ती म्हणाली, ''राल्फ, जर तू तुझ्या मित्रांमध्ये रुची दाखवलीस, त्यांच्यासाठी काही केलेस, तर

तुझे मित्र तुझ्या खोड्या काढणार नाहीत किंवा पोरका म्हणून हिणवणार नाहीत !''
मी हा सल्ला मानला. मी खूप अभ्यास केला. वर्गात पहिला येऊनसुद्धा इतरांनी माझा मत्सर केला नाही, कारण मी त्यांना अभ्यासात मदत केली.

'मी अनेक मुलांना त्यांचे निबंध लिहिण्यात मदत केली. काही मुलांना मी त्यांच्या भाषणाची तयारी करून दिली. एका मुलाला तर मी त्याला मदत केली हे इतरांना सांगायची लाज वाटली, म्हणून तो आईला खोटेच सांगायचा की, मी शिकारीला चाललो आहे आणि तो माझ्याकडे येत असे आणि त्याच्या कुत्र्यांना बांधून ठेवत असे. एका मुलासाठी मी पुस्तकाचे परीक्षणपण लिहिले आणि कित्येक मुलींना गणितात मदत करण्यासाठी अनेक संध्याकाळी घालवल्या.

'मृत्यूमुळे आमच्या शेजाऱ्यांवर दु:खाची कुऱ्हाड कोसळली. दोन वयस्कर शेतकरी मेले आणि एका स्त्रीला तिच्या नवऱ्याने सोडून दिले. त्या चार कुटुंबांत मिळून मी एकटाच पुरुष होतो. दोन वर्षे मी या विधवांना मदत केली. माझ्या शाळेतून जाण्या-येण्याच्या मार्गात असल्यामुळे मी जाता-येता थांबून त्यांना लाकडे तोडून देत असे, त्यांच्या गायींचे दूध काढून देत असे, त्यांच्या जनावरांना चारा-पाणी घालत असे. आता लोकांचे शिव्या-शाप मिळण्याऐवजी मला आशीर्वाद मिळत. प्रत्येकाने मला मित्र म्हणून स्वीकारले. मी नेव्हीत दाखल झाल्यानंतर पहिल्यांदा घरी आलो तेव्हा त्यांच्या अंत:करणातील खऱ्या भावना मला दिसल्या. ते सगळे मला भेटायला घरी आले. त्यातील काही तर ऐंशी मैलांवरून आले होते. आता तेरा वर्षांपासून मला कोणी अनाथ, पोरका असे हिणवले नव्हते, कारण मी इतरांना आनंदी करण्यात, त्यांना मदत करण्यात गुंतल्यामुळे आता माझ्या काळज्या कमी झाल्या.'

सी. आर. बर्टनचा विजय असो! मित्र कसे जोडायचे हे त्याला समजले होते आणि आपल्या काळजीवर मात करून आयुष्य मजेत कसे जगायचे हे त्याला समजले होते.

वॉशिंग्टन येथील सियाटलचे रहिवासी डॉ. फ्रँकलूपनासुद्धा हे समजले आहे. ते तेवीस वर्षे संधिवातामुळे आजारी होते. स्टुअर्ट व्हाइट हाउसने त्यांच्याबद्दल लिहिले आहे – 'मी अनेकदा डॉ. लूपची मुलाखत घेतली, पण त्यांच्याइतका नि:स्वार्थी आणि जो हे आयुष्य भरभरून जगला असा दुसरा माणूस मी पाहिला नाही.'

अंथरुणाला खिळलेला माणूस भरभरून कसा जगू शकतो? मी तुम्हाला दोन क्लू देतो. तो कदाचित सतत तक्रार करून किंवा टीका करून हवे ते मिळवत असेल? नाहीतर कदाचित सतत आत्मवंचना करून, दुसऱ्याची सहानुभूती मिळवून हवे ते करून नेत असेल? नाही. तुमची दोन्ही उत्तरे चुकीची आहेत. त्याने त्याचे

आयुष्य आनंदी कसे केले असेल, तर त्याने एकच तत्त्व अंगिकारले – 'आय सर्व्ह'. त्याने त्याच्यासारख्या अपंग लोकांची नावे व पत्ते जमवले आणि त्यांना आनंदी, प्रोत्साहनपर पत्रे लिहिली. थोडक्यात, त्याने अशा अपंग लोकांना पत्रे लिहिणाऱ्यांचा एक क्लबच स्थापन केला आणि त्यांना एकमेकांना पत्रे लिहायला लावली. नंतर त्याने 'दि शट इन सोसायटी' नावाची राष्ट्रीय संघटना स्थापन केली.

त्याने अंथरुणात पडल्यापडल्या वर्षाला सुमारे चौदाशे पत्रे लिहिली आणि हजार अपंगांना रेडिओ आणि पुस्तके देऊन आनंदी केले.

डॉ. लूप आणि इतरांमध्ये काय फरक आहे? फरक एवढाच की, डॉ. लूप यांच्यामधील आंतरिक शक्तीला हेतू होता, सेवाभावी दृष्टिकोन होता. स्वत:पेक्षा जास्त महत्त्वाचे आणि भव्यदिव्य आणखी काहीतरी आहे आणि आपले आयुष्य आपण त्यासाठी वेचले पाहिजे हा निर्धार त्यांच्याकडे होता. शॉ जसे म्हणतो, 'आत्मकेंद्री लोक स्वत:च्या आजारपणाचे भांडवल करून जगाने त्यांना आनंदी करायला पाहिजे असा आग्रह धरतात.' डॉ. लूप अशा लोकांपैकी एक नव्हते.

एका खूप मोठ्या मानसशास्त्रज्ञाच्या लेखणीतून लिहिले गेलेले अत्यंत महत्त्वपूर्ण आणि आश्चर्यकारक वाक्य मी वाचले आहे. हे विधान आहे अल्फ्रेड ॲडलरचे! तो त्याच्या खिन्न, विषण्ण रुग्णांना म्हणायचा, ''तुम्ही मी लिहून दिलेले औषध घेतलेत, तर अवघ्या चौदा दिवसांत बरे व्हाल. रोज फक्त कोणालातरी एकाला आनंदी करण्याचा प्रयत्न करा.''

हे विधान इतके अविश्वसनीय वाटते की, मला वाटते हे विधान उद्धृत करण्यापूर्वी मला डॉ. ॲडलरच्या 'व्हॉट लाइफ शुड मीन टू यू'च्या पुस्तकाबद्दल दोन पाने तरी लिहावी लागतील.

मेलॅन्कोलिया हा एक मानसिक आजार आहे. इतरांबद्दल दीर्घकालीन राग मनात साचून राहिल्याने व सतत इतरांना बोल लावल्याने तो होतो. अर्थात असे वागण्यामागे इतरांची सहानुभूती, आधार आणि लक्ष संपादन करणे हा उद्देश असतो. असा रुग्ण स्वत:च्या चुकांबद्दल दुसऱ्यालाच दोषी धरतो. मेलॅन्कोलिक रुग्णाची पहिली आठवण अशी असते : 'मला अजून आठवते की, मला त्या सोफ्यावर झोपायचे होते, पण माझा भाऊ तेथे झोपला होता. मग मी इतके जोरात रडलो की, त्याला तेथून जावेच लागले.'

मेलॅन्कोलिया झालेली माणसे स्वत:चाच सूड घेण्यासाठी आत्महत्या करतात आणि डॉक्टरांनी त्याच्यासाठी पहिली गोष्ट काय करायची असते, तर त्याला तसे कारण मिळू द्यायचे नसते. मी स्वत: तणाव घालवण्यासाठी

हा प्रयत्न केला आहे. 'जे तुम्हाला आवडत नाही ते करू नका' असे मी माझ्या पेशंटना सांगतो. हे वरवर जरी फारसे प्रभावशाली वाटले नाही, तरी ते समस्येच्या मुळाशी नक्की जाऊन पोहोचते. जर मेलॅन्कोलिक पेशंटला हवे ते करता येत असेल, तर तो दोष तरी कोणाला देणार? तो सूड तरी कशाला घेणार? मी त्या पेशंटला सांगतो, 'तुला थिएटरमध्ये जायचं असेल तर जा! किंवा सुट्टीवर जायचं असेल, तर तसं कर! किंवा तुला पुढे जावंसं नाही वाटलं, तर रस्त्यातच थांब.' आणि ही सगळ्यात चांगली परिस्थिती असते. त्यामुळे त्या रुग्णाचे समाधान होते. त्याचा संघर्ष थांबतो आणि तो श्रेष्ठ आहे याची त्याला जाणीव होते. तो जणूकाही देवच आहे, हवे ते हवे तेव्हा करू शकतो आणि जरी ही जीवनशैली त्याच्यासाठी अयोग्य ठरली, तरी जर त्याला दुसऱ्यावर हुकूम गाजवायचा असेल आणि दुसऱ्याला दूषणे द्यायची असतील, तरी समोरचा या गोष्टीला तयार असेल, तर काही प्रश्नच येत नाही. या उपचारपद्धतीमुळे खूप फायदा झाला आणि माझ्या कोणत्याच रुग्णाने आत्महत्या केली नाही.

अनेकदा असे होते की, रुग्ण म्हणतात, 'पण माझ्या आवडीचे करण्यासारखे काहीच नाही.' याच्यावरसुद्धा माझ्याकडे उत्तर आहे, कारण मी हे अनेकदा ऐकले आहे. मग मी त्यांना सांगतो, 'ठीक आहे, मग जे आवडत नाही ते काहीच करू नका.' काही वेळेस मग रुग्ण म्हणतो, 'मला दिवसभर अंथरुणात लोळत पडणे आवडेल.' मला हे माहिती असते की, आता मी 'नको' म्हटले, तर तो माझ्याशी भांडण करेल आणि मी 'हो' म्हटले, तरी तो फार काळ अंथरुणात पडून राहू शकणार नाही. म्हणून मी नेहमी 'हो' म्हणून परवानगी देतो.

हा एक नियम झाला. दुसरे जे मी सांगणार आहे ते त्यांच्या जीवनशैलीतील बदलाबाबत आहे. मी त्यांना सांगतो, 'तुम्ही जर माझे हे औषध घेतले, तर चौदा दिवसांत बरे व्हाल. रोज आपण एकाला तरी कसे खूश करू शकू यावर विचार करा.' त्यामुळे काय होईल ते बघा. सध्या ते या विचारात गर्क असतात की, 'मी आता दुसऱ्याला काळजीत कसे टाकू?' उत्तरे फार मजेशीर असू शकतात. 'हे तर फार सोपे आहे.' वगैरे वगैरे. मग मी त्यांना सांगतो. 'तुम्ही तुमचा सगळा वेळ वापरा, पण झोपायला जाण्यापूर्वी याचा विचार करा की, उद्या मी कोणाला कसे खूश करू शकतो? हाच विचार तुमच्या मानसिक आरोग्य सुधारण्याच्या मार्गातील महत्त्वाचा टप्पा ठरेल.' दुसऱ्या दिवशी मी त्यांना पुन्हा विचारतो की, 'काल मी जे सांगितले ते तुम्ही केले का?' उत्तर येते, 'गादीवर पडल्याबरोबर झोप लागली.' मी

पुन्हा म्हणतो की, 'हे सगळे मित्रत्वाच्या नात्याने मनात श्रेष्ठत्वाचे भाव न आणता केलेच पाहिजे.'

इतर काही उत्तरे देतात, 'मी स्वत:च इतका चिंतेत आहे की, मी दुसऱ्यांचा विचार करू शकत नाही.' त्यावर मी सांगतो, 'छे! छे!! चिंता करणे अजिबात सोडू नका, पण त्याच वेळी इतरांचापण विचार करा.' मला त्यांचा इंटरेस्ट इतरांकडे वळवायचा असतो. काही जण म्हणतात, 'मी इतरांना का खूश करावे? ते मला कधी खूश करण्याचा प्रयत्न करतात का?' मी त्यांना सांगतो, 'तुम्ही तुमच्या आरोग्याचा विचार करा. इतरांना जो त्रास व्हायचा असेल, तो ते सहन करतील.' फारच क्वचितच असा अनुभव येतो की, एखादा भक्त म्हणतो की, 'तुम्ही जे सांगितले त्याचा मी विचार केला.' माझे जास्तीतजास्त प्रयत्न याकडे असतात की, रुग्णाने समाजात गोडी घेतली पाहिजे. मला हे माहिती असते की, त्याच्या दु:खाचे कारण असहकार हे असते आणि जर समाजाबरोबर त्याने संवाद साधला, त्यांच्या बरोबरीने चालला, तर तो बरा होऊ शकतो. आपला धर्मही आपल्याला हेच शिकवतो की, आपल्या शेजाऱ्यांवर प्रेम करा. जो आपल्या संकटात सापडलेल्या मित्रांना मदत करत नाही, त्यांची दु:खे समजून घेत नाही, तो समाजाला हानी पोहोचवायच्या प्रवृत्तीतून मानवी मूल्यांचा ऱ्हास करतो. प्रत्येकाने चांगला मित्र असावे, चांगला सहकारी असावे आणि प्रेमात व लग्नात सच्चा सवंगडी असावे.

डॉ. ॲडलर आपल्याला रोज एक चांगले काम करायला सांगतात. चांगले कृत्य म्हणजे काय? मोहम्मद पैगंबर म्हणतात, 'चांगले कृत्य ते की, जे समोरच्याच्या चेहऱ्यावर आनंदाचे हसू आणते.'

अशा प्रकारे रोज काहीतरी चांगले कृत्य करण्याने करणाऱ्यावर काय परिणाम होईल? रोज दुसऱ्यांच्या आनंदाचा विचार करण्याने आपण स्वत:बद्दलचा विचार करणे सोडून देऊ, ज्यामुळे काळजी, चिंता आणि विषण्णता येते.

मिसेस विल्यम टी मून, ज्यांनी न्यूयॉर्कमधील मून सेक्रेटरीयल स्कूल काढले. तिला आपली खिन्नता घालवण्यासाठी रोज दुसऱ्या कोणालातरी खूश करावे लागले नाही. हे शिकण्यासाठी दोन आठवडे खर्च करावे लागले नाहीत. ती अल्फ्रेड अल्टरकडे गेली आणि चौदा दिवसांचा अभ्यासक्रम तिने अवघ्या दोन दिवसांतच पूर्ण केला. दोनच दिवसांत तिने तिची खिन्नता घालवून टाकली. तिच्यासमोर असलेल्या दोन अनाथ मुलांच्या चेहऱ्यावर तिने हसू आणले आणि तिची विषण्णता संपली.

त्याची तिने अशी कहाणी सांगितली : "पाच वर्षांपूर्वीच्या डिसेंबर महिन्यात मी दुःखाच्या आणि आत्मवंचनेच्या पुरात वाहून गेले होते." मिसेस मून सांगत होत्या, "अनेक वर्षांचे माझे सुखी वैवाहिक जीवन पतीच्या मृत्यूमुळे संपुष्टात आले होते. नाताळची सुट्टी जेव्हा जवळ आली तेव्हा माझे दुःख अधिकच उफाळून आले. माझ्या आत्तापर्यंतच्या आयुष्यात मी एकटीने कधीच नाताळ साजरा केला नव्हता आणि म्हणूनच नाताळच्या आगमनाच्या कल्पनेने मी सैरभैर झाले. माझ्या मित्र-मैत्रिणींनी मला त्यांच्याकडे आमंत्रण दिले होते, पण मलाच तिथे जायचे नव्हते. मला माहिती होते की, अशा पार्ट्यांमध्ये माझ्यामुळे बेरंगच होईल, म्हणून मी नकार दिला. नाताळची संध्याकाळ जवळ आली तो क्षण तर! मला त्याची आठवणही नको वाटते. हे खरे आहे की, ज्या अनेक गोष्टी माझ्याकडे होत्या त्याबद्दल मी देवाचे आभारच मानायला पाहिजे होते; पण सारेकाही समजूनसुद्धा उमजत नव्हते. त्या दिवशी दुपारी तीन वाजताच मी ऑफिस सोडले आणि दिशाहीन चालत सुटले. आशा होती की, मी माझ्या आत्मवंचनेतून व विषण्णतेतून बाहेर पडेन. त्या रस्त्यावर आनंदाने बेहोष झालेल्या लोकांची टोळकी फिरत होती, त्यामुळे माझ्या भूतकाळातील आठवणींना उजाळा मिळत होता. आता इथून पुन्हा माझ्या एकाकी, रिकाम्या घरात जायला मन धजावत नव्हते. मी भयभीत झाले. आता काय करावे हे सुचत नव्हते. मी माझे अश्रू थोपवू शकत नव्हते. जवळपास तासभर चालल्यानंतर मी एका बसस्टॉपपाशी आले आणि मला आठवण झाली की, मी व माझे पती केवळ एक अद्भुत साहसी प्रवास म्हणून कोणत्याही बसमध्ये चढत असू. म्हणून मग मीपण समोर दिसली त्या बसमध्ये चढले. हडसन नदी ओलांडल्यानंतर कंडक्टर ओरडला, "मॅडम, शेवटचा स्टॉप आहे हा!" मग मी नाइलाजाने खाली उतरले. मला त्या शहराचे नावसुद्धा ठाऊक नव्हते. ती एक अत्यंत शांत, कोलाहलापासून दूर अशी छोटीशी जागा होती. घरी जाण्यासाठी पुढच्या बससाठी थांबण्याऐवजी मी चालू लागले. तेथे 'सायलेंट नाइट' नावाची पाटी पाहिली. आत गेले तर ते एक चर्च होते. जवळपास तेथे कोणीच नव्हते. कोपऱ्यातील एका बाकावर कोणाच्या लक्षात येणार नाही अशा ठिकाणी मी बसले. ख्रिसमस ट्रीमधील लुकलुकणाऱ्या दिव्यांमुळे मंद चंद्रकिरणांमध्ये तारे जणू नाचत आहेत असा भास होत होता. एक तर सकाळपासून मी काही खाल्ले नव्हते व प्रवासाचा शीण झाल्यामुळे मला चक्कर आल्यासारखे झाले होते. दमून भागून मी तेथेच झोपी गेले.

"जेव्हा मला जाग आली तेव्हा मला कळेचना की मी कोठे होते? माझ्यासमोर दोन लहान मुले उभी होती. बहुधा ती ख्रिसमस ट्रीची रोषणाई बघायला आली होती. त्यातील एक लहान मुलगी होती. तिने माझ्याकडे बोट दाखवले व म्हणाली,

''मला वाटते या बाईंना सँटाक्लॉजने आणले.'' मी जागी झालेली बघून ती मुले बावरली होती. मी त्यांना प्रथम सांगितले, ''घाबरू नका. मी काही करणार नाही.'' ते गरीब घरातील असावेत असे त्यांच्या कपड्यांवरून वाटले. मी त्यांना विचारले, ''तुमचे आई-वडील कोठे आहेत?'' त्यावर ते म्हणाले की, त्यांना आई-वडील नाहीत. माझ्यासमोर दोन लहान अनाथ मुले उभी होती. माझ्यापेक्षाही खूप वाईट अवस्थेत! त्यांना पाहून मला स्वत:च्या दु:खाची आणि आत्मवंचनेची लाज वाटली. मी त्यांना ख्रिसमस ट्री दाखवले व समोरच्या एका दुकानात घेऊन गेले. तेथे आम्ही थोडे खाल्ले. मग मी त्यांना थोडी चॉकलेट्स घेऊन दिली आणि काही भेटी दिल्या. एखादी जादूची कांडी फिरवावी त्याप्रमाणे माझा एकटेपणा दूर झाला. त्या दोन अनाथ मुलांनी जो मला खरा आनंद दिला व स्वत:चे दु:ख विसरायला लावले. असा अनुभव मला कित्येक महिन्यांत आला नव्हता. मी त्यांच्याशी गप्पा मारल्या तेव्हा माझ्या लक्षात आले की, मी किती भाग्यवान आहे! मी देवाचे आभार मानले की, आत्तापर्यंतचे सगळे नाताळचे सण मी माझ्या पालकांच्या प्रेमळ उबेत साजरे केले होते. मी या अनाथ मुलांसाठी जे केले त्यापेक्षा कित्येक पटींनी अधिक त्या मुलांनी माझ्यासाठी केले होते. या अनुभवानेच मला शिकवले की, आपल्याला स्वत:ला आनंद मिळवण्यासाठी आपण दुसऱ्यांना आनंदी करणे किती आवश्यक आहे! माझ्या लक्षात आले की, आनंदसुद्धा संसर्गजन्यच आहे. तो देण्यानेच आपल्याला मिळतो. कोणालातरी मदत करून आणि दुसऱ्यावर प्रेम करून मी माझ्या चिंतेवर, दु:खावर आणि आत्मवंचनेवर विजय मिळवला होता आणि माझा जणू पुन्हा नव्याने जन्म झाला.''

ज्या लोकांनी दुसऱ्यांच्या आनंदात आपले सुख शोधले अशा लोकांच्या सत्यकथा लिहून मी पुस्तक भरवू शकतो. उदाहरण द्यायचे, तर मार्गारेट टेलर येट्स हिचे देता येईल. युनायटेड स्टेट्समधील नेव्हीतील सर्वांत लोकप्रिय स्त्री!

मिसेस येट्स लेखिका आहे, पण तिच्या कुठल्याच कथा इतक्या चांगल्या नाहीत जितकी तिची स्वत:ची कथा रोचनीय आहे. ही कथा आहे त्या घटनेबद्दलची, जेव्हा जपानने पर्ल हार्बर बंदरावर हल्ला केला होता. तेव्हा मिसेस येट्स अंथरुणाला खिळून होत्या. त्यांचे हृदय अशक्त झाले होते. चोवीस तासांपैकी बावीस तास त्या अंथरुणात पडून असत. त्या दिवसांत तिने सगळ्यात मोठा केलेला प्रवास म्हणजे तिची तिच्या बागेतील सूर्यस्नानासाठीची फेरी! तेव्हासुद्धा नोकराणीच्या खांद्यावर डोके ठेवूनच ते दिवस पार पडले होते. तिने माझ्याकडे हे कबूल केले, ''जर जपानने पर्ल हार्बरवर हल्ला केला नसता, तर मी बिछान्यातून उठूच शकले नसते.''

मिसेस येट्स पुढे म्हणाल्या, ''जेव्हा पर्ल हार्बरवर हल्ला झाला तेव्हा सगळीकडे प्रचंड गोंधळ उडाला. एक बॉम्ब तर अगदी माझ्या घराजवळ फुटला.

त्याचे हादरे इतके प्रचंड होते की, मी माझ्या अंथरुणातून बाहेर फेकली गेले. आर्मीचे टेम्पो टिकाम फिल्ड, बरॅक व बे एअर स्टेशनवर जाऊन आर्मीच्या व नेव्हीच्या बायका-मुलांना परत घेऊन येत होत्या. रेड क्रॉस सोसायटीतून आमच्यासारख्यांकडे विचारणा येत होती की, आमच्याकडे जास्तीच्या खोल्या आहेत का? आम्ही त्यांना सामावून घेऊ शकतो का? त्या लोकांना हेसुद्धा माहिती होते की, माझ्या बिछान्याजवळ टेलिफोन आहे. त्यामुळे त्यांनी मला कामाला लावले आणि माझे घर म्हणजे जणूकाही माहिती पुरवण्याचे कॉल सेंटरच बनवून टाकले. त्यामुळे बायकांचा व मुलांचा माग शोधून काढून त्यांना योग्य ठिकाणी पोहोचवणे, त्यांच्या कुटुंबाची वाताहात होणार नाही याची काळजी घेणे ह्या सर्व गोष्टी मी टेलिफोनवरून करत होते.

"तेवढ्यात मला समजले की, माझे पती कमांडर मि. येट्स हे सुरक्षित आहेत. त्यामुळे आर्मी आणि नेव्ही ऑफिसर्सच्या बायकांनासुद्धा मी धीर देऊ लागले की, त्यांचेही पती कोठेतरी जिवंत असतील. ज्यांचे नवरे मारले गेले होते अशा विधवांचे मी सांत्वन करत होते. त्या वेळी सुमारे २११७ लोक मारले गेले होते, तर ९६० लोकांची बेपत्ता म्हणून नोंद झाली होती.

"सुरुवातीला मी पडल्यापडल्याच फोन उचलत होते, पण नंतर माझ्या कामाचा आवाका इतका वाढला व मी कामात इतकी गर्क झाले की, मला एकटीला चालता येत नाही, मी दुबळी आहे या गोष्टींचा मला विसर पडला आणि माझ्या नकळतच मी टेबल-खुर्चीवर बसले. इतक्या वाईट परिस्थितीतील लोकांना मदत करताना मला स्वत:चा विसर पडला आणि त्यानंतर पुन्हा कधीही मी रात्रीच्या आठ तासांच्या झोपेव्यतिरिक्त माझ्या पलंगावर झोपले नाही. म्हणून मला असे वाटते की, जर जपानने पर्ल हार्बरवर हल्ला केला नसता, तर आजही मी अंथरुणाला खिळलेली निरुपयोगी गोष्ट होऊन बसले असते. मी स्वत:ला बरे करण्याचा प्रयत्नच करत नव्हते, कारण मला अंथरुणातच सुरक्षित वाटत असे.

"पर्ल हार्बरवरील हल्ला ही अमेरिकन इतिहासातील सर्वांत दु:खद घटना होती, पण माझ्या नजरेतून ती सगळ्यात चांगली घटना ठरली. त्या भयंकर दु:खद घटनेने मला असे बळ दिले, ज्याचा मी कधी स्वप्नातसुद्धा विचार केला नव्हता. या घटनेमुळे माझे स्वत:वरचे लक्ष उडून ते इतरांवर स्थिर झाले. जगण्याचा एक विशाल, महत्त्वपूर्ण व अर्थपूर्ण दृष्टिकोन मला मिळाला. त्यानंतर मला स्वत:ची काळजी करण्यास किंवा स्वत:बद्दल विचार करण्यास वेळच मिळाला नाही."

मानसोपचारतज्ज्ञांकडे धाव घेणाऱ्या लोकांपैकी १/३ लोक स्वत:च स्वत:ला बरे करू शकतात; जर त्यांनी मिसेस येट्सप्रमाणे इतरांना मदत करण्यात रुची दाखवली तर! ही कल्पना माझी आहे का? नाही! कार्ल जंगनेसुद्धा हेच म्हटले

आहे, 'माझ्या रुग्णांपैकी १/३ रुग्ण असे आहेत की, त्यांच्या आजाराचे निदान असे करता येत नाही, पण त्यांच्या जीवनात एक प्रकारची पोकळी आणि संवेदनशून्यता जाणवते.' दुसऱ्या शब्दांत सांगायचे, तर त्यांची स्वप्ने खूप मोठी असतात, पण संधी त्यांच्या डोळ्यांसमोरून निघून जाते. मग ते त्यांच्या निरर्थक वाटणाऱ्या आयुष्याबद्दल तक्रार करत मानसोपचारतज्ज्ञांकडे येतात. बोट निघून गेल्यामुळे त्यांना धक्क्यावर उभे राहावे लागते. मग ते इतरांना दोष देत राहतात आणि जगाने त्यांच्या आत्मकेंद्रित इच्छा-आकांक्षा पुरवाव्यात अशी मागणी करतात.

तुम्ही आता स्वत:शी म्हणत असाल की, मी काही या कथांमुळे भारावून गेले नाही. मलासुद्धा ख्रिसमसच्या संध्याकाळी अशी अनाथ मुले भेटली असती, तर मीसुद्धा त्यांच्याशी अशाच प्रेमळपणे वागले असते किंवा मी जर पर्ल हार्बरला असते, तर मिसेस येट्सने जे केले तेच मीपण केले असते; पण माझ्या स्वत:च्या समस्या अगदी वेगळ्या आहेत. मी अत्यंत सामान्य आयुष्य जगते. मी दिवसाला आठ तासांची अत्यंत कंटाळवाणी नोकरी करते. माझ्या आयुष्यात काहीही नाट्यमय घडले नाही. अशा वेळी इतरांना मदत करण्यात मला आनंद कसा मिळणार? आणि मी इतरांना मदत का करावी? त्याचा मला काय फायदा?

चांगला प्रश्न आहे. मी याचे उत्तर देण्याचा जरूर प्रयत्न करेन. तुमचे आयुष्य कितीही सामान्य असले, तरी तुम्ही रोज काही लोकांना तरी भेटताच की नाही? तुम्ही त्यांच्याशी कसे वागता? तुम्ही त्यांच्याकडे फक्त टक लावून पाहता की तुम्ही हे शोधायचा प्रयत्न करता की, त्यांना तुम्ही आवडलात का? आपण पोस्टमनचेच उदाहरण घेऊ. पोस्टमन दर वर्षी शेकडो मैलांची पायपीट करतो. तुमची पत्रे तुमच्यापर्यंत वेळेत पोहोचवतो; पण तुम्ही कधी हे जाणून घ्यायचा प्रयत्न केला का की, तो कोठे राहतो? किंवा तुम्ही कधी त्याला त्याच्या 'बायकामुलांचे फोटो दाखव' असे म्हणालात का? तो दमलाय का किंवा कंटाळलाय का? असे तुम्ही कधी त्याला विचारले का?

तसेच तुमच्याकडे वर्तमानपत्रे टाकणारा, किराणा सामान पोहोचवणारा, तुमच्या बुटांचे पॉलिश करणारा ही सगळी माणसेच आहेत ना! त्यांनासुद्धा अनेक समस्या आहेत. त्यांचीपण अनेक स्वप्ने आहेत, इच्छा-आकांक्षा आहेत. तेसुद्धा त्यांची सुखदु:खे वाटून घेण्याची संधी शोधत असतात, पण तुम्ही त्यांना कधी तुमच्याबरोबर तसे करू दिले का? मला जे म्हणायचे आहे ते हेच की, तुम्ही फ्लॉरेन्स नाइटेंगेल असण्याची गरज नाही किंवा जगाचा उद्धार करणारे सामाजिक कार्यकर्ते असण्याचीही गरज नाही; पण तुम्ही तुमचे खाजगी जीवन तरी सुधारू शकता. तुम्ही उद्यापासूनच तुम्हाला भेटणाऱ्या लोकांबरोबर त्यांची सुखदु:खे वाटून घ्यायला सुरुवात करा.

त्यामुळे तुम्हाला काय फायदा होईल? खूप आनंद मिळेल! मोठे समाधान

मिळेल आणि स्वत:बद्दल अभिमान वाटेल! या अशा प्रकारच्या दृष्टिकोनाला ॲरिस्टॉटलने 'एनलाइटेड सेल्फिशनेस' असे नाव दिले आहे. म्हणजे ही कृती स्वार्थासाठीच असते, पण तिला नि:स्वार्थीपणाचा मुलामा चढवलेला असतो. झोरोस्टर म्हणतो, 'इतरांसाठी काही करणे हे कर्तव्य नसून तो आनंद आहे, कारण त्यामुळे तुमचे आरोग्य सुधारते व तुम्ही सुखी होता.' तर बेंजामिन फ्रँकलिन साध्या शब्दांत म्हणतो, 'तुम्ही इतरांशी चांगले वागता तेव्हा ती स्वत:च्या प्रति असलेली सर्वोत्तम वागणूक असते.'

न्यूयॉर्कमधील सायकॉलॉजी सर्व्हिस सेंटरचे डायरेक्टर लिहितात, 'आत्मसमर्पण व शिस्त यामुळे सर्वांत मोठा आनंद मिळतो आणि आत्मशोध पूर्ण होतो हे शास्त्रशुद्ध रीतीने सिद्ध झालेले आहे.' ते पुढे म्हणतात, 'आधुनिक मानसशास्त्रातील या शोधाइतका महत्त्वाचा कोणताच शोध नाही.'

इतरांबद्दल विचार केल्याने तुमच्या फक्त काळज्याच कमी होतात असे नाही, तर तुम्हाला अनेक मित्र मिळतात व तुम्ही मौजमजा करू शकता. कसे? मी येलमधील फेल्पस या प्रोफेसरला "तुम्ही हे सगळे कसे साध्य केले?" असे विचारले असता तो म्हणाला, "मी कधीही कोणत्याही हॉटेलमध्ये गेलो, कटिंग सलूनमध्ये गेलो किंवा एखाद्या स्टोअरमध्ये गेलो, तर तेथे भेटणाऱ्या लोकांच्या पसंतीस उतरेल असे काहीतरी बोलतो. मी असे काहीतरी बोलण्याचा प्रयत्न करतो की ज्यामुळे त्यांना त्यांचे आयुष्य एक स्वतंत्र व्यक्ती म्हणून भावेल; कंटाळवाणे वाटणार नाही. कधीतरी स्टोअरमध्ये माझ्यासाठी थांबलेल्या मुलीला मी सांगतो की, तिचे डोळे किंवा तिचे केस कसे छान आहेत. मी न्हाव्याला विचारतो, दिवसभर उभे राहून तुझे पाय दुखत नाहीत का? किंवा तो या व्यवसायात कसा शिरला? त्याने आत्तापर्यंत किती लोकांची डोकी भादरली आणि मग बोटे मोजायला मीपण त्याला मदत करतो. माझ्या हे लक्षात आले आहे की, लोकांमध्ये आपण रुची दाखवली की, त्यांना आनंद होतो. ओझे वाहणाऱ्या रेल्वेच्या हमालाशीसुद्धा मी हस्तांदोलन करतो. त्यामुळे त्यालाही नवी उमेद येते व तो ताजातवाना होतो. एका कडाक्याच्या उन्हाळ्याच्या दुपारी मी जेवणासाठी न्यू हेवन रेल्वेच्या डायनिंग कारमध्ये गेलो. तेथे तोबा गर्दी उसळली होती. एखाद्या भट्टीप्रमाणे तेथील वातावरण होते. जेव्हा तेथील कुक आमच्या टेबलपाशी आला व मेनू सांगू लागला तेव्हा मी म्हणालो, "खरेच, आज तुम्हाला भटारखान्यात उकाड्यामुळे खूप त्रास होत असेल ना?" त्याबरोबर त्याला उचंबळून आले. प्रथम मला वाटले तो रागावला, पण तो म्हणाला, "हे देवा! कोणालातरी जाणीव आहे! लोक येथे येतात आणि जेवण चांगले नाही, सर्व्हिस भिकार आहे अशा तक्रारी करत जातात. मी गेल्या एकोणीस वर्षांपासून फक्त टीकाच ऐकत आलो आहे. आज तुम्ही मला प्रथमच असे भेटलात

की, ज्यांना आमच्याबद्दल सहानुभूती वाटते आणि तुम्ही एकटेच असे आहात. मी प्रार्थना करतो की, देवाने तुमच्यासारखे प्रवासी पाठवावेत.''

"तो मुख्य आचारी आश्चर्यचकित झाला, कारण मी त्याच्या इतर सहकाऱ्यांचा मनुष्यप्राणी म्हणून विचार केला होता आणि रेल्वेच्या संघटनेतील एक यांत्रिक भाग म्हणून त्यांच्याकडे पाहिले नव्हते. लोकांना काय हवे असते, तर फक्त एक माणूस म्हणून त्याच्या भावना समजून घ्याव्या.''

प्रोफेसर फेल्पस पुढे म्हणाले, "जेव्हा एखादा माणूस त्याच्या कुत्र्याला घेऊन फिरतो तेव्हा मी त्याच्या कुत्र्याचे कौतुक करतो. पुढे गेल्यावर मी जेव्हा मागे वळून बघतो तेव्हा तो आता त्याच्या कुत्र्याचे अधिक लाड करताना दिसतो. मी केलेल्या कुत्र्याच्या कौतुकाने त्याचे प्रेम अधिक उफाळून येते.

"एकदा इंग्लंडमध्ये मला एक धनगर भेटला. मी त्याच्याजवळील बोकडाचे कौतुक केले व त्याने त्याला केवढी चांगली शिस्त लावली वगैरे सांगितले. पुढे जाऊन मागे वळून पाहिले, तर ते बोकड त्याच्या खांद्यावर चढले होते व तो त्याला प्रेमाने थोपटत होता. त्या धनगरामध्ये आणि त्याच्या बोकडामध्ये रुची दाखवल्याने मी त्या धनगराला आनंदी केले, बोकडाला आनंदी केले व मीसुद्धा आनंदी झालो!''

तुम्ही कल्पना तरी करू शकता का की, हा एवढा मोठा माणूस हमालांशी हस्तांदोलन करतो, प्रचंड उष्णतेत भटारखान्यात काम करणाऱ्या आचाऱ्यांना सहानुभूती दाखवतो, लोकांजवळ त्यांच्या पाळीव प्राण्यांचे कौतुक करतो. अशा माणसाला कधीतरी मानसोपचारतज्ज्ञाकडे जाण्याची वेळ येईल का? असे कधीच घडणार नाही. एक चायनीज म्हण आहे, 'तुमच्या हाती गुलाब असतील, तर त्यांचा सुगंध तुमच्या हातांवर रेंगाळणारच.'

बिली फेल्पसला हे सगळे सांगण्याची गरज नाही, कारण त्याला ते माहिती आहे आणि तो तसाच जगतो आहे.

जर तुम्ही पुरुष असाल, तर हा परिच्छेद तुम्ही वाचला नाहीत तरी चालेल, कारण तुम्हाला तो फारसा आवडणार नाही. एका चिंताक्रांत, दुःखी मुलीने अनेक पुरुषांना तिला मागणी घालायला लावले याबद्दल ही कथा आहे. काही वर्षांपूर्वी मी तिच्या व तिच्या नवऱ्याच्या घरी एक रात्र काढली होती. मी व्याख्यानासाठी त्या शहरात गेलो होतो. दुसऱ्या दिवशी तिने मला पन्नास मैल दूर असलेल्या स्टेशनवर सोडले. आम्ही मित्र-मैत्रिणी, जोडप्यांबद्दल बोलत होतो, तेव्हा ती म्हणाली, "मि. कार्नेगी, मी आत्ता तुम्हाला जे सांगणार आहे ते मी अजून कोणाजवळही कबूल केलेले नाही. अगदी माझ्या नवऱ्याजवळसुद्धा नाही.'' ती फिलाडेल्फीयातील सामाजिक बंधने पाळणाऱ्या कुटुंबातील मुलगी होती. "माझ्या पोरवयाची आणि तारुण्यसुलभ वयाची शोकांतिका होती, ती माझी गरीबी!'' ती म्हणाली, "इतर

मुलींप्रमाणे मौजमजा करायची मला मुभा नव्हती. माझे कपडे कधीच चांगल्या प्रतीचे नसायचे. ते माझ्या मापाचे नसायचे आणि आजच्या फॅशनचे तर कधीच नसायचे. त्यामुळे माझी मानखंडना व्हायची, मला लाज वाटायची. इतकी की, मी रडत रडत झोपत असे. शेवटी अशा नैराश्यातच मी माझ्या मित्राला डिनरसाठी विचारले. अर्थात माझा इरादा एवढाच होता की, त्याचे भविष्यातील प्लॅन्स विचारावे, त्याचे विचार ऐकावे; पण मी प्रश्न विचारले नाहीत. त्याचे माझ्या कपड्यांकडे लक्ष जाते आहे का ते मला पाहायचे होते; पण वेगळेच घडले. मी त्या तरुण मुलाचे बोलणे काळजीपूर्वक ऐकू लागले व त्यात इतकी रमले की, माझ्या कपड्यांबद्दलची माझी शरम दूर झाली. मी त्या तरुण मुलाचे बोलणे काळजीपूर्वक ऐकू लागल्यामुळे तो माझ्याशी मनमोकळेपणे बोलू लागला. मी त्याला आनंद दिला आणि थोड्याच दिवसांत मी मित्रांमध्ये इतकी लाडकी झाले की, तिघांनी मला लग्नाची मागणी घातली.''

काही लोक हे प्रकरण वाचल्यावर म्हणतील, इतरांमध्ये इतके लक्ष घालणे वगैरे सगळा मूर्खपणा आहे. हा खोटारडेपणा आहे. हे माझ्या उपयोगाचे नाही. माझ्याकडे पैसा असणे महत्त्वाचे आहे.

ठीक आहे. तुमचे मत असे असेलही किंबहुना तसे असण्याचा तुमचा अधिकार आहे; पण तुमचे जर खरे असेल, तर थोर तत्त्ववेत्ते, विचारवंत, जिझस, कन्फ्युशिअस, बुद्ध, प्लेटो, ॲरिस्टॉटल, सॉक्रेटिस हे सगळे व त्यांच्या शिकवणी चुकीच्या आहेत का? ठीक आहे, ही माणसे तुम्हाला पटत नसतील, तर आपण दोन निरीश्वरवादी लोकांची मते पाहू. केंब्रिज विद्यापीठाचे प्रोफेसर अे. ई. हाउसमन. ते त्यांच्या काळातील बुद्धिवंत म्हणून प्रसिद्ध होते. त्यांनी १९३६मध्ये केंब्रिज विद्यापीठात जे भाषण दिले त्यात त्यांनी म्हटले आहे, 'या जगातील सर्वांत श्रेष्ठ सत्य आणि नैतिक मूल्ये असलेली गोष्ट जिझसने सांगितली आहे : 'जो स्वत:साठी जगला त्याचे जीवन व्यर्थ आहे आणि ज्याने इतरांसाठी आपले जीवन वेचले तोच खऱ्या अर्थाने जगला.' '

आपण आयुष्यभर संत-महात्मे जे सांगतात ते ऐकत आलो, पण हाउसमन हा तर नास्तिक होता, निराशावादी होता. त्या माणसाने आत्महत्येचासुद्धा खूप खोलवर विचार केला आहे आणि तरीही त्याला असे वाटते की, जो माणूस फक्त स्वत:चाच विचार करतो तो फारसे काही कमवू शकत नाही. तो दु:खी होतो; पण जो माणूस स्वत:ला विसरून इतरांसाठी काही करतो त्याला जगण्यात खरा आनंद मिळतो.

जर अजूनही तुम्ही अे. इ. हाउसमनशी सहमत नसाल, तर आपण दुसरा, एकविसाव्या शतकातील निरीश्वरवादी तत्त्ववेत्ता काय म्हणतो ते पाहू : त्यांचे नाव

थिओडर ड्राईसर. थिओडर सर्व धर्मांची चेष्टा करतो व त्यांना परीकथा म्हणतो. 'आयुष्य म्हणजे मूर्खाने सांगितलेली गोष्ट होय!' असे तो म्हणतो. 'ज्या गोष्टीत भय आहे आणि कोलाहल आहे आणि कोणताच महत्त्वाचा अर्थ नाही.' तरीसुद्धा थिओडरने एक तत्त्व सांगितले आहे जे जिझसनेच शिकवले आहे. 'जर माणसाला त्याच्या आयुष्यात आनंद मिळवायचा असेल, तर त्याने स्वत:साठी नव्हे, तर इतरांसाठी अधिक चांगल्या गोष्टी केल्या पाहिजेत, कारण त्याचा आनंद इतरांवर अवलंबून असतो आणि इतरांचा त्याच्यावर!'

जर आपण इतरांसाठी काही चांगल्या गोष्टी करणार असू, तर लवकरात लवकर करा. वेळ वाया घालवू नका. कारण आयुष्य एकदाच मिळणार. म्हणून मला जी काय दया दाखवायची असेल, जे काही सत्कृत्य करायचे असेल, ते आत्ताच करायला हवे. त्याकडे मी दुर्लक्ष करता कामा नये, कारण पुन्हा मला हा जन्म मिळणार नाही.

म्हणून तुम्हाला जर काळजीमुक्त व्हायचे असेल आणि शांतता व आनंद मिळवायचा असेल, तर नियम ७ :

**इतरांच्यामध्ये रुची घेऊन स्वत:ला विसरून जा.**
**रोज एखादे तरी असे सत्कृत्य करा, ज्यामुळे इतरांच्या चेहऱ्यावरचा आनंद तुम्ही पाहू शकाल.**

# चौथ्या भागाच्या गाभ्यात काय आहे?

## शांती आणि आनंद मिळवून देणारे सात मानसिक दृष्टिकोन

**नियम १ :** आपण आपल्या मनात शांती, साहस, आरोग्य, आशा असे विचार आणू, कारण अशा सकारात्मक विचारांनीच आपले आयुष्य समृद्ध होणार आहे.

**नियम २ :** आपल्या शत्रूचासुद्धा सूड घेण्याचा विचार करू नये, कारण असे केल्याने त्याच्यापेक्षाही अधिक वेदना आपल्याला होतात. जनरल एसिन्होवरने जे केले तेच आपण करू. आपल्याला जे लोक आवडत नाहीत त्यांचा विचार करण्यात आपण एक मिनिटसुद्धा घालवायचे नाही.

**नियम ३ :** (अ) कृतघ्नतेबद्दल वाईट वाटून न घेता ती गृहीत धरावी. एका दिवसात जिझसने दहा महारोग्यांना मदत केली होती. त्यातील एकानेच त्याचे आभार मानले होते, हे आठवावे. मग जिझसपेक्षाही अधिक कृतज्ञतेची अपेक्षा आपण का ठेवावी?

(ब) आपण हे लक्षात ठेवावे की, आनंद मिळवण्याचा मार्ग काही कृतज्ञतेची अपेक्षा धरण्याचा नाही. उलट देण्यातील आनंद शोधण्याचा आहे.

(क) लक्षात ठेवा, कृतज्ञता ही स्वभावात रुजवावी लागते. म्हणून आपल्याला जर आपली मुले कृतज्ञ असावीत असे वाटत असेल, तर आपण त्यांना तशी शिकवण दिली पाहिजे.

**नियम ४ :** चांगल्या गोष्टी लक्षात ठेवा. संकटांना विसरून जा.

**नियम ५ :** दुसऱ्यांचे अनुकरण करू नका. स्वतःला ओळखा आणि स्वतः म्हणूनच जगा. कारण मत्सर हे अज्ञान आहे आणि अनुकरण ही आत्महत्या आहे.

| **नियम ६ :** | जर नशिबाने आपल्या हाती लिंबू दिले, तर आपण त्याचे सरबत बनवायला शिकले पाहिजे. |
| --- | --- |
| **नियम ७ :** | आपण स्वत:ची दु:खे विसरून इतरांना कसा आनंद होईल हे पाहायला पाहिजे. जेव्हा तुम्ही इतरांशी चांगले वागता, त्या वेळी तुम्ही तुमच्याशी सर्वोत्तम वागता. |

## भाग पाच

चिंतेवर विजय मिळविण्याचे हमखास उपास

# १९

## माझ्या आई-वडिलांनी काळजीवर केलेली मात

मी यापूर्वीच सांगितल्याप्रमाणे मी मिसुरीतल्या एका शेतावर जन्मलो व तेथेच लहानाचा मोठा झालो. त्या काळच्या इतर शेतकऱ्यांप्रमाणेच माझे आई-वडील काबाडकष्ट करायचे. माझी आई खेड्यातील शाळेत शिक्षिका होती आणि माझे वडील आठवड्याला बारा डॉलर्स शेतात राबून मिळवायचे. माझी आई माझे फक्त कपडेच घरी शिवायची नाही, तर कपडे धुण्याचा साबणसुद्धा घरी बनवायची.

म्हणजे आमच्याकडे रोख पैसे क्वचितच असायचे. जेव्हा आम्ही डुकरे विकायचो तेव्हा आमच्याकडील लोणी आणि अंडी आम्ही किराणा दुकानदाराला द्यायचो व त्या बदल्यात पीठ, साखर, कॉफी वगैरे गोष्टी घ्यायचो. मी जेव्हा बारा वर्षांचा झालो तेव्हा वर्षाकाठी मला पन्नास सेंट्स खर्चायला मिळायचे. आम्ही चार जुलैला (अमेरिकन स्वातंत्र्यदिन) मौजमजा करायला बाहेर जायचो तेव्हा माझे वडील मला दहा सेंट्स हवे ते खर्च करायला द्यायचे. तेव्हा माझ्याकडे केवढी मोठी संपत्ती आहे असे मला वाटायचे! अजूनही ते दिवस मला आठवतात.

मी अवघी एक खोली असलेल्या त्या माझ्या शाळेत मी एक मैल पायी जात असे. थर्मामीटरसुद्धा कुडकुडत -२८°वर स्थिर व्हायचे आणि बर्फाचे घनदाट थर पसरलेले असायचे. अशा प्रचंड थंडीत मी मैलभर चालत शाळेत जायचो. मी चौदा वर्षांचा होईपर्यंत माझ्याकडे हातमोजे नव्हते की बूट नव्हते. त्या कडाक्याच्या थंडीने माझे पाय ओलसर आणि गारठलेले असायचे आणि बालसुलभ ज्ञानामुळे मला वाटायचे, कोणाचेच पाय थंडीत उबदार व कोरडे नसतात.

माझे आई-वडील दिवसभरात सोळा तास गुलामासारखे काम करायचे. तरीसुद्धा आम्ही कायम कर्जबाजारी असायचो आणि नशिबाच्या दुष्ट चक्रात ग्रासलेलो असायचो. मला आठवतेय, आमच्या मक्याच्या शेतात आलेल्या पुराने आमचे

प्रचंड नुकसान झाले होते. सात वर्षांमध्ये सहा वर्षे सलग आमचे पीक पुराने वाहून नेले. ते आठवून आजही मला खूप दुःख होते. प्रत्येक वर्षी आमची डुकरे कॉलरा होऊन मेली. त्यांना आम्ही नंतर जाळून टाकले. आजही मी डोळे मिटले व त्या प्रसंगाची मला आठवण झाली की, डुकरे जळण्याचा तो विशिष्ट झोंबणारा वास मला अजूनही जाणवतो.

एके वर्षी पूर आला नाही. त्या वर्षी आम्हाला खूप अन्नधान्य झाले. आम्ही गुरे विकत घेतली, मक्याच्या चाऱ्याने त्यांना धष्टपुष्ट केले; पण आमच्या दुर्दैवाने नेमके त्याच वर्षी गुरा-ढोरांच्या किंमती इतक्या पडल्या की, वर्षभराच्या मेहनतीनंतर गुरे विकून आमच्या हाती फक्त तीस डॉलर्स लागले. संपूर्ण वर्षाची कमाई फक्त तीस डॉलर्स!

आम्ही काहीही केले, तरी आमचे नुकसानच व्हायचे. माझ्या वडिलांनी एकदा खेचराचे शिंगरू आणलेले मला आठवते. आम्ही त्याला तीन वर्षे भरवले, वाढवले आणि नंतर माणसे लावून जहाजातून मेंफीस येथे विकण्यासाठी पाठवले; पण आमचा तीन वर्षे त्याच्यावर जेवढा खर्च झाला होता त्यापेक्षा कमी किमतीला आम्हाला ते विकावे लागले.

दहा वर्षे काबाडकष्ट करूनसुद्धा आम्ही फक्त निर्धन नव्हतो, तर कर्जबाजारीसुद्धा होतो. आमचे शेत गहाण पडले होते. आम्ही कितीही प्रयत्न केले, तरी गहाणखताचे व्याजसुद्धा भरू शकत नव्हतो. ज्या बँकेकडे शेत गहाण होते तेथील अधिकाऱ्यांनी माझ्या वडिलांना बोलावून त्यांचा अपमान केला, शिवीगाळ केली व शेत हिसकावून घेऊ अशी धमकीपण दिली. त्या वेळी वडिलांचे वय सत्तेचाळीस होते. तीस वर्षे कष्ट करून त्यांच्याजवळ कर्ज आणि मानखंडना याशिवाय काहीच नव्हते. ते आता यापेक्षा अधिक सहन करू शकत नव्हते. ते काळजीत पडले. त्यांची अन्नावरची वासना उडाली. दिवसभर कष्ट करूनसुद्धा त्यांना भूक लागण्यासाठी औषधे घ्यावी लागत. त्यांची तब्येत ढासळली. त्यांचे वजन कमी झाले. डॉक्टरांनी माझ्या आईला सांगितले की, ते सहा महिन्यांत मरतील. माझे वडील इतके वैफल्यग्रस्त होते की, त्यांना जगण्याची इच्छाच नव्हती. माझ्या आईकडून मी नेहमी हे ऐकले आहे की, माझे वडील गुरांना चारा घालायला गेले आणि लवकर परत आले नाहीत की, ती धावत तेथे जायची. तिला सतत भीती वाटायची की, त्यांचे कलेवर पाहावे लागते की काय! एके दिवशी ते मेरीव्हीलेला गेले होते तेथे बँकेच्या अधिकाऱ्याने त्यांना खूप वेडेवाकडे सुनावले व त्यांचे गहाणखाते बंद करणार अशी धमकी दिली. तेव्हा १०२ नदीवरील पुलाजवळ त्यांनी घोडागाडी थांबवली, खाली उतरले व बराच वेळ नदीच्या पात्राकडे पाहत राहिले. मनातल्या मनात त्यांचा संघर्ष चालू होता की, या पाण्यात उडी मारून सगळे संपवून टाकावे

की काय?

खूप वर्षांनी मला माझ्या वडिलांनी हे सांगितले की, त्या दिवशी त्यांनी नदीच्या पाण्यात उडी का मारली, नाही तर माझ्या आईची देवावर अढळ श्रद्धा होती व तिचा विश्वास होता की, आपण देवाची आज्ञा पाळतो, त्यामुळे आपले सगळे चांगलेच होईल. खरेच आईचे बरोबरच होते!

शेवटी सगळे चांगलेच झाले. वडील त्यानंतर आणखी बेचाळीस वर्षे आयुष्य जगले आणि १९४१ साली वयाच्या एकोणनव्वदाव्या वर्षी मृत्यू पावले.

या हृदयद्रावक संघर्षाच्या काळात माझी आई मात्र कधीच खचली नाही. तिने सगळे दुःख प्रार्थनेद्वारा देवावर सोपवले. रोज रात्री आम्ही झोपायला जाण्यापूर्वी माझी आई बायबलमधील एक प्रकरण वाचायची. बहुतकरून आई-वडील जिझसचे ते ठरावीक शब्द उच्चारायचे, 'माझ्या वडिलांच्या घरात खूप प्रशस्त जागा आहे. तेथे मी तुझ्यासाठी जागा करेन. मी जेथे असेन तेथे तूसुद्धा असशील.' नंतर आम्ही सगळे मिसुरीमधील त्या एकाकी शेतातील झोपडीत डोके टेकवून देवाकडे प्रार्थना करायचो व 'आमच्यावर प्रेम कर व आमचे रक्षण कर' असे सांगायचो.

विल्यम जेम्स हा हॉवर्ड विद्यापीठात तत्त्वज्ञानाचा प्राध्यापक होता. तो म्हणतो, 'अर्थातच चिंतेवरचा एकमेव उपाय म्हणजे धार्मिक श्रद्धा!'

हे समजण्यासाठी तुम्हाला हॉवर्डमध्ये जाण्याची गरज नाही. माझ्या आईला ते मिसुरीच्या शेतातच समजले. पूर, कर्ज, अनेक आपत्ती या सगळ्यांनी तिचे आनंदी, तेजोमय, विजयी स्मित कधीच हिरावून घेतले नाही. ती काम करताना गुणगुणणारे गाणे मला आजही आठवते.

*शांती, शांती, किती सुंदर शांती*
*आकाशातल्या बापाने वर्षाव केलाय,*
*माझ्या रोमारोमात ती भरून वाहू दे*
*माझ्या मनाच्या खोल गाभाऱ्यातून तुझ्या चरणी हीच प्रार्थना!*

माझ्या आईचीपण अशी इच्छा होती की, मी माझे आयुष्य धार्मिक कार्यासाठी वेचावे. मीसुद्धा गंभीरपणे सेवाभावी कार्य करण्याचा विचार केला होता, पण पुढे मी कॉलेजला गेलो आणि हळूहळू जसजसे उच्च शिक्षण घेऊ लागलो तसतसा माझ्यात बदल होऊ लागला. मी जीवशास्त्र, विज्ञान, तर्कशास्त्र आणि तुलनात्मक धार्मिक अभ्यास करू लागलो. बायबल कसे लिहिले गेले यासंबंधीची पुस्तके मी वाचली. त्यातील ज्या विधानांबद्दल माझ्या मनात प्रश्न निर्माण झाले त्याचे निरसन मी केले. त्या काळच्या खेड्यात धार्मिक प्रचार करणारे शिक्षक जे अर्धसत्य सांगत

त्याबद्दल मला त्या वेळी शंका होती. माझ्या मनात गोंधळ उडाला होता. वॉल्ट व्हिटमनप्रमाणे माझी परिस्थिती झाली होती. 'माझ्या मनात विचित्र, बंडखोरी करणाऱ्या प्रश्नांचे काहूर उठले.' नेमका कशावर विश्वास ठेवायचा, हेच मला समजेनासे झाले होते. मला आयुष्यात कोणतेही ध्येय दिसत नव्हते. मी प्रार्थना करणे थांबवले होते. मी अज्ञेयवादी बनलो होतो. म्हणजे मला ईश्वर माहिती नाही असे समजणारा झालो होतो. माझा असा समज झाला होता की, आयुष्यात नियोजित असे काहीच नसते आणि आयुष्य हे ध्येयशून्य असते. मला असे वाटले की, दोनशे लाख वर्षांपूर्वी डायनॉसॉरचे या जगात येण्याचे प्रयोजन होते त्यापेक्षा अधिक भव्यदिव्य प्रयोजन या मानवजातीचे नाही. मला तेव्हा असे वाटले होते की, ज्याप्रमाणे डायनॉसॉर नष्ट झाले, त्याचप्रमाणे मानवजातसुद्धा एक दिवस नष्ट होईल. मला विज्ञानात हेसुद्धा शिकल्याचे आठवते की, सूर्य हळूहळू थंड होत चालला आहे आणि तो अगदी दहा टक्क्यांनी जरी थंड झाला, तरी या पृथ्वीवर कोणीच सजीव जिवंत राहू शकणार नाही. ज्या जगद्कल्याणी देवाने माणसाला आपल्या लहरीप्रमाणे बनवले त्या देवाचा मला तिरस्कार वाटत होता. एकूणच पृथ्वी, सूर्यमालिका, अवकाश, काळ या सगळ्यांबद्दल माझ्या मनात अनिश्चितता निर्माण झाली होती.

मी असे सांगतो आहे का की, मला सगळ्या प्रश्नांची उत्तरे येतात? नाही. अजून कोणत्याच मानवाला या विश्वाचे गूढ उलगडलेले नाही. जीवनाचे गुपित समजलेले नाही. आपण अनेक अनाकलनीय गूढांभोवती लपेटलो गेलो आहोत. तुमच्या शरीरातील हालचाल एक गूढ आहे. तुमच्या घरातील विद्युत् हे एक गूढ आहे. भिंतीमधून मान उंच करणारे फूल हे एक गूढ आहे. तुमच्या खिडकीतून दिसणारे हिरवे गवत हे एक गूढ आहे.

चार्ल्स एफ. केटरिंग हा जनरल मोटर्समधील संशोधन विभागाचा एक हुशार सल्लागार होता. त्याने स्वतःच्या खिशातून तीस हजार डॉलर्स अँटीऑक कॉलेजला गवताचा रंग हिरवा का आहे हे शोधून काढण्यासाठी दिले होते. त्याने असे जाहीर केले की, जर गवत सूर्यप्रकाश, पाणी आणि कार्बनडाय ऑक्साईड याचे रूपांतर साखरेत कसे करू शकते हे आपल्याला समजले, तर आपण संस्कृती बदलू शकतो.

तुमच्या गाडीतील इंजिनची कार्यप्रणालीसुद्धा गूढ आहे. जनरल मोटर्सच्या संशोधन प्रयोगशाळेत आत्तापर्यंत अनेक वर्षे व लाखो डॉलर्स हे शोधून काढण्यासाठी खर्च केले आहेत की, सिलिंडरमध्ये होणाऱ्या स्पार्कमुळे गाडीचा स्फोट न होता ती कशी चालते? हे कसे घडते?

खरे सांगायचे, तर आपल्या शरीराबद्दलचे, इलेक्ट्रीसिटीबद्दलचे, गॅस-इंजिनाबद्दलचे

किंवा अशा अनेक गोष्टींचे आकलन आपल्याला झालेले नाही; पण तरीही आपण त्या सगळ्या गोष्टी वापरतो आणि त्याचा उपयोग होतो. हेसुद्धा तितकेच सत्य आहे की प्रार्थना, धर्म यामागचे गूढ मला उलगडत नाही, पण तरीही धर्मामुळेच मी अधिक आनंदी आणि अधिक समृद्ध आयुष्य जगू शकतो. अशा वेळी मला सांतान्या या विद्वानाचे शब्द पटतात. तो म्हणतो, 'आयुष्य समजून घेण्यासाठी नव्हे, तर ते जगण्यासाठी मानवाची निर्मिती झाली आहे.'

मी खूपच मागे गेलो. मी असे म्हणत होतो की, मी धर्म, अध्यात्म याकडे म्हणजे खूपच मागे गेलो; पण असे म्हणणेही बरोबर नाही. मी धर्माच्या नव्या संकल्पनेकडे तुम्हाला नेतो आहे. मला निरनिराळ्या पंथांमध्ये काडीचीही रुची नाही. चर्चेसची विभागणी करणारे पंथ मला अमान्य आहेत, पण धर्म आपल्यासाठी जे करतो त्याबद्दल मी ऋणी आहे. मी इलेक्ट्रिसिटी, रुचकर जेवण, पाणी यांचा ऋणी आहे, कारण या सगळ्यामुळे माझे दैनंदिन जीवन अधिक सुकर आणि समृद्ध आणि आनंदमय झाले आहे. धर्म तर यापेक्षाही अधिक मोलाच्या गोष्टी देतो. धर्म मला आध्यात्मिक मूल्ये देतो. विल्यम जेम्स म्हणतो, "धर्म जगण्याची नवीन उमेद देतो. सुख, समृद्धी, समाधान, दीर्घायुष्य हे सगळे देतो." तो मला श्रद्धा देतो, आशा, धैर्य देतो. एवढंच नाही, तर ताण-तणाव, काळज्या, भीती आणि चिंता हे सगळे धर्म नाहीसे करतो. धर्म आयुष्याला अर्थ देतो, दिशा देतो. आपला आनंद द्विगुणित करतो, आरोग्य देतो. माझ्यासाठी तर धर्म म्हणजे रखरखीत वाळवंटातील शांततेचे मृगजळच आहे.

फ्रांसिस बेकनने तीनशे वर्षांपूर्वी बरोबरच सांगितले होते. तो म्हणाला, 'थोडेसे तत्त्वज्ञान माणसाला निरीश्वरवादी बनवते; पण तत्त्वज्ञानाचे सखोल ज्ञान माणसाला धर्माकडेच नेते.

मला ते दिवस आठवतात जेव्हा विचारवंत सायन्स विरुद्ध धर्म या विषयावर वादविवाद स्पर्धा आयोजित करायचे; पण आता ते घडत नाही. आता सगळे विज्ञानवादी आणि मानसोपचारतज्ज्ञ हेसुद्धा जिझसने जे शिकवले तेच शिकवतात. का? कारण मानसोपचारतज्ज्ञांनासुद्धा हे समजले आहे की, प्रार्थना व देवावरील अढळ श्रद्धा तुमच्या चिंता, काळज्या, ताणतणाव, भीती हे आजारांचे मूळ नाहीसे करते. त्यांना माहिती आहे की, त्यांचे गुरू, डॉ. ए. ए. ब्रील म्हणाले होते की, 'जो माणूस खरा धार्मिक असेल, त्याला नैराश्य कधीच येणार नाही.'

जर धार्मिक बैठक नसेल, तर आयुष्य अर्थशून्य होते. ही एक शोकांतिका आहे.

काही वर्षांपूर्वी मी हेन्री फोर्डची त्याच्या मृत्यूच्या थोडे दिवस आधी मुलाखत घेतली होती. त्याला भेटण्यापूर्वी माझी अशी अपेक्षा होती की, जगातील अग्रगण्य

उद्योजकांपैकी फार वरच्या क्रमांकावर असणारा हा उद्योजक वर्षानुवर्षे जबाबदारीची धुरा खांद्यावर पेलून खूप गंभीर दिसणारा असेल; पण मी जेव्हा त्याला प्रत्यक्ष पाहिले तेव्हा तो अठ्ठ्याहत्तराव्या वर्षीसुद्धा उत्साही, आनंदी दिसत होता. जेव्हा मी त्याला विचारले की, त्याला कधी काळजी वाटली का? तेव्हा तो म्हणाला, ''नाही, माझा असा विश्वास आहे की, देव माझे सगळे व्यवहार ठाकठीक करतो आणि त्याला मी काही सांगण्याची गरजच नाही. एकदा त्याच्यावर सगळे सोपवले की, सरतेशेवटी तो उत्तमच करतो, मग काळजी कसली करायची?''

आज अनेक मानसोपचारतज्ज्ञपण आधुनिक 'प्रिचर्स' बनले आहेत (शुभवार्ता उपदेशक). ते आपल्याला धार्मिक आयुष्य जगण्याचा उपदेश करतात. कशासाठी? मोक्ष मिळवण्यासाठी किंवा स्वर्ग गाठण्यासाठी नव्हे, तर त्यांचा हा आग्रह आपले पोटाचे अल्सर्स, हृदयविकार, वैफल्य, नैराश्य, वेडसरपणा हे टाळण्यासाठी असतो. उदाहरणार्थ, 'दि रिटर्न टू रिलिजन' हे डॉ. हेन्री सी. लिंकने लिहिलेले पुस्तक वाचा.

हो, हे खरे आहे की, ख्रिस्ती धर्म हा आरोग्य वाढवण्यासाठी प्रेरणादायी आहे. जिझस म्हणतो, 'मला असे वाटते की, तुम्ही तुमचे आयुष्य भरभरून जगावे.' जिझसने त्याच्या काळातील धार्मिक कर्मकांडांवर आणि त्याच्या निरुपयोगितेवर हल्ला चढवला होता. तो बंडखोर ठरला. त्याने धर्माचा नवा अर्थ लोकांना सांगितला, पण त्यामुळे जगातील प्रस्थापित धर्म बुडेल अशी धर्मांधांना भीती वाटली, म्हणून तर त्याला फासावर लटकवले गेले. त्याने अशी शिकवण दिली की, धर्म माणसासाठी आहे माणूस धर्मासाठी नाही; सबाथ माणसासाठी आहे - माणूस सबाथसाठी नाही. जिझस पापापेक्षा भीती या विषयावर अधिक बोलला. त्याच्या मते 'चुकीच्या प्रकारची भीती म्हणजे पाप. या पापामुळे तुमचे आरोग्य बिघडते.' त्यामुळे तुम्हाला सुखी, समृद्ध, आनंदी आयुष्य व्यतीत करता येत नाही. इमर्सन स्वत:ला 'सायन्स ऑफ जॉय'चा प्रोफेसर म्हणवून घेत असे. जिझससुद्धा 'सायन्स ऑफ जॉय'चाच प्रोफेसर होता. त्याने त्याच्या शिष्यांना 'आनंदी राहा' हीच शिकवण दिली होती.

जिझसने असे जाहीर केले होते की, धर्माबद्दल दोनच महत्त्वाच्या गोष्टींचे पालन करावे. अंत:करणापासून देवावर प्रेम करावे आणि स्वत:वर जितके प्रेम करतो तितकेच शेजाऱ्यावरसुद्धा प्रेम करावे. जो माणूस हे करेल त्याला धार्मिक मानावे. माझे सासरे ऑक्लोहोमातील तुलसा येथे राहत. ते हे तत्त्व पाळणारे एक आदर्श गृहस्थ होते. ते अत्यंत आदर्श जीवन जगले. त्यांनी कधीच दुष्कृत्य केले नाही. ते स्वार्थी आणि अप्रामाणिकसुद्धा नव्हते, पण तरीही ते कधीच चर्चमध्ये गेले नाहीत आणि स्वत:ला ते निरीश्वरवादी मानत असत. मग हा माणूस ख्रिश्चन होता

का? आपण जॉन बेलीला विचारू या. जॉन बेली हा धर्मशास्त्राचा प्रकांड पंडीत होता व तो एडिंगबर्ग युनिव्हर्सिटीमध्ये शिकवत होता. तो म्हणतो, 'माणसाला ख्रिस्तिअन काय बनवते! त्याच्या बुद्धिवादातून त्याने केलेला स्वीकारही नाही किंवा त्याच्या ठाम कल्पनाही नाहीत, तर त्याच्या अंगी येते चैतन्य आणि त्यातून घडते ती त्याची जीवनशैली!'

जर ख्रिस्तिअनची व्याख्या ही असेल, तर हेन्री प्राईस त्यामध्ये बसतात.

विल्यम जेम्स. आधुनिक मानसशास्त्राचे जनक. ते त्यांच्या मित्राला लिहिलेल्या पत्रात म्हणतात, 'जसजसे आयुष्य पुढे चालले आहे तसतसे मी परमेश्वराशिवाय राहूच शकत नाही, असे मला जाणवायला लागले आहे.'

या पुस्तकाच्या आधीच्या प्रकरणात मी तुम्हाला त्या स्पर्धेविषयी सांगितले होते. 'समस्यांवर मात कशी केली' या विषयावरील माझ्या विद्यार्थ्यांनी लिहिलेल्यापैकी दोन कथांमध्ये निर्णय करणे परीक्षकांना अवघड गेले होते. त्यांपैकी ही दुसरी बक्षीसपात्र कथा बघा. ही कथा म्हणजे संकटात सापडलेल्या स्त्रीची अशी अविस्मरणीय कथा आहे की, परमेश्वराशिवाय एक पाऊलही पुढे टाकणे तिला अशक्य होते.

मी जिची गोष्ट सांगणार आहे तिचे नाव मेरी कुशमन. अर्थात हे नाव काल्पनिक आहे. तिला मुले आणि नातवंडे आहेत. त्यांना कदाचित ही गोष्ट छापून आली म्हणून वाईट वाटेल, म्हणून तिची ओळख प्रसिद्ध न करण्याचे मी तिला वचन दिले आहे; पण ती बाई खरी आहे आणि तिचे अनुभवसुद्धा खरे आहेत. ती म्हणते –

"माझ्या नवऱ्याचा पगार आठवड्याला अठरा डॉलर्स इतका होता. मला अत्यंत वैफल्य आले होते. काही वेळेस तर आम्हाला तेवढेसुद्धा पैसे मिळत नसत. कारण तो आजारी असताना काम करू शकत नसे. बरेचदा तो आजारी असे. त्याला अनेकदा छोटे-छोटे अपघात झाले. त्याला गालगुंड झाले, स्कारलेट फ्लू झाला आणि अनेकदा साधा फ्लू झाला. आम्ही स्वतःच्या हाताने बांधलेले घर कर्जापोटी गमावले. आम्हाला किराणा दुकानदाराचे पन्नास डॉलर्स कर्ज होते. पाच मुलांच्या तोंडी रोज अन्न भरवायचे असे. मी आता शेजाऱ्यांचे कपडे धुण्यासाठी आणि इस्त्री करण्यासाठी आणत असे. माझ्या मुलांसाठी साल्व्हेशन आर्मी स्टोअरमधून जुने कपडे आणून ते मुलांना ठीक करून घालायला देत असे. इतक्या आर्थिक विवंचनेमुळे मलासुद्धा आजारपण आले. ज्या दुकानदाराकडे आम्हाला कर्ज झाले होते त्याने माझ्या मुलावर दोन पेन्सिली चोरल्याचा आरोप ठेवला. माझ्या मुलाने मला हे रडत-रडत सांगितले. मला माहिती होते की, तो अत्यंत प्रामाणिक व संवेदनशील आहे आणि अशा मुलाचा इतर लोकांसमोर मोठा अपमान झाला होता आणि हा प्रसंग म्हणजे उंटाच्या पाठीवरील ओझ्यातील शेवटची गवताची काडी

ठरली. मला सगळे दु:खद प्रसंग आठवले आणि एकसुद्धा आशेचा किरण दिसला नाही. काळजीमुळे माझी अवस्था वेड्यासारखी झाली होती. मी सगळे कायमचे संपवून टाकायचे ठरवले. मग मी वॉशिंग मशिन बंद केले. माझ्या पाचही मुलांना घेऊन बेडरूममध्ये गेले. दारे-खिडक्या बंद केल्या. पेपरने फटी झाकून टाकल्या. माझ्या मुलीने विचारलेसुद्धा, ''मम्मी आपण काय करतोय?'' मग मी गॅस हीटर चालू केला. मुलांना घेऊन बिछान्यावर पडले. तेव्हा मुलगी म्हणाली, ''मम्मी, आज गंमतच आहे! आपण आत्ता तर झोपेतून उठलो होतो. आता पुन्हा झोपायचे?'' त्यावर मी म्हटले, ''त्याला काय होतेय! थोडीशी डुलकी घेऊ.'' मग मी माझे डोळे बंद केले आणि हीटरमधून गॅस बाहेर पडून खोलीभर कधी पसरतो याची वाट पाहत बसले. त्या गॅसचा वास मी कधीच विसरणार नाही.

''इतक्यात मला संगीत ऐकू आले. मी लक्ष देऊन ऐकू लागले. मी किचनमधील रेडिओ बंद करायचा विसरले होते. आता त्याचा काही उपयोग नव्हता. मग मी गाणे ऐकू लागले. ते असे होते,

*जिझसमध्ये आपला असा एक मित्र आहे*
*जो आपली दु:खे व पापे सहन करतो!*
*प्रार्थनेमध्ये सारेकाही देवावर सोपवण्याची*
*किती चांगली सोय आहे.*
*त्यामुळे आपल्याला किती शांती मिळते!*
*पण देवाची प्रार्थना न म्हणून कारण नसताना*
*आपण निरुपयोगी दु:खच सहन करतो !*

''मी या ओळी ऐकल्या आणि मला जाणवले की, मी फार मोठी चूक केली आहे. मी माझ्या आयुष्याची लढाई एकटीने लढायचा प्रयत्न केला. मी प्रार्थना म्हणून ते देवावर सोपवले नाही. ताबडतोब मी अंथरुणातून बाहेर उडी मारली. गॅस बंद केला, दारे-खिडक्या उघडली.

''त्या दिवशी दिवसभर मी रडत होते व प्रार्थना करत होते. मी देवाची प्रार्थना फक्त मदतीसाठी केली नाही, तर देवाचे आभार मानले की, त्याने आम्हाला आशीर्वाद दिले. मला पाच गोंडस, निरोगी मुले दिली, जी शरीराने व मनाने खंबीर होती. मी देवाला वचन दिले की, यापुढे मी कधीही असा कृतघ्नपणा करणार नाही आणि मी ते वचन पाळले.

''त्यानंतर आम्ही आमचे घर गमावले व एका छोट्या खेड्यातील छोट्या घरात पाच डॉलर्स महिन्याला अशा भाडेतत्त्वावर राहायला आलो. तरीही मी देवाचे

आभार मानले की, आमच्या डोक्यावर त्याने आम्हाला छप्पर तरी दिले. मी प्रामाणिकपणे देवाचे आभार मानले की, गोष्टी अजून इतक्याही वाईट घडलेल्या नाहीत आणि देवाने माझी प्रार्थना ऐकली, कारण आता परिस्थिती हळूहळू सुधारू लागली होती; अर्थातच एका रात्रीतून नव्हे! पण थोडे-थोडे पैसे मिळायला लागल्यावर आमचे नैराश्य कमी होऊ लागले. एका मोठ्या क्लबमध्ये मला 'हॅट चेक गर्ल'ची नोकरी मिळाली. मी पायमोजेही विकत असे. माझ्या एका मुलाने कॉलेज-शिक्षण करून शेतात नोकरी केली. तो रोज सकाळ-संध्याकाळ तेरा गायींचे दूध काढत असे. आता माझी मुले मोठी झाली आहेत. त्यांची लग्ने झाली आहेत. मला तीन गोंडस नातवंडे आहेत आणि आजही पाठीमागे वळून पाहताना मला गॅस सुरू केला त्या क्षणाची आठवण होते तेव्हा माझ्या अंगावर शहारा येतो आणि मी देवाचे पुन्हा पुन्हा आभार मानते की, मी वेळेवर भानावर आले. केवढ्या मोठ्या आनंदाला मी मुकले असते! मला लोकांना ओरडून सांगावेसे वाटते, 'तुम्ही अशी चूक कधीच करू नका!' आयुष्यातील सगळ्यात वाईट क्षण हा शेवटचा क्षण असू शकतो आणि त्यानंतर नवी पहाट होते!' ''

अमेरिकेत सरासरी दर पस्तीस मिनिटांना कोणीतरी आत्महत्या करते. दर एकशे वीस मिनिटांना कोणीतरी वेडे होते. यांपैकी बऱ्याचशा आत्महत्या आणि वेड लागण्याच्या शोकांतिका टाळता आल्या असत्या, जर या लोकांनी धर्म आणि प्रार्थना यांच्याद्वारे शांतता आणि विरंगुळा शोधला असता तर!

फार मोठा जगप्रसिद्ध मानसोपचारतज्ज्ञ डॉ. कार्ल जंगने त्याच्या 'मॉडर्न मॅन इन सर्च ऑफ अ सोल' या पुस्तकातील पान नं. २६४वर असे म्हटले आहे की, 'गेल्या तीस वर्षांपासून मी असे बघतो आहे की, जगभरातील सर्व पुढारलेल्या देशांतील लोक मला येऊन भेटले. शेकडो लोकांना मी बरे केले आहे. या माझ्या रुग्णांपैकी प्रौढावस्थेत किंवा असे म्हणता येईल की, साधारण पस्तिशीनंतर असा एकही माणूस नाही की, ज्याला त्याच्या शेवटच्या काळात धार्मिक दृष्टिकोन सापडला. असे म्हणणे योग्यच ठरेल की, त्यांच्यापैकी प्रत्येक जण आजारी पडला, कारण त्यांच्या काळच्या धर्म पाळणाऱ्यांना जे मिळाले, ते त्यांना मिळाले नाही. आणि ज्यांचा धर्मावर विश्वास नव्हता, ते कधीच बरे झाले नाहीत.'

डॉ. कार्ल जंगने केलेले हे विधान फार महत्त्वपूर्ण आहे. म्हणून मी ते पुन्हा ठळक अक्षरात लिहितो आहे.

**'गेल्या तीस वर्षांपासून अनेक पुढारलेल्या देशांतील लोक मला येऊन भेटत आहेत. या माझ्या रुग्णांपैकी शेकडो लोकांना मी बरे केले आहे. या माझ्या रुग्णांपैकी प्रौढावस्थेत किंवा असे म्हणता येईल की, वयाच्या पस्तिशीनंतर असा एकही माणूस नाही की, ज्याला त्याच्या शेवटच्या**

**काळात धार्मिक दृष्टिकोन सापडला. त्यांच्यापैकी प्रत्येकजण आजारी पडला, कारण त्यांच्या काळच्या धर्म पाळणाऱ्या लोकांना जे मिळाले, ते त्यांना मिळाले नाही आणि ज्यांचा धर्मावर विश्वास नव्हता, ते कधीच बरे झाले नाहीत.'**

विल्यम जेम्सनेसुद्धा जवळपास तेच म्हटले आहे. 'श्रद्धा हा एक जीवनस्रोत आहे आणि श्रद्धेचा पूर्ण अभाव म्हणजे तर सर्वनाश!'

कै. महात्मा गांधी, जे बुद्धानंतर सर्वांत मोठे भारतीय नेते समजले जातात, ते म्हणतात की, 'प्रार्थनेतून मला प्रेरणा मिळाली नसती, तर मी पूर्णत: कोसळलो असतो.' मला कसे समजले? त्यांनी तसे लिहिले आहे. पुढे ते म्हणतात, 'प्रार्थना नसती, तर मी पूर्वीच वेडा झालो असतो.'

हजारो लोक असे जाहीररीत्या मतप्रदर्शन करू शकतील. माझे स्वत:चे वडील, ज्यांच्याबद्दल मी आधी सांगितले की, ते स्वत:ला बुडवून घेण्याच्या बेतात होते, पण त्यांनी स्वत:ला त्यापासून परावृत्त केले. यामागे माझ्या आईच्या प्रार्थना आणि तिची श्रद्धा नाही का? हेसुद्धा शक्य आहे की, वेड्यांच्या इस्पितळातील हजारो आक्रोश करणाऱ्या लोकांनी आपला लढा एकाकी लढण्यापेक्षा जर देवाची मदत घेतली असती, तर कदाचित हा अनर्थ टळला असता.

आपण खूप त्रासलो आणि आता सहन करण्याची ताकद संपली की मग आपण देवाकडे वळतो. नास्तिक माणसे काही खड्ड्यात लपून बसलेली नसतात. आपण निराश, हताश होईपर्यंत का वाट बघायची? आपण आपली ताकद रोजच्या रोज ताजीतवानी का करायची नाही? रविवार येईपर्यंत का थांबायचे? अनेक वर्षांपासून मला सवय आहे की, मी सुट्टीचे दिवस सोडून दुपारी चर्चमध्ये जातो. जेव्हा मी खूप घाईत असेन, व्यग्र असेन व आध्यात्मिक बाबींसाठी काही मिनिटे काढणे जर मला कठीण असेल, तर मी स्वत:ला म्हणतो : 'डेल कार्नेगी, जरा थांब. अरे खुज्या माणसा, ही घाई-गडबड कशासाठी? तुला थोडे थांबून चिंतन-मनन करण्याची गरज आहे.' अशा वेळी मला रस्त्यात जे चर्च प्रथम दिसते तेथे मी जातो. आठवड्यातून एकदा दुपारी मी नेहमी सेंट पॅट्रीक कॅथेड्रलमध्ये जातो आणि मनाला बजावतो की, कदाचित येत्या तीस वर्षांमध्ये मी मरेन, पण सगळ्या चर्चेसने जी काही शाश्वत आध्यात्मिक शिकवण दिली आहे ती कधीच बदलणार नाही. असे केल्याने मला शांती मिळते. माझे शरीरसुद्धा विसावते. माझ्या मनातील संभ्रम दूर होतात आणि मी परिस्थितीचे, घटनांचे, सभोवतालच्या व्यक्तींचे जे काही मूल्यमापन केलेले असते, त्याचा फेरविचार होतो. तुम्ही असे करावे असे मी तुम्हाला सुचवू शकतो का?

गेली सहा वर्षे मी हे पुस्तक लिहीत आहे. काही लोकांनी भीती आणि काळजी यांच्यावर कशी मात केली याची मी आत्तापर्यंत शेकडो उदाहरणे जमा केली आहेत. माझ्या फोल्डर्समध्ये त्या प्रत्येकाची केस हिस्ट्रीसुद्धा आहे. आता मी तुम्हाला एका नाउमेद आणि निराश झालेल्या एका पुस्तक-विक्रेत्याची कहाणी सांगणार आहे. तो टेक्सासमधील ह्युस्टन येथील रहिवासी होता. त्याने मला जे सांगितले ते असे –

"बावीस वर्षांपूर्वी मी माझे स्वत:चे लॉ ऑफिस बंद केले आणि अमेरिकन लॉ बुक कंपनीचा अधिकृत प्रतिनिधी झालो. माझ्यावर सोपवलेले काम हे होते की, मी वकिलांना कायद्याच्या पुस्तकांचा संच विकायचा. ती पुस्तके अत्यावश्यक अशीच होती.

"त्या नोकरीसाठी मला योग्य ते प्रशिक्षण दिले गेले होते. विक्रीकौशल्यासाठी लागणारी संभाषणकला आणि जो काही विरोध दाखवला जाईल त्याला द्यावयाची समाधानकारक उत्तरे मला अवगत होती. कोणत्याही वकिलाकडे पुस्तके विकण्यास जाण्यापूर्वी मी त्याच्याबद्दलची सगळी माहिती गोळा करायचो. म्हणजे तो किती नावाजलेला वकील आहे, त्याच्या प्रॅक्टीसचे स्वरूप काय आहे, त्याच्या आवडी-निवडी, त्याची क्रियशीलता, त्याचा स्वभाव सगळेकाही! आणि त्याच्याशी बोलताना मी याचा वापर मोठ्या खुबीने करीत असे. तरीही माझे काहीतरी चुकत असे. मला फारशा ऑर्डर्स मिळत नव्हत्या.

"मी नाउमेद झालो. जसजसे दिवस जाऊ लागले तसतसे मी माझे प्रयत्न आणखी आणखी वाढवले, पण माझा खर्चसुद्धा भागत नव्हता. आता मला भीती वाटू लागली. आता मला लोकांना जाऊन भेटायचीपण भीती वाटायला लागली. मी एखाद्या वकिलाच्या ऑफिसमध्ये प्रवेश करायचा क्षण आला की, माझे काळीज धडधडायचे आणि दारापर्यंत गेलेला मी परत मागे फिरायचो आणि त्या बिल्डिंगभोवती एक फेरी मारायचो. असा माझा बहुमोल वेळ वाया घालवल्यानंतर मी पुन्हा माझ्या इच्छाशक्तीच्या जोरावर धाडस गोळा करायचो आणि दरवाज्याची कडी थरथरत्या हातांनी खालीवर करायचो आणि मनात यायचे की, 'आत माझा कस्टमर नसेल, तर फार बरे होईल!'

"आता माझ्या सेल्स मॅनेजरने मला निर्वाणीचे सांगून टाकले होते की, मला पैसे उचलता येणार नाहीत, कारण मी ऑर्डर्स आणत नव्हतो. घरी माझी बायको वाण्याचे बिल देण्यासाठी सारखी पैशाचा तगादा लावत असे. आम्ही दोघे व आमची तीन मुले यांचा संसार ती पैशाशिवाय कसा चालवणार होती? मला आता काळजीने घेरले. दिवसेंदिवस मी फार उदास होत चाललो होतो. मी आधीच सांगितल्याप्रमाणे मी माझे ऑफिस बंद केल्यामुळे माझे पक्षकार मला सोडून गेले होते. आता मी पार कोलमडलो. माझ्याकडे माझे हॉटेलचे बिल द्यायलासुद्धा पैसे नव्हते किंवा घरी परत जाण्यासाठी तिकीट काढायलासुद्धा पैसे नव्हते आणि

कदाचित असते, तरी असे पराभूत होऊन घरी जाण्याचे धाडस माझ्यामध्ये नव्हते. दुसरा दिवसही असाच वाईट गेल्यावर मी त्या दिवशी हॉटेलच्या रूमवर परतलो. 'ही शेवटची वेळ!' असे माझ्या मनात आले. मी आता या निर्णयाला आलो होतो की, मी पूर्णपणे अयशस्वी झालो आहे. नैराश्याने मला ग्रासले आहे आणि आता कोणताच आशेचा किरण नाही. आता मी जगलो काय किंवा मेलो काय? कुणाला काहीच फरक पडणार नाही. मी जन्मालाच का आलो याबद्दल मला वाईट वाटले. त्या रात्री जेवायच्या ऐवजी मी फक्त ग्लासभर दूध प्यायलो. खरेतर तेसुद्धा मला परवडणारे नव्हते. त्या रात्री मला समजले की, वैफल्यग्रस्त लोक हॉटेलच्या खिडकीतून बाहेर उडी का मारतात! माझ्यामध्ये धाडस असते, तर मीसुद्धा तेच केले असते. मला आता आश्चर्य वाटत होते की, माझ्या जगण्याचा हेतू तरी काय?

"आता दुसरे काहीच करण्यासारखे नव्हते, म्हणून मी शेवटी देवाकडे वळलो. देवाची प्रार्थना केली आणि देवाला विनवणी केली की, मला मार्गदर्शन कर. आकलनशक्ती दे आणि या काळ्याकुट्ट मार्गावर, निराशेच्या खाईत मला प्रकाश दाखव. देवाला असेही सांगितले की, मला पुस्तकांच्या ऑर्डर्स मिळवून दे आणि माझ्या बायका-मुलांना भरवण्यासाठी मला पैसे दे. या प्रार्थनेनंतर मी माझे डोळे उघडले आणि तेवढ्यात त्या हॉटेलच्या खोलीतील कोपऱ्यात मला बायबल दिसले. मी ते उघडले आणि जिझसने दिलेली अमर वचने वाचू लागलो. कित्येक एकाकी, चिंताक्रांत आणि पराभूत माणसांना युगानुयुगे ज्या सुंदर वचनांनी प्रेरणा दिली असेल, अशी ती वचने होती! जी वचने जिझसने त्याच्या शिष्यांना काळजीमुक्त होण्यासाठी दिली होती, ती मी वाचत होतो.

*आयुष्यात ठरवून असे काही करू नका. तुम्ही काय खाता किंवा काय पिता किंवा शरीर झाकण्यासाठी काय अंगावर घालता? मासे, मटण यापेक्षा आयुष्य अधिक मोठे आहे ना? आणि कपड्यांपेक्षा शरीर अधिक महत्त्वाचे ना? हवेतील पक्ष्यांकडे पाहा! ते धान्य पेरत नाहीत, उगवत नाहीत, चारा कापून धान्याची कोठारे भरत नाही, पण आकाशातील बाप त्यांना उपाशी ठेवतो का? मग तुम्ही तर त्यांच्यापेक्षा कितीतरी चांगले आहात ना! पण प्रथम देवावर विश्वास ठेवा, त्याच्या प्रामाणिकपणावर विश्वास ठेवा.*

"मी जेव्हा प्रार्थना केली आणि ही वाक्ये म्हटली तेव्हा एक चमत्कार घडला. माझ्या काळज्या, चिंता, समस्या, निराशा एकदम आशेत, श्रद्धेत आणि साहसात बदलल्या.

''जरी माझ्याकडे हॉटेलचे बिल भरण्यापुरतेही पैसे नव्हते, तरी मी खूप आनंदी झालो. मी पलंगावर पडलो अन् लगेचच झोपलो. अशी गाढ झोप मला गेले कित्येक दिवस लागली नव्हती.

''दुसऱ्या दिवशी मला ज्यांच्याकडे पुस्तके विकायला जायचे होते त्यांच्या ऑफिसचे दरवाजे उघडेपर्यंत मी कसाबसा धीर धरला. मी अत्यंत सकारात्मक भावनेने धैर्य धरून त्या थंडीच्या, पाऊस पडणाऱ्या सुंदर दिवशी ऑफिसमध्ये पाय ठेवला. मी दरवाजाची मूठ अत्यंत स्थितप्रज्ञपणे धरली. मी अत्यंत उत्साहाने, ताठ मानेने, रुबाबदारपणे, हसतमुखाने म्हणालो, ''गुड मॉर्निंग मि. स्मिथ! मी जॉन अँथॉनो, ऑल अमेरिकन लॉ बुक कंपनीकडून आलो आहे.''

''तेसुद्धा हसत हसत म्हणाले, ''अरे वा! हो का? तुम्हाला बघून आनंद झाला! बसा.''

''त्या दिवशी मी संपूर्ण आठवड्यात विकली नव्हती एवढी पुस्तके विकली. त्या दिवशी माझ्या हॉटेलवर विजयी वीराप्रमाणे मी परत आलो. माझा जणू पुनर्जन्म झाला होता! नव्हे, खरोखरच माझा नवीन जन्म झाला होता! कारण मला एक नवीन दृष्टिकोन मिळाला होता. त्या रात्री मी नुसत्या दुधावर जेवण भागवले नाही. मी माझ्या आवडीचे जेवण घेतले. त्या दिवसापासून माझी विक्री खूप वाढली.

टेक्सासमधील त्या हॉटेलमध्ये दोन वर्षांपूर्वी माझा नवीन जन्म झाला. बाह्य परिस्थिती माझ्या अपयशाच्या काळात जी होती तीच आजही होती, पण माझ्या अंतरंगात मात्र मोठी किमया झाली होती. देवाशी असलेले माझे नाते मला समजले होते. एकट्या माणसाचा पराभव होऊ शकतो, पण ज्या माणसाच्या पाठीमागे देव सर्व शक्तीनिशी उभा आहे त्याचा पराभव होत नाही. मला आता हे समजले आहे. माझ्या स्वत:च्या प्रत्यक्ष अनुभवातून मला त्याचा प्रत्यय आला आहे.''

'मागा म्हणजे मिळेल. शोधा म्हणजे सापडेल. दारावर टकटक करा म्हणजे दार उघडेल.'

मिसेस बिअर्डला खूप मोठ्या शोकांतिकेला सामोरे जावे लागले आणि तिच्या हे लक्षात आले की, तिला हवी असलेली मन:शांती फक्त देवासमोर गुडघे टेकवून 'देवा, तुझ्या इच्छेप्रमाणेच सगळे होऊ दे, माझ्या नको.' असे म्हणण्यानेच मिळणार आहे.

तिने मला लिहिलेल्या पत्रात म्हटले आहे, 'एके संध्याकाळी आमचा टेलिफोन खणखणला. फोन उचलण्याचे माझे धाडस होत नव्हते. तो चौदा वेळा वाजला. मला माहिती होते की, तो हॉस्पिटलमधून हेच सांगणारा असावा की, आमचे मूल मरतेय! म्हणून मी भयभीत झाले होते. त्याला मेनिनजायटीस झाला होता. त्याला पेनिसिलिन देऊन झाले होते, पण त्याचा ताप कमी-जास्त होत होता आणि

डॉक्टरांना भीती वाटत होती की, ताप डोक्यात गेला होता आणि आता ब्रेन ट्युमरमध्ये त्याचे रूपांतर झाले होते आणि तो मरणासन्न अवस्थेत होता. मला जी भीती वाटत होती तोच हा हॉस्पिटलमधून फोन होता व आम्हाला ताबडतोब बोलावले होते.

'कदाचित तुमच्या डोळ्यांसमोर आता असे चित्र तरळत असेल की, मी व माझे पती वेटींग रूममध्ये बसलेलो आहोत. सगळ्यांच्या जवळ त्यांची मुले आहेत आणि फक्त आमचे खांदे रिकामे आहेत. साशंक आहोत की आमचे मूल आम्हाला परत मिळणार आहे की नाही? शेवटी जेव्हा आम्हाला डॉक्टरांच्या केबीनमध्ये बोलावले गेले तेव्हा आमचे चेहरे अधिकच भयभीत झाले. डॉक्टरांच्या शब्दांनी तर आम्ही कोलमडलोच. त्यांनी सांगितले की, आमचे मूल वाचण्याचे चारमध्ये एक असे प्रमाण आहे. आम्हाला दुसरा अधिक चांगला डॉक्टर माहिती असेल, तर त्याला बोलवण्याची मुभा त्यांनी आम्हाला दिली.

'घरी जाताना माझे पती तर साफ कोलमडले. स्टीअरींग व्हील घट्ट पकडून ते म्हणाले, ''बेट्स, आपण आपले मूल गमावले आहे. तू पुरुषाला रडताना कधी पाहिले आहेस का? ते फार वाईट असते.'' आम्ही गाडी थांबवली व असे ठरवले की, रस्त्यात चर्चजवळ थांबायचे आणि प्रार्थना करायची आणि त्याला सांगायचे की, त्याची जर तशीच इच्छा असेल, तर आम्ही आमची इच्छा माघारी घेतो. माझ्या डोळ्यांतील अश्रू गालांवर ओघळत होते. थरथरत्या आवाजात मी म्हटले, 'देवा, तुझ्या इच्छेप्रमाणे सर्व होऊ दे, माझ्या नको.'

'ज्या क्षणी मी हे वाक्य उच्चारले त्या क्षणी मला बरे वाटले. कित्येक दिवसांत मला अशी शांती मिळाली नव्हती. घराकडे जाताना मी सतत ते वाक्य पुन्हा पुन्हा म्हणत होते, 'देवा, तुझ्या इच्छेप्रमाणे होऊ दे, माझ्या नको.' आठवड्याभरानंतर प्रथमच मला इतकी शांत झोप लागली. थोड्याच दिवसांनी डॉक्टरांनी मला सांगितले की, बॉनीचा धोका आता टळला आहे. आज आमच्या अंगाखांद्यावर खेळणाऱ्या चार वर्षांच्या निरोगी मुलासाठी मी देवाचेच आभार मानते.'

मला अशी काही माणसे माहिती आहेत की, त्यांचा असा समज आहे की, धर्म हा केवळ बायका, मुले व धर्मगुरू यांचेच क्षेत्र आहे. त्यांना आत्मप्रौढी असते की, ते असे पोलादी पुरुष आहेत की, जे त्यांची लढाई एकटे खेळू शकतात.

पण या जगात असे अनेक पोलादी पुरुष होऊन गेले की, जे रोज प्रार्थना करत होते, हे या पोलादी पुरुषांना माहीत आहे का? उदाहरण द्यायचे झाले, तर जॅक डेंपसेसारख्या पोलादी पुरुषाने मला सांगितले की, रोज रात्री प्रार्थना म्हटल्याखेरीज तो कधीही झोपायला गेला नाही. तसेच जेवताना प्रथम देवाचे आभार मानल्याखेरीज तो कधीही जेवला नाही. लढाईच्या काळात ट्रेनिंग प्रोग्रॅमच्या वेळीही तो प्रार्थना

म्हणायचा आणि लढतानासुद्धा प्रत्येक राउंडच्या बेल वाजताना तो प्रार्थना म्हणायचा. त्याच्या मते, प्रार्थना करण्याने त्याला खूप साहस व आत्मविश्वास मिळाला.

पोलादी पुरुष कोनी मॅकने सांगितले की, प्रार्थना म्हटल्याशिवाय तो कधीच झोपायला गेला नाही.

पोलादी पुरुष एडी रिकेन बॅकरने मला सांगितले की, प्रार्थनेमुळेच त्याचे प्राण वाचले म्हणून तो रोज प्रार्थना म्हणतो.

पोलादी पुरुष एडवर्ड स्टेटिनिअस, जो जनरल मोटर्समध्ये फार मोठ्या हुद्यावर होता व देशाचा पूर्वीचा सेक्रेटरी होता तो म्हणतो की, शहाणपण मिळावे, मार्गदर्शन घडावे यासाठी सकाळ-संध्याकाळ तो रोज देवाची प्रार्थना करतो.

त्याच्या काळचा सगळ्यात मोठा फायनान्सर पोलादी पुरुष मॉर्गन दर शनिवारी दुपारी एकटाच ट्रिनिटी चर्चमध्ये प्रार्थना म्हणायला जात असे.

पोलादी पुरुष ऐसेनहोव्हर जेव्हा ब्रिटिश आणि अमेरिकन सैन्याची सूत्रे हाती घेण्यासाठी इंग्लंडला विमानाने गेला तेव्हा त्याच्याकडे फक्त एकच पुस्तक होते, ते म्हणजे बायबल.

पोलादी पुरुष जनरल मार्क क्लार्कने सांगितले की, युद्ध चालू असताना तो बायबल रोज वाचत असे व गुडघे टेकवून प्रार्थना म्हणत असे. ट्राफल्गारच्या लढाईत नेल्सन्सनेसुद्धा हेच केले. जनरल वॉशिंग्टन, स्टोनवॉल जॅकसनसारख्या शेकडो मिलिट्री ऑफिसर्सने हेच केले आहे.

या सगळ्या पोलादी पुरुषांना हे रहस्य समजले होते, जे विल्यम जेम्स सांगतो – आपला आणि देवाचा भागीदारीतील व्यवसाय आहे आणि सुरुवातीला आपण त्याच्या प्रभावाखाली काम करू या म्हणजे नशिबाची साथ आपल्याला लाभेल.

अनेक पोलादी पुरुषांना आता हे समजले आहे. बहात्तर लाख अमेरिकन्स आज चर्चचे सभासद आहे. हा उच्चांक आहे. मी पूर्वी म्हटल्याप्रमाणे शास्त्रज्ञसुद्धा आता धर्माकडे वळू लागले आहेत. उदाहरणार्थ, डॉ. कॅरेल ज्यांनी 'मॅन दि अननोन' लिहिले आणि त्यांना सर्वोच्च पुरस्कार मिळाला, नोबेल प्राइस मिळाले, त्या डॉ. कॅरेलने 'रीडर्स डायजेस्ट'मध्ये लिहिले आहे – 'ऊर्जेचा फार मोठा प्रभावी स्त्रोत म्हणजे प्रार्थना. पृथ्वीवरील सामान्य माणसाचे ते गुरुत्वाकर्षण आहे. एक फिजिशिअन म्हणून मी हे पाहिले आहे की, सगळे उपाय करून थकल्यावर रोगावर उपचार करण्यासाठी माणूस देवाचीच करुणा भाकतो. प्रार्थना ही रेडियम धातूप्रमाणे स्वयंप्रकाशी असते. तिच्या स्वत:मध्ये ऊर्जेचा स्त्रोत असतो. प्रार्थनेमध्ये माणूस त्याच्या मर्यादित शक्तीमध्ये भर पडेल म्हणून अमर्यादित शक्तीला पाचारण करतो. जेव्हा आपण देवाला प्रार्थनेद्वारा आळवतो तेव्हा आपल्या शरीरात आणि मनात बदल होतात. असे घडूच शकत नाही की, कोणत्याही स्त्री वा पुरुषाने एका

क्षणासाठी तरी प्रार्थना केली आणि त्याला त्याचे चांगले फळ मिळाले नाही.'

याचा अर्थ आपल्याला अशा एका अद्भुत शक्तीशी जोडणे आहे की, जी संपूर्ण विश्व चालवते, हे ॲडमिरल बायर्डला समजले होते. त्याने त्याचे अनुभव त्या वेळी 'अलोन' नावाच्या पुस्तकात लिहिले आहेत. १९३४मध्ये त्याने पाच महिने रोज बॅरीयर येथील आइस-कॅपखाली अंटार्क्टिकमध्ये काढली. त्या वेळी ७८° अक्षांशावर तो एकटाच सजीव प्राणी होता. त्याच्या झोपडीवर जोरदार बर्फाचे वादळ सतत घोंघावत असायचे. रात्रीचा काळोख कधी संपायचाच नाही आणि मग आणखी एक भयावह गोष्ट त्याच्या लक्षात आली. ती म्हणजे त्याच्या गॅस स्टोव्हमुळे निर्माण होणारा कार्बन मोनॉक्साइड हळूहळू विष पसरवत होता. आता तो काय करू शकत होता. १२३ मैलांच्या आत त्याला कोणतीही मदत आणि तीही सलग सात महिने मिळणे शक्यच नव्हते. त्याने विषारी वायू बाहेर टाकता येईल यासाठी प्रयत्न केले, पण त्यामुळे खूप थंडीने तो त्रस्त होत असे. तो फरशीवर बेशुद्ध होऊन पडला. तो इतका अशक्त झाला होता की, त्याचा पलंग सोडू शकत नव्हता. अनेकदा झोपताना त्याला वाटे की, दुसरा दिवस उजाडणारच नाही. तो त्याच्या केबिनमध्येच मरणार आणि त्याचे प्रेत बर्फाखाली गाडल्यामुळे कोणाला सापडणारसुद्धा नाही.

पण त्याचे प्राण वाचले. कसे? एक दिवस अत्यंत निराशेत त्याने त्याची डायरी सापडवली आणि आयुष्याबद्दलचे त्याचे तत्त्वज्ञान निश्चित केले. त्याने लिहिले, 'मानवी जमात ही संपूर्ण विश्वात एकटी नाही.' त्याने आपल्या डोक्यावर असणाऱ्या चांदण्यांचाही विचार केला आहे. ग्रह, तारे, नक्षत्र आणि चिरकाल टिकणारा सूर्य अगदी उत्तर ध्रुवाच्या प्रदेशातसुद्धा प्रकाशमान करायला परत येतोच. आणि मग त्याने डायरीमध्ये लिहिले, 'मी एकटा नाही.'

बर्फाच्छादित प्रदेशातील फक्त एक छिद्र उघडे असलेल्या पृथ्वीच्या एका टोकाला, एकाकी असलेल्या ठिकाणीसुद्धा तो म्हणतो – मी एकटा नाही. तो पुढे म्हणतो, 'आपल्या शरीरात सामर्थ्यांच्या विहिरी असतात, पण त्यांचा वापर केला जात नाही.' रिचर्ड बायर्ड त्या विहिरींतील सामर्थ्य शोधायला शिकला. त्याचा उपयोग करून घ्यायला शिकला.

बायर्ड जो धडा ध्रुवावरच्या आइस कॅपखाली शिकला, तोच धडा अरनॉल्ड इलियन्सुमधील मक्याच्या शेतात शिकला. मि. अरनॉल्ड हे इन्श्युअरन्स विक्रेता आहेत. त्यांनी काळजीवर कशी मात केली हे आमच्या क्लासमध्ये त्यांनी खालीलप्रमाणे सांगितले :

''आठ वर्षांपूर्वी मी माझ्या गाडीच्या पुढच्या दरवाजाला किल्ली लावली आणि माझ्या आयुष्याचा शेवट करण्याचे ठरवले. मी गाडीत बसलो आणि थेट नदीकडे

निघालो. मी आयुष्यात अपयशी ठरलो होतो.'' ते पुढे म्हणाले, ''एक महिन्यापूर्वी माझे संपूर्ण आयुष्य उद्ध्वस्त झाले होते. माझा इलेक्ट्रीकल वस्तू विकण्याचा धंदा संपुष्टात आला होता. घरी माझी आई मरणाच्या दारात होती. माझी बायको दुसऱ्यांदा प्रेग्नंट होती. डॉक्टरची बिले थकली होती. हा धंदा उभारतानाच आम्ही आमच्याजवळील सगळे गहाण ठेवले होते – आमची गाडी आणि फर्निचरसुद्धा! एवढेच नाही, तर मी माझ्या इन्श्युरन्स पॉलिसीवरपण कर्ज घेतले होते. आता सगळेच गेले होते. मी हा भार आणखी पुढे पेलू शकत नव्हतो, म्हणून मी गाडीत बसलो आणि आयुष्याचा शेवट करण्यासाठी नदीच्या दिशेने निघालो. आता आणखी सोसण्याची माझी तयारी नव्हती.

''शहरातून काही मैल पुढे गेलो. रस्त्याच्या थोडे कडेला आलो. गाडीतून खाली उतरलो आणि एखाद्या लहान मुलासारखा रडलो. मग मी भीती आणि काळजी या चक्रात फिरण्यापेक्षा विधायक मार्गांचा विचार करू लागलो. माझी परिस्थिती किती वाईट होती? ती अधिक बिघडू शकते का? खरोखर आशेला काही जागा आहे का? ही परिस्थिती सुधारण्यासाठी काय करता येईल?

''त्या क्षणी, तेथेच मी ठरवले की, माझ्या सगळ्या समस्या घेऊन देवाकडे जायचे आणि त्यालाच त्यावर मार्ग काढायला सांगायचा. मी प्रार्थना केली. खूप मनापासून प्रार्थना केली. मी अशी प्रार्थना केली की, माझे संपूर्ण आयुष्य जणू त्यावरच अवलंबून आहे. खरेच तसेच होते! आणि एक वेगळीच गोष्ट घडली. मी माझ्यापेक्षा बलशाली शक्तीकडे माझ्या समस्या सोपवल्या. मला मन:शांती मिळाली, जी मला कित्येक महिन्यांत मिळाली नव्हती. मी अर्धा तास रडत आणि प्रार्थना म्हणत बसलो होतो. नंतर मी घरी गेलो आणि एखाद्या लहान बालकाप्रमाणे झोपलो.

दुसऱ्या दिवशी सकाळी मी उठलो तेव्हा आत्मविश्वासाने भारलेला होतो. आता मला कसलीच भीती वाटत नव्हती, कारण मार्गदर्शनासाठी मी पूर्णपणे देवावर विसंबलो होतो. त्या दिवशी सकाळी मी आत्मविश्वासाने एका इलेक्ट्रीक कंपनीत सेल्समनसाठी अर्ज केला. मला माहिती होते की, मला ती नोकरी मिळणार आणि ती मिळालीसुद्धा! मी त्या दुकानात इमाने-इतबारे नोकरी केली, पण युद्धामुळे ते दुकान बंद पडले. मग मी इन्श्युरन्स एजंट झालो. अर्थातच आजही देवालाच मी माझा महागुरू मानत होतो. आता पाच वर्षांपासून सारेकाही ठीक चालले आहे. आता माझे सगळे कर्ज फिटले आहे. मला तीन छान गोंडस मुले आहेत, माझे स्वत:चे घर आहे, नवीन गाडी आहे आणि लाइफ इन्श्युरन्समध्ये पंचवीस हजार डॉलर्स आहेत.

मी आता जेव्हा मागे वळून पाहतो तेव्हा एके काळी मी इतका वैफल्यग्रस्त

झालो होतो आणि सगळे गमावून बसलो होतो ही गोष्ट एका अर्थाने बरीच झाली असे मला वाटते, कारण त्या शोकांतिकेनेच मला देवावर हवाला ठेवण्यास शिकवले आणि म्हणूनच मला शांती आणि आत्मविश्वास मिळाला, जो मी स्वप्नातसुद्धा अपेक्षिला नव्हता.

धार्मिक श्रद्धा आपल्याला एवढी शांती आणि मनोधैर्य कसे देऊ शकतात? याचे उत्तर आपण विल्यम जेम्सकडूनच ऐकू. तो म्हणतो : ''खवळलेल्या समुद्राच्या लाटा किनाऱ्याजवळच असतात, पण महासागर अत्यंत खोल असतो. तेथे धीरगंभीरता असते. धार्मिक श्रद्धा असणाऱ्या माणसाचेही असेच असते. तासातासाला बदलणाऱ्या बाह्य परिस्थितीने त्याची जरासुद्धा चलबिचलत होत नाही. खरा धार्मिक माणूस हा स्थितप्रज्ञ असतो, समतोल वृत्तीचा असतो आणि दिवसभरात जे त्याच्या पुढ्यात येईल ते शांतपणे स्वीकारणारा असतो.''

जर आपण चिंताग्रस्त व काळजीत असू, तर देवाला का आळवून बघत नाही? कांट म्हणतो तसे, 'देवावरील श्रद्धेचा स्वीकार करा, कारण आपल्याला त्याच श्रद्धेची गरज आहे.' का नाही तुम्ही स्वत:ला त्या अक्षय्य ऊर्जेशी जोडून घेत? जी संपूर्ण विश्व चालवते.

जरी तुम्ही धार्मिक वृत्तीचे नसाल, अगदी पाखंडी असाल, तरी प्रार्थना करण्याने तुम्हाला विश्वास बसणार नाही इतकी मदत होईल, कारण प्रार्थना ही एक व्यवहार्य कृती आहे. मी व्यवहारी हा शब्द वापरला याचा अर्थ मला असे म्हणायचे आहे की, प्रार्थना पुढील तीन मानसिक गरजा पूर्ण करते. मग लोकांचा त्यावर विश्वास असो वा नसो :

१) प्रार्थना म्हणताना आपण जे शब्द वापरतो त्यायोगे आपल्याला नेमका त्रास काय आहे ते आपण शब्दांत मांडतो. आपण चौथ्या प्रकरणात पाहिले की, जर समस्या अस्पष्ट आणि अनाकलनीय असेल, तर उपाय शोधणे अशक्य होते. प्रार्थना म्हणणे म्हणजे आपली समस्या कागदावर लिहून काढण्यासारखे असते. म्हणून देवाकडूनसुद्धा मदतीचा हात हवा असेल, तर ते शब्दांत मांडावे लागते.

२) प्रार्थना नेहमी आपल्याला अशी जाणीव देते की, आपले ओझे वाटून घ्यायला आपल्याबरोबर आणखी कोणीतरी आहे; आपण एकटे नाही. आपल्यापैकी काही जण मात्र इतके सामर्थ्यवान असतात की, ते कितीही भारी ओझे उचलू शकतात. काही वेळेस आपल्या काळज्या इतक्या खाजगी स्वरूपाच्या असतात की, आपण दुसऱ्या कोणाशीच त्याबद्दल चर्चा करू शकत नाही. अगदी जवळच्या नातेवाइकांशी किंवा मित्रांशीही नाही. अशा वेळी प्रार्थना हाच त्यावर उपाय असतो. कोणताही मानसोपचारतज्ज्ञ आपल्याला हेच सांगेल की, जेव्हा आपण एखाद्या विवंचनेत असतो, तणावात असतो तेव्हा आपल्या समस्या दुसऱ्या कोणालातरी

सांगाव्यात; पण जर आपण दुसऱ्या कोणालाही त्या सांगू शकत नसू, तर त्या आपण देवाला सांगू शकतो.

३) प्रार्थना म्हणणे कृतीच्या दिशेने टाकलेले पहिले पाऊल आहे. जर एखाद्याने स्वप्नपूर्तीसाठी प्रार्थना करणे सुरू केले, तर दिवसेंदिवस त्याचा त्याला फायदाच होईल. जागतिक कीर्तिचे मानसोपचारतज्ज्ञ म्हणतात, ''प्रार्थना हा ऊर्जेचा फार सामर्थ्यवान स्रोत आहे. मग आपण त्याचा उपयोग का करायचा नाही? या स्रोताला देव म्हणा, अल्ला म्हणा, चैतन्य म्हणा. त्यासाठी भांडायचे कशाला? निसर्गाच्या या गूढ ताकदीचा फायदा करून घ्या.''

आत्ता लगेच हे पुस्तक बंद करून, दार बंद करून गुडघे टेकवून तुम्ही तुमच्या मनावरचे ओझे हलके का करून पाहत नाही? जर तुमची देवावरची श्रद्धा उडाली असेल, तर सुंदर प्रार्थना म्हणून ती पुन्हा निर्माण करा. सेंट फ्रांसिसने या सुंदर ओळी लिहिल्या आहेत – 'देवा, तुझ्या शांतीचे मला साधन बनव. जेथे द्वेष, मत्सर असेल, तेथे मला प्रेम पेरू दे. जेथे शंका असेल, तेथे श्रद्धा; जेथे निराशा असेल, तेथे आशा; जेथे अंधार असेल तेथे मला आनंद निर्माण करता येऊ दे. देवा, मला इतके आजारी पाडू नकोस की, इतरांनी माझे सांत्वन करावे. मला इतरांचे सांत्वन करू दे. इतरांनी मला समजून घेण्यापेक्षा मला इतरांना समजून घेता येऊ दे. इतरांनी माझ्यावर प्रेम करण्यापेक्षा मला इतरांवर प्रेम करता येऊ दे. कारण आपण जसे पेरतो तसे उगवते. आपण इतरांना क्षमा केली, तर इतरही आपल्याला क्षमा करतात आणि मेल्यानंतरच स्वर्ग दिसतो.

**भाग सहा**

---

## लोकांच्या टीकेकडे कसे दुर्लक्ष करावे?

# २०

## लक्षात ठेवा! मेलेल्या कुत्र्याला कोणी लाथ मारत नाही

ही घटना आहे इ. स. १९२९ सालची. ज्या घटनेने बुद्धिवंतांमध्ये खूप खळबळ उडाली होती. संपूर्ण अमेरिकेतील उच्चशिक्षित लोक शिकागोकडे धाव घेत होते, ते एक आश्चर्यकारक सोहळा बघण्यासाठी! आठ वर्षांपूर्वीच रॉबर्ट हचकिन्स नावाच्या माणसाने येलमधून एक वेटर, एक मेकॅनिक, एक शिक्षक, एक कापडविक्रेता अशा अनेक भूमिका बजावून अवघ्या आठ वर्षांत तो अमेरिकेतील चौथ्या क्रमांकाच्या शिकागो विद्यापीठाच्या प्रेसिडेंट या उच्च पदासाठी सन्मानित केला जाणार होता. त्याचे वय काय होते म्हणता? अवघे तीस वर्षे! विश्वास बसत नाही ना? प्रौढ, अनुभवी, उच्च शिक्षितांनी नकारात्मक माना हलवल्या. काही लोकांनी संशयास्पद, अचंबित करणारी घटना म्हणून टीका केली. तो असाच आहे, तो तसाच आहे, तो या पदासाठी जरा जास्तच तरुण आहे, अननुभवी आहे, त्याच्या शैक्षणिक कल्पना जरा जास्तच धीट आहेत. अगदी वर्तमानपत्रांनीसुद्धा या टीकाटिप्पणीमध्ये भाग घेतला.

ज्या दिवशी हचकिन्स सर्वोच्च पदाची सूत्रे बहाल केली त्याच दिवशी त्याच्या वडिलांना त्यांचे एक मित्र म्हणाले, "सकाळी मी वर्तमानपत्राचा अग्रलेख वाचला आणि मला धक्का बसला, कारण त्यात तुमच्या मुलाची खूप निंदानालस्ती केली होती."

त्यावर ते म्हणाले, "हो, फारच कडक शब्दात टीका केली गेली, पण लक्षात ठेवा, मेलेल्या कुत्र्याला कोणीच लाथ मारत नाही."

होय खरे आहे! आणि तो कुत्रा जेवढा जास्त श्रेष्ठ तेवढे त्याला लाथा मारण्याचे समाधान अधिक! प्रिंस ऑफ वेल्स जो पुढे एडवर्ड VIII नावाने प्रसिद्ध झाला, त्याला एके दिवशी ढुंगणावर फाटलेल्या पँटवर घरी जावे लागले होते.

त्याचे असे झाले : त्या वेळेस तो देवॉनशायर येथील डार्टमाऊथ कॉलेजमध्ये शिकत होता. ते कॉलेज अन्नापोलीस येथील नेव्हल ॲकेडेमीशी संलग्न होते. प्रिन्स फक्त चौदा वर्षांचा होता. एके दिवशी एका नेव्हल ऑफिसरला प्रिन्स रडताना दिसला. त्याने त्याला विचारले, "काय झाले?" सुरुवातीला त्याने सांगायला नकार दिला, पण शेवटी खरे काय घडले ते त्याने सांगितले. इतर नेव्हल कॅडेट्सनी प्रिन्सला लाथाबुक्क्यांनी तुडवले होते. कॉलेजच्या कमोडरने त्या सगळ्या मुलांना बोलावून घेतले व विचारले की प्रिन्सने जरी कोणतीही तक्रार केली नसली तरी त्यांना हे जाणून घ्यायचे आहे की, प्रिन्सला एकटे पाडून त्याच्याशी अशी क्रूर वागणूक का केली गेली?

साम-दाम-दंड-भेद असे सगळे उपाय करून शेवटी त्या कॅडेट्सने कबूल केले की, जेव्हा ते राजाच्या पदरी असलेल्या आरमारात कमांडर आणि कॅप्टन झाले असते, तेव्हा ते असे सांगू शकले असते की, त्यांनी तर पूर्वी या राजाला लाथा मारल्या होत्या.

म्हणून नेहमी हे लक्षात ठेवा की, ज्या वेळी तुमच्यावर टीका केली जाते, तुम्हाला हेतुपुरस्सर खाली खेचले जाते तेव्हा त्या लाथा-बुक्क्या मारणाऱ्यांना त्यामध्ये प्रचंड समाधान मिळते. त्याचा बहुतकरून अर्थ एवढाच असतो की, तुम्ही आता यशाच्या अगदी जवळ आहात आणि सगळ्या जगाचे तुमच्याकडे लक्ष आहे. अनेक लोकांना जे लोक त्यांच्यापेक्षा अधिक शिकलेले व अधिक यशस्वी आहेत अशा लोकांची निंदा करण्यात आसुरी आनंद मिळतो. उदाहरणार्थ, मी जेव्हा हे प्रकरण लिहीत होतो, तेव्हा साल्व्हेशन आर्मीचे संस्थापक जनरल विल्यम बूथ यांच्यावर टीका करणारे एका बाईचे पत्र मला मिळाले. मी रेडिओवर जनरल बूथ यांच्याबद्दल स्तुती करणारे भाषण केले होते, म्हणून त्या बाईने मला पत्र लिहून कळवले की, जनरल बूथ यांनी गरिबांसाठी जमवलेल्या पैशातून आठ लाख डॉलर्स हडप केले आहेत. हा त्यांच्यावर लावलेला आरोप बिनबुडाचा होता; पण त्या बाईला सत्य शोधून काढण्यात जरासुद्धा रस नव्हता. तिला फक्त उच्च पदस्थाला खाली खेचण्यात, त्याची बदनामी करण्यात आसुरी आनंद मिळत होता. मी तिचे ते कडवटपणा ओकणारे पत्र कचऱ्याच्या बादलीत टाकले आणि देवाचे आभार मानले की, अशा बाईशी माझे लग्न झाले नव्हते. तिच्या पत्रातून तिने जनरल बूथविषयी फारशी माहिती दिली नव्हती. त्या उलट स्वत:विषयीच अधिक लिहिले होते. स्कॉपेनहावरने फार पूर्वी असे म्हटले होते, "गावंढळ लोकांनाच मोठ्या माणसांचे दोष सांगण्यात आणि त्यांची निंदा करण्यात प्रचंड आनंद मिळतो."

'येल'चा प्रेसिडेंट अश्लील आहे, हे कोणालाच पटणे शक्य नव्हते. तरीही टिमोथी ड्वाइट या पूर्वीच्या प्रेसिडेंटला युनायटेड स्टेट्सचे सरकार चालवणाऱ्या

नवनिर्वाचित प्रेसिडेंटची निंदानालस्ती करण्यात फार स्वारस्य वाटायचे. त्याने लोकांना असा धोक्याचा इशारा दिला होता – जर तुम्ही या माणसाला निवडून दिलेत, तर आपल्या आया-बहिणी कायदेशीररीत्या वेश्या बनतील आणि त्यांची मानखंडनासुद्धा विनम्रपणाने होईल, त्यांना अपवित्र केले जाईल, लज्जा-शरम यांचे नामोनिशाणसुद्धा राहणार नाही. देवाला आणि पुरुषालापण हे पाहून किळसवाणे वाटेल.

हिटलरवर अशीच टीका झाली होती, नाही का? अशीच टीका थॉमस जेफरसनवरपण झाली. कोणता जेफरसन? ज्याने 'डिक्लरेशन ऑफ इनडिपेण्डन्स' लिहिले. लोकशाहीचा पुरस्कर्ता देशभक्त आणि संत? होय. तोच तो जेफरसन!

अमेरिकन लोकांनी ज्या माणसाला 'दांभिक' म्हटले, 'तोतया' म्हटले आणि 'खुन्यापेक्षा किंचित बरा' असे म्हटले तो कोण होता? वर्तमानपत्रातसुद्धा त्याच्यावरच्या कार्टून चित्रात त्याला गिलेटीवर दाखवून त्याच्या डोक्यात सुरा खुपसलेला दाखवला होता. रस्त्यात लोकांनी ज्याची टवाळी केली तो कोण होता? तो होता जॉर्ज वॉशिंग्टन!

अर्थात या सगळ्या फार जुन्या गोष्टी आहेत. आता मानवी स्वभावात काही बदल झाला आहे का? आपण ॲडमिरल पिरेची केस पाहू. ६ एप्रिल १९०९मध्ये जो शूरवीर उत्तर ध्रुवावर आपली कुत्र्याची गाडी घेऊन गेला होता, त्याने संपूर्ण जगाला चकित केले आहे. पिरे स्वत: त्या मोहिमेत थंडीने व उपासमारीने मेला. त्या वेळी त्याची आठ बोटे बर्फाने इतकी थिजली होती की, ती कापून काढावी लागली. संकटांनी तो इतका घेरला होता की, त्याला भीती वाटत होती की, तो वेडा होईल; पण वॉशिंग्टनमधील नौदलातील त्याचे वरिष्ठ अधिकारी मात्र त्याचे इतके कौतुक झाले म्हणून आग ओकत होते. त्यांनी मत्सरापोटी त्याच्यावर आरोप केले की, संशोधनाच्या नावाखाली पिरेने पैसे गोळा केले आणि आता आर्क्टिकमध्ये तो लोळत पडला आहे. हा समज हेतुपुरस्सर पसरवला गेला, कारण आपला ज्या गोष्टींवर विश्वास असतो त्याच्यावर त्यांचा विश्वास नाही हे दाखवणे शक्य असते. पिरेची मानखंडना करणे आणि त्याला खिंडीत पकडणे हाच त्या लोकांचा इरादा होता. फक्त प्रे. मॅककिनलेच्या आदेशामुळेच पिरेची आर्क्टिकमधील सफर होऊ शकली.

वॉशिंग्टनमधील नौदलातल्या ऑफिसमध्ये जर पिरे एखादी क्लार्कची नोकरी करत असता, तर त्याच्यावर इतके निंद्य आरोप झाले असते का? इतर लोकांमध्ये इतका मत्सर जागृत होण्याइतपत तो महत्त्वाचा ठरलाच नसता.

ॲडमिरल पिरेपेक्षाही अधिक वाईट अनुभव जनरल ग्रांटला आला. इ. स. १८६२मध्ये जनरल ग्रांटला पहिला विजय मिळाला आणि उत्तरेकडील लोकांनी तो

साजरा केला. एका दुपारी तो विजय मिळाला. रातोरात ग्रांटला 'नॅशनल आयडॉल'चे महत्त्व प्राप्त झाले, लोकप्रियता मिळाली. या विजयाचे पडसाद युरोपच्या कानाकोपऱ्यात उमटले. या विजयाने चर्चच्या घंटा वाजू लागल्या. लोकांनी 'मेन'पासून 'मिसिसिपी'पर्यंतच्या नदीकिनाऱ्यावर शेकोट्या पेटवल्या. असे सगळे होऊनही त्यानंतर केवळ सहा आठवड्यांच्या आतच ग्रांटला पकडण्यात आले. ग्रांटला त्याचा हा अपमान सहन झाला नाही. तो रडला.

जनरल यू. एस. ग्रांटला ऐन विजयाच्या जल्लोषामध्ये असताना अटक का करण्यात आली? बहुधा त्याच्या लोकप्रियतेने त्याच्या वरिष्ठांमध्ये मत्सर जागृत झाला असावा.

जर आपल्यावरील अन्यायाबद्दल, टीकेबद्दल आपल्याला काळजी करावीशी वाटली तर नियम १ :

लक्षात ठेवा की, अन्यायाबद्दल टीका ही बुरखा पांघरलेली कौतुकाची पोचच असते.

लक्षात ठेवा की, मेलेल्या कुत्र्याला कोणी लाथ मारत नाही.

# २१

## हे करा! टीका तुम्हाला दुखावणार नाही

मी एकदा मेजर जनरल स्मेडले बटलरची मुलाखत घेतली होती. त्याला 'जिमलेट आय', 'हेल डेव्हिल' वगैरे वगैरे संबोधने लावली जात. आठवला का आता तुम्हाला? अतिशय लोकप्रिय असा अमेरिकेतील नौदलाचा सर्वश्रेष्ठ लढाईखोर जनरल!

त्याने मला सांगितले की, जेव्हा तो लहान होता तेव्हा आपण खूप लोकप्रिय असावे अशी त्याची तीव्र इच्छा होती. आपल्याबद्दल इतरांचे चांगले मत व्हावे म्हणून तो धडपडत असे. त्या दिवसांमध्ये थोडीसुद्धा टीका झाली की, त्याला त्याचे तीव्र दु:ख होत असे व मनावरील ताण वाढत असे; पण त्याने कबूल केले की, नौदलातील तीस वर्षांनी त्याला खूप कणखर केले. ''माझी आत्तापर्यंत अनेकदा खरडपट्टी काढली गेली. माझा अनेकदा अपमान करण्यात आला.'' तो म्हणाला, ''मला 'यलो डॉग', 'स्नेक' आणि 'स्कंक' अशा अनेक शिव्या देण्यात आल्या. अनेक मोठ्या लोकांनी मला शिव्याशाप दिले. इंग्रजी भाषेतील कुठल्याच छापण्यासारख्या शब्दांत न बसतील अशा अनेक उपाधी माझ्यासाठी वापरण्यात आल्या. त्याचा मला त्रास झाला का? छे:! आता मला त्याची इतकी सवय झाली आहे की, माझ्याबद्दल काही अपशब्द ऐकू आले, तर ते कोणी उच्चारले हे बघण्यासाठी मी मान वळवण्याचेसुद्धा कष्ट घेत नाही.''

कदाचित 'जिमलेट आय' बटलर आता त्या सगळ्या टीकेच्या पलीकडे जाऊन पोहोचला असेल; पण एक गोष्ट नक्की, आपल्यापैकी बरेच जण असे असतात की इतरांनी केलेली टीका त्यांच्या फार जिव्हारी लागते. मला फार वर्षांपूर्वी घडलेला प्रसंग अगदी तारखेनिशी आणि वेळेसहित आठवतो. जेव्हा 'न्यूयॉर्क सन' या वृत्तपत्राचा बातमीदार माझे प्रौढ शिक्षण वर्गाचे काम बघण्यासाठी आला आणि त्याने त्याची पेपरमध्ये बरीच खिल्ली उडवली, तेव्हा मी खूप

रागावलो का? हो, मी तो माझा व्यक्तिश: अपमान आहे, असे मी समजलो. मी 'सन' वृत्तपत्राचा मुख्य कार्यकारी अधिकारी गिल होजेस याला फोन केला. त्याला खडसावून सांगितले की, अशी टिंगल करण्यापेक्षा ज्या पद्धतीने काम चालते ते लिहा. मी तर त्यांच्या विरुद्ध केस करण्याचेही ठरवले होते.

आता मी तसा वागलो याचीच मला लाज वाटते. आता मला जाणवते की, जे लोक पेपर विकत घेतात त्यापैकी निम्मे लोक अग्रलेख वाचत नाहीत. वाचणाऱ्या निम्म्या लोकांना त्यातील खाचाखोचा समजत नाहीत. ते निष्पाप वृत्तीने वाचतात. ज्यांना वाचलेले समजते, ते काही दिवसांतच सगळे विसरून जातात.

मला आता जाणवते की, लोकांना तुमच्याबद्दल आणि माझ्याबद्दल विचार करायला वेळ नाही किंवा आपल्याबद्दल काय बोलले जाते याची पर्वा नाही. ते सकाळी उठल्यापासून ते मध्यरात्रीपर्यंत स्वत:चाच विचार करत असतात. तुमच्या आणि माझ्या मृत्यूच्या बातमीपेक्षाही त्यांना त्यांची जी काही थोडीशी डोकेदुखी तीच अधिक सतावत असते.

अगदी तुमची आणि माझी चोरी पकडली गेली, आपली टिंगलटवाळी झाली, आपले खोटे बोलणे उघडकीला आले, आपल्या जवळच्या मित्राने आपल्या पाठीत खंजीर खुपसला तरीसुद्धा स्वत:ची कीव करण्याची काहीच गरज नसते. या उलट आपण स्वत:ला बजावले पाहिजे की, जिझसबरोबरसुद्धा अगदी हेच झाले होते. त्याच्या बारा जवळच्या मित्रांपैकी एका मित्राने आजच्या भाषेत सांगायचे, तर फक्त एकोणीस डॉलर्सच्या लालसेने त्याची प्रतारणा केली होती. जेव्हा जिझस संकटात सापडला तेव्हा बारापैकी एक जण त्याला तत्काळ सोडून गेला आणि त्याने तीन वेळा जाहीर केले की, तो जिझसला ओळखत नाही. जर जिझसबरोबर असे घडू शकते, तर आपण तर खूप सामान्य माणसे आहोत. मग आपण तसे घडू नये अशी अपेक्षा का धरावी?

काही वर्षांपूर्वी मी हे शिकलो की, जरी आपण आपल्यावर अन्याय्य टीका करण्यापासून थोपवू शकलो नाही, तरी आपण त्या टीकेमुळे स्वत:ची मन:शांती बिघडू न देणे हे तरी करू शकतो.

आणखी एक गोष्ट मी इथे स्पष्ट करू इच्छितो. ती म्हणजे मी सगळ्याच टीकेबद्दल बोलत नसून अन्याय्य टीकेबद्दल बोलतो आहे. मी एकदा एलिनॉर रूझवेल्टला विचारले की, तिने अन्याय्य टीकेला कसे तोंड दिले? सगळ्यांनाच माहिती आहे की, तिच्यावर भरपूर टीका झाली. बहुधा तिला तिची खूप तारीफ करणारे मित्रही होते आणि अनेक प्रबळ शत्रूही होते. व्हाइट हाउसमध्ये अन्य दुसऱ्या कोणत्याही स्त्रीला असे मित्र वा असे शत्रू नव्हते.

तिने मला असे सांगितले की, जेव्हा ती लहान होती तेव्हा ती कमालीची लाजाळू होती. 'लोक काय म्हणतील' याचे तिला सतत दडपण असायचे. लोकांच्या निंदेला तर ती इतकी घाबरायची की, एकदा ती तिच्या आत्याला

**लोकांच्या टीकेकडे कसे दुर्लक्ष करावे?। १९९**

थिओडर रूझवेल्टला म्हणाली, ''आंट, मला हे-हे करायचे होते, पण मला लोक काय म्हणतील याची भीती वाटली.''

आत्याने तिच्या डोळ्यांमध्ये पाहिले व म्हणाली, ''जोपर्यंत तुला तुझी खात्री आहे की, तू योग्य तेच करते आहेस तोपर्यंत लोक काय म्हणतील याची चिंता कधीच करू नकोस.'' एलिनॉर रूझवेल्टने सांगितले की, माझ्या आत्याचा शब्दन् शब्द मी लक्षात ठेवला आणि काही वर्षांनी व्हाईट हाउसमध्ये तिने हे सिद्ध करून दाखवले की, कोणत्याही टीकेने ती तसूभरसुद्धा डगमगली नाही. जणूकाही रॉक ऑफ जिब्राल्टर! तिने सांगितले, ''निंदेपासून दूर राहण्यासाठी टीकाकारांमध्ये व आपल्यात एक भिंतच बांधायची. तुमच्या हृदयाच्या खोल कप्प्यात तुम्हाला जे योग्य वाटेल तेच करायचे, कारण तुम्ही एखादी गोष्ट केली, तरी तुमच्यावर टीका होणार व केली नाही तरी ती होणारच!'' हाच तिचा सल्ला आहे.

जेव्हा कॅ. ब्रुश अमेरिकन आंतरराष्ट्रीय कार्पोरेशनचे प्रेसिडेंट होते, तेव्हा मी त्यांना विचारले होते की, त्यांच्यावरील टीकेमुळे ते कधी अस्वस्थ झाले होते का? तेव्हा ते उत्तरले, ''होय! सुरुवातीच्या काळात मी फार भावनाशील होतो. संघटनेतील सर्व कामगारांना खूश ठेवण्याचा मी आटोकाट प्रयत्न करत असे आणि त्यांना मी आवडावा म्हणून विशेष प्रयत्न करत असे. जर ते खूश झाले नाहीत, तर मला खूप काळजी वाटे. एखादा जर माझ्या विरोधात गेला तर मी त्याला समजवायचा प्रयत्न करी, पण त्याला समजावले की, पुन्हा दुसरा कोणीतरी मला त्रास देई. त्याची समजूत घातली की, मधमाशांच्या पोळ्यातून जशा माशा बाहेर येतात तसाच मला या कामगारांचा त्रास होई. शेवटी माझ्या लक्षात आले की, जितका मी या कामगारांचा क्षोभ शांत करण्याचा प्रयत्न करतो आणि स्वत:ला त्यांच्या टीकेपासून वाचवण्याचा प्रयत्न करतो तितके मला अधिक अधिक शत्रू निर्माण होतात. मग मी स्वत:शी म्हणालो, 'जर तुम्हाला एखाद्या जमावाचे नेतृत्व करायचे असेल, तर तुमच्यावर टीका होणे अटळ आहे. म्हणून तुमच्या मनाचा कौल घ्या आणि तसेच वागा.' आणि त्याचाच मला फार उपयोग झाला. त्या दिवसापासून मी नियमच केला की, मला जे योग्य वाटेल तेच मी कृतीमध्ये आणणार आणि मग माझी जुनी छत्री डोक्यावर धरणार. त्यामुळे टीकेची बरसात झाली, तरी त्यात मी भिजणार नाही.''

डीम्स टेलरने तर या पुढचे पाऊल उचलले : त्याने टीकेची बरसात हवी तेवढी होऊ दिली व त्यात तो चिंब भिजला. अन तेही हसत हसत! टेलर न्यूयॉर्क रेडिओवर रविवार दुपारच्या जलशात असताना एका बाईने त्याला पत्र पाठवले. त्यात तिने लिहिले की, तो लायर आहे, ट्रेटर आहे, स्नेक आहे आणि मोरॉन आहे. टेलरने ही टीका आनंदाने झेलली. एवढेच नाही, तर त्याने लाखो श्रोत्यांना हे पत्र रेडिओवर वाचून दाखवले. थोड्या दिवसांनी त्या बाईने त्याला पुन्हा तसेच पत्र पाठवले.

टेलरने श्रोत्यांना पुन्हा सांगितले, ''बाईंचे अजूनही मत बदललेले नाही. मी अजूनही स्नेक, लायर, ट्रेटर आणि मोरॉनच आहे.'' या खेळकर माणसाचे खरोखर कौतुक वाटते. त्याची मन:शांती त्याने ढळू दिली नाही. त्यातून त्याची विनोदबुद्धीही दिसते.

प्रिंसटन येथे स्क्वॅब एका विद्यार्थ्यांच्या कार्यकारणीसमोर भाषण देत होता. त्याने कबूल केले, ''माझ्या स्टील मीलमध्ये काम करणाऱ्या एका जर्मन माणसाने मला आयुष्यातला फार मोठा धडा शिकवला. इतर कामगारांवर गप्पा मारताना या जर्मन माणसाचा जागतिक युद्धाच्या संदर्भात वादविवाद झाला. इतर सर्वांनी मिळून त्याला नदीत बुडवले. जेव्हा तो चिखलाने भरलेल्या अवस्थेत ऑफिसमध्ये आला, तेव्हा मी त्याला विचारले, ''त्या लोकांनी तुला नदीत बुडवले तेव्हा तू काय केलेस?'' त्यावर तो उत्तरला, ''मी फक्त हसलो.'' ''

मि. स्क्वॅबने हे जाहीर केले, ''मीपण माझ्या आयुष्यातील हा सुविचार 'फक्त हसा' म्हणून लिहून ठेवला आहे.''

तुम्ही जेव्हा एखाद्या अन्याय्य परिस्थितीचे बळी ठरता तेव्हा हे तत्त्व तुम्हाला नक्कीच उपयोगी ठरेल. जो तुम्हाला प्रतिउत्तर करतो त्याच्यावर तुम्ही पुन्हा वार करता, पण जो माणूस फक्त हसतो त्याच्यावर तुम्ही परत वार कसा करणार?

सिव्हिल वॉर चालू असताना जर लिंकनने त्याच्या टीकाकारांना उत्तरे देण्याचा मूर्खपणा केला असता, तर तो मोडून पडला असता. लिंकनने त्याच्या टीकाकारांना किती कौशल्याने हाताळले, हे तर फारच कौतुकास्पद आहे. जनरल मॅकअर्थरने त्याबद्दलच्या साहित्याची एक प्रत आपल्या ऑफिसवरील भिंतीवर लटकवून ठेवली आहे. विन्स्टन चर्चिलकडेसुद्धा त्याची एक फ्रेम केलेली प्रत होती. लिंकनच्या शब्दांत लिहिलेले ते काय आहे? तर पाहा –

'माझ्यावर केले गेलेले सगळे आरोप मी जर वाचत बसलो असतो व त्यावर उत्तरे देत बसलो असतो, तर मला हे ऑफिस बंद करून टाकावे लागले असते व दुसरे काहीच करता आले नसते. मी माझ्या माहितीप्रमाणे जास्तीतजास्त चांगले काम करण्याचा प्रयत्न केला व शेवटपर्यंत करत राहीन. जर शेवट गोड झाला, तर जे काही माझ्यावर आरोप आहेत त्याला काही अर्थ राहणारच नाही आणि जर माझे खरेच चुकले हे सिद्ध झाले, तरीही आता भूतकाळ बदलता येणार नाही.'

जर तुमच्यावर अन्याय्य टीका झाली तर आठवा नियम २ :

**तुम्हाला जे योग्य वाटते तेच करा आणि डोक्यावर तुमची छत्री धरून तुमच्या मानेवरून ओघळणाऱ्या टीकेच्या बरसातीपासून तुमचे स्वत:चे रक्षण करा.**

# २२

## मी केलेल्या मूर्ख गोष्टी

माझ्या केबिनमध्ये माझ्या एका खाजगी फाईलमध्ये 'FTD' नावाने जपून ठेवलेले एक पाकीट आहे. FTDचा लाँगफॉर्म असा आहे की 'फूल थिंग्ज्स आय हॅव डन'. मी माझ्या आयुष्यात जो-जो मूर्खपणा केला आहे व जे अपराध केले आहेत त्याची नोंदणी मी त्यामध्ये केली आहे. त्यातल्या काही गोष्टी काही वेळेस मी माझ्या सेक्रेटरीला टाइप करायला सांगतो, पण काही वेळेस त्या इतक्या खाजगी स्वरूपाच्या असतात व मूर्खपणाच्या असतात की, त्या सेक्रेटरीसमोर उच्चारणेसुद्धा मला लज्जास्पद वाटते, म्हणून मी स्वत:च माझ्या हाताने त्या लिहितो.

पंधरा वर्षांपूर्वी डेल कार्नेगीवर केली गेलेली टीका आजसुद्धा मला सहीन् सही आठवते आणि ते मी माझ्या FTDमध्ये जपून ठेवले आहे. जर मी स्वत:शी पूर्णपणे प्रामाणिक असतो, तर आत्ता माझी केबीन FTDने भरून वाहिली असती. किंग साऊल तीस शतकांपूर्वी म्हणाला तसे मी प्रामाणिकपणे म्हटले असते, 'मी खूप मूर्खपणा केला आहे आणि प्रचंड चुका केल्या आहेत.'

मी जेव्हा माझे FTDचे फोल्डर बाहेर काढतो आणि स्वत:वर केलेली टीका पुन्हा पुन्हा वाचतो तेव्हा माझे कठिणातले कठीण प्रश्नसुद्धा सोडवायला मला मदत होते. डेल कार्नेगीचे हे व्यवस्थापन असते!

पूर्वी कोणत्याही वाईट घटनेचा दोष मी इतर लोकांवर टाकायचो, पण जसजसा मी मोठा होऊ लागलो, अधिक शहाणा होऊ लागलो तसतसे मला वाटते की, मला स्वत:लाच हे जाणवले की, माझ्या दुर्भाग्याचा दोष जर कोणाला द्यायचाच असेल, तर तो मलाच दिला पाहिजे. अनेक लोकांना जेव्हा ते परिपक्व मनाचे झाले तेव्हाच हे समजले आहे. सेंट हेलिना या बेटावर नेपोलियननेसुद्धा हे

उद्गार काढले आहेत – दुसरे कोणीही नाही, तर मी स्वत:च माझ्या विनाशाला कारणीभूत ठरलो आहे. मी स्वत:च माझा शत्रू आहे; माझ्या दुर्भाग्याचे कारण आहे.

मी तुम्हाला मला माहिती असलेल्या एका व्यक्तीबद्दल सांगणार आहे. जेव्हा आत्मपरीक्षण आणि आत्मव्यवस्थापनाची वेळ येत असे तेव्हा मला तो एखाद्या कलाकाराप्रमाणे भासे. त्याचे नाव एच. पी. होवेल. न्यूयॉर्कमधील हॉटेल अँबेसेडरमधील एका औषधाच्या दुकानात त्याचा अकस्मात मृत्यू झाल्याची बातमी पसरली. तो दिवस होता ३१ जुलै, १९४४. त्या दिवशी संपूर्ण वॉल स्ट्रीट हादरला, कारण एच. पी. होवेल हा अर्थमंत्री होता, कमर्शियल नॅशनल बँकेचा चेअरमन होता. कित्येक कार्पोरेशन्सचा डायरेक्टर होता. त्याने फार शून्यातून आपले विश्व निर्माण केले होते. त्याचे शिक्षण तुटपुंजेच होते. एका कंट्री स्टेटमध्ये तो कारकून म्हणून नोकरी लागला. नंतर यू. एस. स्टीलमध्ये क्रेडिट मॅनेजर बनला आणि हळूहळू तो अनेक पदे व सत्ता मिळवत गेला होता.

"कित्येक वर्षे मी स्वत:जवळ माझी मुलाखतीची डायरी ठेवत असे. त्यामध्ये दिवसभरातील सगळ्या मुलाखती नोंद करत असे." जेव्हा मी त्याला त्याच्या यशाचे गमक विचारले तेव्हा त्याने मला हे उत्तर दिले. पुढे तो म्हणाला, "माझे कुटुंब मला शनिवारी रात्री गृहीत धरत नसे, कारण माझ्या कुटुंबाला हे माहिती होते की, दर शनिवारची संध्याकाळ मी आत्मपरीक्षणासाठी आणि माझे काम अधिक चांगले कसे करता येईल याचा विचार करण्यासाठी देत असे. जेवण झाल्यानंतर मी माझी डायरी उघडत असे आणि मीटिंगमध्ये काय चर्चा झाली, कोणत्या घटना घडल्या व सोमवारी सकाळी काय करायचे आहे याचा परामर्श घेत असे. मी स्वत:ला प्रश्न विचारत असे – मी त्या वेळी काय चुका केल्या? मी योग्य गोष्टी कोणत्या केल्या? आणि मी कशा प्रकारे परिस्थिती अधिक चांगली सुधारू शकलो असतो? या अनुभवातून मी कोणता धडा शिकायला पाहिजे? काही वेळेस माझा आठवड्याचा परामर्श घेणे मला दु:खी करत असे. काही वेळेस माझ्या घोडचुकांमुळे मी चकित होई. अर्थातच जसजसा काळ जाऊ लागला तसतशा माझ्या घोडचुका कमी होऊ लागल्या. अशा प्रकारे स्वत:च्या कृतीचे स्वत:च विश्लेषण करण्याची माझी सवय मी चालूच ठेवली आणि इतर कोणत्याही गोष्टीपेक्षा त्याचा मला आयुष्यात फार उपयोग झाला."

कदाचित एच. पी. होवेलने ही कल्पना बेन फ्रँकलिनपासून घेतली असावी. फरक एवढाच होता की, फ्रँकलिन काही दर शनिवारी रात्रीपर्यंत वाट बघत थांबत नव्हता. तो हेच काम दर दिवशी रात्री करायचा. या अशा विश्लेषणामुळे त्याने हे शोधून काढले की, त्याच्यामध्ये तेरा प्रकारचे दोष होते आणि ते गंभीर होते. इथे त्यापैकी तीन दोषांबद्दल मी सांगतो. १) वेळ वाया घालवणे २) क्षुल्लक गोष्टींचा

ऊहापोह करणे ३) वादविवाद घालणे आणि लोकांशी असहमत होणे. हुशार बेन फ्रँकलिनने हे ओळखले की, जोपर्यंत त्याच्यातील दोष तो दूर करत नाही तोपर्यंत यशाच्या मार्गावर तो फार पुढे जाऊ शकणार नाही. म्हणून आठवड्यातील प्रत्येक दिवशी तो स्वत:मधील त्रुटी शोधून काढत असे आणि स्वत:शीच युद्ध पुकारत असे आणि त्यामध्ये कोण जिंकले याची नोंद करून ठेवत असे. दुसऱ्या आठवड्यात तो आपल्या दुसऱ्या दोषाची समीक्षा करत असे आणि एखाद्या बॉक्सिंगच्या मॅचमधील मुष्टियोद्धा ज्याप्रमाणे ग्लोव्हज घालून कोपऱ्यातून रिंगणात येतो त्याप्रमाणे रिंगणात येत असे. केवळ बेल वाजण्याचाच अवकाश असे! अशा पद्धतीने फ्रँकलिनने स्वत:च्या दोषांबरोबर दोन वर्षे अव्याहतपणे लढा दिला.

तो देशातील सर्वांत लाडका आणि सर्वांत प्रभावशाली नेता झाला, याबद्दल तुम्हाला अजूनही आश्चर्य वाटते का?

छोटी माणसे ती असतात ज्यांच्यावर थोडीशी जरी टीका झाल, तरी ती रागाने बेभान होतात, पण हुशार माणूस त्यालाच म्हणावे ज्याच्याबद्दल कोणी शंका घेतली, ज्याच्यावर दोषारोप केले गेले किंवा ज्याच्याशी कोणी शाब्दिक चकमकी केल्या, तरी तो मानसिकदृष्ट्या स्थिर असतो. वॉल्ट व्हिटमन म्हणतो, ''ज्या लोकांनी तुमचे फक्त कौतुकच केले किंवा जे तुमच्या सतत पाठीशी उभे राहिले, जे तुमच्याशी खूप समजुतीने वागले, त्यांच्यापासून फक्त तुम्ही बोध घेता; पण ज्यांनी तुमचा सदैव धिक्कार केला, ज्यांनी तुम्हाला नाकारले, तुमच्या सतत विरोधात उभे राहिले त्यांच्यापासून तुम्ही काही शिकलात का?''

आपल्या शत्रूंनी आपल्यावर टीका करण्याची वाट बघत बसण्यापेक्षा आपणच त्यांच्यावर मात करावी. कशी? तर आपणच आपले टीकाकार व्हावे. आपण आपल्यातील त्रुटी, आपल्यातील दोष आधीच जाणून घ्यावेत व त्यावर उपाय करावेत, जेणेकरून आपल्या शत्रूला आपल्यावर कुरघोडी करता येणार नाही. चार्लस् डार्विननेसुद्धा हेच केले. त्याने त्यासाठी पंधरा वर्षे घालवली. त्याचे असे घडले – जेव्हा डार्विनचे त्याच्या अजरामर पुस्तकाचे 'दि ओरिजिन ऑफ स्पेसीज्'चे काम पूर्ण झाले, तेव्हाच त्याच्या लक्षात आले की, या पुस्तकावर प्रचंड गदारोळ होणार आहे. बुद्धिवंतांच्या जगतात आणि परंपरावादी धार्मिक लोकांच्या समजुतींना तडा जाणार आहे. म्हणून तो स्वत:च स्वत:चा टीकाकार झाला आणि पंधरा वर्षांपर्यंत तो स्वत: लिहिलेल्या पुस्तकातील शब्दन् शब्द तपासून बघत होता, त्यातील कार्यकारणभावांना आव्हाने देत होता. तो निर्णयाप्रत आलेल्या गोष्टींबद्दल सतत प्रश्न उपस्थित करीत होता.

समजा तुम्हाला कोणी 'मूर्ख' म्हणाले, तर तुम्ही काय कराल? रागवाल? संतापाल? पण लिंकनने काय केले बघा. एडवर्ड स्टॅंटन हा लिंकनचा युद्धातील

सेक्रेटरी होता. तो एकदा लिंकनला 'मूर्ख' म्हणाला. त्याचे कारण असे घडले की, लिंकन स्टॅटनच्या क्षेत्रात एका स्वार्थी राजकारण्याला खूश करण्यासाठी ढवळाढवळ करत होता. लिंकनने एका पलटणीच्या बदलीसंबंधीचा आदेश काढला होता. स्टॅटनने तो आदेश पाळण्यास फक्त नकारच दिला नाही, तर शपथेवर जाहीर केले की, अशी ऑर्डर काढणारा लिंकन मूर्ख आहे. पुढे काय घडले? जेव्हा लिंकनला हे समजले तेव्हा तो शांतपणे म्हणाला, ''जर स्टॅटन असे म्हणत असेल, तर मी नक्कीच मूर्ख असलो पाहिजे, कारण बरेचदा तो बरोबर असतो. मीसुद्धा माझ्यासंबंधी पुन्हा विचार करेन.''

लिंकन स्वत: स्टॅटनकडे गेला. स्टॅटनने त्याला पटवून दिले की, त्याने दिलेला आदेश कसा चुकीचा आहे आणि लिंकनने तो आदेश मागे घेतला. लिंकनला जेव्हा पटत असे की, त्याच्यावरील टीका प्रामाणिक आहे, अभ्यासपूर्ण आहे आणि परिस्थिती अधिक चांगली करणारी आहे तेव्हा तो अशा टीकेचे स्वागतच करी.

तुम्ही आणि मीसुद्धा असेच प्रामाणिक टीकेचे स्वागत केले पाहिजे, कारण आपण केलेल्या जवळपास चार गोष्टींपैकी तीन गोष्टी तरी बरोबर आहेत अशी आपण आशा करू शकत नाही. व्हाइट हाउसमध्ये असताना थिओडर रूझवेल्ट तरी असे म्हणायचा. आइनस्टाइन हा थोर विचारवंतसुद्धा कबूल करतो की, त्याने काढलेले निष्कर्ष हे नव्वद टक्के वेळा तरी चुकायचे. ला रोशफॉकलॉड तर म्हणतो – 'आपल्या शत्रूंची मते ही आपल्या मतांपेक्षासुद्धा अधिक खरी ठरतात.'

मला स्वत:लासुद्धा असे वाटते की, वरील विधान खरे आहे. जेव्हा माझ्यावर कोणी टीका करते तेव्हा जर माझ्या ती गोष्ट आधी लक्षात आली नसेल, तर मी आपोआपच शांतपणे तिकडे लक्ष देतो. माझा टीकाकार काय म्हणणार आहे, याची तत्पूर्वी मला यत्किंचितही कल्पना नसते. खूप वेळा मला स्वत:चीच चीड येते की, मी असा का वागतो? आपल्या सगळ्यांनाच कोणी टीका केली की राग येतो व कोणी कौतुक केले की, आपण सुखावतो आणि ती टीका किंवा त्या कौतुकास आपण पात्र आहोत की अपात्र आहोत हा विचार तर दूरच असतो. आपण तर्कशुद्ध विचार करत नाही. आपण भावनांच्या आहारी जातो. आपले तर्कशास्त्र हे बर्च वृक्षाच्या पातळ सालीप्रमाणे भावनांच्या खोल, अथांग, वादळी समुद्रातून हेलकावे खात प्रवास करत असते.

जर आपल्या कानांवर आपली काही निंदा पडलीच, तर त्याला उत्तर देण्याच्या भानगडीत पडू नये. मूर्ख माणसेच तसे करतात. आपण स्वत:शी प्रामाणिक राहावे, नम्र असावे आणि बुद्धिवादी असावे. आपण शत्रूचे बोलणे उधळून टाकण्यासाठी आणि स्वत:ची प्रशंसा करून घेण्यासाठी म्हणावे, ''माझ्या या टीकाकाराला माझे

आणखीनही काही दुर्गुण माहिती असते, तर आत्ता केली त्यापेक्षा कितीतरी अधिक टीका त्याने केली असती.''

मागील प्रकरणात मी याबद्दल बोललो की, जेव्हा आपल्यावर अन्याय्य टीका केली जाते तेव्हा आपण काय करायचे? पण इथे आणखी एक कल्पना मांडली आहे. तुमच्यावर जेव्हा अन्यायकारक टीका होते तेव्हा तुमचा रागाचा पारा चढत जातो. अशा वेळी क्षणभर थांबून तुम्ही असे का म्हणत नाही? 'एक मिनिट थांब! मी परिपूर्णतेपासून कोसो मैल दूर आहे.' आइनस्टाइन जर कबूल करतो की, मी नव्वद टक्के वेळा चुकीचे वागतो, तर मी किमान ऐंशी टक्के वेळा चुकीचे वागतो. कदाचित मी या टीकेसाठी पात्र असेन. मी या टीकेसाठी तुमचे आभारच मानायला हवेत आणि त्यापासून माझे अधिक भले कसे होईल याचा विचार करायला पाहिजे.

पेप्सोडेंट कंपनीचा पूर्वीचा प्रेसिडेंट चार्लस् लकमन वर्षाकाठी लाखो डॉलर्स जाहिरातीसाठी, प्रामुख्याने आकाशात फुगे वगैरे सोडण्यात घालवत असे. या जाहिरातींनंतर त्याच्या कंपनीबद्दल काय चांगले लिहून आले हे तो पाहतही नसे. मात्र त्यानंतर जी टीका होत असे, ती वाचण्यात त्याला अधिक गोडी असे, कारण त्याच्यापासून नक्कीच काहीतरी शिकायला मिळत असे, असे त्याला वाटे.

फोर्ड कंपनीलासुद्धा आपल्यातील चुका, त्रुटी जाणून घेण्याची इच्छा होती, म्हणूनच त्यांनी आपल्या कामगारांना त्यासाठी खास आमंत्रित करून त्यांची काय मते आहेत ते परखडपणे मांडण्यास सांगितले.

मला आठवते आहे – पूर्वी एक असा विक्रेता होऊन गेला. तो साबण विकताना त्याच्यावरची टीकापण जाणून घेण्यात अधिक रुची दाखवे. जेव्हा कोलगेट कंपनीसाठी तो साबण विकण्यास निघाला तेव्हा मागणी घटू लागली आहे असे त्याला जाणवले. आता आपली नोकरी जाणार अशी त्याला भीती वाटू लागली; पण त्याची खात्री होती की, साबणाच्या दर्जाबद्दल किंवा त्याच्या किमतीबद्दल शंका घेण्याचे काही कारण नव्हते. म्हणून दोष नक्कीच त्याच्यातच होते, असे त्याला वाटले. जेव्हा तो त्याचा साबण विकण्यात अयशस्वी होई तेव्हा तो त्या घराभोवती एक प्रदक्षिणासुद्धा घालत असे व विचार करत असे की, त्याचे काय चुकले? तो वेडेपणा करत होता का? त्याचा उत्साह संपला होता का? काही वेळेस तर परत तो त्या दारात जाई व विचारी, ''तुम्हाला काय आवडले नाही? मला तुमचा सल्ला हवा आहे. कृपा करून माझे काय चुकले ते मला सांगा. तुम्ही माझ्यापेक्षा अधिक अनुभवी आणि यशस्वी आहात म्हणून जे असेल ते स्पष्टपणे सांगा.''

त्याच्या या दृष्टिकोनामुळे त्याने असंख्य मित्र आणि अमोल उपदेश मिळवले.

त्याचे पुढे काय झाले ही उत्सुकता तुम्हाला असेलच ना? तो पुढे जगद्विख्यात

कोलगेट पाल्मोलिव्ह कंपनीचा प्रेसिडेंट झाला. त्याचे नाव इ. एच. लिट्ल!

अशा प्रकारे एच. पी. होवेल, बेन फ्रँकलिन आणि इ. एच. लिटल असे फार मोठे होऊन गेले. आणि आता, कोणी बघत नाहीए ना! तेवढ्या वेळात तुम्हीसुद्धा आरशात का डोकावून बघत नाही? आणि स्वत:ला का विचारीत नाही की, तुम्हीसुद्धा त्यांच्या पंक्तीला जाऊन बसू शकता का?

लोकांच्या टीकेपासून स्वत:ला दूर ठेवायचे असेल तर नियम ३ :

**आपण ज्या चुका करतो त्याची आपण नोंदवहीत नोंद करू या आणि स्वत:च स्वत:चे परीक्षण करू या. जरी आपण परिपूर्ण असण्याची आशा करू शकत नसलो, तरी जे इ. एच. लिट्लने केले, ते तर करू शकतो.**

**आपण नि:पक्षपातीपणे, विधायक वृत्तीने स्वत:ला उपयोगी ठरणारी अशी टीका स्वत:वर करू शकतो.**

# सहाव्या भागाच्या गाभ्यात काय आहे?

---

**टीकेच्या काळजीपासून स्वतःला दूर कसे ठेवाल?**

**नियम १:** अन्याय्य टीका हे बहुतकरून बुरखाधारी कौतुकच असते. त्याचा गर्भितार्थ असा असतो की, तुमच्या एखाद्या कृतीमुळे समोरच्याच्या मनात द्वेष व मत्सर या भावना जागृत झाल्या आहेत. लक्षात ठेवा, मेलेल्या कुत्र्याला लाथ मारण्याच्या भानगडीत कोणी पडत नाही.

**नियम २:** तुम्हाला शक्य तेवढे जास्तीतजास्त चांगले काम करा आणि मग डोक्यावर छत्री धरा. त्यामुळे टीकारूपी बरसात तुमच्या मानेवरून खाली ओघळून जाईल. त्यात तुम्ही भिजणार नाही.

**नियम ३:** आपण स्वतः केलेल्या चुकांची एक नोंदवही करा आणि स्वतःच स्वतःचे टीकाकार व्हा. अर्थात आपण परिपूर्ण असूच शकणार नाही, पण जे इ. एच. लिट्लने केले तसे तर आपण करू शकतो. आपण स्वतःवर निःपक्षपातीपणे, विधायक आणि फलदायी टीका तर करू शकतो!

---

## भाग सात

थकवा आणि काळजी टाळण्याचे सहा मार्ग अवलंबा आणि तुमचा उत्साह सळसळता ठेवा!

## २३

# दिवसातील एक तास कसा वाढवाल?

'काळजीचे निवारण कसे करावे' या पुस्तकात मी 'थकव्याचे निवारण कसे करावे' हे प्रकरण का लिहीत आहे? उत्तर सोपे आहे. कारण थकव्यामुळे चिंता निर्माण होते. निदान तुम्ही चिंतेला बळी तरी पडता! शरीरविज्ञान शाखेचा कोणताही विद्यार्थीसुद्धा हे सांगू शकेल की, थकव्यामुळे शरीराची प्रतिकारशक्ती खूप कमी होते आणि सर्दी-पडशापासून शेकडो आजार तुम्हाला होऊ शकतात. तसेच मानसोपचारतज्ज्ञसुद्धा हे सांगेल की, थकव्यामुळे तुम्ही तुमच्या भीतीच्या आणि काळजीच्या भावनांना प्रतिकार करू शकत नाही. म्हणून थकव्याला थोपवणे हे जणू काळजीला थोपवण्यासारखे असते.

मी असे का म्हटले की, काळजीला थोपवण्यासारखे असते? हे मी विधानात सौम्यपणा आणण्यासाठी म्हटले आहे. डॉ. जेकनसन यांनी फार पुढे जाऊन विचार केला आहे. त्यांनी तर विश्रांती या विषयावर दोन पुस्तके लिहिली आहेत. त्यांची नावे १) प्रोग्रेसिव्ह रिलॅक्सेशन आणि २) यू मस्ट रिलॅक्स. ते शिकागो विद्यापीठात क्लिनिकल सायकॉलॉजी या विषयाचे डायरेक्टर होते. त्यांनी 'विश्रांती' या विषयावर अनेक संशोधने केली आहेत. त्यांनी हे जाहीरपणे सांगितले आहे की, 'कोणतेही भावनाविवश करणारे विचार हे संपूर्ण विश्राम अवस्थेत राहू शकत नाहीत.' वेगळ्या शब्दांत मांडायचे झाले, तर 'जर तुम्ही विश्रांती घेत असाल, तर तुमचे चिंताक्रांत विचार काही काळासाठी तरी थांबतात.'

म्हणून थकवा आणि काळजी यांच्यापासून दूर राहण्यासाठी नियम नं. १ विश्रांती घ्या. अगदी दमेपर्यंत वाट पाहण्याची गरज नाही.

हे इतके महत्त्वाचे का आहे? कारण थकवा फार लवकर साचत जातो आणि मग त्याचे दुष्परिणाम दिसून येतात. अमेरिकेतील युद्धदलाच्या बाबतीतही हा प्रयोग

करून पाहिला गेला. ज्या सैनिकांना युद्धाचे प्रशिक्षण दिले होते, अशा अगदी तरुण मुलांना जर त्यांच्या पाठीवरचे सामान उतरवून प्रत्येक तासानंतर १० मिनिटांची विश्रांती दिली, तर ते त्यांची कवायत अधिक चांगली करू शकतात. तुमचे हृदयसुद्धा अमेरिकेतील सैनिकांसारखेच तरतरीत असते. तुमच्या शरीरातील रक्तवाहिन्यांमधील चलनवलनासाठी लागणारे पुरेसे रक्त हृदय रोज रक्तवाहिन्यांना पुरवत असते. त्यामुळे आपल्या अंगात पुरेसा उत्साह सळसळतो. असे अविश्वसनीय काम हृदय वयाच्या ५०, ७० किंवा अगदी ९० वर्षांपर्यंतसुद्धा करत राहते. हृदय इतके अव्याहतपणे हे काम कसे करू शकते? हॉवर्ड मेडिकल कॉलेजचे डॉ. कॅनन यांनी हे अशा प्रकारे स्पष्ट केले आहे – अनेक लोकांची अशी समजूत असते की, हृदय सतत काम करते म्हणजे क्षणाचीही विश्रांती घेत नाही. वास्तव असे आहे की, प्रत्येक आकुंचनानंतर ठरावीक काळाची विश्रांती हृदय घेत असते. सर्वसामान्यपणे आकुंचनाचा हा दर मिनिटाला सत्तर इतका असतो. हृदय चोवीस तासातून फक्त नऊ तासच काम करते. म्हणजेच दिवसाच्या चोवीस तासांपैकी हृदय पंधरा तास विश्रांती घेते.

दुसऱ्या महायुद्धाच्या दरम्यानच्या काळात विन्स्टन चर्चिल हे साधारणत: सत्तर वर्षांच्या आसपास होते, परंतु तरीही ते दिवसातून सोळा तास काम करायचे. वर्षानुवर्षे ब्रिटिश साम्राज्याला योग्य ते मार्गदर्शन करत होते. खरोखर ते रेकॉर्ड ब्रेकिंग होते. त्या मागचे रहस्य तुम्हाला जाणून घ्यायचे आहे का? दररोज सकाळी अकरा वाजेपर्यंत ते अंथरुणात पडल्या पडल्या कामे करायचे. अहवाल वाचायचे, आदेश लिहून घ्यायला लावायचे, फोन कॉल्स करायचे, मिटिंग्जसुद्धा घ्यायचे. जेवणानंतर ते पुन्हा अंथरुणात एक तासासाठी झोपायला जात असत. संध्याकाळीसुद्धा जेवणापूर्वी म्हणजे रात्रीच्या आठ आधी दोन तास ते झोपत असत. त्यांनी थकव्यावर कधी औषधे घेतली नाहीत, कारण त्यांना कधी थकवाच जाणवला नाही, कारण त्यांनी तो येऊ नये याची काळजी घेतली. त्यासाठी ते अधून-मधून विश्रांती घेत राहिले, म्हणूनच ते पुन्हा मध्यरात्रीपर्यंत कामे करण्यास ताजातवाने राहिले.

जॉन डी रॉकफेलरने दोन असामान्य विक्रम केले. एक म्हणजे त्याने त्याच्या काळातील लोकांनी जेवढी संपत्ती पाहिली नव्हती तेवढी कमावून दाखवली आणि दुसरे म्हणजे तो अठ्ठ्याण्णव वर्षे जगला. त्याला हे कसे जमले? मुख्य कारण तर हेच असणार की, आनुवंशिक गुणाचा त्याच्या डोक्यावर 'दीर्घायुषी' म्हणून वरदहस्त असणार. दुसरे कारण म्हणजे रोज दुपारी ऑफिसमध्ये त्याची वामकुक्षी घेण्याची सवय. रोज दुपारी त्याच्या ऑफिसच्या कोचावर तो आडवा होत असे आणि त्या वेळेमध्ये अगदी अमेरिकेच्या प्रेसिडेंटने जरी त्याला फोन केला, तरी त्याला झोपेतून उठवायचे नाही अशी सक्त ताकीद असे!

'व्हाय बी टायर्ड' या डॅनियल जोसलिनच्या सुंदर पुस्तकात त्याने म्हटले आहे, 'विश्रांती याचा अर्थ अजिबातच काही न करणे असा नाही.' तर विश्रांती म्हणजे दुरुस्ती. तुम्ही जर दुपारची वामकुक्षी फक्त पाच मिनिटांसाठी घेतली, तर ती काही तास विश्रांती घेण्यापेक्षा अधिक मोलाची असते. बेस बॉल खेळणारा प्रसिद्ध खेळाडू कोनी मॅकने मला असे सांगितले की, त्याच्या खेळापूर्वी पाच मिनिटांची झोप जर त्याने घेतली नाही, तर पाचव्या इनिंगपर्यंत तो पूर्णपणे गलितगात्र होत असे; पण फक्त पाच मिनिटांसाठी जरी तो झोपी गेला, तरी तो शेवटच्या इनिंगपर्यंत छान दमदारपणे खेळू शकत असे.

मी एकदा एलिनॉर रूझवेल्टला विचारले होते की, व्हाइट हाउसमध्ये सलग बारा तास न थकताही ती काम कसे करू शकत असे? त्यावर ती म्हणाली, ''एखाद्या जमावाला भेटण्यापूर्वी किंवा एखादे भाषण करण्यापूर्वी वीस मिनिटे ती तिच्या खुर्चीत किंवा आरामदायी सोफ्यावर डोळे मिटून शांतपणे विश्रांती घेत असे.''

एकदा जेन ऑट्रीची त्याच्या ड्रेसिंगरूममध्ये मी मुलाखत घेतली होती. जेव्हा त्याचा मॅडिसन स्क्वेअर गार्डनला प्रयोग होता त्या वेळी काऊ बॉय चॅम्पिअन म्हणून सगळ्या जगात त्याची किर्ती पसरली होती. त्याच्या ड्रेसिंग रूममध्ये मला एक घडीची कॉट दिसली. तेव्हा तो म्हणाला, ''रोज दुपारी मी या कॉटवर प्रयोगापूर्वी एक तास तरी झोप घेतो.'' तो पुढे म्हणाला, ''मी जेव्हा हॉलिवूडमध्ये चित्रपट करतो तेव्हासुद्धा दहा मिनिटांच्या दोन ते तीन डुलक्या रोज काढतोच. त्यामुळे माझ्या अंगात पुन्हा उत्साह सळसळतो.''

एडिसननेसुद्धा त्याच्या अंगातील उत्साहाचे व सहनशक्तीचे सर्व श्रेय त्याच्या त्याला पाहिजे तेव्हा झोपण्याच्या सवयीलाच दिले आहे.

मी हेन्री फोर्ड यांची मुलाखत घेतली, तेव्हा त्यांचा ऐंशीवा वाढदिवस अगदी जवळ आला होता. त्यांना इतके ताजेतवाने आणि निरोगी पाहून मला खूप आश्चर्य वाटले. मी त्यांना त्याचे गुपित विचारले, तेव्हा ते म्हणाले, ''जेव्हा मी बसू शकतो तेव्हा मी कधीच उभा राहत नाही आणि जेव्हा मी झोपू शकतो तेव्हा मी कधीच बसत नाही.''

आधुनिक शिक्षणाचा जनक होरेस मॅन याचे जेव्हा वय झाले तेव्हाही तो अँटिऑक कॉलेजचा प्रेसिडेंट होता, पण तो जेव्हा विद्यार्थ्यांच्या मुलाखती घेत असे तेव्हा सोफ्यावर पाय पसरून बसत असे.

हॉलिवूडमधील एका चित्रपट-दिग्दर्शकाला मी हे तंत्र वापरायला सांगितले. काही दिवसांनी त्याने माझ्याकडे हे कबूल केले की, अशा पद्धतीने काम केल्यामुळे फार चांगले परिणाम दिसून आले. जॅक चेरटॉक हा हॉलिवूडमधील एक प्रसिद्ध

दिग्दर्शक होता. काही वर्षांपूर्वी जेव्हा तो मला भेटायला आला तेव्हा तो MGM या लघुचित्रपटांच्या विभागाचा प्रमुख होता. तो अतिशय थकलेला, त्रासलेला दिसत होता. त्याने सांगितले की, त्याचा थकवा जावा म्हणून त्याने आत्तापर्यंत अनेक टॉनिक्स घेतली, व्हिटॅमिन्सच्या गोळ्या घेतल्या, पण कशाचाच उपयोग झाला नाही. मग मी त्याला सुचवले की, तो रोज सुट्टी का घेत नाही? ते कसे? तर त्याच्याच ऑफिसमध्ये. त्याच्या स्टाफमधील लेखकांबरोबरची मीटिंग सोफ्यावर जरा पाय पसरून त्याने आरामात घ्यावी.

त्यानंतर काही दिवसांनी मी त्याला पाहिले; जवळपास दोन वर्षांनी! चमत्कार घडून आला होता! "माझा स्वत:चा डॉक्टरसुद्धा याला चमत्कारच म्हणाला. पूर्वी मी माझ्या खुर्चीत गंभीरपणे, ताठ, ओढग्रस्त अवस्थेत बसून चर्चा करत असे. आता चर्चासत्रे तीच असतात, पण मी आता सोफ्यावर अंग ऐसपैस पसरून बसतो. वीस वर्षांत मला जेवढे आरामशीर वाटले नव्हते तेवढे आता वाटते. आता पूर्वीपेक्षा मी दोन तास अधिक काम करतो, पण तरीही मी थकत नाही." असे त्याने सांगितले.

हे सगळे तुम्हाला कसे लागू पडेल असे वाटते? तुम्ही जर स्टेनोग्राफर असाल, तर तुम्ही ऑफिसमध्ये एडिसनप्रमाणे झोप घेऊ शकत नाही आणि जर तुम्ही अकौंटंट असाल, तर तुमच्या बॉसबरोबर फायनान्शिअल स्टेटमेंटबद्दल पाय पसरून बोलू शकत नाही; पण जर तुम्ही छोट्या शहरात राहत असाल, तर दुपारच्या जेवणासाठी घरी जाऊन छोटीशी दहा मिनिटांची झोप काढू शकता. मिलिट्रीतील जनरल जॉर्ज मार्शल असे करत. युद्धकाळात काम करताना जेव्हा त्यांना असे वाटत असे की, आता विश्रांती आवश्यक आहे, तेव्हा ते दुपारी एक छोटीशी झोप काढत. जर तुमचे वय पन्नासपेक्षा अधिक असेल आणि तुम्हालाही जर वाटत असेल की, हे त्वरित करायला पाहिजे, तर ताबडतोब शक्य तेवढे इन्श्युअरन्स विकत घ्या. महागाई वाढत आहे. तुमच्या जोडीदाराला कदाचित तुमच्या इन्श्युअरन्सचा पैसा हवा आहे आणि अधिक तरुण व्यक्तीशी लग्न करायची घाईसुद्धा झाली असावी, त्यापेक्षा वामकुक्षी बरी नव्हे का!

तुम्ही जर दुपारी छोटीशी झोप घेऊ शकत नसाल, तर संध्याकाळी जेवणापूर्वी किमान अर्धा तास तरी बिछान्यावर अंग टाकत जा. ते कॉकटेलपेक्षा नक्कीच स्वस्त आहे आणि ५४६७ पट परिणामकारक आहे. जर तुम्ही संध्याकाळी ५/६/७ च्या दरम्यान झोपू शकलात, तर जणूकाही तुमच्या जागृत अवस्थेच्या काळात एका तासाची भरच पडते, का? आणि कसे? कारण दुपारची एक तासाची झोप अधिक रात्रीची सहा तासांची झोप म्हणजे एकूण झोप सात तासांची होते. ती तुमच्या रात्रीच्या सलग आठ तास झोपेपेक्षा अधिक लाभदायी ठरते.

कष्टकरी माणसानेसुद्धा दुपारी विश्रांती घेतली, तर तो अधिक काम करू शकतो. फ्रेडरिक टेलर हा शास्त्रीय व्यवस्थापन क्षेत्रातील इंजिनियर होता. त्याने हे प्रात्यक्षिक करून दाखवले आहे. हे प्रात्यक्षिक बेथलहेम स्टील कंपनीमध्ये करून दाखवले गेले. त्याने असे निरीक्षण केले होते की, मजूर जवळपास १२॥ टनचे पिग आयर्न वाहून मालवाहू गाडीवर चढवू शकतात; पण दुपारपर्यंत त्यांची पूर्ण दमछाक होते. मग त्याने त्यांच्या थकव्याची शास्त्रशुद्ध कारणमीमांसा अभ्यासली आणि नंतर जाहीर केले की, ते मजूर फक्त १२॥ टनच नाही, तर सत्तेचाळीस टन पिग आयर्न वाहून नेऊ शकतील! त्याने फक्त ही आकडेवारीच सांगितली नाही, तर त्या मजुरांकडून होत असलेल्या कामाच्या चारपट जास्त काम करवून ते सिद्ध करून दाखवले आणि तेही न थकवता!

टेलरने एका मि. स्किमिड नावाच्या माणसाला निवडले. त्याने स्टॉपवॉच लावून काम करायचे, असे ठरले. स्किमिडच्या बरोबर जो माणूस उभा होता त्याने हातात वॉच घेऊन स्किमिडला सांगितले, ''हं, आता पिग उचल आणि चालू. हं, आता खाली बस आणि विश्रांती घे. आता चाल. आता थांब.''

काय घडले? स्किमिडने सत्तेचाळीस टन पिग आयर्न एका दिवसात उचलले आणि इतरांनी फक्त १२॥ टनच उचलले आणि फ्रेडरिक टेलर जोपर्यंत तीन वर्षे बेथलहॅमला होता तोपर्यंत त्याच्या कामात त्याला कधीच अपयश आले नाही. स्किमिड हे करू शकला, याचे कारण असे की, थकण्यापूर्वीच तो विश्रांती घ्यायचा. एक तासात जवळपास तो सव्वीस मिनिटे काम करत होता व चौतीस मिनिटे विश्रांती घेत होता. काम करण्याच्या काळापेक्षा विश्रांती घेण्याचा काळ अधिक होता, तरीसुद्धा पूर्वीपेक्षा चार पट अधिक काम त्याने इतरांपेक्षा जास्त करून दाखवले. ही केवळ ऐकीव बातमी आहे असे तुम्हाला वाटते का? फ्रेडरिक टेलरने लिहिलेल्या 'प्रिन्सिपल्स ऑफ सायंटिफिक मॅनेजमेंट'मधील पान नं. ४१ ते ६२मध्ये तुम्ही हे वाचून तुमची खात्री करू शकता.

मी तुम्हाला पुन्हा एकदा सांगतो की, अधून-मधून विश्रांती घेत जा. तुमचे हृदय काय सांगते याकडे लक्ष द्या. तुम्ही थकाल त्यापूर्वी विश्रांती घ्या, म्हणजेच थकेपर्यंत काम करू नका. त्यामुळे फायदा असा होईल की, तुमच्या दिनक्रमातील जागृतावस्थेतील एक तास तुम्ही अधिक वापरू शकाल!

# २४

## तुम्हाला थकवा का येतो? आणि त्यावर तुम्ही कोणता उपाय करू शकता?

येथे मी तुम्हाला एक अत्यंत विस्मयजनक आणि महत्त्वपूर्ण असे वास्तव सांगणार आहे – फक्त बौद्धिक कामामुळे तुम्ही कधीच थकत नाही. हे ऐकायला तुम्हाला विचित्र वाटते ना? पण काही वर्षांपूर्वीच शास्त्रज्ञांनी हे शोधून काढायचा प्रयत्न केला की, माणसाचा मेंदू हा किती काळापर्यंत त्याची क्षमता कमी न होता काम करू शकतो? प्रयोगाअंती जे सिद्ध झाले ते पाहून शास्त्रज्ञसुद्धा थक्क झाले. त्यांनी असे शोधून काढले की, मेंदूतील रक्तप्रवाह जेव्हा काम करण्यात व्यग्र असतो, तेव्हा तो जराही थकत नाही, पण जर तुम्ही कष्टकरी मजुराच्या रक्ताचा नमुना घेतला, तर त्याच्यामध्ये थकवा उत्पन्न करणारे अनेक विषाणू असतात आणि त्यामुळेच त्याला थकवा जाणवतो; पण जर तुम्ही अल्बर्ट आइनस्टाइनच्या मेंदूतील रक्ताचा थेंब तपासून पाहिलात, तर त्याच्यामध्ये दिवसाच्या अखेरीससुद्धा थकव्याचे विषाणू आढळणार नाहीत.

मेंदूच्या बाबतीत बोलायचे झाले, तर तो तितक्याच वेगाने आणि तितक्याच कार्यक्षमतेने कार्य करू शकतो. ज्या पद्धतीने त्याने दिवसाच्या सुरुवातीला काम केले तेवढेच आणि तसेच काम तो आठ तासांपर्यंत, फार काय बारा तासांपर्यंतसुद्धा करू शकतो! खरोखर मेंदूचे कार्य अविश्रांत चालू असते. मग तुम्ही कशामुळे दमता?

मानसशास्त्रज्ञ असे जाहीर करतात की, आपल्या एकूण थकव्यापैकी जास्तीतजास्त थकवा हा आपल्या मानसिक आणि भावनिक दृष्टिकोनामुळे येतो. जे. जे. हॅंडफिल्ड नावाचे प्रसिद्ध शास्त्रज्ञ त्यांच्या 'दि सायकॉलॉजी ऑफ पॉवर' या पुस्तकात असे म्हणतात – 'आपल्याला जो थकवा सोसावा लागतो त्याचे मूळ आपल्या मानसिकतेमध्ये असते; फक्त शारीरिक थकावट ही क्वचित असते.' अे. अे. ब्रील हे अमेरिकेतील

एक प्रसिद्ध मानसशास्त्रज्ञ तर यापुढे जाऊन असे म्हणतात की, 'उत्तम आरोग्य असलेल्या बैठे काम करणाऱ्या व्यक्तीचा शंभर टक्के थकवा तिच्या मानसिक कारणांमुळे असतो. म्हणजे तिच्या भावनांच्या इंद्रधनुषी रंगांमुळे असतो.'

बैठे काम करणाऱ्या व्यक्तीच्या कोणत्या भावना तिला थकवतात? आनंदाच्या? समाधानाच्या? छे:! कधीच नाही! कंटाळा, संताप, आपल्या कामाचे कौतुक न केल्याबद्दल, आयुष्याच्या निष्फळतेबद्दल वैताग, काळजी, चिंता याच त्या सगळ्या भावना आहेत ज्या बैठे काम करणाऱ्या माणसाला थकवतात. त्यामुळे त्याला सर्दी- पडसे होते. त्याचे अपेक्षित काम त्याच्याकडून होत नाही. मग तो उदासवाण्या चेहऱ्याने डोकेदुखी घेऊन घरी जातो. होय! अगदी खरे आहे. आपल्या या नकारात्मक भावना आपल्या शरीरात ताणतणाव निर्माण करतात.

राजधानीची शहरे असलेल्या ठिकाणी आयुर्विमा कंपनीने त्यांच्या पत्रकामध्ये थकव्याबद्दल असे लिहिले आहे की, 'केवळ शारीरिक कष्टामुळे क्वचितच असा थकवा जाणवतो की, जो रात्री झोप होऊन किंवा विश्रांती घेऊन घालवता येत नाही. काळजी, ताणतणाव आणि भावनिक उलथापालथ ही थकव्याची तीन प्रमुख कारणे आहेत. खरेतर थकवा आला, तर शारीरिक किंवा मानसिक कष्टांकडे बोट दाखवले जाते. त्याऐवजी ही तीन प्रमुख कारणे लक्षात घेतली पाहिजेत. त्यांना दोष दिला पाहिजे. लक्षात ठेवा की, स्नायूंवर जेव्हा आपण ताण देतो तेव्हा तो कष्ट करतो. आता ताण काढून घ्या! आणि ती ऊर्जा दुसऱ्या महत्त्वाच्या कामासाठी वापरण्यास जपून ठेवा.

आत्ता या क्षणाला तुम्ही जे काय करत आहात ते ताबडतोब थांबवा! आत्ता या ओळी वाचताना तुमच्या कपाळावर आठ्या पडल्या का? तुमच्या डोळ्यांवर ताण जाणवतो का? तुम्ही तुमच्या खुर्चीत आरामात बसला आहात का? तुम्ही खांद्यात वाकला आहात का? तुमच्या चेहऱ्याचे स्नायू तणावग्रस्त आहेत का? जोपर्यंत तुमचे संपूर्ण शरीर हे चिंध्या झालेल्या जुन्या बाहुलीप्रमाणे मरगळलेले होत नाही तोपर्यंत तुमचे शरीर नकारात्मक, उदास करणारा ताण निर्माण करेल आणि तुमच्या स्नायूंवरसुद्धा ताण येईल.

आता तुम्ही स्वतःला बेचैन करणारा ताण आणि बेचैन करणारा थकवा निर्माण करत आहात.

आपण बौद्धिक काम करत असताना हे अनावश्यक, गरज नसलेले तणाव का निर्माण करतो? डॅनियल जोसेलिन म्हणतो, 'आपली मुख्य अडचण कोणती असते ती मला सापडली आहे. आपला असा वैश्विक विश्वास असतो की, कष्टाचे काम करण्यासाठी विशेष प्रयत्न करावे लागतात. नाहीतर ते जमत नाही.' म्हणून आपण कपाळाला आठ्या घालून त्या कामावर संपूर्ण लक्ष केंद्रित करतो. आपले खांदे

पाडून बसतो, पोक काढून बसतो, आपल्या स्नायूंना आपल्या मदतीला बोलावतो, जेणेकरून आपल्या हालचाली गतिमान होतील; पण खरे म्हणजे, अशा कोणत्याच प्रकारे या सगळ्याचा आपल्या मेंदूला कोणताही उपयोग होत नसतो.

या बेचैन करणाऱ्या थकव्यावर काय उत्तर आहे? विश्रांती घ्या! आराम करा! तुम्ही तुमचे काम करत असतानाच विश्रांती कशी घ्यायची याचे तंत्र अवगत करा.

सोपे आहे का? नाही. कदाचित त्यासाठी तुम्हाला आयुष्यभर जोपासलेल्या सवयी बदलाव्या लागतील, पण असा प्रयत्न केल्यास तो फलदायी ठरेल. कदाचित हा बदल तुमच्या आयुष्यात क्रांती घडवून आणेल. विल्यम जेम्सने त्याच्या 'दि गॉस्पेल ऑफ रिलॅक्सेशन'मध्ये म्हटले आहे : 'अमेरिकेमधील लोकांची ही अतिरिक्त तणावपूर्ण जीवनशैली, छातीतील वेदना, श्वसनमार्गातील अडथळे, भावनांची तीव्रता आणि वेदना हे सगळे कशाचे द्योतक आहे? तर त्यांच्या केवळ वाईट सवयींचे!' ताणतणाव घेणे हीसुद्धा एक सवय आहे. विश्रांती घेणे हीसुद्धा एक सवय आहे. वाईट सवयी मोडून टाकल्या पाहिजेत व चांगल्या सवयी आत्मसात केल्या पाहीजेत.

विश्रांती कशी घ्याल? सुरुवात तुम्ही तुमच्या मनापासून करणार का मज्जातंतूंपासून? या दोन्हींपासून सुरुवात करू नका! विश्रांती घ्यायला सुरुवात तुम्ही तुमच्या स्नायूंपासून करा.

आपण असा प्रयत्न करून बघू! एक प्रात्यक्षिक करून बघण्यासाठी आपण डोळ्यांपासून सुरुवात करू. हा संपूर्ण परिच्छेद वाचा आणि जेव्हा या परिच्छेदाच्या शेवटापाशी तुम्ही पोहोचाल तेव्हा खुर्चीतच मान मागे टाकून निवांत बसा. तुमचे डोळे बंद करा आणि तुमच्या डोळ्यांना शांतपणे सांगा, 'जाऊ दे! सोडून दे! ताण घेणे आता थांबव! नावे ठेवणे थांबव! जाऊ दे! सोडून दे!' एक मिनिटापर्यंत हेच शब्द पुन्हा पुन्हा मनाशी म्हणा.

तुमच्या हे लक्षात आले का की, काही सेकंदांनंतर डोळ्यांचे स्नायू तुमच्या आज्ञा पाळायला लागले? तुम्हाला असे जाणवले का की, एक अद्‌भुत हात आला आणि त्याने तुमचे सर्व ताणतणाव घालवून टाकले! तुम्हाला हे सगळे अविश्वसनीय वाटते ना, पण फक्त एकच मिनिटामध्ये आपल्या शरीराला सैलावण्याचे हे कसब तुम्ही शिकलात. हेच तंत्र तुम्ही चेहऱ्याचे स्नायू, जबड्याचे स्नायू शिथिल करण्यासाठी वापरू शकता. मानेसाठी, खांद्यासाठी एकूणच संपूर्ण शरीरासाठी हे तंत्र उपयोग पडते; पण तरीही या सगळ्यांपेक्षा डोळ्यांचा तणाव नाहीसे करण्याचे तंत्र अधिक प्रभावी आहे. शिकागो विद्यापीठाचे डॉ. एडमंड जेकबसन तर फार पुढे जाऊन असे म्हणतात की, जर तुम्ही डोळ्यांच्या स्नायूंना संपूर्णपणे विश्रांती देऊ शकलात, तर तुम्ही तुमचे सगळे दु:ख विसराल. डोळ्यांची विश्रांती इतकी महत्त्वाची का आहे

यामागचे कारण असे आहे की, शरीराने शोषून घेतलेल्या एकूण नकारात्मकतेपैकी १/४ नकारात्मकता डोळे जाळून टाकू शकतात. ज्यांची दृष्टी अत्यंत चांगली आहे त्यांनासुद्धा डोळ्यांचा ताण जाणवण्यामागचे कारण हेच आहे.

विकी बॉम ही एक प्रसिद्ध कादंबरीकार! तिने सांगितले की, जेव्हा ती लहान होती तेव्हा तिला असा एक म्हातारा माणूस भेटला, ज्याने तिला आयुष्यभर लक्षात ठेवाव्यात अशा काही गोष्टी शिकवल्या. एकदा ती खेळताना पडली असता तिचे ढोपर फुटले, गुडघे फुटले त्या वेळी त्या माणसाने तिला उठवले, तिच्या अंगावरची माती झटकली. तो म्हातारा माणूस एके काळी सर्कशीत विदुषकाचे काम करणारा होता. तो तिला म्हणाला, ''तू खाली पडल्यावर तुला जखम झाली याचे कारण म्हणजे तुझ्या शरीराला सैलसर कसे ठेवायचे हे तुला माहिती नाही. एखादा पायमोजा ज्याप्रमाणे मरगळलेला असतो तसे तू तुझे शरीर ठेवायला हवे होतेस. ये, मी तुला दाखवतो कसे करायचे ते.''

त्या म्हाताऱ्या गृहस्थाने विकी बॉमला व इतर मुलांना शिकवले की, पडताना कसे पडायचे, उड्या कशा मारायच्या, कोलांट्या उड्या कशा मारायच्या आणि आग्रहाने तो एक गोष्ट सांगत असे. ''स्वत:ला आपण एक चोळामोळा झालेला पायमोजा आहोत असे समजा. म्हणजे तुम्हाला आराम वाटेल आणि इजाही होणार नाही.''

तुम्ही कोठेही असलात, तरी आणि वेळ कोणतीही असली, तरी तुम्ही विश्रांती घेऊ शकता. मात्र एकच गोष्ट करायची की, विश्रांती घेण्यासाठी कष्ट घ्यायचे नाहीत. विश्रांती या सदरात ताणतणाव आणि कष्ट यांना मज्जाव आहे. निवांतपणे आणि आरामाचाच फक्त विचार करा. सुरुवात डोळ्यांच्या स्नायूंच्या विश्रांतीच्या विचाराने करा, पुन्हा पुन्हा मनातल्या मनात तोंडाने पुटपुटा, 'जाऊ दे! सोडून दे!' तुमच्या चेहऱ्याच्या स्नायूंकडून शरीराच्या मध्यभागाकडे वाहणाऱ्या ऊर्जास्रोताला जागवा.लहान मुलाची निरागसता आठवा आणि लहान मुलाप्रमाणे तणावमुक्त व्हा!

तीव्र आवाजात गाणे गाण्यासाठी प्रसिद्ध असलेली गॅली कर्सी असेच करायची. हेलेन जोसनने मला सांगितले की, गॅली कर्सीच्या शो पूर्वी मी जेव्हा तिला पाहत असे तेव्हा ती एका खुर्चीवर बसून आपल्या जबड्याचे स्नायू इतके शिथिल करत असे की, तो लोंबकळल्याप्रमाणे दिसत असे. अशा पद्धतीचा उपयुक्त सराव केल्यामुळे स्टेजवर पाऊल ठेवण्यापूर्वी तिला कधीच औदासीन्य येत नसे. तिला थकवापण येत नसे.

योग्य पद्धतीने विश्रांती कशी घ्यावी हे सांगणाऱ्या चार सूचना खाली दिल्या आहेत. त्यांचा तुम्हाला उपयोग होईल –

१) कोणत्याही वेळेस विश्रांती घ्या. तुमच्या शरीराला एखाद्या पायमोज्याप्रमाणे

शक्तिहीन करा. मी काम करताना माझ्या टेबलावर एक काळपट लाल रंगाचा पायमोजा ठेवतो. कशासाठी? तर मी त्या मोज्याप्रमाणे सैलावले पाहिजे याची आठवण करून देण्यासाठी! जर तुम्हाला पायमोज्याची कल्पना पसंत नसेल, तर मांजरीबद्दल विचार करून बघा. सूर्यप्रकाशात झोपलेल्या मांजरीला तुम्ही कधी उचलून पाहिले आहे का? तुमच्या लक्षात आले असेल की, ती कशी अंगाचे मुटकुळे करून झोपते ते! भारतातील ऋषीमुनीसुद्धा हेच सांगतात की, जर तुम्ही विश्रांतीचा विचार करत असाल तर मांजरीचा अभ्यास करा! मांजरीचे निरीक्षण करा! मी अजूनपर्यंत थकलेली मांजर कधीच पाहिली नाही किंवा नैराश्याने आजारी असलेली मांजरही पाहिली नाही किंवा निद्रानाश झालेली मांजर पाहिली नाही. चिंताक्रांत, पोटाचे अल्सर असलेली मांजर पाहिली नाही. जर तुम्हीसुद्धा मांजर जशी शरीर सैलावून विश्रांती घेते तशी घेतलीत, तर मोठमोठ्या संकटांपासून तुमचा बचाव होईल.

२) शक्य तेवढे जास्त काम आरामदायी वाटेल अशा स्थितीत करा. लक्षात ठेवा, शरीरात जर ताणतणाव निर्माण झाला, तर त्यामुळे खांदे दुखतात आणि बेचैन करणारा थकवा जाणवतो.

३) दिवसातून चार ते पाच वेळा स्वत:च स्वत:च्या मनाला प्रश्न विचारा, 'मी माझे काम जरुरीपेक्षा जास्त कष्टप्रद बनवत आहे का? मी जे काम करतो आहे त्या कामासाठी खरोखरच इतक्या कष्टाची गरज आहे का?' या गोष्टीचा तुम्हाला आरामदायी वाटण्यासाठी नक्कीच उपयोग होईल. डॉ. डेव्हिड फींक म्हणतात, ''जे लोक मानसशास्त्राचा अभ्यास करतात अशा दोघांपैकी एक जण तरी निदान असाच विचार करतो.''

४) दिवसाच्या शेवटी स्वत:च स्वत:ची परीक्षा घ्या. स्वत:ला प्रश्न विचारा, 'मी असा कितीसा दमलो आहे? खरोखरच मी जर दमलो असेन, तर ते माझ्या बौद्धिक कामामुळे नव्हे, तर मी ते ज्या पद्धतीने केले त्यामुळे.' डॅनियल जोसलीन म्हणतात, ''मी माझ्या यशाची पावती मी दिवस-अखेरीस किती दमलो यापेक्षा मी कसा दमलो नाही या कसोटीवर देतो. जर दिवसाच्या अखेरीस मला खूप थकवा जाणवला किंवा माझी चिडचिड झाली, तर नि:संशयपणे माझा दिवस संख्यात्मक आणि गुणात्मक अशा दोन्ही दृष्टिकोनांतून अपुरा ठरला. जर अमेरिकेतील प्रत्येक व्यावसायिकाने यापासून धडा घेतला, तर हायपरटेन्शनमुळे होणाऱ्या मृत्यूच्या प्रमाणात एका रात्रीतून घट होईल आणि काळजी व थकव्यामुळे रुग्णालयात भरती होणाऱ्यांचे प्रमाणही कमी होईल.''

# २५

## थकवा टाळून चिरतरुण कसे दिसायचे!

गेल्या ग्रीष्म ऋतूतील एके दिवशी माझे एक सहकारी विमानाने बोस्टनला गेले होते. कशासाठी? तर एक वेगळ्याच प्रकारच्या वैद्यकशास्त्राच्या कार्यशाळेत दाखल होण्यासाठी. वैद्यकशास्त्र? होय, खरे आहे! बोस्टन येथे आठवड्यातून एक दिवस असा दवाखाना थाटण्यात येत असे की, जेथे येऊन अनेक रुग्ण आपल्या तपासण्या करून घेत असत. जेणेकरून त्यांना हॉस्पिटलमध्ये दाखल करून घेण्याची आवश्यकता आहे किंवा नाही हे पाहिले जात असे. खरे सांगायचे, तर ते मनोविज्ञानाविषयीचे सत्र होते. जरी त्या सत्राला 'अप्लाइड सायकॉलॉजी' हे नाव जाहीरपणे दिले असले, तरी (सुरुवातीच्या सभासदांनी त्याचे नाव 'विचारांचे नियमन करणारा वर्ग' असेच ठेवले होते.) जे लोक चिंताग्रस्त असल्यामुळे आजारी आहेत त्यांच्यावर उपचार करणे हा या कार्यशाळेचा मुख्य हेतू होता आणि येथे आलेल्या रुग्णांपैकी बहुसंख्य रुग्ण म्हणजे भावनिक पातळीवर संतुलन गमावलेल्या गृहिणीच होत्या!

अशा पद्धतीचा 'चिंता' विषयाचे चिंतन करणाऱ्या क्लासचा श्रीगणेशा कसा झाला? त्याची एक कथाच आहे. इ. स. १९३०मध्ये डॉ. जोसेफ प्रॅट, जे सर विल्यम ऑसलरचे विद्यार्थी होते, त्यांना निरीक्षणानंतर असे लक्षात आले की, बोस्टन येथील रुग्णालयात येणाऱ्या बहुसंख्य रुग्णांमध्ये तसे पाहायला गेले, तर शारीरिकदृष्ट्या कोणताच दोष नव्हता; पण तरीही त्यांच्या कोणत्या ना कोणत्या तक्रारी होत्या. एका बाईचे हात संधिवातामुळे इतके अधू झाले होते की, तिला हातांचा वापर करणे अशक्य वाटत होते. दुसरीला पोटाच्या कॅन्सरच्या जशा प्रचंड वेदना होतात तशाच तंतोतंत जुळणाऱ्या वेदना होत होत्या. कोणाला पाठदुखी होती, कोणाला डोकेदुखी होती, तर कोणाला प्रचंड थकवा होता, तर काहींना

वेदना नक्की होत होत्या, पण त्या कोठे हे सांगता येत नव्हते. डॉक्टरांना या रुग्णांनी कितीही जीव तोडून सांगितले की, त्यांना बरे वाटत नव्हते, तरीसुद्धा डॉक्टरांना शारीरिकदृष्ट्या त्यांच्यात कोणताच दोष आढळत नसे. पुराणमतवादी डॉक्टरांनी तर अशा रुग्णांची खिल्ली उडवून 'तुला काही झाले नाही, सगळे तुझ्या मनाचे खेळ आहेत!' असे सांगत हाकलून लावले असते.

परंतु डॉ. प्रॅट यांना असे जाणवले की, अशा रुग्णांना फक्त 'घरी जा आणि सगळे विसरून जा' असे सांगितल्याने त्यांचे समाधान होणार नव्हते. प्रॅटला हेसुद्धा माहिती होते की, तेथे येणाऱ्या रुग्णांना काही आजारी पडण्याची हौस नव्हती आणि आपले काय दुखते हे ते इतक्या सहजी विसरून जाऊ शकले असते, तर त्यांचे उपचार त्यांनी स्वतःच केले असते. मग अशा रुग्णांसाठी काय बरे करता येईल, असा विचार प्रॅटच्या मनात सुरू झाला.

म्हणून मग त्यांनी हा क्लास सुरू केला. या वर्गात जमणाऱ्या सर्व रुग्णांचे एकत्रितपणे शंकासमाधान त्या क्षेत्रातील तज्ज्ञ व्यक्तींकडून केले जात असे. या क्लासमुळे अनेक रुग्ण बरे झाले! क्लास सुरू झाल्यापासून आत्तापर्यंत बरे होऊन घरी जाणाऱ्यांची संख्या काही हजारांवर गेली आहे. काही रुग्ण तर वर्षानुवर्षे येत; जणूकाही ते भक्तिभावाने चर्चमध्येच हजेरी लावत होते. माझ्या एका मित्राने या क्लासला हजेरी लावली. तो एका बाईशी बोलला, जिने नऊ वर्षांमध्ये कधीच हा क्लास चुकवला नव्हता. तेव्हा ती म्हणाली की, जेव्हा प्रथम ती या क्लिनिकमध्ये आली तेव्हा तिची अशी पूर्ण खात्री झाली होती की, तिच्या किडनीमध्ये प्रचंड मोठा दोष उत्पन्न झाला आहे आणि तिला हृदयरोगपण आहे. त्यामुळे ती इतकी काळजीत व तणावाखाली होती की, कधीकधी तिला दिसेनासे होई आणि तिला आंधळे झाल्यासारखे वाटे; पण आता मात्र ती आत्मविश्वासाने भारावलेली दिसते, आनंदी दिसते आणि तिची तब्येतही उत्तम वाटते. तिच्या मांडीवर तिचे एक नातवंड दिसत होते. ती पुढे म्हणाली, ''पूर्वी मी फार काळजी करत असे. मी संपूर्ण कुटुंबाची काळजी करी. इतकी की, मला वाटत असे, या काळजीमुळे मी मरणार आहे; पण या क्लिनिकमध्ये यायला लागल्यापासून मी काळजी किती व्यर्थ असते ते शिकले. मी काळजी करणे थांबवले आणि आता प्रामाणिकपणे हे सांगू इच्छिते की, आता मी सुखी आहे.''

डॉ. रोझ हिलफर्डींग या त्या क्लासमधील वैद्यकीय सल्लागार होत्या. त्या म्हणाल्यी, ''काळजी हलकी करण्यासाठी मला एक उत्तम उपाय सापडला आहे. तो म्हणजे तुमच्या अडचणींबद्दल, त्रासाबद्दल अशा कोणाजवळ तरी बोलायचे, ज्याच्यावर तुमचा विश्वास आहे. यालाच कॅथारिसिस असे नाव आहे. म्हणजे आपल्या तीव्र भावनांना मोकळी वाट करून देणे. जेव्हा रुग्ण येथे येतात तेव्हा

त्यांच्या अडचणींबद्दल ते सांगोपांग चर्चा करतात. अगदी त्यांच्या भावनांचा निचरा होईपर्यंत बोलतात. आपल्या चिंता मनातच ठेवणे यामुळे ताणतणाव वाढून नैराश्य येते. आपण आपल्या अडचणी इतरांजवळ मोकळेपणाने बोलून त्या सोडवल्या पाहिजेत. त्यामुळे आपली खात्री होईल की, या जगात कोणीतरी आहे की, ज्यांना माझ्याबद्दल सहानुभूती आहे आणि जे माझे दुःख समजावून घेतात.''

माझ्या मित्राने हे प्रत्यक्ष त्याच्या डोळ्यांनी पाहिले की, जेव्हा एका स्त्रीने तिच्या सर्व चिंता-काळज्या लोकांसमोर मांडल्या तेव्हा तिला किती हलके वाटले! तिच्या सगळ्या काळज्या कौटुंबिक होत्या आणि जेव्हा तिने प्रथम बोलायला सुरुवात केली तेव्हा ती एखाद्या गुंडाळलेल्या स्प्रिंगप्रमाणे वाटली. नंतर हळूहळू जेव्हा तिने बोलायला सुरुवात केली तेव्हा उलगडत जाणाऱ्या स्प्रिंगप्रमाणे तिच्या भावनांना तिने मोकळेपणाने वाट करून दिली. जसजशी ती बोलत गेली तसतशी ती शांत होत गेली. मनात उठलेले काहूर थांबले. मुलाखत संपली तेव्हा तर ती हसत होती. तिचे सगळे प्रश्न सुटले होते का? छे! ते कसे शक्य होते? ते सोपेही नव्हते, पण हा बदल झाला यामागचे कारण म्हणजे दुसऱ्या कोणाबरोबर आपली दुःखे वाटून घेतल्यामुळे अल्पसे मार्गदर्शन झाले आणि अल्पशी सहानुभूती मिळाली. तिच्या भावनांवर उपचार कशामुळे झाले, तर शब्दांमध्ये असलेली प्रचंड किमया! प्रचंड सामर्थ्य!!

मनोविश्लेषण हे काहीसे शब्दांमधील या उपचारक सामर्थ्याच्या पायावरच उभे आहे. अगदी फ्रॉइडच्या काळापासूनच विश्लेषकांना हे माहिती आहे की, रुग्णांना त्यांच्या आंतरिक समस्या फक्त बोलूनसुद्धा आराम मिळतो. असे का घडते? कदाचित असे असेल की, इतरांशी आपल्या समस्यांबद्दल बोलल्यामुळे वेगळा प्रकाश पडतो. कदाचित अधिक चांगला दृष्टिकोन मिळतो. कोणालाच त्याचे नेमके उत्तर माहिती नाही; पण सगळ्यांनाच हे माहिती आहे की, हृदयात साठवलेले बाहेर टाकल्याने किंवा अंतर्यामीचे दुःख इतरांना सांगितल्याने ताबडतोब आराम मिळतो.

म्हणून पुढच्या वेळेस तुम्ही कधी असे भावनिक पेचप्रसंगात सापडलात, तर तुमच्या सभोवती असे जे कोणी भावना मोकळ्या करण्यालायक असेल त्यांच्याशी मनमोकळेपणाने बोलून टाका. मला असे म्हणायचे नाही की, तुमच्या अगदी खाजगी गोष्टींचा गावभर डांगोरा पिटा आणि दिसेल त्याच्यासमोर ऊर बडवत फिरा. असे कोणीतरी, जे आपल्याला विश्वासार्ह वाटेल त्याच्याबरोबर पूर्वनियोजित वेळ ठरवून घ्या. ती व्यक्ती कदाचित तुमची नातेवाईक असेल किंवा एखादी डॉक्टर असेल किंवा वकील असेल. कदाचित मंत्री असेल किंवा धर्मोपदेशकसुद्धा असू शकेल! अशा व्यक्तीला तुम्ही म्हणा, 'मला तुमचा सल्ला हवा आहे. मला समस्या आहेत आणि माझी अशी इच्छा आहे की, मी जे तुम्हाला सांगेन त्याकडे तुम्ही

काळजीपूर्वक लक्ष द्याल. तुम्ही मला मार्गदर्शन करू शकाल. जर मी जे बोलतो ते तुम्ही काळजीपूर्वक ऐकले, तर कदाचित मला जे लक्षात येत नाही ते तुम्हाला वेगळ्या दृष्टिकोनातून पाहिल्यामुळे लक्षात येईल आणि जर कदाचित तुम्हालाही तसे काही सांगता आले नाही, तरीसुद्धा तुमची मला मदतच होईल.'

बोस्टन डिस्पेन्सरी क्लासमध्ये सगळ्या समस्यांना वाचा फोडणे हा उपचाराचा मुख्य भाग होता, पण याच क्लासमध्ये आम्हाला अशा काही नवीन कल्पना सुचल्या ज्या तुम्ही घरच्या घरीसुद्धा करू शकाल.

१) लिहिण्यासाठी किंवा कात्रणे चिकटवण्यासाठी एखादी वही जवळ असू द्या. ज्या वाचनातून काही स्फूर्ती मिळेल असे काही टिपण करून ठेवा किंवा ते कात्रण वहीत चिकटवून ठेवा. या पुस्तकामध्ये तुम्ही कविता, प्रार्थना किंवा मोठ्या लोकांचे काही महत्त्वपूर्ण उद्‌गार लिहून ठेवू शकता, ज्यामुळे तुमच्या मनाला उभारी मिळेल. जेव्हा एखाद्या पिरपिर पावसातील कंटाळवाण्या दुपारी तुम्हाला खूप उदासवाणे वा एकटे वाटेल त्या वेळी या वहीचा तुम्हाला कंटाळा घालवण्यासाठी नक्कीच उपयोग होईल. कित्येक रुग्णांनी अशी वही वर्षोन्‌वर्षे जवळ बाळगली आहे. त्यांचे म्हणणे असे की, हे करणे इतके स्फूर्तिदायी आहे की, जणूकाही इंजेक्शनच!

२) इतरांच्या उणेपणावर फार काळ विसंबून राहू नका! त्या क्लासमध्ये एक अशी स्त्री होती की, तिला छोटासा एक प्रश्न विचारल्यानंतर स्वत:लाच असे जाणवले की, ती फार रागीट, सतत टाकून बोलणारी आणि निस्तेज चेहऱ्याची बायको आहे. तो प्रश्न होता : 'जर तुझा नवरा आत्ता मेला, तर तू काय करशील?' तेव्हा प्रथम ती रागावली. तिला या कल्पनेचासुद्धा धक्का बसला. ती मटकन खालीच बसली आणि तिच्या नवऱ्यातील चांगल्या गुणांची यादी करायला लागली. तिची यादी बऱ्यापैकी मोठी झाली. पुढच्या वेळेस तुम्हालाही जेव्हा असे वाटेल की, आपले एका राक्षसाशी किंवा जुलमी हुकूमशहाशी लग्न झाले आहे तेव्हा तुम्हीही हा प्रयोग का नाही करून बघत? कदाचित जेव्हा तुम्हीच केलेली ही यादी वाचून तुमच्या असे लक्षात येईल की, 'अरे! अस्साच तर माणूस आपल्याला भेटायला हवा होता!'

३) सभोवतालच्या लोकांमध्ये रुची दाखवा. तुमच्या आयुष्यातील सुख-दु:खांमध्ये जर तुमचा त्यांच्याशी मैत्रीपूर्ण आणि निरोगी व्यवहार असला, तर ते नक्कीच सहभागी होतील. क्लासमध्ये आलेली एक आजारी स्त्री, जी स्वत:ला फार श्रेष्ठ समजत होती, तिला कोणीच मित्र-मैत्रिणी

नव्हते. तिला असे सांगण्यात आले की, नुकत्याच तिला भेटलेल्या व्यक्तीबद्दलची माहिती कपोलकल्पित करून सांग. मग तिने तिला क्लासमध्ये भेटलेल्या माणसाबद्दल कल्पनेनेच काहीतरी सांगायला सुरुवात केली. त्याचे आयुष्य कसे असेल ते तिने तिच्या कल्पनाशक्तीच्या जोरावर रंगवले. तुमच्या लक्षात आले असेल की, आता ती भेटेल त्याच्याशी बोलायला लागली आणि आज ती आनंदी आहे, जागरूक आहे आणि एक उत्तम माणूस आहे. इतकेच नाही, तर स्वतःच्या वेदनांवर तिने उपचार करून घेतले आहेत.

४) आज रात्री झोपायला जाण्यापूर्वी उद्याच्या दिनक्रमाचे टाइम टेबल ठरवून ठेवा. त्या क्लासमध्ये असे लक्षात आले की, लोक दिवसभर एकामागून एक अंगावर पडणाऱ्या कामांमुळे अगदी कावून जातात. दिवस संपला तरी कामे संपत नाहीत. ते घड्याळाच्या काट्यांप्रमाणे धावत असतात. त्यांची ही घाई-गडबड करण्याची आणि काळजी करण्याची मनोवृत्ती बदलणे गरजेचे असते. दुसऱ्या दिवसाचे वेळापत्रक त्यांनी आज रात्रीच योजून ठेवावे. अशा योग्य नियोजनामुळे काय होईल? जास्तीतजास्त कामांमध्ये यश मिळेल, थकवा जाणवणार नाही, स्वतःबद्दल अभिमान वाटेल. यश-संपादनाचा आनंद होईल आणि शिवाय विश्रांती घेण्यासाठी आणि मौजमजा करण्यासाठीसुद्धा वेळ मिळेल.

५) सरतेशेवटी तुम्हाला हे सांगावेसे वाटते की, ताणतणाव व थकवा टाळा. आराम करा! विश्रांती घ्या!! ताणतणाव आणि थकवा यामुळे तुम्ही लवकर म्हातारे दिसाल. ताणतणाव आणि थकव्यामुळे तुमच्या व्यक्तिमत्त्वातील ताजेपणा व आकर्षकता यांचा लोप होईल. माझा मित्र त्या 'विचार नियमन' क्लासमध्ये एक तासभर बसला असतानाच प्रो. जॉन्सन, जे तेथील डायरेक्टर होते, त्यांनी मागच्या भागात सांगितलेलीच अनेक तंत्रे व तत्त्वे सांगितली. विश्रांतीचे नियम सांगितले. विश्रांतीच्या सराव प्रकाराच्या शेवटी दहा मिनिटांत जो सराव-प्रकार घेण्यात आला तो माझ्या मित्रानेही केला. तो खुर्चीत सराव प्रकार करता करताच गाढ झोपी गेला. असे घडते? कारण क्लिनिकमध्ये सगळ्यांनाच हे माहिती आहे. जर तुम्ही तुमच्या काळज्या बाहेर काढल्या, तर तुम्हाला आराम वाटणारच!

होय! खरे आहे. तुम्हाला आराम वाटायला हवा आणि एक वैशिष्ट्यपूर्ण गोष्ट म्हणजे जितका पृष्ठभाग अधिक कडक तितका आराम अधिक! फोमच्या किंवा स्प्रिंग बेडपेक्षाही आरामदायी वाटण्यासाठी जमिनीवर झोपा. पाठीच्या कण्याच्या

आरोग्यासाठी ते चांगले असते, कारण त्यामध्ये प्रतिरोध अधिक असतो.

तुम्ही करण्याजोगे आणखी काही सराव व्यायामप्रकार आहेत. एक आठवडाभर ते करून बघा. तुमच्या व्यक्तिमत्त्वात काय सुधारणा होते हे जाणवून घ्या.

(अ) जेव्हा तुम्हाला जाणवेल की, तुम्ही थकला आहात तेव्हा जमिनीवर झोपा. जेवढे हात पाय ताणता येतील तेवढे ताणा. शरीर गुंडाळून डावीकडे व उजवीकडे वळा. दिवसातून दोन वेळा हे करा.

(ब) डोळे बंद करा. प्रो. जॉन्सनने सुचविल्याप्रमाणे असे काहीतरी म्हणा, 'माझ्या डोक्यावर सूर्य तळपत आहे, आकाश निळे आहे आणि चकाकते आहे. निसर्ग शांत आहे आणि जगाच्या आधिपत्याखाली आहे आणि मी अशा निसर्गाचे एक छोटे मूल या विश्वाशी सूर जुळवतो आहे.' किंवा हे जमले नाही तर सरळ प्रार्थना म्हणा.

(क) जर तुमच्याकडे तेवढा वेळ नसेल व त्यामुळे तुम्ही जमिनीवर झोपू शकत नसाल, तर खुर्चीत बसल्या बसल्यासुद्धा तुम्ही हा परिणाम साधू शकता. कडक पृष्ठभागाशी ९०°चा कोन करणारी खुर्ची अधिक आराम देते. एखाद्या इजिप्शियन पुतळ्याप्रमाणे खुर्चीत ताठ बसा आणि तुमचे हात, तळवे खालच्या दिशेने तुमच्या मांडीवर ठेवा.

(ड) आता हळूहळू पायाची बोटे ताठ करा आणि सोडून द्या. मग तुमच्या पायाचे स्नायू ताठ करा व सोडून द्या. हळूहळू पाय शरीराच्या साहाय्याने वर उचला. नंतर शरीराच्या सर्वच अवयवांच्या बाबतीत हा व्यायाम करा. मानेपर्यंत आल्या नंतर आपले डोके फुटबॉलप्रमाणे गोल फिरवा आणि तोंडाने मात्र तुमच्या स्नायूंना 'जाऊ दे! जाऊ दे!' असे म्हणत राहा.

(इ) आता तुमच्या मज्जासंस्थेकडे लक्ष वळवा. त्यांना शांत, संयमित करा. खोल श्वास घ्या. भारतातील प्राचीन योगी प्राणायामाचे महत्त्व ओळखून होते. त्यांचे बरोबरच होते. आपल्या मज्जासंस्थेला बळकटी आणण्यासाठी प्राणायाम हा आजही सर्वोत्तम प्रकार समजला जातो.

(फ) आता तुमच्या चेहऱ्यावरील आठ्या आणि सुरकुत्या यांच्याकडे लक्ष द्या आणि त्या कमी करण्याचा प्रयत्न करा. काळजीमुळे तुमच्या भुवयांमध्ये आणि तोंडाच्या दोन्ही बाजूंना खूप सुरकुत्या पडतात. चेहरा सैल सोडण्याचे तंत्र आजमवा. दिवसातून दोन वेळा असे केले, तर कदाचित सर्व सुरकुत्या नाहीशा होतील व तुम्हाला हेल्थ क्लबमध्ये किंवा मसाज पार्लरमध्ये जाण्याचीही गरज पडणार नाही.

# २६

## थकवा आणि चिंता टाळणाऱ्या चार चांगल्या सवयी

**कामाच्या नियोजनाची चांगली सवय क्र. १ :**
***सध्या तुमच्या हातात जे काम आहे फक्त त्या संबंधीचेच कागदपत्र टेबलावर ठेवा. बाकीचे सगळे कागदपत्र उचलून ठेवून टेबल स्वच्छ करा.***

शिकागो आणि नॉर्थवेस्टर्न रेल्वेचा प्रेसिडेंट रोनाल्ड विल्यम्स एकदा म्हणाला, ''ज्या माणसाचे टेबल निरनिराळ्या प्रकरणांच्या फायलींच्या ढिगाऱ्यांनी भरलेले आह, त्याने जर त्याचे टेबल साफ करून फक्त चालू प्रकरणाच्या फाइल्स टेबलवर ठेवल्या, तर त्याचे काम अधिक सोपे व बिनचूक होईल आणि याला मी उत्तम व्यवस्थापन म्हणेन आणि कार्यक्षमतेच्या दृष्टीने टाकलेले ते पहिले पाऊल आहे असे समजेन.''

वॉशिंग्टन डी. सी.मधील वाचनालयाला जर तुम्ही भेट दिलीत, तर तेथील छतावर पोप कवीने रंगवलेले पाच शब्द तुम्हाला दिसतील.

'ऑर्डर इज हेवन्स फर्स्ट लॉ.'

व्यवसायातसुद्धा योग्य अनुक्रम फार महत्त्वाचा आहे. यशस्वी व्यवसायाचा पहिला नियम तोच आहे; पण खरेच असे असते का? नाही. जिकडे पाहावे तिकडे सगळी डेस्क्स आठवडेन् आठवडे कागदांनी भरलेली असतात. खरे सांगायचे, तर 'न्यू ऑर्लीन्स' वृत्तपत्राच्या प्रकाशकाने स्वत: एकदा मला हे सांगितले की, जेव्हा त्याच्या सेक्रेटरीने डेस्क स्वच्छ केले तेव्हा दोन वर्षांपासून हरवलेला टाइपरायटर फायलींच्या खाली सापडला!

उत्तरे न दिली गेलेली पत्रे, अनेक अहवाल आणि निवेदनपत्रे यांनी भरलेले टेबल हे तुमचा संभ्रम, ताण आणि चिंता वाढवते. 'लाखो गोष्टी करायच्या आहेत,

पण त्या करायला वेळ नाही' अशी स्वत:ला सतत टोचणी देत राहिल्यामुळेसुद्धा चिंता, तणाव व थकवा निर्माण होता. एवढेच, नाही तर त्याचे रूपांतर पुढे उच्च रक्तदाब, हृदयरोग आणि पोटाचे अल्सर्स यामध्येसुद्धा होते.

मेडिकल कॉलेजचे प्रोफेसर डॉ. जॉन स्टोक्स हे पेनिसिल्व्हानिया विद्यापीठाकडून त्यांचा पेपर एका जागतिक कॉन्फरन्समध्ये वाचायला गेले होते. त्या पेपरचे नाव काय होते? 'फंक्शनल न्युरॉसीस कॉम्प्लिकेशन ऑफ ऑरगॅनिक डिसीज्' त्या पेपरमध्ये डॉ. स्टोक्स यांनी रुग्णाच्या अकरा प्रकारच्या मन:स्थितींचा अभ्यास केला आहे. रुग्णाची मनोअवस्था समजून घेण्यासाठी कोणत्या गोष्टी अभ्यासल्या पाहिजेत, या आशयाचा त्याला मथळा दिला आहे. त्यातील पहिला मुद्दा खाली दिला आहे.

*एखादी गोष्ट केलीच पाहिजे किंवा ती करण्याची आपल्यावर सक्ती आहे अशा धारणेमुळे कधीच न संपणारा ताण रुग्णावर पडतो.*

पण इतकी प्राथमिक स्वरूपाची पद्धत म्हणजे आपले टेबल स्वच्छ ठेवणे, निर्णय घेणे यांसारख्या साध्या गोष्टी उच्च रक्तदाबाला कशा दूर ठेवतील? तसेच 'हे' केलेच पाहिजे किंवा समोर असलेल्या गोष्टींचा फडशा पाडण्याचा न संपणारा ताण या गहन गोष्टींचा इतक्या साध्या गोष्टींशी संबंध कसा असू शकतो? डॉ. सॅडलर हे जागतिक कीर्तीचे विख्यात मनोवैज्ञानिक! त्यांनी त्यांच्या एका पेशंटबद्दल जे सांगितले ते खरेच लक्षात ठेवण्यासारखे आहे. त्या रुग्णाने अगदी साध्या उपायाने स्वत:ला वैफल्यग्रस्त होण्यापासून वाचवले. शिकागोमधील एका फर्ममध्ये हा माणूस मोठा पदाधिकारी होता. तो जेव्हा डॉ. सॅडलरच्या क्लिनिकमध्ये आला तेव्हा अतिशय उदास, तणावपूर्ण आणि चिंताग्रस्त दिसत होता. त्याला स्वत:ला हे समजत होते की, त्याचा हा प्रवास आत्मघातकी होता, पण तो त्याचे काम सोडू शकत नव्हता. त्याला त्या परिस्थितीतून मार्ग काढण्यासाठी मदतीची गरज होती.

डॉ. सॅडलर पुढे म्हणाले, "हा रुग्ण मला त्याची कथा ऐकवत असतानाच माझा टेलिफोन वाजला. तो हॉस्पिटलमधून होता. खरेतर प्रत्येक प्रकरण मी जागेवरच हातावेगळे करत असतो, पण येथे मी तातडीचे काम आधी करायचे ठरवले. पुन्हा या रुग्णाकडे वळलो, तर पुन्हा दुसरा तातडीचा फोन! चर्चा करणे गरजेचेच होते. ते होते न होते तोच तिसरा अडथळा आला, तो माझ्या मित्राचा. तो एका रुग्णाला घेऊन माझ्याकडे सल्ल्यासाठी आला होता. तो रुग्ण गंभीर स्वरूपाचा आजारी होता. जेव्हा मी माझे सगळे काम संपवले व पुन्हा त्या रुग्णाकडे वळलो तेव्हा त्याला खूप वाट पाहायला लावल्याबद्दल त्याची क्षमा मागितली, पण आता त्याचा चेहरा खुलला होता. त्याच्या चेहऱ्यावर एक वेगळेच तेज झळकले होते."

तो माणूस सॅडलरला म्हणाला, ''क्षमा वगैरे मागू नका. आत्ता तुम्ही येण्यापूर्वी दहा मिनिटे आधी माझ्या मनात एक अंत:प्रेरणा आली की, माझ्या बाबतीत नेमके कोठे चुकत असावे? मी आता माझ्या ऑफिसमध्ये परत जातो आणि माझ्या कामाच्या सवयी पुन्हा एकदा तपासून पाहतो; पण जाण्यापूर्वी जर मी तुमचे डेस्क पाहिले तर तुम्हाला राग नाही ना येणार?''

डॉ. सॅडलरने डेस्कची ड्रॉवर्स उघडली. ती सगळी रिकामी होती. तो रुग्ण म्हणाला, ''मला सांगा की, तुमची अपूर्ण राहिलेली कामाची कागदपत्रे तुम्ही कोठे ठेवता?'' '

'कामे मी पूर्णच करतो.'' डॉ. सॅडलर म्हणाले.

''आणि ज्या पत्रांना उत्तरे द्यायची राहिली आहेत ती पत्रे तुम्ही कोठे ठेवता?'' त्याने विचारले.

''मी सर्व पत्रांना लगेचच उत्तरे देतो. माझ्या कामाची शिस्तच आहे की, मी अनुत्तरित काही ठेवतच नाही. मी माझ्या सेक्रेटरीला लगेचच डिक्टेशन देतो.'' डॉ. सॅडलर म्हणाले.

सहा आठवड्यांनंतर त्या उच्च पदस्थ अधिकाऱ्याने डॉ. सॅडलरला त्याच्या ऑफिसमध्ये येण्याबद्दल आमंत्रण पाठवले. तो आता पूर्ण बदलला होता. त्याचे डेस्कसुद्धा. त्याने डॉक्टरांना दाखवण्यासाठी ड्रॉवर्स उघडले. त्याच्याही ड्रॉवर्समध्ये आता कुठलीच अपूर्ण राहिलेली कागदपत्रे नव्हती. तो म्हणाला, ''सहा आठवड्यांपूर्वी दोन वेगवेगळ्या ऑफिसेसमध्ये माझी ३ डेस्क्स होती आणि ती प्रचंड कामाच्या ओझ्यांनी दबून गेली होती. माझी कामे पूर्णच होत नव्हती; पण तुमच्याशी बोलून मी परत आलो आणि एक गाडीभरून जुनी कागदपत्रे, अहवाल अशा सगळ्या निरुपयोगी गोष्टी तेथून काढून टाकल्या. आता मी फक्त एकाच डेस्कवर काम करतो. जशा गोष्टी पुढे येतील तसतसा त्यांचा फडशा पाडतो आणि कामाचे डोंगर साठू देत नाही. त्यामुळे मला कोणताही ताण किंवा काळजी जाणवत नाही. या सगळ्यांपेक्षाही अधिक चांगली गोष्ट कोणती झाली, तर मी आता पूर्णपणे बरा झालो. आता माझ्या तब्येतीविषयी माझी कोणतीच तक्रार नाही.''

चार्लस् ह्युजेस हा अमेरिकेतील सुप्रीम कोर्टाचा मुख्य न्यायाधीश. तो म्हणाला, ''पुरुष कामाच्या आधिक्यामुळे कधीच मरत नाहीत. ते मरतात ते व्यथर्तमुळे आणि काळजीमुळे!'' खरे आहे. आत्तापर्यंतचे त्यांचे कष्ट वाया गेल्यामुळे ते खचतात आणि त्यांचे काम ते पूर्ण करू शकले नाहीत म्हणून चिंताक्रांत होतात.

**कामाच्या नियोजनाची चांगली सवय क्र. २ :**
***कामाच्या महत्त्वानुसार त्याचा क्रम लावून त्या क्रमानेच काम करा.***

हेन्री डोहर्टी हे देशभर 'सिटी सर्व्हिस कंपनी'चे संस्थापक म्हणून प्रसिद्ध होते. ते म्हणतात, ''मी कोणाला किती पगार देत होतो याचा विचार न करता माझ्या असे लक्षात आले की, माणसात दोन मुख्य गुण आढळणे खूप गरजेचे असते, पण जे शक्यतो आढळत नाहीत.

''पहिला गुण म्हणजे विचार करण्याची क्षमता आणि दुसरा म्हणजे कामाच्या महत्त्वानुसार त्याचा क्रम ठरवून त्याप्रमाणे काम करणे. हे दोन्ही गुण अमूल्य आहेत.''

चार्लस् लकमन हा एक गुणी मुलगा! त्याने शून्यातून आपल्या करिअरला सुरुवात केली आणि अवघ्या बारा वर्षांत तो पेप्सोडेंट कंपनीचा प्रेसिडेंट बनला. त्याचा वर्षाचा पगार एक लाख डॉलर्स इतका होता. त्याशिवायसुद्धा त्याने लाखो डॉलर्स कमवले. त्याने असे जाहीररीत्या सांगितले की, त्याच्या यशाचे संपूर्ण श्रेय तो त्याच्यातील दोन गुणांना देतो. तेच दोन गुण जे हेन्री डोहर्टीला सापडणे अशक्य वाटले होते. चार्लस् लकमन म्हणाला, ''मला माझा भूतकाळ जेथपर्यंत आठवतो त्यानुसार मी रोज पहाटे पाच वाजता उठत असे, कारण इतर कोणत्याही वेळेपेक्षा मी त्या वेळात विचार जास्त चांगला करू शकत असे. त्या वेळातच मी माझ्या दिवसभराच्या कामाचे नियोजन करत असे आणि त्यांच्या महत्त्वानुसार त्यांचा क्रम ठरवून त्या क्रमाने काम करत असे.''

अमेरिकेतील सगळ्यात जास्त यशस्वी ठरलेला इन्श्युरन्स एजंट फ्रँक बेटगर तर दिवसभराच्या कामाचे नियोजन करण्यासाठी पहाटे पाचपर्यंतसुद्धा थांबायला तयार नव्हता. तो आदल्या दिवशी रात्रीच नियोजन करून ठेवत असे. दिवसभराची उद्दिष्टे ठरवत असे. त्या दिवशी किती रुपयांचा इन्श्युरन्स विकायचा हे ठरवत असे आणि तेवढ्या रकमेचा इन्श्युरन्स विकण्यात तो अयशस्वी ठरला, तर तेवढी रक्कम दुसऱ्या दिवशीच्या नियोजनात वाढवत असे. असेच चालत राहायचे.

मला आता प्रदीर्घ अनुभवांवरून असे लक्षात आले आहे की, प्रत्येकालाच अशी महत्त्वानुसार क्रमवारी ठरवणे जमत नाही; पण मला असेही माहिती आहे की, जे काम पहिले समोर येईल ते प्रथम करायचे, असे करणारे लोक आहेत आणि अगदीच पूर्वनियोजन न करण्यापेक्षा असे करणे केव्हाही चांगले.

सर जॉर्ज बर्नार्ड शॉने असा सक्त नियम केला नसता की, 'जे काम प्रथम समोर येईल ते आधी करायचे', तर लेखक म्हणून तो कदाचित अयशस्वी झाला असता आणि आयुष्यभर बँक-कॅशिअर म्हणूनच राहिला असता. रोज पाने लिहिण्याचा त्याचा निश्चय होता. त्यामुळेच त्याला लेखक म्हणून नावारूपाला येण्याची प्रेरणा मिळाली. त्या नऊ विलक्षण वर्षांत तो रोज पाच पाने लिहून काढत असे. अर्थात

त्याने त्यातून फक्त तीस डॉलर्स कमावले हा भाग वेगळा! रॉबिन्सन क्रुसोसुद्धा दुसऱ्या दिवशी प्रत्येक तासाला काय करायचे याचा तक्ता बनवून ठेवत असे.

**कामाच्या नियोजनाची चांगली सवय क्र. ३ :**
***जेव्हा तुमच्यासमोर समस्या उभी राहते, तेव्हा तिचे तिथेच निवारण करा. तुमच्याजवळ आवश्यक ती खरी माहिती उपलब्ध असेल, तर निर्णय लांबणीवर टाकू नका.***

माझा एक जुना विद्यार्थी कै. एच. पी. हॉवेल याने मला असे सांगितले की, जेव्हा तो अमेरिकेतील यू. एस. स्टीलच्या डायरेक्टर बोर्डावर होता तेव्हा अनेक लांबलचक मीटिंग्ज चालायच्या. अनेक समस्यांचे चर्वितचर्वण व्हायचे. काही निर्णय घेतले जायचे. परिणाम काय व्हायचा, तर प्रत्येक सभासदाला अहवालांची मोठमोठी बाडे अभ्यासासाठी घरी न्यावी लागायची.

शेवटी त्यावर तोडगा म्हणून एच. पी. हॉवेल यांनी इतर सभासदांचे मन वळवून असा निर्णय घेतला की, एका वेळी एकच समस्या चर्चेला घ्यायची आणि चर्चा करून निर्णयालाच यायचे. कुठलीही दिरंगाई चालणार नाही, टाळाटाळ चालणार नाही. कदाचित त्या निर्णयाला अधिक काही गोष्टींची माहिती मिळण्याची गरज भासत असे, कदाचित भासतही नसे; परंतु तरीही निर्णय घेतला जात असे. याचा परिणाम आश्चर्यकारक आणि क्रांतिकारकच झाला. फाइल्स बंद झाल्या, कॅलेंडर स्वच्छ झाले. आता सभासदांची घरी अभ्यासाला ओझे नेण्याची गरज संपली. अनुत्तरित समस्यांचे ताणतणाव नाहीसे झाले.

यू. एस. स्टीलमध्ये केलेला हा चांगला नियम फक्त त्यांच्यासाठीच हितावह नाही, तर तो आपल्याही हिताचाच आहे.

**कामाच्या नियोजनाची चांगली सवय क्र. ४ :**
***संघटन, प्रतिनिधित्व आणि अवलोकन करायला शिका.***

अनेक मोठमोठे उद्योगपती स्वत:च स्वत:ची थडगी खणतात, याचे कारण असे की, आपल्या जबाबदाऱ्या इतरांवर सोपवायला त्यांना आवडत नाही. प्रत्येक गोष्ट स्वत: करण्याचा त्यांचा आग्रह असतो. परिणाम काय होतो? तपशील आणि संभ्रम यामुळे ते बेजार होतात. घाई, चिंता आणि तणाव हीच त्यांच्या आयुष्याची त्रिसूत्री बनते. आपल्या जबाबदाऱ्या दुसऱ्यांवर सोपवणे, तसेच पचनी पडणे अवघड असतेच. मला स्वत:लासुद्धा हे फार जड गेले. आपली जबाबदारी चुकीच्या

माणसांवर सोपवली, तर किती संकटांचा सामना करावा लागतो हे मला माहिती आहे; पण जरी ते अवघड असले, तरी जर या यशस्वी लोकांना चिंता, तणाव आणि थकवा टाळायचा असेल, तर जबाबदारी सोपवणे शिकले पाहिजे. उद्योगपती एवढे साम्राज्य उभे करतात, पण ते संघटन, अवलोकन व प्रतिनिधित्व सोपवणे शिकत नाहीत. त्यामुळे त्यांना अवघ्या पन्नाशीत किंवा साठीत हृदयविकारासारखे रोग जडतात. हे हृदयविकार केवळ ताणतणाव आणि काळजीमुळे जडतात. नेमकी उदाहरणे हवीत? तुमच्या स्थानिक वृत्तपत्रातील पुण्यस्मरण वाचा.

# २७

## थकवा, काळजी आणि रागाची निर्मिती करणाऱ्या कंटाळ्याला कसे पळवून लावाल?

थकवा येण्याचे प्रमुख कारण म्हणजे कंटाळा, नीरसपणा! उदाहरणच द्यायचे झाले, तर आपण ॲलिसचे देऊ या. ॲलिस ही एक उच्च पदावर नोकरी करणारी तुमच्या-आमच्यासारखी! अगदी तुमची नेक्स्ट डोअर नेबर! सख्खी शेजारीण!! त्या दिवशी ॲलिस रात्री कामावरून घरी आली तीच मुळी दमून-भागून! जशी मेथीची जुडीच!! ती किती वैतागली आहे, हे ती सगळ्यांना दाखवत होती आणि प्रत्यक्षात खरेच ती वैतागलेली होती. तिचे डोके दुखत होते, तिची पाठ दुखत होती. ती इतकी थकली होती की, तिला जेवण न करताच झोपी जायचे होते; पण तिच्या आईने काही तिचा हेका सोडला नाही. तिला जेवायला लावले. इतक्यात टेलिफोनची घंटा वाजली. मित्राचा फोन होता! रात्रीच्या जेवणाचे आणि डिस्कोला जायचे निमंत्रण होते. मग काय विचारता! तिचे डोळे चकाकले! तिच्या अंगात नवचैतन्य सळसळले! दडादडा जिना चढत ती तिच्या बेडरूममध्ये गेली. खसकन एक पार्टीवेअर ड्रेस अंगावर चढवला. मॅचिंग लिपस्टिक लावली. खसाखस केस ब्रश केले आणि निघाली. रात्री तीन वाजेपर्यंत पार्टी चालू होती आणि सगळे आटोपून ती घरी आली तेव्हा तिच्या चेहऱ्यावर थकव्याचा लवलेशही नव्हता. उलट ती इतकी उत्साहाने भारलेली होती की, त्यामुळे तिला झोप लागली नाही.

तुम्हाला काय वाटते, ॲलिस आठ तासांपूर्वी खरेच, प्रामाणिकपणे दमलेली होती का? की ती थकल्याचे नाटक करत होती? नाही. ती नाटक करत नव्हती. ती खरेच खूप थकली होती. ती थकली होती, त्यामागचे कारण होते की, ती तिच्या कामाला कंटाळली होती. कदाचित आयुष्यालाच कंटाळली होती. अशा लाखो ॲलिस आहेत. तुम्ही आणि मीसुद्धा त्यातल्याच एक आहोत.

हे सर्वसंमत सत्य आहे की, तुमच्या शारीरिक कष्टापेक्षासुद्धा तुमचा भावनिक

दृष्टिकोन तुमच्या थकव्याला कारणीभूत ठरतो. काही वर्षांपूर्वी जोसेफ बारमॅक या प्रसिद्ध मानसोपचारतज्ज्ञाने त्याच्या संशोधनाचे काही अहवाल 'आर्काइव्हज् ऑफ सायकॉलॉजी' नावाने प्रसिद्ध केले. त्यामध्ये त्याने प्रयोगाअंती सिद्ध केले आहे की, कंटाळा थकवा निर्माण करतो. डॉ. बारमॅक यांनी प्रयोगान्ती हे सिद्ध करण्यासाठी काही विद्यार्थ्यांचा गट करून त्यांची चाचणी घेतली. त्यांना माहिती होते की, विद्यार्थ्यांना त्यामध्ये फारशी रुची नाही. परिणाम? अपेक्षित होता. त्या विद्यार्थ्यांना खूप दमल्यासारखे वाटले, झोप आली. त्यांनी डोकेदुखीच्या, डोळ्यांवरील ताणाच्या तक्रारी केल्या. काहींची तर पोटेसुद्धा बिघडली. हे सगळे काल्पनिक होते का? नाही. चयापचय क्रियेचीसुद्धा टेस्ट घेऊन पाहिली. त्यामधूनही हेच निदर्शनास आले की, जेव्हा एखाद्या व्यक्तीला कंटाळा येतो तेव्हा शरीराचा रक्तदाब आणि शरीरात शोषलेल्या प्राणवायूचे प्रमाण कमी होते, पण तेच जर त्याने कशाततरी रुची दाखवायला सुरुवात केली व त्याला आनंद झाला, तर चयापचय क्रियेचा वेग वाढतो.

जर आपण आपल्याला आवडणारे काम करत असलो, तर सहसा आपण थकत नाही. उदाहरणार्थ, नुकतीच मी सुट्टी घेतली व कॅनडियन रॉकीजजवळील 'लुईस लेक' येथे गेलो. कोरालच्या खाडीत कित्येक दिवस मी ट्राऊट नावाच्या माशांना पकडण्यासाठी घालवले. हे मासे बिनकाट्यांचे व चवदार असतात. हे मासे पकडण्यासाठी मी कितीतरी यातना सोसल्या. माझ्या डोक्यापर्यंत उंचीच्या झाडाझुडपांमधून मार्ग काढीत, लाकडी ओंडक्यांच्या अडथळ्यांना पार करत आठ तास सलग झगडत राहिलो. तरीही मी थकलो नाही. का? कारण मी रोमांचित झालो होतो. मला अत्यानंद झाला होता. कारण मी माझ्या मोहिमेत यशस्वी झालो होतो. सहा आख्खे मोठमोठे ट्राऊट्स माझ्या जाळ्यात सापडले होते; पण समजा, मी फिशिंग करताना कंटाळलो असतो, तर तुम्हाला काय वाटते मला काय वाटले असते? या कामामुळे मी इतका वैतागलो असतो की, सात हजार फूट उंचीवरून मला उडी मारावीशी वाटली असती.

तुम्हाला आश्चर्य वाटेल, पण गिर्यारोहणासारखी गोष्टसुद्धा काही वेळेस कंटाळवाणी वाटते. उदाहरण देऊन तुम्हाला सांगतो. मि. किंगमन हे फार्मर्स ॲण्ड मेकॅनिक्स बँकेचे प्रेसिडेंट आहेत. त्यांनी स्वत: मला हे सांगितले. जुलै, १९५३मध्ये कॅनडाच्या सरकारने कॅनडाईन अल्पाईन क्लबला सांगितले की, आर्मीमधील काही लोकांना गिर्यारोहण शिकवायचे आहे, त्यासाठी काही निष्णात गिर्यारोहक पाठवा. मि. किंगमन हेही या निष्णात गिर्यारोहक गाइड्सपैकी एक होते. त्यांनी सांगितले की, या सगळ्या गिर्यारोहक गाइड्सची वये ४२ ते ५९ दरम्यानची होती. ते या तरुण जवानांना डोंगर-दऱ्यांतून, कडे-कपारीतून, बर्फाच्या शेतातून फिरवत होते.ते

एका फक्त पंधरा फूट उंचीवरच्या कड्यावर त्यांना घेऊन गेले, जेथे त्यांना दोराच्या साहाय्याने चढावे लागले. आणखी काही छोट्या-छोट्या टेकड्या ते चढले. अशा प्रकारे पंधरा तासांचे गिर्यारोहण झाले, पण ज्यांचे सहा आठवड्याचे कमांडो-ट्रेनिंगसुद्धा नुकतेच झाले होते, असे हे जवान चांगलेच दमले! खूप खूप दमले!!

या मिलिट्रीतील जवानांचे कमांडो-ट्रेनिंग गिर्यारोहणापेक्षा अधिक सोपे होते का? मग त्यांना एवढा थकवा येण्याचे कारण काय? ज्या माणसाने कमांडो ट्रेनिंग घेतले आहे, तो या प्रश्नावरच हसेल. हे जवान थकले, याचे मुख्य कारण म्हणजे ते खूप कंटाळले होते. ते इतके थकले की, ते न जेवताच झोपले. पण मग जे गिर्यारोहक गाइड्स या जवानांच्या दुप्पट किंवा तिप्पट वयाचे होते, ते थकले नव्हते का? हो. ते कष्टामुळे थोडे थकले, पण त्यांनी व्यवस्थित जेवण घेतले होते. आजचा दिवस कसा घालवला, त्यात आलेले अनुभव याबद्दल चर्चा केली होती. ते जवानांसारखे गलितगात्र झाले नव्हते. याचे कारण त्यांना या विषयात रुची होती.

कोलंबियाचे डॉ. एडवर्ड थॉर्नडाईक जेव्हा 'थकवा' या विषयावरचे प्रयोग करत होते, तेव्हा ते तरुण मुलांना त्यांच्या आवडीचे काहीतरी देऊन सतत जागे ठेवण्याचा प्रयत्न करत असत. बऱ्याच संशोधनाच्या अंती त्यांनी असा अहवाल तयार केला की, 'काम कमी होण्यामागचे खरे कारण त्या कामाचा कंटाळा हेच आहे.'

तुम्ही जर बौद्धिक काम करणाऱ्यांपैकी असाल, तर ते काम किती जास्त किंवा किती कमी होते यावर तुमचा थकवा अवलंबून नसतो. काही वेळेस तुम्ही जे काम केले नाही, त्या कामामुळेसुद्धा थकू शकता. उदाहरणार्थ, मागच्या आठवड्यातील तो दिवस आठवा ज्या दिवशी तुमच्या कामात सतत व्यत्यय येत होता, तुमच्या पत्रांची उत्तरे दिली गेली नव्हती, तुमच्या पूर्वनियोजित भेटी रखडल्या होत्या. सगळीकडे अडचणीच अडचणी होत्या. त्या दिवशी सगळेच चुकीचे घडत होते. तुम्ही जे काही करायला जात होतात, त्याच्यात अपयश येत होते. त्यामुळे तुम्ही थकून-भागून घरी गेलात. तुमच्या डोक्यात कोलाहल होता.

दुसऱ्या दिवशी मात्र ऑफिसमध्ये कामाची भट्टी जमली होती. आदल्या दिवसापेक्षा तो दिवस चाळीस पटींनी चांगला होता. भरपूर काम झाले, तरीसुद्धा त्या दिवशी तुम्ही हसतमुखाने घरी गेलात. तुम्हाला असा अनुभव नक्कीच आला असेल. मलासुद्धा आला.

यापासून काय बोध घ्यायचा? फक्त एवढाच की, आपण कामामुळे थकत नाही, तर आपण काळजी, चिंता आणि राग यामुळे थकतो.

हे प्रकरण लिहीत असताना जिरोमी कर्न्स यांनी नव्याने सादर केलेला अप्रतिम सुंदर म्युझिकल कॉमेडी शो पाहायला गेलो. त्या शोचे नाव होते 'शो बोट'. बोटीचे

नाव होते कॉटन ब्लॉझम आणि तिचा कॅप्टन होता अँडी. तो त्याच्या तर्कशुद्ध प्रस्तावनेमध्ये म्हणतो, 'ज्या लोकांना आपल्याला आवडणारे काम करायला मिळते, ते लोक नशीबवान असतात, कारण ते आपले काम एन्जॉय करू शकतात.' असे लोक नशीबवान, कारण त्यांच्यामध्ये अधिक उत्साह, अधिक आनंद आणि कमी काळजी आणि कमी थकवा असतो. ज्या कामामध्ये तुम्हाला रुची असते त्या कामामध्ये तुम्हाला उत्साह वाटतो. सतत टाकून बोलणारा नवरा किंवा टाकून बोलणारी बायको यांच्याबरोबर दहा पावले चालण्यानेसुद्धा थकवा येतो, पण आपला जोडीदार जर गोड बोलणारा व सुस्वभावी असेल, तर दहा मैल चालूनसुद्धा थकवा येत नाही.

पण म्हणून काय झाले? त्याला दुसरा काही पर्याय आहे का? पण एका स्टेनोग्राफरने काय केले ते बघा – एका ऑइल कंपनीसाठी ती काम करत होती. ती कंपनी तुलसा ऑक्लोहोमा येथे होती. कित्येक दिवस, कित्येक महिने तिला एकच एक कंटाळवाणे काम करावे लागत असे. ते म्हणजे ऑइल देण्याबद्दलचे प्रिंटेड फॉर्मस् भरून द्यायचे, त्या फॉर्मस्मध्ये आकडे घालायचे आणि हिशेब जमवायचे. हे काम इतके कंटाळवाणे असे क, एके दिवशी स्वत:ला बरे वाटावे म्हणून तिने मनाशी निश्चय केला की, आपले काम अधिक चांगले बनवायचे कसे? ती स्वत:च स्वत:शी स्पर्धा करत असे. प्रत्येक दिवशी सकाळी तिने भरलेले फॉर्मस् ती मोजत असे आणि दुपारी स्वत:चे रेकॉर्ड स्वत:च ब्रेक करण्याचा प्रयत्न करत असे. 'आजच्या दिवसाच्या बेरजेपेक्षा उद्याची संख्या अधिक व्हायला पाहिज' असे मनाशी ठरवत असे. परिणाम काय झाला? थोडेच दिवसात इतरांपेक्षा अधिक जास्त प्रिंटेड फॉर्मस तिचेच भरून झाले होते. या सगळ्यामुळे तिला काय मिळाले? स्तुती? नाही. कोणी तिचे आभार मानले का? नाही. तिला बढती मिळाली का? नाही. तिचा पगार वाढला का? नाही. पण यामुळे तिला कामाचा थकवा जाणवला नाही, कारण तिला कंटाळा आला नाही. त्यामुळे तिची बौद्धिक भूक भागली. तिची नोकरी तिला अधिक आवडावी म्हणून तिने मनापासून प्रयत्न केले. त्यामुळे तिच्या अंगात अधिक उत्साह आला आणि तिला अधिक आनंद झाला. ती तिचा सुट्टीचा वेळ अधिक चांगला घालवू लागली.

ही गोष्ट खरी आहे. हे मी पैजेवर सांगू शकतो, कारण ती स्टेनोग्राफर माझी बायको आहे.

आता मी तुम्हाला आणखी एका स्टेनोग्राफरची गोष्ट सांगणार आहे, जिला आपले काम आपल्याला आवडते असे नाटक करणे फायदेशीर ठरले. पूर्वी तिला तिचे काम आवडत नव्हते, पण आता तसे नाही. तिचे नाव मिस व्हॅली गोल्डन. तिने मला जे लिहून कळवले ते असे :

'माझ्या ऑफिसमध्ये चार स्टेनोग्राफर्स आहेत आणि त्या सगळ्यांचे हेच काम आहे की सगळ्यांची लेटर्स टाईप करून द्यायची. रोजच्या रोज हे काम करून कधीतरी अशी वेळ येतेच की, कामाचा प्रचंड कंटाळा येतो. एके दिवशी माझ्या बॉसने मला एकदा टाइप केलेले पत्र पुन्हा टाइप करायला सांगितले. तेव्हा मी खूप वैतागले आणि स्पष्ट नकार देऊन सांगितले की, हे लेटर पुन्हा टाइप करण्यापेक्षा आहे तेच मी दुरुस्त करून देते. माझ्या मनाने बंडखोरी पुकारली होती, पण बॉस खूप रागावला व जर मी हे काम केले नाही, तर दुसऱ्या कोणाकडून तो ते करून घेईल असेही त्याने सांगितले. खरेतर मी मनातल्या मनात धुमसत होते, पण नाइलाजाने ते लेटर मी पुन्हा टाइप करायला घेतले. मला हे त्या क्षणी जाणवले की, मी जर हे काम केले नाही, तर माझा जॉब करण्यास कोणीही तयार होईल. शिवाय मला हेच काम करण्यासाठी तर पैसे मिळतात. मग मला बरे वाटायला लागले. मी माझ्या मनाशी निश्चय केला की; जरी मनातून मी या कामाचा तिरस्कार करत असले, तरी इथून पुढे मी अशा पद्धतीने काम करेन की, जणूकाही ती माझ्या फार आवडीची गोष्ट आहे! मग मला एक महत्त्वाचा शोध लागला : मी माझे काम आनंदाने करते असे दाखवण्याने मी हळूहळू खरोखर आनंदाने काम करू लागले होते. मला ते काम आवडू लागले होते. आता माझ्या कामात चुका होत नसत. गरजेच्या वेळी मला अधिकही काम करावे लागत असे. चांगल्या कामामुळे माझी तेथे प्रतिष्ठाही वाढली आणि जेव्हा माझ्या डिपार्टमेंटच्या प्रमुखाला एखाद्या प्रायव्हेट सेक्रेटरीची गरज पडत असे तेव्हा तो मलाच प्राधान्य देत असे, कारण त्याचे म्हणणे असे की, मी जास्तीचे कामसुद्धा आनंदाने करते; दुर्मुखलेली दिसत नाही. अशा प्रकारे मानसिक दृष्टिकोन बदलल्यामुळे मला इतक्या महान गोष्टीचा शोध लागला की, त्यामुळे माझे आयुष्यच बदलून गेले!'

मिस गोल्डनने किमया करणारी प्रो. वैहींगरची 'जणूकाही' ही तत्त्वप्रणाली वापरली. त्याने आपल्याला हेच शिकवले – 'जणूकाही' आपण सुखी आहोत. आणि तसेच वागायचे.

जर तुम्ही 'जणूकाही' असे समजून तुमच्या कामात रुची दाखवलीत, तर खरोखर तुम्ही प्रत्यक्षात कामात रुची घेता. त्यामुळे तुमचा थकवा कमी होतो. तुमचे ताणतणाव कमी होतात आणि चिंतासुद्धा कमी होतात.

काही वर्षांपूर्वी हार्लन हॉवर्ड याने एक निश्चय केला आणि त्यामुळे त्याचे संपूर्ण आयुष्यच बदलून गेले. त्याने निश्चय केला की, माझे कंटाळवाणे काम मी आवडीचे बनवीन. खरेच त्याचे काम खूप कंटाळवाणे होते. प्लेट्स धुणे, काउंटर्स साफ करणे आणि हायस्कूलमधील जेवणाच्या वेळी मुलांच्या बशीत आइसक्रीम भरणे. तो हे काम करत असताना इतर मुले मात्र बॉल खेळत असायची किंवा

मौजमजा करत असायची. मुलांची चेष्टा करत बसायची. हार्लनला त्याच्या कामाचा खूप तिरस्कार वाटायचा, पण त्याचा नाइलाज होता. मग त्याने आइसक्रीमचा अभ्यास करायचे ठरवले. ते कसे बनते? त्याचे घटक पदार्थ काय आहेत? काही आइस्क्रीम्स इतर आइस्क्रीम्सपेक्षा अधिक चांगली का लागतात? त्याने आइसक्रीममागचे रसायनशास्त्र समजून घेतले आणि हायस्कूलमधील केमिस्ट्री कोर्सचा तो स्कॉलर बनला. आता त्याला अन्न विषयाच्या केमिस्ट्रीची इतकी गोडी लागली होती की, त्याने मॅसॅच्युएट्स स्टेट कॉलेजमध्ये प्रवेश घेतला आणि 'फूड टेक्नॉलॉजी' या विषयात प्रावीण्य मिळवले. न्यूयॉर्क कोको एक्सचेंज कंपनीने शंभर डॉलर्सचे बक्षीस 'बेस्ट पेपर'साठी जाहीर केले. स्पर्धा सर्व विद्यार्थ्यांसाठी खुली होती. विषय होता 'कोको व चॉकलेटचा वापर'. तुम्हाला काय वाटते, ते बक्षीस कोणी जिंकले? अर्थातच हार्लन हॉवर्डने!

जेव्हा त्याला लवकर नोकरी मिळाली नाही, तेव्हा स्वत:च्या घराच्या तळघरात त्याने प्रयोगशाळा उभारली. त्याच काळात असा कायदा केला गेला की, दुधामधील बॅक्टेरियाचे प्रमाण मोजून ते जाहीर करणे सक्तीचे आहे. त्यामुळे हार्लनच्या प्रयोगशाळेला चांगले काम मिळाले. ॲमहर्स्टमधील चौदा दूध कंपन्यांनी बॅक्टेरिया मोजण्याचे काम त्याला दिले. त्याला त्यासाठी दोन मदतनीस ठेवावे लागले.

त्यानंतर पंचवीस वर्षांनी तो कोठे असायला हवा? अर्थातच आज जे यशस्वी फूड केमिस्ट्री चालवणारे उद्योजक आहेत ते काही वर्षांनी मरणार किंवा रिटायर्ड होणार आणि त्यांची जागा तरुण पिढीला मिळणारच ना! पंचवीस वर्षांनी हार्लन हे नक्कीच या क्षेत्रातील एक अग्रगण्य नाव असेल. त्या वेळी त्याचे इतर वर्गमित्र कडवट चेहऱ्याने आइसक्रीम  विकत असतील, कदाचित बेकारही असतील किंवा एखाद्या सरकारी खात्यात कुरकुरत नोकरी करत असतील आणि आम्हाला संधी मिळाली नाही असा नशिबाला बोल लावत असतील. हार्लनलासुद्धा अशी संधी कधीच मिळाली नसती, जर त्याने त्याचे कंटाळवाणे काम आवडीचे बनवण्यासाठी स्वत:हून प्रयत्न केले नसते!

काही वर्षांपूर्वी असाच एक तरुण होता, जो त्याच्या लेथजवळ उभे राहून बोल्ट्स बनवण्याच्या कामाला कंटाळला होता. त्याचे नाव सॅम होते. सॅमला खरेतर ती नोकरी सोडायची होती, पण त्याला ही भीती वाटत होती की, त्याला दुसरी नोकरी मिळाली नाही तर काय करायचे. नाइलाजाने तो ते काम करत होता. पण मग त्याने ठरवले की, तो त्याचे काम अधिक रुचीपूर्ण बनवेल. मग त्याने शर्यत लावली. कुणाशी? तर त्याच्या बाजूला असलेल्या दुसऱ्या मेकॅनिकशी. दोघांपैकी एकाचे काम होते पत्र्याचा खडबडीत पृष्ठभाग पातळ करण्याचे, तर दुसऱ्याचे होते बोल्टचा योग्य व्यास मापानुसार ठीक करण्याचे. कधीकधी ते दोघेही

मशीन बंद करून एकमेकांचे बोल्ट्स मोजत असत. सॅमचा कामाचा वेग आणि कामातील अचूकता पाहून फोरमन फार प्रभावित झाला आणि त्याने त्याला अधिक चांगले काम दिले. तिथून पुढे त्याच्या बढत्याच चालू झाल्या. तीस वर्षांनी हाच सॅम बाल्डविन लोकोमोचिव्ह वर्क्सचा प्रेसिडेंट सॅम्युअल वॉक्लेन बनला. पण जर त्याचे कंटाळवाणे काम त्याने अधिक रुचीपूर्ण बनवण्याचा प्रयत्न केला नसता, तर तो मेकॅनिकच राहिला असता.

एच. व्ही. काल्टनबॉर्न हा रेडिओवरील बातम्यांचा विश्लेषक म्हणून प्रसिद्ध आहे. एकदा त्यानेच मला त्याचे कंटाळवाणे काम त्याने कसे आवडीचे बनवले हे सांगितले. तो जेव्हा बावीस वर्षांचा होता तेव्हा तो एका गुरे वाहून नेणाऱ्या बोटीवर होता. त्यांना खायला घालणे, पाणी देणे ही कामे तो करत होता. त्याने इंग्लंडपर्यंत सायकलवर प्रवास करून पुढे तो पॅरिसमध्ये पोहोचला. तो अतिशय भुकेल्या व भंगलेल्या अवस्थेत होता. त्याने त्याचा कॅमेरा पाच डॉलर्सला गहाण ठेवला आणि 'दि न्यूयॉर्क हेरॉल्ड'च्या पॅरिसमधील आवृत्तीत कामासाठी जाहिरात दिली. त्याला स्टिरीओ मशीन्स विकण्याचे काम मिळाले. तो म्हणाला, ''मला आजही ते जुन्या फॅशनचे स्टिरीओस्कोप्स आठवतात, ज्याच्यात आम्ही दोन वेगळी चित्रे शेजारी धरून पाहायचो; पण असे करतानाच चमत्कार घडला. स्टिरीओस्कोपच्या दोन भिंगांतून दिसणारी दोन चित्रे एकत्र जोडली जाऊन एक सलग चित्र दिसले! चित्र त्रिमितीय बनले. ते चित्र दूर अंतरावरचे वाटले. त्याला खोली मिळाली. चित्राला प्रमाणबद्धता आली.''

तर मी काय सांगत होतो की, काल्टनबॉर्नने पॅरिसमध्ये दारोदार ही मशीन्स विकायला सुरुवात केली. त्याला फ्रेंच बोलता येत नव्हते, पण तरीही पहिल्या वर्षात त्याने पाच हजार डॉलर्स कमिशन मिळवले आणि फ्रान्समधील जास्त पैसे मिळवणारा सेल्समन म्हणून त्याची ख्याती झाली. हॉवर्ड विद्यापीठात एक वर्षभर शिकूनसुद्धा जे मिळणार नाही, ते त्याला त्या वर्षात मिळाले. काय मिळाले? तर आत्मविश्वास! त्याची आता खात्री झाली की, फ्रेंच गृहिणींना तो काहीही विकू शकत होता!

या अनुभवातूनच त्याला फ्रेंच जीवनशैली जवळून पाहायला मिळाली आणि त्याचाच पुढे त्याला रेडिओवर युरोपिअन घटनांचे स्पष्टीकरण करण्यासाठी उपयोग झाला.

काल्टनबॉर्नला फ्रेंच येत नसतानासुद्धा निष्णात विक्रेता म्हणून तो यशस्वी कसा काय झाला? सुरुवातीला त्याने त्याच्या मालकाकडून फ्रेंच भाषेत काय बोलायचे ते लिहून घेतले आणि ते पाठ केले. तो जेव्हा दरवाजाची बेल वाजवायचा तेव्हा त्या घरातील गृहिणीच दार उघडायची आणि मग काल्टनबॉर्न आपली पाठ

केलेली वाक्ये त्याच्या गमतीशीर उच्चारांमध्ये बोलायचा. त्यानंतर तो तिला चित्रे दाखवायचा. मग ती जेव्हा त्याला काही प्रश्न विचारायची तेव्हा तो खांदे उडवायचा आणि म्हणायचा, "मी अमेरिकन आहे. अमेरिकन" मग तो स्वत:ची हॅट तिच्या पुढ्यात धरायचा आणि आपल्या वस्तूंचे गुणगान करणारा उत्तम फ्रेंच कागद जो त्याने हॅटला चिकटवला होता तो तिला दिसायचा. त्या गृहिणीला त्याच्या या कृतीचे खूप हसू यायचे. मग तोपण हसायचा आणि तिला आणखी चित्रे दाखवायचा. जेव्हा काल्टनबॉर्नने मला हे सांगितले तेव्हा त्याने हेसुद्धा कबूल केले की, ती नोकरी सोपी नव्हती. तो म्हणाला, "माझ्या एकाच गुणामुळे मी त्या परिस्थितीत तरून गेलो. तो म्हणजे माझी दुर्दम्य जिद्द की, मी माझे काम आवडीने करून दाखवीन." रोज सकाळी घराबाहेर पडण्यापूर्वी तो आरशात बघायचा आणि स्वत:शीच एक उत्साहवर्धक स्वगत करायचा. 'काल्टनबॉर्न, जर तुला जेवायचे असेल, तर तुला हे केलेच पाहिजे आणि जर तुला हे करायचेच आहे, तर अधिक चांगल्या पद्धतीने का नाही करायचे? तू अशी कल्पना का करत नाहीस की, प्रत्येक वेळी तू जेव्हा दरवाजाची बेल वाजवतोस तेव्हा तू स्टेजवरील एक नट आहेस, हजारो प्रेक्षक समोर बसले आहेत, उत्तम प्रकाशयोजना आहे, सगळे तुझ्याकडे टक लावून पाहत आहेत! नाहीतरी तुझे हे सगळे बोलणे नाटकातल्यासारखे गमतशीर आहेच. मग त्याच्यात आणखी प्राण ओत! उत्साहाने काम कर!'

मि. काल्टनबॉर्नने मला सांगितले, "अशा प्रकारची उत्साहवर्धक स्वगते म्हटल्याचा मला अवघड काम सोपे करण्यासाठी फार उपयोग झाला. जे काम पूर्वी मला अजिबात आवडत नव्हते ते आता मला अत्यंत आव्हानात्मक आणि फायदेशीर वाटायला लागले."

मी जेव्हा काल्टनबॉर्नला म्हटले की, सध्याच्या तरुण पिढीला, ज्यांना यशस्वी व्हायचे आहे, त्यांना तुला काही संदेश द्यावयाचा आहे का? तेव्हा तो म्हणाला, "होय, रोज सकाळी उठून ध्येय ठरवा. आपण शारीरिक व्यायामाबद्दल खूप जास्त बोलतो, त्याचे महत्त्व जाणतो. ते तर महत्त्वाचे आहेच. त्याबद्दल काही शंका नाही, पण त्याहीपेक्षा महत्त्वाचे म्हणजे आपल्याला आध्यात्मिक आणि बौद्धिक व्यायामाचीसुद्धा गरज असते. रोज उत्साहपूर्ण स्वगत आरशात बघून म्हणत जा."

रोज आरशात बघून अशी उत्साहपूर्ण स्वगते म्हणणे हे फार बालिश, मूर्खपणाचे वा उथळपणाचे वाटते का? नाही. असे मुळीच नाही. उलट ध्वनि-मानसशास्त्राचे तर हे मूलतत्त्व आहे. 'आपले विचारच आपले आयुष्य घडवतात.' हे वाक्य अठराव्या शतकापूर्वीच 'मेडिटेशन' या पुस्तकात मार्क्स ऑरेलिअस याने लिहिले होते. ते आजही खरे आहे.

दिवसातील कोणत्याही वेळेस स्वत:शी बोलल्याने तुम्ही स्वत:लाच धाडस

आणि आनंदाकडे नेणाऱ्या विचारांना प्रवृत्त करता. कोणत्या गोष्टींबद्दल तुम्ही कृतज्ञ आहात, कोणत्या गोष्टींनी तुम्हाला आनंद होतो त्या विचारांना मनात ठेवून कडवटपणाला तुम्ही दूर करू शकता.

चांगले विचार मनात आणून तुम्ही तुमच्या नोकरीच्या ठिकाणची नाराजी कमी करू शकता. तुमच्या बॉसला तुम्ही कामात अधिक रुची दाखवलेली आवडते, कारण त्यामुळे त्याला अधिक पैसे मिळू शकतात. पण बॉसला काय वाटते ते आपण विसरून जाऊ. फक्त याचाच विचार करा की, कामाच्या ठिकाणी तुम्ही आनंदी कसे राहू शकाल. मनाला असे बजावा की, तुम्ही तुमच्या आयुष्याचा निम्मा वेळ कामाच्या ठिकाणी घालवता. जर तो वेळ आनंदात गेला, तर तुमचा आनंद द्विगुणित होईल. जर तुम्हाला तुमच्या कामातच आनंद मिळाला नाही, तर तो इतरत्र कोठेच मिळणार नाही. लक्षात ठेवा, तुम्ही तुमच्या कामात रुची दाखवलीत, तर तुमच्या आयुष्यातील चिंतांपासून तुम्ही दूर जाल आणि पुढील काळात तुम्हाला अनेक बढत्या मिळतील, तुमचा पगार वाढेल आणि अगदी असे जरी झाले नाही, तरी कमीतकमी तुमचा थकवा कमी होण्यास आणि तुमच्या विश्रांतीचा काळ सुखाचा जाण्यास तरी निश्चितच मदत होईल.

# २८

## निद्रानाशाच्या काळजीपासून स्वतःला दूर कसे ठेवावे?

तुम्हाला जेव्हा चांगली झोप लागत नाही तेव्हा तुम्हाला काळजी वाटते का? मग तुम्हाला आंतरराष्ट्रीय कीर्तीच्या वकिलाची, सॅम्युअल अँटरमायरची गोष्ट ऐकायला नक्कीच आवडेल. त्याला संपूर्ण आयुष्यात रात्रीची शांत झोप कधी मिळालीच नाही.

जेव्हा सॅम अँटरमायर कॉलेजमध्ये गेला तेव्हा त्याला दोन गोष्टींनी संकटात आणले होते – एक म्हणजे दमा आणि दुसरी म्हणजे निद्रानाश. दोन्ही रोग त्याला इतके चिकटून बसले होते की, त्याने त्या जागृत अवस्थेचा फायदा उचलायचे ठरवले. विनाकारण बिछान्यात तळमळत, सतत या कुशीवरून त्या कुशीवर होण्यापेक्षा बिछान्यात उठून अभ्यास करण्याचे त्याने ठरवले. त्याचा परिणाम काय झाला? तो त्याच्या वर्गातील हुशार विद्यार्थी ठरला. त्याला उत्तम मार्क्स मिळाले आणि न्यूयॉर्क शहरातील कॉलेजमधील तो असामान्य व्यक्तिमत्त्व ठरला!

त्याने वकिलीची प्रॅक्टीस सुरू केल्यानंतरसुद्धा त्याचा निद्रानाश त्याला सतावत होताच, पण अँटरमायरने त्याची काळजी केली नाही. तो म्हणाला, 'निसर्गच माझी काळजी घेईल.' त्याला खूप थोडी झोप मिळूनसुद्धा त्याची तब्येत चांगली होती आणि न्यूयॉर्क बार असोसिएशनमधील कोणात्याही तरुण वकिलांइतकेच भरपूर काम तो करू शकत होता. किंबहुना त्यांच्यापेक्षाही तो अधिक काम करत होता, कारण जेव्हा ते झोपत तेव्हाही सॅमचे काम चालूच असे.

वयाच्या अवघ्या एकवीसाव्या वर्षी सॅम वर्षाला पंचाहत्तर हजार डॉलर्स कमवत होता आणि इतर तरुण वकील-वर्ग त्याच्यासारखे आपल्याला काम करणे जमावे या विचाराने त्रस्त होत. तुम्हाला हे ऐकून आश्चर्य वाटेल, पण इ. स. १९३१मध्ये त्याची एक केस हातात घेऊन शेवटपर्यंत नेण्याची फी होती –

१,००,००/- डॉलर्स! तेही कॅश! टेबलवर!

तरीही त्याला निद्रानाश होताच! अर्ध्या रात्रीपर्यंत तो वाचत असे आणि नंतर पुन्हा पहाटे पाच वाजता उठत असे आणि आपली पत्रे लिहीत असे. जेव्हा इतर लोक आपल्या कामाला सुरुवात करत तेव्हा त्याने दिवसभरातील अर्ध्याअधिक कामाचा फडशा पाडलेला असे. तो वयाच्या एक्याऐंशीव्या वर्षापर्यंत जगला. खरेतर या माणसाला रात्रीची शांत झोप क्वचितच मिळाली, पण जर तो त्या गोष्टीची चिंता करत बसला असता, त्यामुळे चरफडत बसला असता, तर त्याने त्याचे आयुष्य नरकमय बनवले असते.

आपण आपल्या आयुष्याचा १/३ भाग झोपेत घालवतो, पण तरीही झोप म्हणजे काय याचा शोध आपल्याला लागला नाही. आपल्याला इतकेच माहिती आहे की, झोप ही एक सवय आहे आणि ती एक विश्रांती घेणारी मानसिक अवस्था आहे. त्यामध्ये निसर्ग आपल्या मनाचा गुंता ठीक करतो आणि आपल्याला ताजेतवाने बनवतो; पण आपल्याला हे माहिती नसते की, असे ताजेतवाने होण्यास प्रत्येक व्यक्तीला किती वेगवेगळा वेळ लागू शकतो. आपल्याला हेसुद्धा माहिती नसते की, झोपणे गरजेचे आहे का?

हे सगळे विलक्षण आहे ना! तुम्हाला माहिती आहे का, पहिल्या महायुद्धात पॉल कर्न या हंगेरियन सैनिकाच्या कपाळाला गोळी लागली. त्याची जखम बरी झाली, पण आश्चर्य म्हणजे तेव्हापासून तो कधीच झोपू शकला नाही. डॉक्टरांनी कितीही प्रयत्न केले तरीही आणि अनेक प्रकारची झोपेची औषधे, नशीली द्रव्ये देऊनही आणि हिप्नॉटिझमचा प्रयोग करूनही तो झोपू शकला नाही. फार काय, त्याला कधी ग्लानीसुद्धा आली नाही.

डॉक्टर म्हणाले की, तो फार काळ जगणार नाही; पण त्याने डॉक्टरांनासुद्धा मूर्ख बनवले. त्याला नोकरी मिळाली आणि पुढे कित्येक वर्षे तो अगदी निरोगी आयुष्य जगला. तो रात्री बिछान्यात पडायचा आणि जरी त्याला झोप लागत नव्हती तरीसुद्धा तो डोळे मिटून विश्रांती घ्यायचा! त्याची केस म्हणजे वैद्यकशास्त्राला पडलेले एक कोडेच होते! कारण त्याच्या केसमुळे झोपेसंबंधीचे पूर्वीचे संशोधन वादग्रस्त ठरले होते.

काही लोकांना इतरांपेक्षा खूप जास्त झोप लागते. काहींना रात्रीची पाच तास झोप पुरेशी होते, तर दुसऱ्या कोणाला त्याच्या दुप्पट झोपसुद्धा पुरत नाही. चोवीस तासांपैकी बारा तास झोपून काढणारे लोकसुद्धा आहेत.

निद्रानाशामुळे तुमचे जेवढे नुकसान होणार नाही त्याच्या कित्येक पटींनी जास्त तुमचे नुकसान निद्रानाशाच्या काळजीमुळे होईल. उदाहरण द्यायचे झाले, तर माझा एक विद्यार्थी – इरा सँडलर. हा न्यू जर्सी येथे राहणारा आहे. हा जवळपास

सततच्या निद्रानाशामुळे आत्महत्या करण्याच्या तयारीत होता.

इरा मला सांगत होता, ''मला तर वाटले होते की, मला आता वेड लागणार. समस्या अशी होती की, अगदी सुरुवातीच्या काळात मी अत्यंत गाढ झोपी जाणारा माणूस होतो. घड्याळाचा गजर झाला तरी मी उठत नसे आणि मग परिणामी मला कामावर जायला उशीर होत असे. त्याची मला काळजी वाटायची. माझा बॉसपण मला खूप रागवायचा व धमकी द्यायचा की, मी जर कामावर वेळेवर गेलो नाही, तर त्याचे परिणाम वाईट होतील. मला हेसुद्धा माहिती होते की, मी जर असा झोपून राहिलो असतो, तर माझी नोकरी गेली असती.

''मी माझ्या मित्रांना हे सांगितले तेव्हा एकाने मला असे सुचवले की, झोपायला जाण्यापूर्वी घड्याळावर व गजरावर लक्ष केंद्रित कर. आणि तेव्हापासूनच माझ्या निद्रानाशाला सुरुवात झाली. त्या गजराच्या घड्याळाच्या टिकटिकेचे भूत माझ्या मानगुटीवर बसले, त्यामुळे मी सतत तळमळत जागा राहू लागलो. रात्रभर झोप न झाल्याने सकाळ झाली की, मला आजारी असल्यासारखे वाटे. असे जवळपास दोन महिने चालले. मी जो त्रास सहन केला आहे तो मी शब्दांत सांगू शकत नाही. माझी खात्री झाली की, मला आता वेड लागेल. प्रामाणिकपणे सांगतो की, मला खिडकीतून बाहेर उडी मारून सगळे संपवून टाकावे असेसुद्धा वाटले.

''शेवटी मी डॉक्टरकडे गेलो. त्यांना मी फार पूर्वीपासून ओळखत होतो. ते मला म्हणाले : ''इरा, मी तुला काही मदत करू शकत नाही. कोणीच तुला मदत करू शकत नाही, कारण ही गोष्ट तू स्वत:च तुझ्या हाताने ओढवून घेतली आहेस. रोज रात्री वेळेवर बिछान्यात शिरत जा. पण झोप लागली नाही, तर त्याची चिंता करू नकोस. विसरून जा. फक्त स्वत:च्या मनाशी असे म्हण, 'मला झोप लागली नाही तरी मला त्याची पर्वा नाही. दिवस उजाडेपर्यंत मी नुसता पडून राहिलो, तरी मला त्यात काही वाईट वाटणार नाही.' डोळे मात्र बंद ठेवायचे आणि म्हणायचे, 'मी जोपर्यंत पडून आहे तोपर्यंत मला त्याची काळजी नाही, कारण तशीही मला विश्रांती मिळतेच आहे.'

मी तसेच केले आणि अवघ्या दोन आठवड्यांनंतर मला गाढ झोप लागायला लागली. एक महिन्याच्या आतच मी रात्रीचे आठ तास झोपायला लागलो आणि माझी प्रकृतीपण पुन्हा पहिल्यासारखी झाली.'

निद्रानाशामुळे इराला त्रास होत नव्हता, तर निद्रानाशाच्या काळजीमुळे तो तळमळत होता.

डॉ. नॅथॅनिअेल क्लेटमन हे शिकागो विद्यापीठातील प्रोफेसर होते. त्यांनी 'झोप' या विषयावर इतके संशोधन केले आहे की, खचितच इतके दुसऱ्या कोणी केलेन सेल. त्यांनी असे जाहीररीत्या सांगितले आहे की, निद्रानाशामुळे मृत्यू झाला असे

ऐकिवात नाही, पण एक मात्र नक्की की, निद्रानाशाबद्दलच्या काळजीचे जंतू मात्र माणसाची ताकद नक्कीच खच्ची करतात. फक्त निद्रानाश माणसाला हानी पोहोचवू शकत नाही.

डॉ. क्लेटमन पुढे जाऊन हे म्हणतात की, जे लोक निद्रानाशाची काळजी करतात, ते खरेतर त्यांच्या नकळत झोपतात. जो माणूस पैजेवर सांगतो, 'रात्रभर माझा डोळा लागला नाही' तो माणूस त्याच्या नकळतपणे काही तास झोपलेला असतो. उदाहरण द्यायचे झाले, तर १९व्या शतकातील फार मोठा विचारवंत हर्बट स्पेन्सर! तो ब्रम्हचारी होता आणि एका बोर्डिंग हाउसमध्ये राहत होता आणि सतत इतरांना त्याच्या निद्रानाशाबद्दल सांगून पकवत होता. शांत झोप यावी म्हणून तो त्याच्या कानात बोळेसुद्धा घालत असे. काही वेळेस तो अफूसुद्धा खाई. हेतू हा की, त्यामुळे झोप लागेल. एके रात्री ऑक्सफर्डचे एक प्रोफेसर सेस त्याच्या खोलीत झोपले होते. दुसऱ्या दिवशी स्पेन्सरने जेव्हा सांगितले की, तो रात्रभर झोपला नाही तेव्हा वस्तुस्थिती अशी होती की प्रा. सेस रात्री झोपू शकले नव्हते. का माहिती आहे? स्पेन्सर रात्रभर घोरत होता म्हणून सेस झोपू शकले नव्हते.

रात्री झोप लागण्यासाठी सर्वांत आवश्यक गोष्ट कोणती, तर तुम्हाला वाटणारी सुरक्षितता. आपल्याला अशी जाणीव व्हायला पाहिजे की, अशी एक अद्‌भुत महान शक्ती आहे, जी आपल्यापेक्षा फार मोठी आहे आणि ती उद्या सकाळपर्यंत आपली काळजी घेईल. मेंटल असायलमचे डॉ. हायस्लोप यांनीसुद्धा याच मुद्यावर भर दिला आहे. ते म्हणतात : माझ्या अनेक वर्षांच्या व्यावसायिक अनुभवावरून मी हेच म्हणेन की, शांत झोप मिळवण्याचा उत्तम मार्ग म्हणजे 'प्रार्थना'! मी वैद्यकशास्त्राचा पुरस्कर्ता म्हणूनसुद्धा तुम्हाला हेच सांगेन. जे रोजच्या सवयीने प्रार्थना म्हणतात ते अतिशय नैसर्गिकरीत्या आणि मोठ्या प्रमाणात मन:शांती मिळवू शकतात आणि त्यांची मज्जासंस्थासुद्धा शांतपणे काम करू शकते.

देवावर सोपवा आणि सोडून द्या!

जिनेट मॅक्डोनेल्डने मला सांगितले की, जेव्हा ती निराश होत असे आणि तिला झोप लागणे अवघड होत असे तेव्हा 'साम २३'मधील ओळी पुन्हा पुन्हा म्हणून तिला सुरक्षित वाटत असे. 'देव माझा धनगर आहे. त्याने मला हिरव्या कुरणांवर झोपायला सांगितले आहे...'

पण जर तुम्ही धार्मिक नसाल आणि असे काही करणे तुम्हाला जमणार नसेल, तर डॉ. फिंक यांच्या 'रिलिझ फ्रॉम नर्व्हस टेन्शन' या पुस्तकात सांगितल्याप्रमाणे तुम्ही तुमच्या शरीराशी बोलायला शिका. डॉ. फिंक यांच्या सांगण्यानुसार सगळ्या प्रकारच्या मोहनिद्रेला शब्द हेच उत्तर आहे. आणि जेव्हा तुम्ही सलग काही दिवस

झोपू शकत नाही तेव्हा कदाचित असे असू शकते की, तुम्ही स्वत:शी निद्रानाशाबद्दल बोलला असाल. त्याचा प्रभाव घालवण्यासाठी आता तुम्हाला तुमच्या स्नायूंबरोबर असे बोलावे लागेल, 'जाऊ दे, जाऊ दे. शरीराला सैल कर आणि आरामसे!!' आपल्याला हे माहिती आहे की, जोपर्यंत आपले स्नायू तणावपूर्ण आहेत तोपर्यंत आपले मन विश्रांती घेऊ शकत नाही, म्हणून जर तुम्हाला झोपायचे असेल, तर आपल्या स्नायूंपासून सुरुवात करा. डॉ. फिंक असे सुचवतात आणि ते नक्कीच फलदायी आहे, असे त्यांच्या अनुभवावरून ते ठामपणे सांगू शकतात. आपल्या गुडघ्याच्या मध्ये उशी ठेवल्याने आपल्या पायांचा ताणतणाव कमी होतो, तसेच आपल्या हातांखाली छोटी उशी ठेवली, तर हातांना विश्रांती मिळते. नंतर आपल्या जबड्याला 'रिलॅक्स' असा आदेश द्यावा. नंतर डोळे, बाहू आणि पाय अशी हळूहळू सगळी गात्रे शिथिल करत जायची. अशा प्रकारे हळूहळू आपण निद्रादेवीच्या हाती स्वत:ला स्वाधीन करायचे असते. मी स्वत: हे करून पाहिले आहे.

मला माहीत आहे की, निद्रानाश बरे करण्याचा आणखी एक प्रकार म्हणजे शारीरिक दमणूक करायची. पोहायला जायचे, टेनिस खेळायचे, गोल्फ खेळायचे, बागकाम करायचे किंवा असे कोणतेही काम करायचे, जेणेकरून शारीरिक व्यायाम झाला पाहिजे. हेच थिओडर ड्रेसरने केले. जेव्हा त्याच्या तारुण्यात तो लेखक म्हणून नाव कमावण्यासाठी संघर्ष करत होता तेव्हा आपल्या निद्रानाशाची त्याला खूप काळजी वाटायची. म्हणून त्याने न्यूयॉर्क सेंट्रल रेल्वेमध्ये एक कष्टाची नोकरी पकडली होती. दिवसभर तो खिळे पिळून आणि फावडे मारून तो इतका दमत असे की, जेवण्यासाठीसुद्धा जागे राहणे त्याला कठीण जात असे.

जर आपण पुरेसे दमलो, तर चालता-चालतासुद्धा आपल्याला झोप येईल. माझे स्वत:चेच उदाहरण घ्या. मी जेव्हा तेरा वर्षांचा होतो तेव्हा माझे वडील आमच्याकडील पोसलेल्या डुकरांना सेंट जो, मिसुरी येथे पाठवण्यासाठी एका वॅगनमध्ये टाकायचे. त्यांच्याकडे दोन रेल्वेचे फुकट पास असल्यामुळे कधीकधी ते मलाही बरोबर न्यायचे. तोपर्यंत मी कधीच चार हजार लोकवस्तीपेक्षा मोठे शहर पाहिले नव्हते. जेव्हा सेंट जोला मी प्रथम उतरलो, तेव्हा साठ हजार लोकवस्ती असलेले ते शहर पाहून मी खूप गांगरून गेलो. मी सहा मजली उंच बिल्डिंग्ज पाहिल्या. स्ट्रीटकार पाहिल्या. ते सारेच माझ्यासाठी खूप विस्मयजनक होते. अजूनही मी जेव्हा कधी डोळे बंद करतो तेव्हा माझ्या डोळ्यांसमोर तीच स्ट्रीटकार येते. अगदी तिच्या आवाजासहित! दिवसभर असे अद्‌भुत आणि विलक्षण अनुभव घेऊन झाल्यावर मी व माझे वडील रेबनवुड, मिसुरी येथे रेल्वेने परत गेलो. पहाटे दोन वाजता स्टेशनवर उतरून चार मैल दूर असलेल्या आमच्या शेतात जाण्यासाठी आम्ही चालायला सुरुवात केली. मी इतका थकलो होतो की, मी चालता-चालता

झोपलो आणि मला चालताना स्वप्नसुद्धा पडले. आत्तापर्यंत मी घोड्याच्या पाठीवर बसूनसुद्धा झोपलो आहे आणि हे सर्व तुम्हाला सांगण्यासाठी मी जिवंत आहे !

जेव्हा पुरुष खूप थकलेला असतो तेव्हा तो ढगांच्या गडगडाटात किंवा युद्धाचे भय असले तरी गाढ झोपू शकतो. डॉ. फॉस्टर केनेडी, सुप्रसिद्ध न्युरॉलॉजिस्टने मला सांगितले की, १९१८मध्ये जेव्हा पाचव्या ब्रिटिश आर्मीने युद्धात माघार घेतली तेव्हा त्याने सैनिकांना इतके दमलेले पाहिले की, ते तेथेच जमिनीवर झोपी गेले. जणूकाही ते कोमामध्येच होते. डॉ. केनेडींनी हातांनी त्यांच्या पापण्या वर केल्या, तरीसुद्धा त्यांना जाग आली नाही. डॉ. केनेडी म्हणाले, ''जेव्हा कधीतरी मला झोप लागत नाही तेव्हा मी डोळ्यातील बुबुळांच्या गोल गोल हालचाली करतो आणि काही सेकंदांतच मला जांभया यायला लागतात व मला झोपावेसे वाटते. हे सगळे आपोआप घडते. ही प्रतिक्षिप्त क्रिया असते, ज्याच्यावर माझे नियंत्रण नसते.''

कोणीच अजून झोप येत नाही म्हणून आत्महत्या केली नाही आणि पुढेही करणार नाही. निसर्गाने जर झोपायला भाग पाडले, तर माणसाच्या इच्छाशक्तीचेही काही चालत नाही. एक वेळ अन्न किंवा पाण्यावाचून निसर्ग आपल्याला जगायला भाग पाडेल, पण झोपेशिवाय नाही.

आत्महत्येबद्दल विषय निघाला तेव्हा मला डॉ. हेन्री लिंक यांनी त्यांच्या 'रिडिस्कव्हरी ऑफ मॅन' या पुस्तकात लिहिलेली एक केस आठवली. डॉ. लिंक हे सायकॉलॉजिकल कॉर्पोरेशनचे व्हाइस प्रेसिडेंट होते आणि त्यांनी चिंताग्रस्त आणि वैफल्य आलेल्या अनेक लोकांच्या मुलाखती घेतल्या. त्यांच्या पुस्तकातील 'भीती आणि काळजीवर मात' या प्रकरणात त्यांनी ज्या पेशंटला आत्महत्या करायची होती त्याच्याबद्दल सांगितले आहे. डॉ. लिंक यांना माहिती होते की, त्याच्याशी वादविवाद घातल्यावर प्रकरण आणखी बिथरेल म्हणून ते त्याला म्हणाले, ''जर तुला आत्महत्याच करायची असेल, तर निदान वीरमरण तरी येऊ दे. या ब्लॉकच्या भोवती मरण येईपर्यंत पळत राहा.''

त्या रुग्णाने तसा प्रयत्न केला. एकदा नाही अनेकदा, पण प्रत्येक वेळी असे करताना त्याचे शरीर दमले, तरी मन मात्र ताजेतवाने होत होते. डॉ. लिंकना जे सांगायचे होते व जो अपेक्षित परिणाम हवा होता तो अखेरीस तिसऱ्या रात्री झाला. तो रुग्ण शारीरिकरीत्या इतका दमला की, तो एखाद्या लाकडी ओंडक्याप्रमाणे झोपला. नंतर तो एका ॲथलिटिक क्लबमध्ये जायला लागला. स्पर्धेत भाग घ्यायला लागला. त्याला हळूहळू इतके बरे वाटले की, तो मनाने व शरीराने सुदृढ झाला.

म्हणून निद्रानाशाची चिंता न करण्यासाठी खाली दिलेले पाच नियम पाळायचे.

१) तुम्हाला झोप येत नसेल, तर सॅम्युएल अँटरमायरने केले तसे करायचे. जोपर्यंत तुम्हाला झोप येत नाही, तोपर्यंत उठून सरळ कामाला लागायचे, वाचायचे.

२) लक्षात ठेवा, झोप येत नाही म्हणून अजूनपर्यंत कोणताही मृत्यू झाला नाही. झोप न येण्यापेक्षा झोप न येण्याच्या काळजीमुळे अधिक नुकसान होते.

३) प्रार्थना करा किंवा जेनेट मॅकडोनाल्डने केल्याप्रमाणे 'साम २३' पुन्हा पुन्हा म्हणा.

४) शरीराला सैल करा.

५) व्यायाम करा. तुमच्या शरीराला इतके जास्त दमवा की, ते जागे राहू शकणार नाही.

# सातव्या भागाच्या गाभ्यात काय आहे?

तुमचा थकवा आणि काळज्या दूर करण्याची आणि तुम्ही सळसळत्या उत्साहात राहण्याची गुरुकिल्ली देणारे सहा मार्ग —

**नियम १ :** थकण्यापूर्वीच विश्रांती घ्या.

**नियम २ :** कामाच्या ठिकाणी विश्रांती घेण्याचे शिकून घ्या.

**नियम ३ :** घरी विश्रांती घ्यायला शिका.

**नियम ४ :** काम करण्याच्या या चार चांगल्या सवयी लावून घ्या —

१) तुमच्या टेबलावरचे सर्व पेपर्स आवरून ठेवा व सध्या चालू असलेल्या कामाचेच कागदपत्र ठेवा.

२) कामाच्या महत्त्वानुसार त्यांना अग्रक्रम द्या.

३) तुम्ही जेव्हा समस्येला सामोरे जाता तेव्हा त्याचे निवारण करा; अर्थात निर्णय घेण्यासाठी पुरेशी खातरजमा करून घेणे गरजेचे आहे.

४) कामाचे संघटन करायला, पर्यवेक्षण करायला, प्रातिनिधित्व करायला शिका.

**नियम ५ :** थकवा आणि चिंता टाळण्यासाठी कामात उत्साह आणून आवश्यक ते बदल करा.

**नियम ६ :** लक्षात ठेवा, अजूनपर्यंत झोप मिळाली नाही म्हणून कोणाचाच मृत्यू झालेला नाही, पण तुम्ही निद्रानाशाची काळजी केलीत, तर त्यामुळे प्रत्यक्ष निद्रा न येण्यापेक्षाही खूप जास्त नुकसान होऊ शकते.

## भाग आठ

मी काळजीवर विजय मिळवला!

### ३१ खऱ्या गोष्टी

## माझ्यावर अचानक आलेली सहा संकटे

- सी. आय. ब्लॅकवूड

इ. स. १९४३च्या उन्हाळ्यात मला असे जाणवले की, अखख्या जगातील निम्म्या काळज्या माझ्या खांद्यावर येऊन पडल्या आहेत.

चाळीस वर्षांपेक्षाही अधिक काळापासून मी अत्यंत सामान्य जीवन जगत होतो. माझ्या समस्यासुद्धा सामान्यच होत्या. सहसा ज्या प्रत्येक नवऱ्याला किंवा प्रत्येक बापाला किंवा व्यावसायिकाला झेलाव्या लागतात अशाच त्या समस्या होत्या. त्यामुळे अशा संकटांना तोंड देण्याची मला सवय होती; पण अचानक प्रचंड उलथापालथ झाली आणि सहा गंभीर समस्या माझ्यावर एकाच वेळी चाल करून आल्या. रात्रभर मी बिछान्यात तळमळत होतो. तो दिवस मला आजही आठवतो. त्या सहा चिंता खालीलप्रमाणे होत्या –

१) माझे बिझनेस कॉलेज होते, पण दुसऱ्या महायुद्धाचा काळ असल्यामुळे माझे विद्यार्थी कॉलेज सोडून युद्धात भरती झाले. कॉलेज ओस पडले. त्याचा मला जबरदस्त आर्थिक फटका बसला. ज्या विद्यार्थिनी होत्या त्या कोणत्याही प्रशिक्षणाशिवाय वॉर प्लांट्समध्ये काम करून पैसे मिळवत होत्या. माझ्या प्रशिक्षित पदवीधर विद्यार्थ्यांपेक्षाही त्यांची कमाई अधिक होती.

२) माझा मोठा मुलगा मिलिट्री सर्व्हिसेसमध्ये दाखल झाला होता, त्यामुळे ज्यांची मुले युद्धावर गेली होती, त्या इतर पालकांप्रमाणे आम्हालाही काळजी वाटत होती.

३) ऑक्लोहोमा शहरामध्ये एअरपोर्ट होता. त्यासाठी युद्धकाळात जो नवीन ट्रॅक ठरवला होता तो माझ्या घरावरून जात होता. माझे घर हे वडिलोपार्जित होते आणि ते या ट्रॅकच्या मध्यभागी होते. मला माहिती होते की, सरकारकडून मला त्याची बाजारभावाच्या किमतीच्या फक्त १/१० किंमत मिळणार होती आणि यापेक्षाही वाईट असे की, ज्या घराशी माझ्या हळुवार भावना गुंतल्या होत्या, ते घर मला गमवावे लागणार होते. शिवाय ऑक्लोहोमामध्ये घरांची कमतरता असल्यामुळे माझ्या सहा माणसांच्या कुटुंबाला दुसरे छप्पर मिळणे जरा कठीणच होते. मला भीती वाटत होती की, कदाचित आम्हाला तंबूमध्येसुद्धा राहावे लागेल. मला तंबू तरी घेता येणे शक्य होईल की नाही याचीसुद्धा मला काळजी वाटत होती.

४) माझ्या जमिनीमध्ये एक विहीर होती, जी आता आटली होती, कारण माझ्या घराजवळ एक नाला खोदला गेला होता. नवीन विहीर खणायची म्हणजे पुन्हा पाचशे डॉलर्सचा भुर्दंड होता. ते वाया घालवणेच होते, कारण ती जमीन सरकारच्या ताब्यात जाणार, हे जाहीर झाले होते. दोन महिन्यांपासून मी माझ्या गायी-गुरांसाठी रोज सकाळी बादल्यांमधून पाणी वाहून आणत होतो आणि मला भीती वाटत होती की, आता युद्ध संपेपर्यंत पाणी असेच भरत राहावे लागणार.

५) माझे बिझिनेस स्कूल घरापासून दहा मैल लांब होते आणि माझ्याकडे क्लास 'बी' गॅसोलीन कार्ड होते. त्याचा अर्थ हा की, मी नवीन टायर्स घेऊ शकत नव्हतो. मला काळजी वाटली की, हे माझे जुने झालेले टायर्स माझ्या जुन्या फोर्ड गाडीला केव्हाही सोडून देतील. मग मी कामावर कसा जाणार होतो?

६) माझी मोठी मुलगी एक वर्ष आधीच हायस्कूलमधून शिक्षण पूर्ण करून बाहेर पडली होती आणि आता तिला कॉलेजमध्ये जाण्याची मनापासून इच्छा होती, पण माझ्याकडे तिला कॉलेजमध्ये पाठवण्यासाठी पैसे नव्हते. मी जर 'नाही' म्हणलो असतो, तर ती किती दुःखी झाली असती, याची मला जाणीव होती.

एके दुपारी ऑफिसमध्ये माझ्या चिंतांची चिंता करत बसलेलो असताना मी माझ्या सगळ्या चिंता कागदावर लिहून काढण्याचे ठरवले, कारण खचितच दुसऱ्या कोणाला एवढ्या चिंता असतील! माझ्या चिंतांशी दोन हात करणे मला आवडले असते, कारण त्यांनी मला समस्या सोडवण्याची संधी दिली असती, पण या सगळ्या माझ्या समस्या माझ्या नियंत्रणकक्षाच्या पलीकडे होत्या. शेवटी मी विचार करणे सोडून दिले. काही महिने गेले. मी विसरूनसुद्धा गेलो की, मी कागदावर असे काही लिहिले होते. अठरा महिन्यांनी जेव्हा मी फाइली चाळत होतो तेव्हा माझ्या प्रमुख ६ समस्यांची यादी माझ्या नजरेसमोर आली, ज्या समस्यांनी एके काळी माझ्या तोंडचे पाणी पळवले होते. आता मी त्या समस्या एका वेगळ्याच मूडमध्ये वाचू लागलो, कारण आता माझ्या मनःस्थितीत त्या चिंतांचा लवलेशही उरला नव्हता.

त्या चिंतांचे या अठरा महिन्यांत काय झाले होते?

१) माझ्या बिझिनेस स्कूल संबंधीची जी चिंता होती की, ते आता बंद करावे लागेल, ती फोल ठरली होती, कारण सरकारने या शाळांना प्रौढांना प्रशिक्षण देण्यासाठी पैसे पाठवले.

२) माझ्या मुलाच्या युद्धावरच्या नोकरीमुळे माझ्या ज्या चिंता होत्या त्या चुकीच्या ठरल्या, कारण तो युद्धातून सुखरूप परत आला. त्याला खरचटलेसुद्धा नाही.

३) माझ्या जमिनीसंबंधीच्या ज्या चिंता होत्या त्या कुचकामी ठरल्या. विमानतळासाठी माझी जमीन वापरण्याचे रद्द झाले, कारण माझ्या शेतापासून १ मैलावर तेलगळती झाली होती. त्यामुळे ती जमीन निरुपयोगी ठरली होती.

४) माझ्या शेतातील विहिरीचे पाणी आटल्यामुळे आता माझ्या गुराढोरांचे कसे होणार ही समस्या फोल ठरली होती, कारण आता माझी जमीन सरकार ताब्यात घेणार नाही हे कळल्याबरोबर मी नवीन विहीर खणण्यासाठी पैशांची सोय करून अधिक खोल विहीर खणली. तेथे भरपूर पाणी लागले.

५) टायर्सच्या बाबतीत माझी जी शंका होती तिचेही निरसन झाले. चांगल्या पद्धतीने रिकॅपिंग करून आणि काळजीपूर्वक गाडी चालवून माझे काम अडले नाही.

६) माझ्या मुलीच्या शिक्षणासंबंधीच्या माझ्या चिंतापण निरर्थक ठरल्या, कारण कॉलेज सुरू होण्यापूर्वी फक्त साठ दिवस आधी एक चमत्कार घडला आणि मला माझ्या शाळेव्यतिरिक्त आणखी एक ऑडिटिंगचे काम मिळाले आणि या कामातून येणाऱ्या पैशातून मला मुलीचे शिक्षण करणे सहज शक्य झाले.

अनेकदा लोक असे बोलताना मी ऐकले आहे की, आपण ज्या गोष्टींची चिंता करतो, काळजी करतो त्या गोष्टी ९९% वेळा कधी घडतच नाहीत; पण असे कितीही जरी ऐकले, तरी प्रत्यक्ष तुम्ही त्या अनुभवातून गेल्याशिवाय ते पटत नाही. मला ते तेव्हा पटले जेव्हा मी माझ्या चिंता लिहून काढल्या, त्या चिंतांबरोबर दोन हात केले. ती अठरा महिन्यांपूर्वीची संध्याकाळ मी कधीच विसरणार नाही.

जरी मी विनाकारण चिंतांशी लढा दिला, तरी त्याबद्दल मी आभारीच असेन, कारण त्या अनुभवांमुळे मी जो धडा शिकलो तो मी कधीच विसरणार नाही. या अनुभवांनी ज्या घटना कधी घडल्याच नाहीत त्यांची काळजी करणे, चिंता करणे किती मूर्खपणाचे व दुःखद असू शकते, हे मला सप्रमाण सिद्ध करून दाखवले. ज्या गोष्टी आपल्या नियंत्रणकक्षेच्या बाहेर असतात, त्यांची चिंता करणे हा वेळेचा आणि ऊर्जेचा अपव्यय असतो.

✦

## केवळ एक तासात मी स्वतःला आशावादी माणूस बनवू शकतो.

- रॉजर बॅबसन (प्रसिद्ध अर्थतज्ज्ञ)

मी जेव्हा कधी नैराश्याने ग्रासून जातो आणि जे काही वर्तमानकाळात घडते आहे त्यामुळे चिंताक्रांत होतो, तेव्हा केवळ एका तासात मी माझ्या सगळ्या चिंतांना हरवून टाकून पुन्हा आशावादी बनू शकतो.

मी काय करतो ते ऐका. अशा वेळी मी तडक वाचनालयात जातो. माझे डोळे बंद करून सरळ अशा कपाटांकडे जातो जेथे फक्त इतिहासाची पुस्तके ठेवलेली असतात. त्यांपैकी मी एक पुस्तक निवडतो. त्या वेळी मला हे माहिती नसते की,

ते प्रिस्कॉटचे 'बॉंकर ऑफ मेक्सिको' आहे का स्युरोनिअसचे 'लाइव्हज् ऑफ कोल्ट सीझर्स' आहे. अजूनही माझे डोळे बंद असतात. त्या पुस्तकातील मी कोणतेही पान उघडतो. मग डोळे उघडतो आणि एक तासभर वाचतो. जसजसे मी वाचत जातो तसतसे मला तीव्रपणे असे जाणवत जाते की, संपूर्ण जग हे अनेकदा काळवेदनेतून गेले आहे. संस्कृती अगदी कोसळून पडण्याच्या बेतात आली आहे; पण त्यातूनही ते पुन्हा उभे राहिले आहे. इतिहासाची पाने अनेकदा लढायांनी रक्तरंजित झाली आहेत, दुष्काळाने होरपळून निघाली आहेत. दारिद्र्याने झाकोळली आहेत, तर प्लेगसारख्या साथीच्या रोगांनी मृतवत् होऊन पडली आहेत आणि एका मानवाचे दुसऱ्या मानवाशी असलेल्या अमानवी व्यवहारामुळे जणू वाकुल्या दाखवत आहेत. इतिहासाचे पुस्तक एक तासभर वाचल्यानंतर असे लक्षात येते की, आता मात्र परिस्थिती बदलते आहे. 'रात्रीच्या अंधारात असे उद्याचा उष:काल.' हे ज्या कोणी म्हटले आहे ते अगदी खरे आहे! रात्र संपल्यावर दिवस उजाडणारच ना! वाइटातून चांगले घडणारच ना! कालचक्र हे असेच चालूच राहणार आणि हा दृष्टिकोन मिळाल्यामुळेच मी माझ्या सध्याच्या समस्यांच्या डोळ्यात डोळे घालून पाहतो, त्यांना तोंड देण्याचे सामर्थ्य माझ्यामध्ये आणतो आणि परिस्थिती नक्कीच यापेक्षा चांगली होईल, कारण संपूर्ण जगच अशा प्रसववेदनेतून अनेकदा गेलेले आहे असे स्वत:ला सांगतो.

**या प्रकरणात मी एक महत्त्वाची गोष्ट सांगितली आहे. ती म्हणजे इतिहास वाचा! दहा हजार वर्षांपूर्वीचा दृष्टिकोन समजून घ्या आणि मग पाहा की, संपूर्ण विश्वाच्या मानाने तुमच्या समस्या क्षुल्लक आहेत!**

✦

## न्यूनगंडातून मी मुक्त कसा झालो?

- एल्मर थॉमस

(ऑक्लोहोममधील त्या काळचे संसद सदस्य)

जेव्हा मी पंधरा वर्षांचा होतो तेव्हा मी सतत चिंतेने, भयाने आणि आत्मक्लेशाने घेरलेला असायचो. मी माझ्या वयाच्या मानाने खूप जास्त उंच आणि किडकिडीत होतो, अगदी कुंपणाच्या तारेसारखा! माझी उंची ६ फूट २ इंच आणि वजन फक्त ११८ पौंड होते. माझी उंची जरी जास्त असली, तरी अशक्त असल्यामुळे मी पळण्याच्या शर्यतीत किंवा बेसबॉलमध्ये इतरांबरोबर कधीच स्पर्धा करू शकत नसे. मुले माझी टिंगल करायची आणि 'हॅचेट फेस' (एक शिवी) वगैरे नावाने संबोधायची. त्यामुळे मला खूप न्यूनगंड वाटायचा व कोणालाच भेटू नये असे वाटायचे. मी

क्वचितच कोणाला भेटायचो, कारण आम्ही शेतावर राहायचो आणि ते खूप आड बाजूला होते. शिवाय आमच्या शेताभोवती इतकी दाट झाडी होती की, त्यांना अजूनपर्यंत कधी कुऱ्हाड लागली नव्हती. हायवेपासून अर्धा मैल आतमध्ये आम्ही राहत होतो आणि आम्ही आमच्या कुटुंबाशिवाय म्हणजे आई-वडील-भाऊ आणि बहिणी यांच्याशिवाय इतरांचे आठवडा-आठवडाभर तोंडही पाहत नव्हतो.

जर अशा काळज्या आणि भय यांची माझ्या मनावरील सत्ता मी झुगारून दिली नसती, तर मी माझ्या आयुष्यात अपयशी ठरलो असतो. प्रत्येक दिवशी आणि दिवसातून प्रत्येक तासाला मी माझ्या उंच, बारकुड्या व कुरूप शरीराचा विचार करत असे. मला दुसरे काही सुचतच नसे. माझी लाज, माझे भय किती तीव्र होते याचे मी शब्दांत वर्णन करू शकत नाही; पण माझ्या आईला मात्र माझे दु:ख समजत होते. ती शाळेत शिक्षिका होती. ती मला म्हणाली, ''बाळा, तुला खूप शिकून मोठे व्हायला पाहिजे, तसेच तू मनाने खूप खंबीर राहायला हवे. तुझ्या शारीरिक व्यंगावर तुला मात करायची आहे.''

माझ्या पालकांना मला कॉलेजमध्ये पाठवणे शक्य नव्हते, त्यामुळे पुढची धडपड माझी मलाच करायची होती, याची जाणीव मला होती. म्हणून मी आपोसम, स्कंक, मिंक (बोट क्लब) आणि रॅकून या सगळ्या झाडा-झुडपात राहणाऱ्या प्राण्यांची हिवाळ्यात शिकार केली. त्यांची कातडी चार डॉलर्सना उन्हाळ्यात विकली आणि त्यातून दोन छोटी डुकरे घेतली. मग मी त्या डुकरांना मका वगैरेसारखे अन्न देऊन चांगले पोसले व पावसाळ्यात चाळीस डॉलर्सना विकले आणि मग त्या पैशातून मी इंडियाना येथील डॅन व्हीलमधील सेंट्रल नॉर्मल कॉलेजमध्ये प्रवेश घेतला. तेथे जेवणासाठी मला दर आठवड्याला एक डॉलर आणि चाळीस सेंट्स द्यावे लागायचे आणि माझ्या खोलीचे आठवड्याचे भाडे पन्नास सेंट्स होते. माझ्या आईने मला चॉकलेटी रंगाचा शर्ट शिवला होता. (कारण उघड आहे! तो मळलेला दिसत नाही.) माझ्या वडिलांचे वापरलेले सूट मी घालत होतो. माझ्या वडिलांचे कपडे मला मापात बसत नव्हते, तसेच त्यांचे जुन्या फॅशनचे बूटसुद्धा माझ्या पायातून गळून जायचे, कारण त्याला बाजूला जे इलॅस्टीक होते ते आता सैल झाले होते. या सगळ्यामुळे इतर मुलांशी संबंध ठेवायची मला प्रचंड लाज वाटत असे. म्हणून मी माझ्या खोलीत एकटा बसून अभ्यास करत असे. माझी आंतरिक तीव्र इच्छा फक्त एवढीच होती की, मला माझ्यासाठी असे कपडे घ्यायचे होते की, जे घातल्यामुळे मला शरमेने खाली मान घालायला लागू नये.

त्यानंतर काही दिवसांतच चार घटना घडल्या, त्यामुळे माझी काळजी आणि माझा न्यूनगंड काही प्रमाणात कमी झाला. यांपैकी एका घटनेमुळे माझ्यामध्ये धाडस, आशा आणि आत्मविश्वास निर्माण झाला आणि माझे उरलेले आयुष्य

पूर्णतः बदलून गेले. मी खालीलप्रमाणे थोडक्यात त्याचे वर्णन करतो.

घटना पहिली : या शाळेत प्रवेश केल्यानंतर फक्त दोन महिन्यांत माझी एक परीक्षा झाली आणि मला खेड्यातील सार्वजनिक शाळेत शिकवण्यासाठी थर्ड ग्रेडचे सर्टिफिकेट मिळाले. ते सर्टिफिकेट सहा महिन्यांसाठी का होईना, माझ्यासाठी फायद्याचे होते आणि दुसरे असे की, कोणीतरी माझ्यावर विश्वास दाखवला होता, त्याचा तो पुरावा होता. माझ्या आईखेरीज आणखी कोणीतरी माझ्यावर विश्वास टाकल्याचा हा पहिलाच पुरावा होता.

घटना दुसरी : हॅपी हॉलो नावाच्या गावाकडील एका स्कूलबोर्डाने मला शिक्षक म्हणून नेमले. माझा पगार तेव्हा दिवसाला दोन डॉलर्स किंवा महिन्याला चाळीस डॉलर्स इतका होता. माझ्यावर कोणीतरी विश्वास टाकला, याचा हा आणखी एक पुरावा होता.

घटना तिसरी : ज्या दिवशी माझ्याकडे प्रथम पैसे आले त्या दिवशी मी कपडे घेतले. असे कपडे, जे घातल्यावर मला लाज वाटणार नाही. आता मला कोणी एक लाख डॉलर्स जरी दिले असते, तरी मी स्वतः दुकानात जाऊन माझ्यासाठी काही डॉलर्सचे सूट विकत घेताना जेवढा आनंद मला झाला होता त्याच्या निम्मा आनंदसुद्धा मला त्या लाखो डॉलर्सने झाला नसता.

घटना चौथी : तो माझ्या आयुष्याला नक्कीच वेगळे वळण देणारा क्षण होता. लाज, शरम, अपमान, न्यूनगंड यांच्याशी झगडून विजय मिळवून देणारा हा क्षण होता. ती एक जाहीर भाषणाची स्पर्धा होती. त्यामध्ये मी भाग घ्यावा, असा माझ्या आईने मला खूप आग्रह केला. माझ्यासाठी तर ही कल्पनासुद्धा विलक्षण होती, कारण साधे समोरच्या माणसाशीसुद्धा नीट बोलणे मला जमत नव्हते आणि एवढ्या मोठ्ठ्या जमावासमोर बोलायचे म्हणजे फारच अवघड होते. माझ्या आईच्या माझ्यावरील विश्वासाची मला कणव आली, पण तिने माझ्या भविष्याची फार मोठी स्वप्ने रंगवली होती. ती तिचे आयुष्य माझ्यामध्ये पाहत होती, पण तिच्या विश्वासामुळेच मला स्फूर्ती आली. मला बोलण्यासाठी विषय मिळाला – 'दि फाइन ॲण्ड लिबरल आर्ट्स ऑफ अमेरिका' खरे सांगायचे, तर मी जेव्हा भाषणाची तयारी करायला सुरुवात केली तेव्हा लिबरल आर्ट्स कोणत्या तेसुद्धा मला माहिती नव्हते. मी माझ्या भाषणात पाने, फुले, झाडे, गायी, पक्षी यांसारखे काहीतरी टाकून पाठ केले होते. केवळ आईसाठी मी जास्तीतजास्त प्रयत्न करून भावपूर्ण बोलायचे ठरवले आणि काय आश्चर्य! मला पहिले बक्षीस मिळाले! सगळ्यांनी टाळ्यांचा कडकडाट केला. जी मुले पूर्वी माझी टिंगल करायची, मला 'हॅचेट फेस' म्हणायची त्यांनीपण माझ्या पाठीवर शाबासकीची थाप मारली व म्हणाली, ''आम्हाला माहिती होते एल्मर की, तू हे करू शकतोस.'' भाषणाची ही स्पर्धा जिंकणे हा माझ्यासाठी यशाकडे नेणारा मार्ग ठरला. स्थानिक वृत्तपत्रांनी ही

बातमी पहिल्या पानावर दिली आणि माझे भविष्य उज्ज्वल असण्याची ग्वाही दिली. आता लोक मला ओळखू लागले आणि सगळ्यात महत्त्वाचे म्हणजे माझा आत्मविश्वास आता शंभर पटींनी वाढला. आता मला असे जाणवते की, जर मी ती स्पर्धा जिंकलो नसतो, तर मी पुढे जाऊन अमेरिकेच्या संसदेचा सदस्य कधीच होऊ शकलो नसतो, कारण स्पर्धा जिंकण्याच्या घटनेमुळेच माझ्यातील सुप्त गुणांचा मला शोध लागला. माझी क्षितिजे विस्तारली आणि सगळ्यात महत्त्वाचे म्हणजे या स्पर्धेचे बक्षीस काय मिळाले, तर सेंट्रल नॉर्मल कॉलेजची एका संपूर्ण वर्षाची शिष्यवृत्ती!

आता मला शिक्षणाची इतकी गोडी लागली होती की, पुढील काही वर्षांमध्ये म्हणजे १८९६ ते १९००मध्ये मी माझा वेळ शिकवणे आणि शिकणे अशा दोन भागांमध्ये विभागला. डी पॉ विद्यापीठाची माझी फी भरण्यासाठी मी काय काय कामे केली : मी कारखान्यांच्या भट्टीत काम केले. काउंटर्स सांभाळली, लॉन्स कापून दिली, पुस्तके नेऊन दिली, मका आणि गव्हाच्या शेतांमध्ये काम केले आणि रस्ते-बांधणी मुकादमांच्या हाताखालीसुद्धा काम केले.

इ. स. १८९९मध्ये, जेव्हा मी एकोणीस वर्षांचा होतो तेव्हा विल्यम जेनिंग्ज ब्रायन यांना प्रेसिडेंट म्हणून निवडून द्यावे म्हणून मी अठ्ठावीस भाषणे केली. ब्रायनसाठी भाषणे करताना मीच इतका भारावून जायचो की, मला स्वत:लाच राजकारणात शिरण्याची इच्छा झाली. म्हणून जेव्हा मी डी पॉ विद्यापीठात गेलो. तेथे मी कायदा आणि जाहीर संभाषण कला यांचाच अभ्यास केला. इ. स. १८९९मध्ये इंडियाना पोलीस येथे वादविवाद स्पर्धेत मी कॉलेजकडून भाग घेऊन बटलर कॉलेजला हरवले. विषय होता – 'रिझॉल्ड दॅट यूएस सिनेटर्स शुड बी इलेक्टेड बाय पॉप्युलर व्होट'. मी ती स्पर्धा जिंकून कॉलेजच्या 'दि मिरेज' या मासिकाचा आणि 'पॅलॅडिअम' या पेपरचा मुख्य संपादक झालो.

डी पॉ विद्यापीठातून AB पदवी मिळविल्यावर मी टोरेस ग्रीलेच्या सल्ल्यानुसार फक्त पश्चिमेकडे न जाता ऑक्लोहोमाला गेलो. जेव्हा किओवा कोमांचे आणि अपाचे इंडियन यांसाठी राखीव जागा जाहीर झाली तेव्हा मी घरासाठी अर्ज केला व ऑक्लोहोमातील लॉटनमध्ये माझे कायदेविषयक ऑफिस उघडले. तेरा वर्षे मी ऑक्लोहोमाच्या संसदेत काम केले. चार वर्षे कॉंग्रेसच्या कनिष्ठ गृहात होतो आणि वयाच्या पन्नासाव्या वर्षी मी माझी आयुष्यभर जपलेली महत्त्वाकांक्षा पूर्ण केली. मी युनायेटेड स्टेट्सच्या सिनेटमध्ये ऑक्लोहोमाहून निवडून आलो. ४ मार्च १९२७पर्यंत मी त्या पदावर काम केले. नंतर ऑक्लोहोमा आणि इंडियन टेरिटरी हे १६ नोव्हेंबर १९०७ रोजी एकत्रितरीत्या स्टेट ऑफ ऑक्लोहोमा नावाने संबोधिले गेले. नंतर डेमोक्रॅट पार्टीकडून माझे नामांकन झाले; आधी स्टेट सिनेट म्हणून व नंतर कॉंग्रेससाठी आणि त्यानंतर युनायटेड स्टेट्स सिनेटसाठी!

मी माझी ही गोष्ट स्वत:च्या यशाचा डंका पिटण्यासाठी तुम्हाला सांगत नाही, कारण कुणालाच ते ऐकायला आवडत नाही. मी ती तुम्हाला अधिक विस्ताराने सांगतो आहे याचे कारण असे की, तुमच्यापैकी काही गरीब मुलांना याच्यापासून स्फूर्ती मिळेल आणि जे आता काळज्यांनी, चिंतांनी पीडित असतील, ज्यांच्यामध्ये न्यूनगंड असेल अशांसाठी ही गोष्ट उद्‌बोधक ठरेल. वडिलांनी टाकून दिलेले कपडे आणि पायांतून गळून पडणारे बूट घातल्यामुळे मला उद्ध्वस्त वाटले होते, तरीही त्यातून मी मार्ग काढला. तसाच त्यांनीही काढावा, यासाठी मी ही गोष्ट सांगतो आहे.

(संपादक: आणखी एक विलक्षण गोष्ट अशी की, ज्या एल्मर थॉमसला आपल्या कपड्यांची लाज वाटायची त्याला पुढील आयुष्यात युनायटेड स्टेट्स सिनेटमधील सर्वोत्तम पोशाख वापरण्याबद्दल बक्षीस मिळाले आहे.)

✦

**मी अल्लाच्या बागेत राहिलो!**

- व्ही. सी. बोडले (सर थॉमस बोडले,
बोडलियन लायब्ररीचे संस्थापक आणि विण्ड इन सहारा, दि मेसेजर व इतर
१४ पुस्तकांचे लेखक)

इ. स. १९१८मध्ये मी माझ्या ओळखीच्या जगाकडे पाठ फिरवली आणि आफ्रिकेमध्ये जाऊन सहारा या अल्लाच्या बगिच्यात अरबांबरोबर जाऊन राहायला लागलो. मी तेथे सात वर्षे राहिलो. मी तेथील भटक्या जमातींची भाषा शिकलो. मी त्यांच्यासारखे कपडे घालायला लागलो. मी त्यांच्या पद्धतीचे जेवण जेऊ लागलो. जवळपास त्यांची सगळीच जीवनशैली मी आत्मसात करण्याचा प्रयत्न केला, जी जीवनशैली गेल्या वीस शतकांपासून फारशी बदललेली नाही. माझ्या मालकीच्या काही शेळ्या होत्या आणि मी अरबांच्या तंबूमध्ये खाली जमिनीवर झोपत होतो. मी त्यांच्या धर्माचासुद्धा सखोल अभ्यास केला आणि हो, त्यानंतर मग मी मोहम्मद पैगंबर विषयीचे माझे 'दि मेसेंजर' हे पुस्तक लिहिले.

मी त्या मेंढपाळांबरोबर भटकंती करत जी सात वर्षे घालवली, ती माझ्या आयुष्यातील सर्वांत शांती आणि समाधानाची वर्षे होती.

त्या काळात मला समृद्ध करणारे विलक्षण वेगळे अनुभव आले. मी पॅरिसमध्ये जन्माला आलेला ब्रिटिश पालकांचा मुलगा होतो. नऊ वर्षे मी फ्रान्समध्ये होतो, नंतर मी इटन येथे शिक्षण घेऊन सॅण्डहर्स्ट येथील रॉयल मिलिट्री कॉलेजमध्ये दाखल झालो. मग मी भारतात ब्रिटिश आर्मी ऑफिसर म्हणून सहा वर्षे घालवली.

तेथे मी पोलो खेळत असे, शिकार करत असे. मिलिट्रीच्याच संदर्भात हिमालय पर्वतातही मी काही संशोधन करत फिरलो! मी पहिल्या महायुद्धात लढलो आणि त्याच्या शेवटी मला 'पॅरिस शांतता परिषदे'साठी पाठवण्यात आले. तेथे जाऊन मी जे पाहिले त्यामुळे मला धक्का बसला आणि दु:खही झाले. मी निराश झालो. चार वर्षे युद्धभूमीवर लढताना माझा असा समज होता की, आपण मानवी मूलतत्त्वांसाठी लढत आहोत; पण पॅरिस पीस कॉन्फरन्सला मी जे पाहिले त्यात स्वार्थी राजकारणी दुसऱ्या महायुद्धाची तयारी करताना दिसत होते. प्रत्येक देश आपल्याला यातून काय फायदा होईल याचे आडाखे बांधत होता. देशादेशात फूट पाडत होता आणि मतलबीपणाने तेढ वाढवत होता.

मी युद्धाला कंटाळलो, सैन्याला कंटाळलो, समाजालासुद्धा कंटाळलो. नोकरीला सुरुवात केल्यानंतर प्रथमच रात्रभर मी जागा होतो. झोपू शकलो नाही. मला माझ्या आयुष्याची काळजी वाटू लागली. लॉईड जॉर्जने मला आग्रह केला की, मी राजकारणात शिरावे. मी त्याची सूचना मानण्याच्या बेतात असताना एक विचित्र गोष्ट घडली. एक निराळीच घटना आकार घेत होती आणि माझे पुढील सात वर्षांसाठी भवितव्य ठरवत होती. हा अचानक बदल कशामुळे झाला? तर फक्त दोनशे सेकंदांच्या संभाषणामुळे झाला. हे संभाषण झाले टेट लॉरेन्सबरोबर! लॉरेन्स फ्रॉम अरेबिया! पहिल्या महायुद्धामुळे घडलेली ही एक अद्‌भुत बहुआयामी व्यक्ती! तो सहाराच्या वाळवंटामध्ये अरबांबरोबर राहत होता आणि त्याने मलाही तेच करण्याचा सल्ला दिला. मला ते आकर्षक वाटले.

तसाही मिलिट्रीला रामराम ठोकायचा माझा निर्णय पक्का झाला होता आणि मला काहीतरी वेगळे करायचे होते. नागरी जीवन जगणाऱ्या मालकांना माझ्यासारखी मिलिट्रीमधील माणसे नको असतात. प्रामुख्याने जेव्हा बेकारी अधिक असेल तेव्हा तर मुळीच नको असतात, म्हणून लॉरेन्सने जे सुचवले ते करण्याचे मी ठरवले. मी अरबांबरोबर राहायला गेलो आणि त्याचा मला आनंदच झाला. त्यांनी मला काळजीवर मात कशी करावी हे शिकवले. इतर श्रद्धाळू मुस्लिमांप्रमाणेच तेसुद्धा नशिबावर हवाला ठेवणारे आहेत. त्यांचा असा अढळ विश्वास आहे की, मोहम्मदाने कुराणामध्ये जे लिहून ठेवले आहे ते प्रत्यक्ष अल्लाने सांगितलेले आहे, म्हणून कुराणात जेव्हा असे सांगितले की, 'देवाने तुम्हाला निर्माण केले आणि त्याच्या आदेशानेच तुम्ही कृती करता.' तेव्हा ही गोष्ट ते शब्दश: ऐकतात आणि म्हणूनच ते आयुष्य इतके शांतपणे झेलू शकतात आणि मनाविरुद्ध गोष्टी घडल्या, तरी त्यांच्या मनाचा तोल जात नाही. त्यांना माहिती आहे की, जे विधिलिखित आहे ते आपण बदलू शकत नाही. देवाशिवाय तुमच्या कोणातच ते बदलायची ताकद नाही. अर्थात याचा अर्थ असा नव्हे की, संकट कालात ते हातावर हात धरून

बसतात. हे सप्रमाण सिद्ध करण्यासाठी तुम्हाला मी एक माझ्यासमोर घडलेला प्रसंग सांगतो. मी जेव्हा अरबांबरोबर सहारामध्ये राहत होतो तेव्हा एक भयानक वादळ घोंघावत आले. त्या वादळाने तीन दिवस धुमाकूळ घातला. सगळीकडे भयाण किंकाळ्या ऐकू येत होत्या. त्या वादळाचे पडसाद शंभर मैलाच्या परिसरात थेट फ्रान्समधील ऱ्होन व्हॅलीपर्यंत उमटले होते. वारे तर इतके तप्त होते की, मला वाटले, माझे केस जळून डोक्याच्या त्वचेला चिकटून बसले की काय? माझा घसा सुकला. माझ्या डोळ्यांची जळजळ होऊ लागली. माझ्या दातांचा करकर आवाज येऊ लागला. मला असे वाटले, जणूकाही मी काचेच्या कारखान्यातील भट्टीत उभा आहे. अशा परिस्थितीत कोणी शहाणा कसा राहू शकतो? मला तर वेड लागायची पाळी आली होती, पण तेथील एकाही अरबाने तक्रार केली नाही. त्यांनी फक्त त्यांचे खांदे उडवले व म्हणाले, "मैकतुब!" – हे विधिलिखित आहे.

पण जसे वादळ ओसरले, तसे ते लगेच कामाला लागले. त्यांच्या सगळ्या मेंढ्यांची त्यांनी एकाच वेळी कत्तल केली, कारण त्यांना माहिती होते की, त्या मरणारच होत्या. सगळ्यांची एकाच वेळी कत्तल करण्याचे आणखी एक कारण असे होते की, त्या मेंढ्यांच्या मातांना वियोगाचे दुःख नको. मेंढ्यांची कत्तल केल्यानंतर त्यांच्या अंगावरील लोकर उत्तरेकडे धुण्यासाठी पाठवली गेली. हे सगळे अतिशय शांतपणे केले गेले. चिंता नाही, तक्रार नाही किंवा झालेल्या नुकसानीबद्दल रडारड नाही. कळपाचा म्होरक्या म्हणाला, "तरी बरे, फार वाईट काही झाले नाही! नाहीतर आपल्यावर सगळेच गमावण्याची वेळ आली असती. देवाची प्रार्थना करा, कारण आपल्याकडे अजून चाळीस टक्के मेंढ्या शिल्लक आहेत. त्यांच्या आधाराने आपण नवीन सुरुवात करू शकू."

मला आणखी एक प्रसंग आठवतो. आम्ही एकदा मोटारीने सहारा वाळवंटातून चाललो होतो. तेवढ्यात टायर पंक्चर झाले. गाडीत स्टेपनी होती, पण तिचेही पंक्चर काढायला ड्रायव्हर विसरला होता, त्यामुळे गाडीला आता फक्त ३ चाके होती. आसपास एकही दुकान नव्हते. मी फार चिडलो, रागावलो आणि त्या अरबांना विचारले, "आता काय करायचे?" त्यांनी मला आठवण करून दिली की, असे रागावून काहीच फायदा होणार नव्हता. त्यामुळे उष्णता आणखीन वाढली असती. ते म्हणाले, "असे टायर पंक्चर होणे ही अल्लाची मर्जी आहे आणि अल्लाच्या मर्जीसमोर आपण काहीच करू शकत नाही." मग आम्ही तशीच तीन चाके व चौथे रिम अशा सामग्रीवर खुरडत-खुरडत गाडी पुढे नेली. एवढ्यात पुन्हा गाडीने आचके दिले आणि ती थांबली. आता गॅस (पेट्रोल) संपले होते! आमच्यातील म्होरक्या म्हणाला : "मैकतुब!" आणि पुन्हा एकदा ज्याने पुरेसे इंधनपण गाडीत भरले नव्हते, त्या ड्रायव्हरला रागवायचे सोडून प्रत्येक जण शांत राहिला आणि

उरलेले अंतर आम्ही गाणे गात, चालत-चालत पार केले!

सात वर्षे मी अरबांबरोबर काढली आणि त्यामुळेच माझी खात्री पटली की, युरोप आणि अमेरिकेतील मज्जासंस्थांचे विकार, मनोरुग्णता आणि मादक पदार्थांचे, मद्यांचे सेवन हे त्यांच्या अति वेगवान ज्याला आपण सुसंस्कृत जीवनशैली म्हणतो त्याचे फलित आहे.

जोपर्यंत मी सहारामध्ये राहत होतो तोपर्यंत मला कुठलीच चिंता नव्हती. तेथे अल्लाच्या त्या बगिच्यात माझ्या मनाला खूप समाधान लाभले. निराशा आणि ताणतणाव यामुळे शारीरिक प्रकृतीचा ऱ्हास होतो. तिथे त्यापासून मी मुक्त असल्यामुळे माझी तब्येतपण उत्तम होती.

अरबांच्या या प्रारब्धवादी वृत्तीकडे अनेक लोक उपहासाने बघतात. कोणास ठाऊक! कदाचित बरोबरही असेल, पण आपल्यालासुद्धा अनेक वेळा हे जाणवते की, जे विधिलिखित असते, ते घडते. ते तुम्ही टाळू शकत नाही. उदाहरण द्यायचे झाले, तर जर मी लॉरेन्सशी दुपारी १२ वाजून ०३ मिनिटांनी ऑगस्ट महिन्याच्या भर दुपारी १९१९ साली बोललो नसतो, तर तिथून पुढची सगळी वर्षे पूर्णपणे वेगळी घडली असती. माझ्या आयुष्याकडे मागे वळून पाहिले, तर मला असे दिसते की, माझ्या आयुष्याची दोरी या जगत्‌नियंत्याच्या हाती आहे. तो माझ्या आयुष्याला आकार देतो. त्याच्यात आवश्यक तेव्हा बदल घडवतो आणि माझ्या आयुष्यात अशा घटना घडवतो, ज्या माझ्या नियंत्रणाच्या पलीकडे असतात. अरब लोक यालाच 'मैकतुब', 'किस्मत' असे म्हणतात. अल्लाची इच्छा म्हणतात. तुम्हाला कदाचित हे विचित्र वाटेल. मलासुद्धा हे आत्ताच समजले. सहारा सोडून सतरा वर्षे उलटून गेल्यावर जी गोष्ट घडणे अटळ आहे ती गोष्ट आनंदाने स्वीकारण्याचे तंत्र मी आजमवायला शिकलो आहे. ते मी अरबांकडूनच शिकलो आहे आणि अरबांचे हे तत्त्वज्ञान आजही मला कोणत्याही वेदनाशामक औषधांपेक्षा आणि झोपेच्या गोळ्यांपेक्षा अधिक प्रभावी वाटते!

✦

## काळजीला दूर पळवण्यासाठी मी वापरलेल्या पाच पद्धती

- प्रो. विल्यम फेल्पस (बिली फेल्पस यांच्याबरोबर मृत्यूपूर्वी थोडे दिवस आधी एक दुपार घालवण्याची संधी मिळाली तेव्हा त्यांनी काळजीला परतवण्याच्या या पाच पद्धती सांगितल्या आहेत.) - डेल कार्नेगी

(१) मी जेव्हा २४ वर्षांचा होतो तेव्हा अचानक मला डोळ्यांचा त्रास

उद्भवला. ३ ते ४ मिनिटे वाचल्यानंतर माझ्या डोळ्यांमध्ये जणू कोणीतरी लाखो सुया खुपसत आहे असे मला वाटे. मी वाचत नसतानासुद्धा माझे डोळे इतके संवेदनशील झाले होते की, मी खिडकीतून बाहेर बघू शकत नसे. मी न्यूयॉर्क आणि न्यू हेवनमधील सर्वोत्तम डोळ्याच्या तज्ज्ञ डॉक्टरांना दाखवले, पण त्यांच्याकडे उपाय नव्हता. दुपारी चार वाजता माझ्या खोलीतील अंधाऱ्या कोपऱ्यात मी बसलेलो असताना मला एकदम भीती वाटून आली. मला असे वाटले की, मला माझी शिक्षकाची नोकरीपण गमवावी लागणार आणि पश्चिमेकडे लाकूडतोडी करायला जावे लागणार. आणि मग एक अद्भुत गोष्ट घडली, ज्यामुळे माझ्या शारीरिक वैगुण्याबद्दलच्या माझ्या मानसिकतेवर त्याचा परिणाम झाला. त्या हिवाळ्यात जेव्हा माझ्या डोळ्यांची परिस्थिती अत्यंत वाईट होती तेव्हा मी पदवीपूर्व विद्यार्थ्यांच्या एका गटाने दिलेले भाषणाचे आमंत्रण स्वीकारले होते. जेथे भाषण होते त्या हॉलमध्ये प्रकाशझोत सोडणाऱ्या मोठ्या नळ्या छतापासून खाली सोडलेल्या होत्या. त्या तीव्र उजेडाचा माझ्या डोळ्यांना त्रास होत होता. इतका त्रास होत होता की, व्यासपीठावर बसून मला जमिनीकडे पाहण्याशिवाय दुसरा उपायच नव्हता. तरीसुद्धा माझ्या तीस मिनिटांच्या भाषणामध्ये मला अजिबात डोळ्यांची वेदना जाणवली नाही आणि त्या वेळात डोळ्याची पापणीसुद्धा न लवता मी त्या प्रकाशाकडे पाहत होतो. पण ती मीटिंग संपल्यावर माझे डोळे पुन्हा दुखू लागले.

मग मी विचार केला की, फक्त तीस मिनिटांसाठीच नाही, तर एक आठवड्यापर्यंत जर मी माझे चित्त कशावरतरी एकाग्र केले, तर कदाचित मी बरा होऊ शकेन. कारण मला स्पष्टपणे दिसत होते की, ही शारीरिक आजारावर मानसिकरीत्या विजय मिळवून देणारी केस आहे.

त्यानंतर मला महासागर ओलांडताना पुन्हा असाच अनुभव आला. माझ्या कमरेत उसण भरली होती आणि वेदना इतक्या प्रचंड होत्या की, मी चालू शकत नव्हतो. साधे उभे राहतानासुद्धा मला खूप वेदना होत होत्या. त्याही परिस्थितीत मला डेकवर भाषण द्यायला बोलावले, आणि काय आश्चर्य! मी जेव्हा बोलायला सुरुवात केली तेव्हा माझ्या वेदनेचा लवलेशही उरला नव्हता. माझ्या शरीरातील स्नायूंचा ताठरपणा जाऊन ते आपोआप लवचीक बनले. जवळपास मी तासभर बोललो. जेव्हा माझे भाषण संपले आणि मी माझ्या खोलीकडे जायला निघालो तेव्हा क्षणभर मला वाटले की, माझे दुखणे संपले; पण ते बरे वाटणे तात्पुरते होते. कंबरदुखी पुन्हा उद्भवली.

या अनुभवांमुळे माझ्या लक्षात आले की, आपल्या मानसिकतेचे किती महत्त्व असते! त्यापासून मी हे शिकलो की, तुमची इच्छा असेल तोपर्यंत तुम्ही आनंद उपभोगू शकता. म्हणून आता प्रत्येक दिवस हा जणू पहिला आणि शेवटचा दिवस

आहे असे समजून मी जगतो. त्यामुळे प्रत्येक दिवस मला धाडसासाठी उत्तेजित करतो आणि जर दिवसभर अशी उत्तेजना तुमच्यात असेल, तर कोणालाच चिंता, काळजी सतावणार नाही आणि विनाकारण कोणीच तोंड लांब करून बसणार नाही. मला माझा शिक्षकी पेशा आवडतो. मी 'एक्साइटमेंट ऑफ टिचिंग' नावाचे पुस्तक लिहिले आहे, कारण माझा शिक्षकी पेशा म्हणजे मला एक प्रकारची कला वाटते. ते एक झपाटलेपण असते. चित्रकाराला जसे चित्र काढायला आवडते, गाणाऱ्याला जसे गायला आवडते तसेच मला शिकवायला आवडते. मी माझ्या विद्यार्थ्यांबद्दल अत्यंत प्रामाणिकपणे विचार करतो. कुठल्याही व्यवसायाचे गमक हे उत्साहावर, उमेदीवर अवलंबून असते.

(२) माझ्या असे लक्षात आले की, माझ्या मनातील काळज्यांची गर्दी मला खिळवून ठेवणाऱ्या पुस्तकाच्या वाचनाने मी बाहेर काढू शकतो. मी जेव्हा एकोणसाठ वर्षांचा होतो तेव्हा मी वैफल्यग्रस्त झालो होतो. त्या काळात मी डेव्हिड विल्सनचे 'लाइफ ऑफ कर्लाइल' हे पुस्तक वाचायला घेतले आणि त्याचा मला माझ्या दुखण्यातून बरे करण्यास इतका उपयोग झाला की, मी माझी हतबलता पार विसरलो.

(३) जेव्हा कधी मी खूप निराश होत असे तेव्हा मी स्वत:ला शारीरिक पातळीवर गुंतवून ठेवत असे. दिवसातील प्रत्येक तासागणिक मी काहीतरी करत असे. मी टेनिससारख्या खेळाचे पाच ते सहा सेट्स सकाळी खेळत असे, नंतर आंघोळ करत असे, मग जेवण घेई आणि रोज दुपारी गोल्फचे अठरा होल्स खेळत असे. शुक्रवारी रात्री एक वाजेपर्यंत मी डान्स करत असे. मी घाम गाळण्याच्या मताचा माणूस आहे. माझ्या असे लक्षात आले आहे की, घाम काढल्याने नैराश्य आणि काळज्या दूर होतात.

(४) मी फार पूर्वीच हे शिकलो आहे की, घाई-गडबडीने आणि ताणतणावाखाली काम करणे पूर्णपणे टाळले पाहिजे. मी नेहमी विल्बर क्रॉसची तत्त्वप्रणाली अवलंबली आहे. जेव्हा तो कनेक्टीकटचा गव्हर्नर होता तेव्हा तो मला म्हणाला : 'जेव्हा मला खूप गोष्टी एका वेळी करायच्या असतात तेव्हा मी खाली बसतो, आरामात एखादी सिगारेट ओढतो आणि तासभर काहीच करत नाही.'

(५) मला आता हेसुद्धा पटले आहे की, धीर धरणे आणि योग्य वेळेची वाट पाहणे हासुद्धा संकटनिवारणाचा एक चांगला मार्ग आहे. आता जेव्हा कधी मला काळजी वाटते तेव्हा मी त्या काळजीच्या शक्याशक्यतेचा विचार करतो, तिचे योग्य मूल्यांकन करतो, मग स्वत:शी म्हणतो, 'हो, अजून दोन महिन्यांनी मला ती काळजी नसणार आहे. मग मी आत्ता कशाला विचार करू?' जे दोन महिन्यांनी घडणार आहे असे वाटते, ते आत्ताच घडले आहे असे का नाही समजायचे?

प्रो. फेल्पसने तक्रार निवारण्याचे पाच मार्ग थोडक्यात सांगितले ते असे –

अ) आयुष्य उत्साहपूर्ण आणि सळसळते असू द्या. प्रत्येक दिवस हा आयुष्यातला पहिला आणि शेवटचा दिवस आहे असे मी समजतो.

ब) तुम्हाला आवडणारी पुस्तके वाचा. जेव्हा मी वैफल्यग्रस्त झालो तेव्हा मी कार्लाईलचे पुस्तक वाचले. त्यामुळे मी बरा झालो.

क) खेळ खेळत जा. जेव्हा मी खूप निराश असतो तेव्हा मी स्वत:ला दिवसाच्या प्रत्येक तासागणिक काहीतरी शारीरिक हालचालींमध्ये गुंतवतो.

ड) काम करताना आरामात करा. फार पूर्वीच मी घाई-गडबड आणि कामाच्या ठिकाणचे ताणतणाव टाळण्याचे शिकलो होतो.

इ) मी माझ्या समस्यांचे मूल्यांकन केले. मी स्वत:ला म्हणालो, 'आजपासून दोन महिन्यांनी या घटनेचा विचार करणार नाही. मग आत्ता तरी का करू? जो दृष्टिकोन मी दोन महिन्यांनी ठेवणार आहे तो आत्तापासूनच का नको?'

✦

**मी कालही उभी होते आणि आजही उभी राहीन.**

- डोरोथी डिक्स

मी कमालीची गरिबी आणि आजारपणे अनुभवली आहेत. लोक मला विचारतात, 'आपल्या सगळ्यांवर संकटे येतात, पण तुम्ही त्यातून कशा तरून जाता?' यावर मी नेहमीच उत्तर देते, "मी कालसुद्धा संकटांना पुरून उरलेली आहे आणि आजही संकटांचा सामना करायला सज्ज आहे, पण उद्या काय घडणार आहे याची चिंता करायला मी मनाला परवानगी देत नाही."

मला गरज, संघर्ष, काळजी आणि निराशा अगदी जवळून माहीत आहेत. मला नेहमीच माझ्या ताकदीपलीकडे जाऊन काम करावे लागले. मी जेव्हा माझ्या आयुष्याकडे मागे वळून बघते, तेव्हा मला काय दिसते? तर एक लांबच लांब पसरलेली रणभूमी, जेथे स्वप्ने मृतवत झाली आहेत, आशा निराशेत बदलल्या आहेत आणि भ्रमांचे भोपळे फुटलेले आहेत. अशा या रणभूमीवर मी शत्रूशी जिवाच्या आकांताने लढले आहे आणि या लढाईत मला जखमा झाल्या आहेत, खरचटले आहे, मी पंगू झाले आहे आणि लढता लढता अकाली म्हातारीसुद्धा झाले आहे.

तरीसुद्धा मला स्वत:ची दया येत नाही. मी माझ्या भूतकाळासंबंधी अश्रू गाळत बसत नाही, दु:ख करत बसत नाही. ज्या बायकांनी मला हे सोसायला लावले, त्यांना मी माफ करून टाकले. अशा बायकांचा रागसुद्धा मला येत नाही, कारण मी माझे आयुष्य खऱ्या अर्थाने जगले आहे. त्या लोकांनी जीवनाचा आस्वाद

घेतलाच नाही. मी माझ्या आयुष्याचा कप अगदी चट्टामट्टा करत प्यायले आहे. त्यांनी फक्त फुरक्या मारल्या आणि पृष्ठभागावर बुडबुडे आणले. ज्या गोष्टी मला माहिती आहेत त्या त्यांना कधीच कळणार नाहीत. मला ज्या गोष्टी दिसतात तिकडे त्यांचे आंधळेपण आहे. अशा काही बायका आहेत की, ज्यांचे डोळे अश्रूंनी स्वच्छ झाले आहेत आणि ज्यांची दृष्टी विशाल आहे व ज्या जगाच्या बहिणी झाल्या आहेत.

मी जीवनाच्या विद्यापीठाची अवघड तत्त्वप्रणाली पाहिली आहे. आत्तापर्यंत कोणत्याच स्त्रीच्या नशिबात सोपे आयुष्य नाही. मला तर हेच शिकवले गेले आहे की, प्रत्येक दिवस जसा येईल तसा स्वीकारायचा असतो आणि उद्याची चिंता करून आज त्रास करून घ्यायचा नसतो. आपल्याला भित्रे बनवणारी ही धोक्याची सूचना आहे. मी स्वत:पुरती तरी ही भीती मनातून काढून टाकली. कारण खरेच ज्या गोष्टींची भीती वाटते त्या समोर आल्याच, तर त्या वेळी आपोआपच शहाणपण सुचते आणि आपल्यात ताकदसुद्धा येते. आता छोट्या-मोठ्या रागालोभांमुळे माझ्या ताकदीवर परिणाम होत नाही. जेव्हा तुम्ही तुमच्या स्वप्नांचे इमले प्रत्यक्षात कोसळताना पाहता आणि त्यांचा चक्काचूर होताना पाहता तेव्हा तुमच्या नोकराने तुमच्या वॉश बोलखाली नक्षीदार बशी ठेवली नाही म्हणून किंवा तुमच्या आचाऱ्याने तुमचे सूप उतू घालवले म्हणून तुम्ही रागावत नाही.

मी आता हे शिकले आहे की, लोकांकडून फार अपेक्षा धरू नये आणि त्यामुळेच जरी काही मित्र माझ्याशी सच्चेपणाने वागत नसले किंवा इतरांकडे माझी निंदा करत असले, तरी माझे त्यांच्याशी संबंध सलोख्याचे असतात. या सगळ्यांपेक्षा महत्त्वाची गोष्ट अशी की, मी विनोदबुद्धी जपली आहे, कारण अशा अनेक गोष्टी घडतात की, ज्यामुळे मला एकतर रडावे लागते किंवा हसावे लागते. जेव्हा एखादी स्त्री तिच्या समस्यांविषयी भावनांचा उद्रेक करून दाखवण्याऐवजी त्याच्यावर विनोद करते तेव्हा ती कधीच कुणाकडून दुखावली जात नाही. मला माझ्या कष्टांबद्दल खेद नाही, कारण त्या कष्टांच्या माध्यमातूनच मी जीवनाला प्रत्येक ठिकाणी स्पर्श करून पाहिला आणि त्यासाठी मी जी किंमत मोजली तिची फळे मला मिळाली.

**डोरोथी डीक्सने काळजीचे आयुष्य वेगवेगळ्या कप्प्यांत बंदिस्त करून जिंकले.**

✦

## मला वाटत नाही, मी उद्याची पहाट पाहू शकेन

- जे. सी. पेनी

(१४ एप्रिल, १९०२ रोजी एक तरुण मुलगा पाचशे डॉलर्सची रोख रक्कम हातात घेऊन आणि मनात लाखो डॉलर्स कमावण्याचा निश्चय करून केमररमध्ये आला आणि त्याने ड्रायफ्रुट्सचे दुकान उघडले. तो तरुण आणि त्याची बायको दुकानाच्याच माळ्यावर राहत. एका मोठ्या खोक्याचे टेबल आणि लहान खोक्यांच्या खुर्च्या. त्याची तरुण बायको आपले मूल ब्लँकेटमध्ये लपेटून त्याला त्या टेबलाखाली झोपवत असे आणि त्या वेळात नवऱ्याला दुकानात मदत करत असे. आज त्या छोट्या दुकानाचा विस्तार जगभर झाला आहे. त्या माणसाचे नाव जे. सी. पेनी! नुकतेच मी त्याच्याबरोबर जेवण घेतले तेव्हा त्याने मला त्याच्या आयुष्यातील नाट्यमय क्षणांबद्दल सांगितले ते असे –)

काही वर्षांपूर्वी मी एका विचित्र संकटातून गेलो. मी अत्यंत निराश आणि चिंताक्रांत झालो होतो. अर्थात माझ्या या निराशेचा आणि चिंतेचा संबंध कोणत्याच दृष्टीने जे. सी. पेनी कंपनीशी नाही. तो धंदा तर फार तेजीत चालला होता, पण व्यक्तिश: मी अशी काही मूर्खपणाची वचने आणि कबुली देऊन बसलो होतो की, त्यामुळे मी संकटात सापडलो. मी ज्या गोष्टींना जबाबदार नव्हतो, त्यासाठी मला जबाबदार धरले जात होते. मी काळजीने इतका बेजार झालो होतो की, मला झोप लागत नसे आणि त्यातूनच मला शिंगल्स नावाचा एक वेदनामय आजार झाला. माझी त्वचा खडबडीत झाली, त्यावर लाल ओरखडे उमटले. मी डॉक्टरांना भेटलो. मिसुरी येथील डॉ. एल्मर हा माझ्या बालपणीचा मित्र होता. डॉ. एल्मरने मला तपासले व मला खूप मोठा आजार झाला आहे असे सांगितले आणि एक भलीमोठी किचकट औषधांची यादी दिली; पण त्याचा काही उपयोग होत नव्हता. दिवसेंदिवस मी बारीक होत चाललो होतो. शारीरिकदृष्ट्या व मानसिकदृष्ट्या मी खालावत चाललो होतो. मन निराशेने भरून येई. एकसुद्धा आशेचा किरण दिसत नव्हता. जगण्यासाठी आमिष दाखवणारे काहीही समोर दिसत नव्हते. मला वाटले की, जगात आता मला कोणीच मित्र उरला नाही. माझे कुटुंबसुद्धा माझ्या विरोधात गेले. एके रात्री डॉ. एल्मरने मला झोपेचे औषध दिले, पण त्याचा परिणाम ओसरल्यावर मी जागा झालो ते याच समजुतीत की, आजची रात्र माझी शेवटची रात्र आहे. भराभर मी बिछान्यातून बाहेर आलो. माझ्या बायकोला आणि मुलाला पत्र लिहिले की, उद्याची पहाट मी पाहीन असे मला वाटत नाही.

दुसऱ्या दिवशी सकाळी मी उठलो तेव्हा मला खूप आश्चर्य वाटले की, मी अजून जिवंत होतो. जिना उतरून खाली गेलो, तर एका छोट्याशा चॅपेलमधून संगीताचे सूर ऐकू येत होते, जेथे रोज भावपूर्ण प्रार्थना म्हटल्या जात. मला आजही त्या काव्यपंक्ती आठवतात, 'देव तुमची काळजी घेईल.' चॅपेलमध्ये गेल्यावर मी माझ्या जड अंत:करणाने त्या प्रार्थना ऐकू लागलो. त्याबरोबर काहीतरी घडले. मी ते शब्दांत सांगू शकत नाही. मी त्याला फक्त चमत्कार म्हणू शकतो; पण मला तीव्रपणे असे जाणवले की, कोणत्यातरी अद्भुत शक्तीने मला काळ्याकुट्ट अंधारातून उबदार, चकचकणाऱ्या सूर्यप्रकाशात आणून ठेवले होते. जणूकाही मला कोणीतरी नरकातून स्वर्गात नेऊन ठेवले होते. मला या पूर्वी कधीच अशा दैवी ताकदीची जाणीव झाली नव्हती. मग मला हेपण जाणवले की, माझ्या या दु:खाला मी स्वत:च जबाबदार आहे. त्या क्षणी मला समजले की, देव त्याच्या मायेचे छत्र धरायला तेथे बसला आहे आणि मला मदत करतो आहे. तेव्हापासून मी काळजीमुक्त झालो. मी आता एकाहत्तर वर्षांचा आहे. 'देव तुमची काळजी घेईल.' अशी प्रार्थना म्हणणाऱ्या त्या चॅपेलमधील माझी वीस मिनिटे अशा प्रकारे नाट्यमय व वैभवशाली ठरली.

**जे. सी. पेनी एका क्षणात चिंतेवर मात करायला शिकला, कारण त्याला अचूक उपाय सापडला.**

✦

## मी जिममध्ये जाऊन बॅग बडवतो किंवा बाहेर मोकळ्या हवेत फिरायला जातो

- कलोन एडी इगन (न्यूयॉर्कमधील वकील, ऱ्होडस येथील स्कॉलर न्यूयॉर्क स्टेट ॲथलेटीक कमिशनचा माजी चेअरमन, माजी ऑलंपिक लाइट हेवीवेट चँपिअन)

जेव्हा मी चिंताक्रांत होतो आणि इजिप्तमध्ये ज्याप्रमाणे उंट पाण्याचे चाक फिरवतो त्याप्रमाणे माझे मन गोल गोल पिंगा घालत राहते तेव्हा शारीरिक व्यायाम मला मदत करतो आणि माझी उदासीनता घालवतो. काही वेळेस ते पळणे असते किंवा देशभर पदभ्रमण असते किंवा १/२ तास बॅग बडवणे असते किंवा जिमनॅशिअममध्ये जाऊन स्क्वॅश, टेनीस खेळणे असते. जे काय असेल ते, पण असा शारीरिक व्यायाम माझा मानसिक दृष्टिकोन निकोप ठेवतो. दर शनिवार-रविवार मी भरपूर खेळ खेळतो, तसेच गोल्फ कोर्टभोवती फेरी मारतो. पॅडल

टेनिसची गेम खेळतो. ॲडीरोंडॅक्समध्ये जाऊन बर्फावरचे गेम्ससुद्धा खेळतो. अशा प्रकारे माझी शारीरिक दमणूक होते व माझे मन माझ्या कोर्टकामातील कायद्यांबाबतच्या समस्यांपासून दूर जाते व विश्रांती घेते आणि त्यामुळेच पुन्हा जेव्हा मी माझ्या केसस घेऊन बसतो तेव्हा माझ्यामध्ये नवीन उत्साह सळसळतो.

मी जेथे काम करतो तेथे म्हणजे न्यूयॉर्कमध्ये असताना मला अनेकदा येल क्लबच्या जिममध्ये एक तास घालवायला मिळतो. कोणताच माणूस स्क्वॅश खेळताना किंवा टेनिस खेळताना किंवा स्किइंग करताना चिंता करू शकत नाही. तो व्यायामात इतका गर्क होतो की, चिंता करायला त्याला सवडच नसते. आपण उगाचच पराचा कावळा केला हे जाणवून चिंतातुर विचार झटकून मनात नवीन, उत्साहपूर्ण विचार येतात.

चिंतेवर उत्तम उतारा म्हणजे व्यायामच असू शकतो, असे माझे मत आहे. जेव्हा तुम्ही चिंतित असता तेव्हा तुमच्या मेंदूपेक्षा तुमच्या स्नायूंचा अधिक वापर करा आणि मग परिणाम पाहा. तुम्हालाच आश्चर्य वाटेल. मलातरी त्याचा फार उपयोग झाला. जेव्हा व्यायामाला सुरुवात होते तेव्हा चिंता नाहीशी होते.

✦

## व्हर्जिनिया टेकमधील मी एक चिंतामणी

- जिम बर्डसॉल

सतरा वर्षांपूर्वी मी जेव्हा व्हर्जिनियातील ब्लॅक्सबर्ड येथील मिलिट्री कॉलेजमध्ये शिकत होतो तेव्हा मी 'चिंतामणी' या नावाने प्रसिद्ध होतो. मी एवढा चिंता करायचो की, त्यामुळे मी आजारी पडत असे आणि मी इतक्या वेळा आजारी पडत असे की, माझ्यासाठी कॉलेजच्या आवारातील हॉस्पिटलमध्ये एक खाट राखूनच ठेवलेली असे. जेव्हा नर्स मला त्या खोलीकडे येताना पाही तेव्हा तिची धावपळ होत असे. मला प्रत्येक गोष्टीची काळजी वाटत असे. काही वेळेस तर मी हेसुद्धा विसरून जाई की, मला नेमकी कशाची काळजी वाटते. काही वेळेस मला भीती वाटे की, मला खूप कमी मार्क्स मिळतात म्हणून मला कॉलेजमधून काढून टाकतील. मी फिजिक्स आणि इतर काही विषयांतही नापास झालो होतो. मला हेसुद्धा माहीत होते की, मला सरासरी ७५ ते ८४ ही ग्रेड सतत राखणे गरजेचे होते. मला माझ्या तब्येतीची काळजी वाटे, कारण माझ्यात वारंवार यातना देणाऱ्या रोगाची लक्षणे दिसत. उदा. अपचन आणि निद्रानाश. मला आर्थिक चिंतासुद्धा होत्या. मला खूप वाईट वाटे, कारण मी माझ्या मैत्रिणीला चॉकलेटसुद्धा विकत

घेऊन देऊ शकत नव्हतो. माझी तिला डान्सला नेण्याची इच्छा होती, परंतु पैशाअभावी मला ती पूर्ण करता येत नव्हती. मला अशीही भीती वाटे की, ती दुसऱ्या कोणत्या कॅडेटबरोबर लग्न करेल. अशा पद्धतीने दिवस-रात्र मी डझनभर तरी अशा समस्यांमध्ये गुरफटलेला असे, ज्या मला सोडवता येत नसत.

एकदा अशाच नैराश्यात मी बिझिनेस ॲडमिनिस्ट्रेशनच्या प्रोफेसरना प्रो. ड्युक बायर्डना माझ्या सगळ्या समस्या सांगितल्या.

मी माझ्या कॉलेजमध्ये घालवलेल्या चार वर्षांपेक्षा मी ड्युकबरोबर घालवलेली पंधरा मिनिटे माझ्या आरोग्यासाठी आणि आनंदासाठी खूप काही देऊन गेली. ते म्हणाले, ''जिम, तू एकदा बैठक मारून बैस आणि सत्याला सामोरे जा. तू तुझ्या समस्यांवर चिंता करण्यात जेवढा वेळ घालवतोस त्याच्या निम्मा वेळ व शक्ती तू त्या समस्या सोडवण्यासाठी दे. मग तुला चिंता करण्याची वेळच येणार नाही. 'काळजी करणे' ही तू स्वत:ला जडवून घेतलेली एक वाईट सवय आहे.

प्रो. ड्युक यांनी माझी काळजी करण्याची सवय मोडण्यासाठी तीन नियम सांगितले.

नियम १ – नेमकी समस्या काय आहे ते शोधून काढा, ज्यामुळे तुम्ही चिंतित आहात.

नियम २ – समस्येचे मूळ कशात आहे ते शोधा.

नियम ३ – समस्या सोडवण्यासाठी कोणकोणते विधायक उपाय करता येतील याचा विचार करा.

प्रो. ड्युकबरोबरच्या या मुलाखतीनंतर मी काही विधायक नियोजन केले. मी फिजिक्समध्ये नापास झालो याची फक्त चिंता करण्याऐवजी मी स्वत:ला प्रश्न विचारला, 'मी नापास का झालो?' मला माहिती होते की, मी काही मठ्ठ नव्हतो, कारण मी 'व्हर्जिनिया टेक इंजिनिअर'चा मुख्य संपादक होतो.

माझ्या असे लक्षात आले की, मला फिजिक्समध्ये रुची नसल्यामुळे मी नापास झालो. मी त्याकडे लक्ष दिले नाही, कारण माझ्या हे कधी लक्षातच आले नाही की, इंडस्ट्रियल इंजिनियर म्हणून मला फिजिक्स किती उपयोगी ठरू शकते; पण आता मी माझा दृष्टिकोन बदलला. मी स्वत:शी म्हणालो, 'जर कॉलेज-श्रेष्ठींनी असे ठरवले आहे की, इंजिनिअरची डिग्री मिळण्यासाठी मी फिजिक्सची परीक्षा पास होणे आवश्यक आहे, तर मी त्यांना विरोध करणारा कोण?'

म्हणून मी पुन्हा फिजिक्सच्या वर्गात नाव नोंदवले. या वेळी मी पास झालो, कारण विनाकारण चिडचिड करण्यापेक्षा आणि चिंता करण्यापेक्षा मी मान मोडून अभ्यास केला.

मी माझ्या आर्थिक चिंता मिटवल्या. त्यासाठी नोकरी केली. कॉलेज डान्सेसमध्ये

सरबते विकली आणि वडिलांकडून पैसे उधार आणले. ते मी शिक्षण संपल्यावर परत फेडले.

माझ्या प्रेमप्रकरणातील काळज्या संपल्या. मला आवडणाऱ्या त्या मुलीला मी मागणी घातली आणि ती दुसऱ्या कॅडेटबरोबर लग्न करेल या भीतीला लगाम घातला. ती मुलगी आता सौ. बर्डसॉल आहे.

आता मागे वळून मी जेव्हा पुन्हा आयुष्याचा आढावा घेतो तेव्हा माझ्या असे लक्षात येते की, माझी समस्या हीच होती की, मला संभ्रम होता आणि काळजीचे कारण समजून घेण्याची इच्छा नव्हती आणि सत्याला सामोरे जाण्याची हिंमत नव्हती.

**जिम बर्डसॉलने चिंता करणे थांबवले, कारण त्याने त्याच्या समस्यांचे विश्लेषण केले.**

◆

**मी याच वाक्याला प्रमाण मानून जगलो!**

- डॉ. जोसेफ आर. सिझू

अनेक वर्षांपूर्वी ज्या काळात मला अनिश्चितता आणि भ्रमनिरास सहन करावे लागले आणि माझे आयुष्य हे जणू मी घडवत नसून त्याचे नियंत्रण दुसऱ्याच कोणाकडे आहे याचा मला पदोपदी अनुभव येत गेला, त्या दिवसांत एके सकाळी मी माझ्या बायबलचा नवा भाग उघडून बसलो आणि माझी नजर एकाच वाक्यावर खिळून राहिली. 'ज्याने मला इथे पाठवले तो माझ्याबरोबर आहे. त्या बापाने मला एकटे सोडलेले नाही.' आणि तेव्हापासून माझे आयुष्य पूर्वीचे राहिले नाही. माझ्यासाठी तेव्हापासून प्रत्येक गोष्ट बदलली. मला वाटते, त्या दिवसापासून एक दिवसही असा गेला नसेल की, मी मनाशी हे वाक्य बोललो नाही. या वर्षांमध्ये माझ्याकडे अनेक लोक समुपदेशनासाठी आले आणि त्या सगळ्यांना मी या वाक्याचे महत्त्व पटवून दिले. ज्या क्षणापासून माझी दृष्टी या वाक्यावर पडली, त्या क्षणापासून मी हे वाक्य माझ्या आयुष्याचे मार्गदर्शक तत्त्व बनले आहे. मी त्याप्रमाणेच चाललो आणि मला खूप मन:शांती आणि ताकद मिळाली. माझ्यासाठी तर हेच कोणत्याही धर्माचे मूलतत्त्व आहे. आयुष्याला अर्थ प्राप्त करून देणारा तो पाया आहे. हीच माझी तत्त्वप्रणाली आहे.

◆

## मी संकटांना पार केले.

- टेड एरिकसन

मी पूर्वी एक चिंतातुर जंतू होतो, पण आता नाही. १९४२ सालच्या उन्हाळ्यात मला असा काही अनुभव आला की, माझ्या आयुष्यातील काळजीच कायमची हद्दपार झाली! मला अशी आशा आहे की, हा अनुभवच असा होता की, त्याच्यापुढे इतर सर्व समस्या फारच क्षुल्लक होत्या.

अनेक वर्षांपासून माझी अशी इच्छा होती की, एकतरी उन्हाळा मला अलास्कामधील मच्छीमारी बोटीवर घालवायचा होता. म्हणून इ. स. १९४२ साली मी सालमन माशांना पकडण्यासाठी जाळे असलेल्या खास बत्तीस फुटी बोटीवर दाखल झालो. बोटीवर फक्त तीन माणसांचा ताफा होता. एक बोटीचा कॅप्टन होता. तो सर्वत्र लक्ष देत होता. दुसरा माणूस होता तो कॅप्टनचा साहाय्यक होता. तो पडेल ती सगळी कामे करत होता आणि तिसरा जो सहसा स्कॅनडिनेव्हीयन असतो आणि मीसुद्धा स्कॅंडिनेव्हीयन आहे.

सालमन पकडण्याचे काम भरती-ओहोटीच्या वेळेस करायचे असते. त्यामुळे चोवीस तासांपैकी मी जवळपास वीस तास काम करत होतो. एकदा तर मी सलग एक आठवड्यापर्यंत असेच वेळापत्रक ठेवले होते. जे इतर लोक करणे टाळतात, ते सगळे मी करत होतो. मी बोट धुतली. गियरची कामे केली. छोट्याशा खोलीत छोट्याशा स्टोव्हवर काटक्या टाकून स्वयंपाकसुद्धा केला. तेथे धुरामुळे आणि इंजिनच्या प्रचंड उष्णतेमुळे मला खूप त्रास होत असे. मी ताटल्या धुतल्या, मी बोट दुरुस्त केली. सालमन आमच्या बोटीतून डबाबंद करण्यासाठी दुसरीकडे नेण्यातसुद्धा मी मदत केली. रबराच्या बुटांच्या आत माझे पाय नेहमी ओलेच असत. माझे बूट सतत पाण्याने भरलेले असत. ते रिकामे करायलासुद्धा मला वेळ मिळत नसे, पण माझे मुख्य काम तर वेगळेच होते. माझे मुख्य काम होते, ज्याला ते 'कॉर्क लाइन' म्हणत ती ओढणे. ते एक ऑपरेशन होते. त्यामध्ये तुम्हाला तुमचे पाय क्राफ्टच्या कडेवर रोवून उभे राहायचे असते आणि मासे जाळ्यात येण्यासाठी विशिष्ट पद्धतीने ते पसरवून सर्व ताकदीनिशी ओढायचे असते. मला निदान तसे करणे गरजेचे होते, पण जाळे ओढताना मला इतका प्रचंड जोर लावावा लागे की, मी बोटीच्या आत ढकलला जात असे. मी कितीही जोरात खेचले, तरी ते जाळे तिथल्या तिथेच राहत असे. मी हे कित्येक आठवडे केले. अगदी माझ्या शेवटच्या दिवसापर्यंत केले; पण त्यामुळे माझे अंग प्रचंड दुखले. नंतरही कित्येक महिने माझे अंग दुखत होते.

शेवटी जेव्हा मला विश्रांती घेण्याची संधी मिळाली तेव्हा मी एका ओलसर,

गोळा झालेल्या, ओबडधोबड गादीवर झोपलो. विशेष करून माझ्या पाठीखाली येणाऱ्या गोळ्यामुळे माझी पाठ दुखत होती, पण मी खूप दमलो होतो. इतका की, जणू एखादे अमली द्रव्य घेतल्याप्रमाणे मी गाढ झोपी गेलो.

पण तरीही आज मला त्या सगळ्या वेदनांचे आणि कष्टांचे आभार मानावेसे वाटतात, कारण त्यामुळे माझी चिंता थांबली. आता जेव्हा केव्हा मी एखाद्या समस्येमुळे अगतिक होतो तेव्हा काळजी करण्याऐवजी मी मनाला बजावतो, 'हे बघ एरिकसन! हे कॉर्क लाईन ओढण्याइतके वाईट आहे का?' आणि एरिकसन ताबडतोब उत्तर देतो, 'छे! छे!! नक्कीच नाही. तेवढे वाईट काहीच असू शकत नाही.' आणि मग मी स्वतःला धीर देतो आणि उत्साहाने समस्या सोडवतो. मला असे वाटते की कधीतरी क्वचित असा वेदनादायी प्रसंग आपल्यावर आला पाहिजे. त्यामुळे ही एक चांगली गोष्ट आपल्याला समजते की, आपण अत्यंत प्रतिकूल परिस्थितीला तोंड देऊनसुद्धा आज उभे आहोत. त्यामुळे रोजच्या छोट्या-छोट्या समस्या त्या तुलनेत गंभीर वाटत नाहीत.

✦

## एके काळी मी जगातील सगळ्यात मूर्ख माणूस होतो !

- पार्स व्हाइटिंग

मी इतर कोणत्याच जिवंत, मेलेल्या किंवा मृतवत् माणसासारखा नव्हतो, कारण आत्तापर्यंत मी अनेकदा निरनिराळ्या रोगांमुळे मेलो आहे.

मी काही साधासुधा चिंतातुर चिंतामणी नव्हतो. मला सतत कपोलकल्पित आजार होत असत. माझ्या वडिलांचे औषधाचे दुकान होते आणि अक्षरशः मी त्यातच लहानाचा मोठा झालो. रोज मी डॉक्टरांशी आणि नर्सेसशी बोलत असे. त्यामुळे मला वाइटातल्या वाईट आजारांची नावे आणि लक्षणे माहिती झाली होती. इतर कोणत्याही सामान्य माणसापेक्षा मला त्याबद्दल जास्त ज्ञान होते. माझे वेगळेपण असे होते की, मला खरोखर त्या रोगांची लक्षणे जाणवायची! मला एखाद्या रोगाची काळजी वाटली की, मी एक-दोन तास त्याचा विचार करायचो आणि मग मला त्या रोगाची, जो माणूस खरोखर त्या रोगाने पीडित आहे, अगदी त्याचीच तंतोतंत जुळणारी लक्षणे स्वतःत जाणवायची. मला एक प्रसंग आठवतो, मी ज्या बॅरींग्टन शहरात मॅसॅच्युसेट्समध्ये राहायचो तेथे एकदा घटसर्पाची फार गंभीर साथ आली होती. माझ्या वडिलांच्या औषधाच्या दुकानात रोजच ज्यांच्या घरात घटसर्पाचा संसर्ग झाला आहे असे लोक येऊन औषध घेऊन जात आणि मग

ज्याची भीती वाटत होती तेच घडले. मला स्वत:ला घटसर्प झाला. खरोखर सगळी तशीच लक्षणे दिसायला लागली. मी बिछान्यात शिरलो, डॉक्टरांना बोलावले. त्यांनी माझ्याकडे पाहिले व ते म्हणाले, ''होय! पार्स, खरे आहे. तुला घटसर्प झाला आहे.'' मग माझ्या मनाला शांती मिळाली. जेव्हा मला एखादा रोग व्हायचा तेव्हा मी अजिबात घाबरत नसे. मग कुशी बदलून मी झोपी जाई. दुसऱ्या दिवशी मी जेव्हा झोपेतून जागा होई तेव्हा मी पूर्णपणे निरोगी असे.

आता अनेक वर्षांच्या सवयीमुळे मी स्वत:ला पुरते ओळखले आहे. माझ्या कपोलकल्पित आजारांची, त्यांच्या बदलांची खासियत याकडे माझे लक्ष असते; कित्येक वेळा मी हायड्रोफोबिया व लॉकजॉमुळे मेलो आहे. नंतर नंतर तर मी काही जीवघेण्या रोगांची, खास करून कॅन्सर आणि टी. बी.ची लक्षणेसुद्धा आत्मसात केली.

आता या विषयावर मी हसू शकतो, पण त्या वेळी ते अतिशय दु:खद होते. प्रामाणिकपणे मी तुम्हाला सांगतो की, मी थडग्याकडे जात असल्याचे मला दिसत असे. जेव्हा उन्हाळ्यात नवीन कपडे शिवायचा विषय निघत असे तेव्हा मी माझ्या मनाला प्रश्न विचारत असे, 'मी हे पैसे वाया तर घालवत नाही ना? मी ते कपडे वापरू शकेन ना?'

तरीसुद्धा आता मला तुम्हाला माझे प्रगतिपुस्तक दाखवायला आवडेल की, गेल्या दहा वर्षांत मी एकदासुद्धा मेलो नाही.

मी माझे मरण कसे थांबवले? माझ्या बालिशपणाच्या काळज्यांची मी स्वत:च टिंगल केली. ज्या-ज्या वेळी फार भयंकर लक्षणांची चाहूल मला लागली तेव्हा मी स्वत:शी हसायचो आणि म्हणायचो, 'हे बघ व्हायटिंग, नुकताच तू एका जीवघेण्या दुखण्यात मृत्यू पावतो आहेस. हे दुखणे वीस वर्षे चालले, पण तरीही तुझी तब्येत अजूनही उत्तम आहे. नुकताच इन्श्युरन्स कंपनीनेसुद्धा तुझा इन्श्युरन्स आनंदाने स्वीकारला, इतके पुरेसे नाही का? तू एक विनाकारण काळजी करणारा मूर्ख प्राणी आहेस, असे नाही का तुला वाटत?'

थोड्याच वेळानंतर मी काळजी करू शकत नाही आणि माझे मलाच हसू येते. अशा प्रकारे आजही मी स्वत:वरच हसतो.

**या लेखातून एक मुद्दा असा लक्षात घ्या. स्वत:ला फार गंभीरपणे घेऊ नका. अवास्तव काळज्या तुमच्या मनात येऊ नयेत यावर उपाय करा.**

◆

# मी कितीही मजल मारली, तरी मागचे दोर कापले नाहीत !

- जेन ऑट्री
(जागतिक कीर्तीचा आणि लाडका काऊबॉय)

माझ्या असे लक्षात आले आहे की, समस्या सहसा कौटुंबिक आणि आर्थिक असतात. मी स्वत:ला नशीबवान समजतो की, मी ऑक्लोहोमातील एका छोट्याशा शहरातील मुलीशी लग्न केले की, जिची आणि माझी कौटुंबिक पार्श्वभूमी जवळपास सारखीच होती. आम्ही आचार-विचारांचे आदर्श नियम पाळत होतो, त्यामुळेच कदाचित आमच्या कौटुंबिक समस्या कमीतकमी होत्या.

मी आर्थिक समस्या उद्भवू नयेत म्हणून विशेष काळजी घेत असे. आर्थिक संबंधातील सगळ्यात पहिली महत्त्वाची गोष्ट म्हणजे प्रामाणिकपणा! तो मी शंभर टक्के पाळत होतो. मी जर कधी कोणाकडून पैसे उसने आणले, तर पैन् पै मी वेळेत परत देत असे, कारण अप्रामाणिकपणाने अधिक चिंता निर्माण होतात.

दुसरी गोष्ट म्हणजे, जेव्हा मी एखादे नवीन धाडस करायचो तेव्हा जी कमकुवत जागा होती तेथे मी विशेष खबरदारी घ्यायचो. मिलिट्रीमधील तज्ज्ञसुद्धा सांगतात की, युद्ध लढताना आपल्याला जेथून पुरवठा होतो तो मार्ग आपल्यासाठी उपलब्ध पाहिजे. माझ्या असे लक्षात आले की, युद्ध जिंकण्यासाठी जे तत्त्व लागू पडते, तेच आपल्या वैयक्तिक युद्धाच्या बाबतीतसुद्धा लागू पडते. उदाहरणार्थ, माझ्या लहानपणी टेक्सास आणि ऑक्लोहोमा येथील देशात जेव्हा दुष्काळ पडला होता तेव्हा पराकोटीचे दारिद्र्य मी पाहिले. जगण्यासाठी फार मोठा संघर्ष आम्हाला त्या काळात करावा लागला. आम्ही इतके गरीब होतो की, त्या काळात माझ्या वडिलांनी एक छोटीशी, कापडाने आच्छादलेली गाडी बनवली व तिला दोराने ओढणारे घोडे घेऊन ते देशाबाहेर जात व घोडे विकून येत. त्यावर आमचा चरितार्थ चाले. मला चरितार्थाचे साधन म्हणून यापेक्षा काहीतरी अधिक खात्रीचे असे हवे होते, म्हणून मी रेल्वे स्टेशनवर एजंट म्हणून नोकरी मिळवली व फावल्या वेळात तारेने संदेश पाठवण्याचे कौशल्य संपादन केले. त्यामुळे नंतर मला प्रिस्को रेल्वेमध्ये रिलिफ ऑपरेटरची नोकरी मिळाली. मला इतर अनेक गावातल्या रेल्वे स्टेशन्सवर इतर स्टेशन एजंट्सच्या बदली पाठवण्यात येई. जे आजारी असत किंवा परगावी गेले असत, त्यांची ड्युटी मी करीत असे. त्या कामाचे मला दर महिन्याला दीडशे सेंट्स मिळत होते. नंतर माझे बऱ्यापैकी बस्तान बसले. मला नेहमी वाटे की, रेल्वेची ही नोकरी मला आर्थिक सुरक्षितता देणारी आहे. म्हणूनच मी माझा रेल्वेतील नोकरीचा परतीचा मार्ग नेहमीच खुला ठेवला. यालाच मी पुरवठ्याचा मार्ग म्हणतो. जोपर्यंत पुढचे पाऊल नवीन ठिकाणी घट्टपणे रोवले जात

नाही तोपर्यंत असे परतीचे दोर मी कधीच कापून टाकत नाही.

उदाहरणार्थ, फार पूर्वी १९२८ साली मी ऑक्लोहोमातील चेलसा येथे क्रिस्को रेल्वेमध्ये रिलिफ ऑपरेटरचे काम करत असताना एक अनोळखी गृहस्थ तार पाठवण्यासाठी माझ्या केबीनमध्ये आले. मी गिटार वाजवताना व काऊबॉय गाणी गाताना त्यांनी पाहिले आणि मला सांगितले की, मी उत्तम गातो आणि मला न्यूयॉर्कमध्ये जाऊन स्टेज शो करायला पाहिजे आणि रेडिओवर गायला पाहिजे. साहजिकच आहे, माझे असे कौतुक केले गेले त्यामुळे मी भारावलो आणि जेव्हा त्यांनी सही केली तेव्हा मी नाव वाचले, तर ते होते 'विल रॉजर्स'! अक्षरश: त्या क्षणी माझा श्वास वरच्यावरच राहिला.

पण त्यांनी सांगितले म्हणून मी लगेच न्यूयॉर्ककडे धाव घेतली नाही. मी नऊ महिने शांतपणे या गोष्टीचा विचार केला. नंतर मी अशा निर्णयाला आलो की, नाहीतरी तसेही माझ्याकडे गमावण्यासारखे काही नव्हते, त्यामुळे न्यूयॉर्कला जाण्यामुळे मला काहीतरी अधिकच मिळणार होते.

म्हणून मी गेलो. मी न्यूयॉर्कला पोहोचल्यावर आठवड्याला पाच डॉलर्स या दराप्रमाणे एका चांगले फर्निचर असलेल्या खोलीत झोपलो. खानावळीत जेवलो आणि सुमारे दहा आठवड्यांपर्यंत अनेक रस्ते तुडवले, पण काहीच हाती लागले नाही. जर परत गेल्यानंतर मला माझी नोकरी परत मिळाली नसती, तर काळजीने मी आजारीच पडलो असतो. मी रेल्वेमध्ये पाच वर्षांपासून काम करत होतो. त्याचा अर्थ मला ज्येष्ठतेचे अधिकार होते, पण त्या अधिकारांचे रक्षण करण्यासाठी मी नव्वद दिवसांपेक्षा अधिक काळ रजेवर राहू शकत नव्हतो. आत्तापर्यंत न्यूयॉर्कला येऊन मला सत्तर दिवस झाले होते, म्हणून मी ताबडतोब पुन्हा न्यूयॉर्कला येऊन माझ्या कामावर रुजू होण्याचे ठरविले व माझी 'सप्लाय चेन' चालू ठेवली. मी काही महिने काम केले. पैसे जमवले आणि पुन्हा एकदा प्रयत्न करून पाहावा या विचाराने न्यूयॉर्कला गेलो. या वेळेस मात्र मला संधी मिळाली. एक दिवस एका रेकॉर्डिंग स्टुडिओच्या ऑफिसच्या बाहेर मी मुलाखतीसाठी थांबलो होतो. मी गिटार वाजवून तेथील रिसेप्शनिस्टला गाणे म्हणून दाखवत होतो. गाणे होते, 'जिनी आय ड्रिम ऑफ लायलॅक टाइम'. मी गाणे म्हणत असताना एका माणसाने चिठ्ठी दिली. त्यावर नाव होते, 'नॅट स्काईलफ्रॉट' आणि तो ऑफिसमध्ये शिरला. साहजिकच ते त्याचे गाणे होते व मी म्हणत होतो म्हणून त्याला आनंद झाला होता. मग त्याने माझी ओळख व्हिक्टर रेकॉर्डिंग कंपनीमध्ये घालून दिली. माझे रेकॉर्डिंग झाले, पण ते तितकेसे चांगले झाले नाही. म्हणून मी व्हिक्टर रेकॉर्डिंगमधील माणसाने दिलेला सल्ला मानला. त्याचे म्हणणे, माझा आवाज जरा जास्तच चढेल होता. तसेच त्यात मोकळेपणा नव्हता. मग मी तुलसाला परत गेलो आणि दिवसा रेल्वेतील

ड्युटी करून रात्री काऊबॉय गाण्यांचे रेडिओ प्रोग्राम करू लागलो. हे मला जास्त सुरक्षित वाटले याचे कारण, मी माझी रोजी रोटी चालू ठेवू शकलो. त्यामुळे मला काळजी नव्हती.

तुलसामधील KVOO रेडिओ स्टेशनवर मी सात महिने गायलो. त्या काळात जिमी लाँगने व मी मिळून एक गाणे लिहिले. त्याचे नाव 'दॅट सिल्व्हर - हेअर्स डॅडी ऑफ माईन'. ते खूप गाजले. आर्थर सॅटार्ले हा अमेरिकन रेकॉर्डिंग कंपनीचा मुख्य अधिकारी होता. त्याने मला रेकॉर्डिंग करण्यासाठी विचारले आणि तेथून मला मोठी संधी मिळाली. त्यानंतर मी पन्नास डॉलर्स हा माझा रेकॉर्डिंगचा दर ठरवला व अनेक रेकॉर्ड्स माझ्या नावाने बाजारात आल्या. मला WLS शिकागो रेडिओ स्टेशनवर सिंगिंग काऊबॉयची नोकरी मिळाली. पगार होता आठवड्याला चाळीस डॉलर्स! अशी ३/४ वर्षे गेल्यानंतर माझा पगार झाला आठवड्याला नव्वद डॉलर्स आणि रोज रात्री थिएटरमधील माझ्या प्रयोगाचे वगैरे धरून मी आणखी तीनशे डॉलर्स कमवत असे.

मग १९३४मध्ये मला आणखी एक सुवर्णसंधी मिळाली. 'दि लिज ऑफ डिसेन्सी' स्थापन झाली. हॉलिवूड निर्मात्यांनी ठरवले की, काऊबॉय सिनेमे काढायचे. पण त्यांना एखादा नवीन चेहरा काऊबॉय म्हणून हवा होता, जो गाऊ शकला असता. रिपब्लिक पिक्चर्सचे भागीदार असलेल्या अमेरिकन रेकॉर्डिंग कंपनीच्या मालकांनी त्यांना सांगितले की, जर तुम्हाला गाणारा काऊबॉय हवा असेल, तर माझ्याकडे एक मुलगा आहे. अशा प्रकारे मला चित्रपटात जाण्याची संधी मिळाली. मी सिनेमात काऊबॉय म्हणून काम करू लागलो. त्यासाठी मला आठवड्याला शंभर डॉलर्स मिळू लागले. मला त्या वेळी संभ्रम पडला की, सिनेमाच्या क्षेत्रात मी यशस्वी होऊ शकेन की नाही; पण तरीही मला चिंता नव्हती, कारण मला माहिती होते की, इथे यश नाही मिळाले, तरी मी माझे पूर्वीचे काम करू शकेन.

पण सिनेमाक्षेत्रात माझ्या अपेक्षेपेक्षा कित्येक पटींनी जास्त यश मला मिळाले. आता माझा पगार वर्षाला एक लाख डॉलर्स इतका आहे. याशिवाय सिनेमातील फायद्यात निम्मी भागीदारी! तरीसुद्धा मला उद्याची शाश्वती नाही. मला माहिती आहे की, अगदी काहीही घडले, शेवटचा डॉलर माझ्याकडे उरला, तरी काळजी नाही. मी पुन्हा ओक्लोहोमाला जाऊन फ्रिस्को रेल्वेतील नोकरी करू शकतो. मी माझे मागचे दोर कापलेले नाहीत.

✦

## भारतात मी ऐकलेला आतला आवाज !

- इ. स्टॅन्ले जोन्स (त्या काळातील प्रसिद्ध धर्मप्रचारक)

धर्मप्रचाराच्या कार्यासाठी मी माझ्या आयुष्यातील सुमारे चाळीस वर्षे भारतामध्ये काढली आहेत. सुरुवातीला तेथील उष्णतेला तोंड देणे मला माझ्या सहनशक्तीपलीकडचे वाटायचे. त्यातच धर्मप्रसाराच्या कार्याचा भारतात मला फार ताण यायचा. पहिली आठ वर्षे अशी घालवल्यावर मेंदूवरील ताणामुळे आणि शारीरिक थकव्यामुळे एकदाच नाही, तर अनेकदा मी बेशुद्ध होऊन खाली पडलेलो आहे. मला असे आदेश मिळाले की, एक वर्षासाठी मी पुन्हा अमेरिकेला येऊन विश्रांती घ्यावी. बोटीने अमेरिकेला परततानासुद्धा एके रविवारी धर्मोपदेशाबद्दल भाषण देताना माझी शुद्ध हरपली. जहाजावरील डॉक्टरांनी मग उरलेल्या प्रवासात मला खाटेवरच निजवून ठेवले.

अमेरिकेत एक वर्ष विश्रांती घेतल्यानंतर मी पुन्हा भारतात येण्यास निघालो, पण धर्मोपदेश करण्यासंबंधीच्या विद्यार्थ्यांबरोबरच्या मीटिंगसाठी मला मनिला येथील विद्यापीठात थांबवले गेले. त्या मीटिंगमध्ये माझ्यावर इतका ताण पडला की, मी अनेकदा बेशुद्ध पडलो. डॉक्टरांनी मला इशारा दिला की, आता मी जर परत भारतात गेलो, तर मी मरेन; पण त्यांच्या इशाऱ्याकडे दुर्लक्ष करून मी भारतात गेलो. अर्थात माझ्या मनात निराशेचे काळे ढग दाटून आले होते. मी जेव्हा मुंबईत पोहोचलो तेव्हा मी इतका खचलो होतो की, मी तडक डोंगरमाथ्यावरील थंड हवेच्या निवासस्थानी पोहोचलो. तेथे काही महिने विश्रांती घेतली व पुन्हा खाली आलो आणि माझ्या कामाला सुरुवात केली; पण ते काही फार काळ टिकले नाही, कारण पुन्हा थंड हवेच्या ठिकाणी जाण्याशिवाय मला दुसरा पर्याय उरला नाही. थोडी विश्रांती घेऊन मी खाली आलो, तर पुन्हा पहिले पाढे पंचावन्न! मला धक्काच बसला, कारण आता माझ्याच्याने काम होऊ शकत नाही यावर शिक्कामोर्तब झाले. मी मानसिकदृष्ट्या खचलो. माझ्यावर प्रचंड ताण आला. शारीरिकदृष्ट्या तर मी खचलेलोच होतो. माझा जवळपास संपूर्ण शक्तिपात झाला होता. उरलेल्या आयुष्यात मी अपंग म्हणूनच जगणार की काय अशी भीती मला वाटू लागली.

जर मला कोठूनतरी मदत मिळाली नसती, तर मला हे धर्मप्रचारकाचे कार्य सोडून द्यावे लागले असते. हे काम सोडून अमेरिकेतील माझ्या शेतावर जाऊन काम करणे माझ्या तब्येतीच्या हितावह आहे असेही मला वाटून गेले. माझ्या आयुष्यातील तो सर्वांत जास्त दुर्दैवी काळ होता. त्या काळात लखनौमध्ये माझ्या लागोपाठ अनेक मीटिंग्ज झाल्या. एके रात्री मी प्रार्थना करत होतो. माझे चित्तही एकाग्र होते.

माझ्या मनात स्वत:संबंधी कोणतेही विचार नव्हते. त्याच वेळी मला एक आवाज ऐकू आला. तो म्हणत होता, 'मी ज्या कामासाठी तुला येथे आमंत्रित केले आहे ते काम करण्यास तू खऱ्या अर्थाने तयार आहेस का?'

मी प्रामाणिकपणे उत्तर दिले : 'नाही देवा, खरे सांगायचे, तर मी पूर्णपणे शक्तिहीन झालो आहे.'

त्यावर तो आवाज म्हणाला, 'तू जर तुझे हे काम माझ्यावर सोपवलेस आणि त्याची चिंता केली नाहीस, तर मी ते करीन, तू निश्चिन्त राहा.'

मी त्यावर म्हणालो, 'हो! चालेल, फार उत्तम!'

त्या क्षणापासून माझे हृदय शांतीने भरून गेले आणि मला प्रथमच निर्धोक वाटू लागले. माझी खात्री झाली! आता माझे काम पार पडणार! त्या रात्री घरी जाताना मी अक्षरश: हवेत तरंगत होतो. क्वचितच माझी पावले जमिनीवर लागत होती. जमिनीचा इंचन् इंच मला पवित्र वाटत होता. माझे शरीर पिसासारखे हलके झाले. त्या दिवसांत मी संपूर्ण दिवस काम करत होतो आणि रात्रीसुद्धा उशिरापर्यंत काम करीत होतो. आणि माझे मलाच आश्चर्य वाटे की, मी इतके दिवस बिछान्यात पडून काय करत होतो? कारण दमण्याइतके मी त्या आधी काही केलेच नव्हते. माझ्या आयुष्याचा ताबा जणू येशू ख्रिस्ताने घेतल्यामुळे मला शांतता आणि विश्रांती लाभत होती.

माझ्यासमोर प्रश्न हा होता की, हा सगळा प्रकार मी कोणाला सांगावा की सांगू नये? आधी मला असे वाटले की, कोणालाच सांगू नये, पण नंतर वाटले, सांगावे. म्हणून सांगितले. त्यानंतर माझ्यापुढे दोनच पर्याय होते. बुडणे किंवा तरणे! आता या गोष्टीला वीस वर्षांहून अधिक काळ लोटला, पण त्यानंतर कधीच पूर्वीची समस्या भेडसावली नाही. माझी तब्येत उत्तम राहिली. उलट शारीरिक आरोग्यापेक्षाही ते काहीतरी अधिकच होते. मला असे जाणवले की, मी नवीन शरीर, नवीन मन आणि नवीन आत्मा धारण केला होता. त्यानंतरचे माझे आयुष्य उच्च पातळीवर जाऊन पोहोचले आणि मी ते जसे येत गेले तसे घेत गेलो!

मध्यंतरीच्या या काळात जवळपास अख्खे जग मी पालथे घातले. दिवसातून माझी तीन व्याख्याने असायची आणि तरीही लिहायला वेळ व ताकद असायची. त्या काळात मी 'दि ख्राइस्ट ऑफ द इंडियन रोड' आणि इतर अकरा पुस्तके लिहिली आणि तरीही कधीच, कुठल्याही कार्यक्रमाला मी उशीर केला नाही किंवा तो चुकवलासुद्धा नाही. पूर्वी माझ्या मानगुटीवर बसलेले चिंतेचे भूत आता पूर्णपणे नाहीसे झाले होते. आज माझे वय त्रेसष्ट आहे आणि माझ्यामध्ये इतरांना सेवा देण्याचा उत्साह आणि आनंद भरभरून वाहतो आहे.

मला असे वाटते की, माझ्या अनुभवाला आलेल्या या शारीरिक व मानसिक

बदलाचा मनोवैज्ञानिकांकडून अभ्यास व्हावा. अर्थात त्याने काही फरक पडत नाही, कारण आयुष्य हे प्रक्रियांपेक्षा नक्कीच मोठे असते आणि ते प्रक्रियांना खुजे बनवते.

पण एक गोष्ट मी ठामपणे सांगू शकतो : लखनौमधील एकतीस वर्षांपूर्वी त्या रात्रीनंतर माझे आयुष्य पूर्णपणे बदलून गेले. माझ्या मनाला व शरीराला एक प्रकारची उभारी आली. जेव्हा मी दुबळेपणाच्या आणि नैराश्याच्या खाईत जाऊन पडलो होतो, तेव्हा तो आवाज मला म्हणाला : 'तू जर तुझे हे काम माझ्यावर सोपवलेस आणि त्याची चिंता केली नाहीस, तर मी ते करेन. तू निश्चिन्त राहा.'

✦

## जेव्हा अंमलदार माझ्या दारी आला !

- होमर क्राय

माझ्या आयुष्यातील सगळ्यात कडवट प्रसंग १९३३ साली एके दिवशी घडला. जेव्हा शहराचा अंमलदार माझ्या पुढच्या दारात येऊन उभा राहिला आणि मला मागील दाराने काढता पाय घ्यावा लागला. लाँग आयलंडमधील फॉरेस्ट हील, १० स्टँडीश रोड हा माझा पत्ता असलेले घर मला गमवावे लागले. मी माझ्या बायको-मुलांसह या घरामध्ये गेली अठरा वर्षे राहत होतो. असे काही घडेल, असे मला स्वप्नातही वाटले नव्हते. बारा वर्षांपूर्वी मी ऐहिक सुखांच्या उंच शिखरावर बसलो होतो. मी माझ्या 'वेस्ट ऑफ दि वॉटर टॉवर' या कादंबरीचे हक्क हॉलिवूडमधील चित्रपटासाठी मोठ्या किमतीला विकले होते. मी दोन वर्षे परदेशी राहत होतो. उन्हाळा घालवायला आम्ही स्वित्झर्लंडला जायचो, तर हिवाळा फ्रेंच रिव्हिएरामध्ये काढायचो. अति श्रीमंत छानछोकीत राहणाऱ्या श्रीमंत लोकांप्रमाणे!

मी सहा महिने पॅरिसमध्ये घालवले आणि एक कादंबरी लिहिली. तिचे नाव होते 'दे हॅड टू सी पॅरिस'. त्यावर जो सिनेमा निघाला त्यात विल रॉजर्स काम करत होता आणि त्याचा तो पहिला सिनेमा होता. तो पहिला बोलपट होता. मला हॉलिवूडमध्ये राहून विल रॉजर्सच्या सिनेमांसाठी आणखी कादंबऱ्या लिहाव्या अशा अनेक मागण्या आल्या, पण मी त्या नाकारल्या आणि मी न्यूयॉर्कला आलो आणि तेथूनच माझा पडता काळ सुरू झाला !

माझ्या मनात अशा विचारांचा उदय झाला की, माझ्यामध्ये असेकाही सुप्त गुण आहेत ज्यांच्या वाढीला मी वाव दिला नाही. माझ्या मनाने असे खूळ डोक्यात घेतले की, एक मुरब्बी बिझनेसमन होण्याच्या लायकीचा मी आहे. कोणीतरी मला असे सांगितले की, जॉन जेकब ॲस्टॉरने न्यूयॉर्कमध्ये जमिनीत पैसे गुंतवले आणि

लाखो रुपये त्यामध्ये कमावले. कोण होता हा ॲस्टर? एक स्थलांतरित सामान्य माणूस! तो जर हे करू शकतो तर मी का नाही? मीसुद्धा श्रीमंत होईन. मी मग 'वास्तुरंग' वगैरेसारखी मासिके वाचायला सुरुवात केली.

एखाद्या अडाणी माणसाचे धाडस माझ्या अंगात संचारले. एस्किमो लोकांना तेलाच्या भट्टीबद्दल जेवढे ज्ञान असते तेवढचे मला जमिनीच्या खरेदी-विक्रीच्या व्यवहाराबद्दल होते.

माझ्या ह्या नेत्रदीपक आर्थिक उलाढालीसाठी कामगिरीसाठी मी पैसे कोठून आणणार होतो? अगदी सोपे होते. मी माझे घर गहाण ठेवले आणि फॉरेस्ट हीलमधील काही सर्वोत्तम बिल्डिंग्ज खरेदी केल्या. त्याची पुन्हा दुप्पट किंमत येईपर्यंत मी त्या रोखून धरणार होतो आणि नंतर विकून ऐषोआरामात राहणार होतो. माझ्यासारख्या माणसासाठी, ज्याने बाहुलीच्या रुमालाएवढेसुद्धा क्षेत्र अजून विकले नव्हते त्याच्यासाठी हे जरा जास्तच धाडसाचे होते. ऑफिसेसमध्ये क्षुल्लक पगारावर काम करणाऱ्या लोकांची मला दया आली. मी स्वत:ला सांगायचो की, देवाने सगळ्यांनाच पैसे कमावण्याची सारखी अक्कल दिलेली नाही.

इतक्यात जणूकाही कनसासमधील चक्रीवादळ माझ्यावर येऊन धडकले आणि जसे कोंबडीचे खुराडे वादळाने उन्मळून पडते तशीच माझी पडझड झाली आणि मी खचलो.

दर महिन्याला दोनशे वीस डॉलर्सप्रमाणे पैसे मला जमिनीच्या अक्राळ-विक्राळ जबड्यात ओतायचे होते. ती वेळ फार वेगाने जवळ आली होती. त्याशिवाय मी जे माझे राहते घर तारण ठेवून कर्ज काढले होते त्याचे हप्ते फेडायचे होते. त्याशिवाय कुटुंबाला पोसण्यासाठी पुरेसे अन्न पाहिजे होते. मी मासिकासाठी विनोदी गोष्टी पाठवल्या, पण माझा विनोद फार केविलवाणा वाटला! मी काहीही विकू शकत नव्हतो. मी लिहिलेल्या कादंबऱ्या अपयशी ठरल्या. मला पैशांची नितांत गरज होती. माझ्याकडे आता काहीच शिल्लक राहिले नव्हते, ज्याच्यावर मी पैसे उधार घेऊ शकेन. माझ्याकडे होता फक्त एक टाइपरायटर आणि माझ्या तोंडात बसवलेला सोन्याचा दात! दूधवाल्याने दूध टाकणे बंद केले. गॅस कंपनीने गॅसचे कनेक्शन बंद केले. तुम्ही एका छोट्या स्टोव्हची जाहिरात पाहिली असेल. त्याच्याबरोबर एक छोटा गॅस सिलिंडर असतो. तुम्ही जेवढे पंप कराल तेवढ्या जोरात त्याच्या ज्वाळा भडकतात व एखाद्या रागावलेल्या हंसासारखे फुत्कारे ऐकू येतात. तो मी विकत घेतला.

आता आमच्याकडे फक्त फायरप्लेस शिल्लक होती, पण त्यात घालण्याचे कोळसे संपले होते. आम्ही रात्री बाहेर पडत असू आणि बांधकाम चालू असलेल्या बिल्डिंगबाहेर पडलेला लाकडी कचरा आणत असू. श्रीमंती उपभोगलेल्या माझ्यावर मूर्खपणाच्या निर्णयामुळे अशी ही वेळ आली होती.

मी इतका काळजीत होतो की, मला झोप येत नसे. मध्यरात्री मी मधूनच जागा होई आणि मी मुद्दामच झोप येण्यासाठी फिरून येई म्हणजे मी दमेन व मला झोप लागेल.

मी विकत घेतलेली मोकळी जमीनच फक्त मी गमावली नव्हती, तर मी ज्यासाठी एवढे रक्त आटवले होते तेही वाया गेले होते.

बँकेने आम्हाला घराबाहेर काढून घराच्या कर्जाचे खाते बंद केले आणि माझे कुटुंब रस्त्यावर आले.

कसेबसे थोडेसे पैसे जमा करून आम्ही एक छोटे घर भाड्याने घेतले. १९३३ सालच्या शेवटच्या दिवशी आम्ही तेथे राहायला गेलो. आमच्या बांधलेल्या सामानावर बसून मी आजूबाजूला पाहिले आणि माझी आई नेहमी जी म्हण म्हणायची ती मला आठवली : 'सांडलेल्या दुधाचा पश्चात्ताप करू नये.'

पण हे दूध नव्हते. ते माझ्या हृदयीचे रक्त होते.

थोडा वेळ तेथे बसल्यानंतर मी स्वत:शी म्हणालो, 'मी खूप मोठ्या संकटाला तोंड दिले आहे आणि तरीही अजून उभा आहे. आता आणखी वाईट होण्यासारखे काही उरलेलेच नाही, त्यामुळे आता परिस्थिती सुधारायलाच पाहिजे.'

गहाणवटीने माझ्याकडून ज्या चांगल्या गोष्टी ओढून नेल्या नव्हत्या, त्यांचा मी आता विचार करू लागलो. माझ्याकडे अजूनही माझे चांगले शारीरिक आरोग्य होते आणि माझे चांगले मित्र होते. मी पुन्हा नव्याने सुरुवात करणार होतो. मी आता भूतकाळ पुन्हा उगाळणार नव्हतो. मी माझ्या स्वत:च्या मनाशी तीच म्हण पुन्हा पुन्हा म्हणणार होतो, जी माझी आई सांडलेल्या दुधाबद्दल म्हणत असे.

मी चिंता करण्यासाठी जेवढी ऊर्जा वापरणार होतो तेवढी मी आता सकारात्मक कामांसाठी वापरायला लागलो. हळूहळू माझी परिस्थिती सुधारायला लागली. मला दुर्दैवाच्या चक्रातून जावे लागले याबद्दल खरे म्हणजे मी आता जगद्नियंत्याचे आभार मानतो, कारण त्यामुळेच माझ्यामध्ये पुन्हा ताकद, आत्मविश्वास, सहनशक्ती आणि मनोधैर्य आले. संपूर्ण रसातळाला जाणे म्हणजे काय ते मला समजले. मला माहिती आहे की, त्यामुळे तुम्ही काही मरत नाही. उलट आपल्याला वाटते त्यापेक्षा अधिक खंबीरपणे आपण उभे राहू शकतो. आता जेव्हा फुटकळ चिंता, काळजी किंवा अनिश्चितता मला सतावते तेव्हा मी स्वत:ला माझ्या या दिवसांची आठवण करून देतो. ज्यावेळी मी माझ्या सामानावर बसून म्हणालो होतो, 'माझा संपूर्ण विनाश झाला आहे, तरी मी अजून उभा आहे. आता अधिक चांगले होण्याशिवाय दुसरा पर्याय नाही.'

**इथे कोणते तत्त्व सांगितले आहे? लाकडी भुश्श्याला कापू नका!**

**तुमचे जे अटळ आहे त्याला स्वीकारा. आता आणखी वाईट होऊ शकत नाही. त्यामुळे प्रगती होण्यासाठी प्रयत्न करा.**

◆

## माझा सगळ्यात जास्त बलाढ्य शत्रू : चिंता !

- जॅक डेंपसे

कुस्तीतील माझ्या कारकिर्दीतील रिंगणात माझा जुना बलाढ्य शत्रू म्हणजे चिंता! कोणत्याही हेवी वेट बॉक्सरपेक्षाही तो मला भारी पडतो. मला आता हे प्रकर्षाने जाणवते की, चिंता करण्याची सवय मी सोडून द्यायला हवी. नाहीतर चिंता माझ्या शक्तीचा ऱ्हास करेल आणि माझ्या यशाला सुरूंग लावेल. हे मला समजल्यामुळेच शास्त्रशुद्ध उपाययोजना करून मी माझ्या चिंता कमी करण्याचा प्रयत्न केला. त्यासाठी मी जे केले ते असे :

१) माझे रिंगणातील धाडस कायम राहावे म्हणून मी कुस्ती सुरु होण्याच्या मधल्या काळात स्वत:चे धैर्य वाढवणारे स्वगत करतो. उदाहरणार्थ, मी जेव्हा फिर्प्रोशी लढायचो तेव्हा मी पुन्हापुन्हा मनाला बजावायचो, 'मला कोणीही थांबवू शकत नाही. तो मला कोणतीच इजा पोहोचवू शकणार नाही. त्याच्या गुद्यांचे मला काहीच वाटत नाही. त्यामुळे मला दु:ख होत नाही. काहीही घडले, तरी मी माघार घेणार नाही.' अशा प्रकारे स्वत:शी केलेल्या संवादांचा व सकारात्मक विचारांचा मला फार उपयोग होई. त्यामुळे माझे मन व्यग्र राहात असे आणि मला गुद्यांबद्दलसुद्धा काही वाटत नसे. कुस्तीच्या माझ्या कारकिर्दीच्या दरम्यान माझे ओठ फाटले, माझ्या डोळ्यांना इजा झाली, माझ्या बरगड्या मोडल्या, फिर्प्रोने एकदा मला दोरांवर पाडलेले आहे आणि मी वृत्तपत्राच्या वार्ताहराच्या टाइपरायटरवर कोलमडल्यामुळे त्याचा टाइपरायटर मोडलेला आहे; पण एक गुद्दा आयुष्यात मी कधीच विसरणार नाही. तो म्हणजे लेसर जॉनसनने माझ्या तीन बरगड्या मोडल्या होत्या. तो ऐतिहासिक गुद्दा! पंचमुळे मला जखम व्हायची नाही, पण श्वसनाला अडथळे यायचे. मी प्रामाणिकपणे सांगतो की, रिंगणातील इतर गुद्यांबद्दल मला कधीच काही वाटले नाही.

२) दुसरी गोष्ट. मी काय करत असे, तर मी सतत माझ्या मनाला बजावत असे की, चिंता करणे व्यर्थ आहे. प्रशिक्षणाच्या वेळी जेव्हा चढाओढीचा कार्यक्रम असे तेव्हा मी सर्वांत जास्त चिंतातुर होत असे. त्या वेळी रात्री काळजीमुळे मला झोप येत नसे. अंथरुणावर या कुशीवरून त्या कुशीवर मी तळमळत पडून राही. मला भीती वाटे की, जर पहिल्याच राउंडला माझे हात किंवा मनगट दुखावले गेले किंवा माझ्या डोळ्याला गंभीर मार लागला, तर मी माझे पंचेस मारू शकणार नाही. जेव्हा अशा प्रकारचे नैराश्य मला येई तेव्हा मी अंथरुणातून बाहेर पडत असे. आरशात बघून स्वत:शी बोलत असे. मनाला म्हणे : 'किती मूर्ख आहेस तू! जे कधी घडलेच नाही त्याची चिंता का करतोस? आयुष्य क्षणभंगुर असते. तुझ्या

आयुष्याची काही वर्षेच आता उरली आहेत, म्हणून तू उलट आता मौजमजेत आयुष्य घालवले पाहिजे.' मी माझ्या मनाला असेही बजावायचो, 'माझ्या तब्येतीइतके दुसरे काहीच महत्त्वाचे नाही.' निद्रानाशाची सवय जडवून आणि काळजी करून मी माझ्या तब्येतीची हेळसांड करता कामा नये, असे मी मनाला बजावत असे. मला असे वाटते की, अशा गोष्टी सतत मनाशी बोलून, पुन्हापुन्हा सांगून, प्रत्येक रात्री आणि वर्षानुवर्षे बजावून अखेरीस ते माझ्या पचनी पडले आणि पाण्याने घाण जशी धुता येते तशाच आता मी माझ्या काळज्या सहज धुवून टाकू शकतो.

३) तिसरी आणि सगळ्यात उत्तम गोष्ट मी करत असे, ती म्हणजे प्रार्थना! जेव्हा आमच्या प्रशिक्षणात स्पर्धा लावण्यात येई तेव्हा दिवसातून कित्येकदा मी प्रार्थना म्हणत असे. मी जेव्हा रिंगणात होतो तेव्हा प्रत्येक राउंडच्या वेळी जेव्हा बेल वाजत असे तेव्हा मी प्रार्थना म्हणत असे. त्यामुळे कुस्ती लढायला माझ्यात धाडस आणि आत्मविश्वास येत असे. मी रात्री कधीही प्रार्थना म्हटल्याशिवाय झोपायला गेलो नाही आणि जेवणापूर्वी देवाचे आभार मानल्याशिवाय कधी जेवलो नाही. माझ्या प्रार्थनांना यश मिळाले का? तर मी म्हणेन, हो! हजारो वेळा!

✦

## मी देवाकडे प्रार्थना केली की, मला अनाथाश्रमात जाण्यापासून वाचव!

- कॅथलीन हॉल्टर

अगदी लहान असल्यापासूनच माझे आयुष्य अत्यंत भयग्रस्त होते. माझ्या आईला हृदयरोग होता. दिवसेंदिवस ती अशक्त होत चालली होती. कित्येकदा ती चक्कर येऊन पडायची. आम्हाला सगळ्यांना भीती वाटायची की, तिचा मृत्यू लवकरच होणार. आणि माझा त्या काळी असाच समज होता की, ज्या लहान मुलींच्या आया मरतात त्या मुलींना अनाथाश्रमात पाठवले जाते. विशेष करून सेंट्रल वेस्लयान ऑरफन्स होम. ते मिसुरी येथील वॉरेण्टॉन येथे आहे. तेथे जाण्याच्या विचारानेच मी गर्भगळीत झाले. त्या वेळी मी नऊ वर्षांची होते आणि मी सतत प्रार्थना करत होते, 'देवा, कृपा करून माझ्या आईला जगव. निदान मी इतकी मोठी होऊ दे की, माझ्यावर अनाथाश्रमात जाण्याची वेळ येऊ देऊ नको.'

त्यानंतर वीस वर्षांनी माझ्या भावाला गंभीर स्वरूपाच्या जखमा झाल्या. त्याच्या तीव्र वेदना तो मरेपर्यंत दोन वर्षे सोसत होता. दोन वर्षांनी त्याचा मृत्यू झाला. त्याला स्वत:चे स्वत:ला खाता येत नव्हते की कुशीवरून वळता येत नव्हते. त्याच्या वेदना त्याला जाणवू नयेत म्हणून दर तीन तासांनी मला त्याला

मॉर्फिनचे इंजेक्शन द्यावे लागे. दिवसा आणि रात्रीसुद्धा मी असे दोन वर्षे करत होते. त्या काळी सेंट्रल वेस्लयॅम कॉलेजमध्ये मी संगीत हा विषय शिकवत होते. जेव्हा शेजाऱ्यांना माझ्या भावाच्या विव्हळण्याचा आवाज ऐकू जाई तेव्हा ते मला कॉलेजमध्ये फोन करत आणि मग मी माझे वर्ग सोडून धावत येत असे आणि माझ्या भावाला पुन्हा इंजेक्शन देत असे. प्रत्येक रात्री जेव्हा मी झोपायला जात असे तेव्हा मी दर तीन तासांनी घड्याळाचा गजर लावून ठेवत असे आणि माझ्या भावाला बघत असे. मला आठवते की, हिवाळ्याच्या दिवसांत रात्री मी खिडकीबाहेर दुधाची बाटली ठेवत असे. ती बाहेर थंडीने गोठली की त्याचे आइसक्रीम बनत असे. जेव्हा गजर वाजत असे तेव्हा हे खिडकी-बाहेरील आइसक्रीम जागे राहण्यासाठी आणखी एक प्रलोभन असे.

या संकटग्रस्त कालात आत्मवंचना, चिंता, रागामुळे येणारा कडवटपणा या सगळ्यांपासून दूर ठेवण्यासाठी मी दोन गोष्टी केल्या. पहिली म्हणजे मी स्वतःला दिवसभर चौदा-चौदा तास संगीत शिकवण्यात व्यग्र ठेवत असे. त्यामुळे मला स्वतःच्या काळज्यांबद्दल विचार करायला फारच थोडा वेळ मिळत असे आणि जेव्हा मला स्वतःबद्दल वाईट वाटत असे तेव्हा मी स्वतःशी पुन्हापुन्हा असे म्हणत असे, 'हे बघ, नीट काळजीपूर्वक ऐक. जोपर्यंत तू स्वतःच्या पायांवर चालू शकतेस आणि स्वतःच्या हाताने जेवू शकतेस आणि तुला कोणत्याही वेदना नाहीत तोपर्यंत तू जगातील सर्वांत आनंदी व्यक्ती आहेस. बाकी काहीही घडले, तरी काळजी करू नकोस!'

मी निश्चयच केला होता की, माझ्या जागृत किंवा निद्रिस्त अवस्थेतसुद्धा माझ्या अंगी असलेल्या चांगल्या गोष्टींबद्दल मी देवाची आभारीच राहीन. रोज सकाळी जेव्हा मी बिछान्यातून बाहेर पडते तेव्हा आणि नाष्ट्याच्या टेबलापर्यंत चालत जाऊन स्वतःच्या हाताने नाष्टा घेते तेव्हा मी देवाचे आभार मानते आणि माझ्यावर कितीही संकटे आली, तरी मी हातीपायी धड आहे, म्हणजेच मी सगळ्यात जास्त आनंदी स्त्री आहे, असे मी मानते. कदाचित माझी ध्येये पूर्ण करण्यात मी अयशस्वी झाली असेन, पण मी स्वतःला माझ्या गावातील सगळ्यात जास्त कृतज्ञ स्त्री मानते.

**मिसुरीमधील या गाण्याच्या शिक्षिकेने याच पुस्तकात सांगितलेली दोन तत्त्वे अवलंबिली. पहिले म्हणजे तिने स्वतःला कामात इतके व्यग्र ठेवले की, तिला काळजी करायला वेळच मिळाला नाही आणि आपल्याजवळ जे चांगले आहे त्याबद्दल ती कृतज्ञ राहिली. तुम्हालाही ही दोन तत्त्वे उपयुक्त ठरतील.**

✦

**माझ्या पोटात जणू कनसासमधील चक्रीवादळ घोंघावतेय !**

- कॅमरॉन शिप

कित्येक वर्षांपासून मी कॅलिफोर्नियामधील वॉर्नर ब्रदर्सच्या स्टुडियोतील जाहिरात-विभागात आनंदाने काम करत होतो. माझ्याकडे एक संपूर्ण युनिट होते आणि मी विशेष गोष्टींबद्दल लिहीत असे. वॉर्नर ब्रदर्समधील नटनट्यांबद्दल मी वर्तमानपत्रात व मासिकात लिहीत असे.

एके दिवशी अचानक मला बढती मिळाली. जाहिरात विभागात मला साहाय्यक डायरेक्टरचे पद मिळाले. खरेतर घडले असे होते की, व्यवस्थापन-धोरणांमध्ये बरेच बदल झाले होते आणि मला साहाय्यक व्यवस्थापक म्हणून प्रभावशाली पद देण्यात आले होते.

त्यामुळे मला प्रशस्त असे मोठे ऑफिस मिळाले, त्यामध्ये स्वतंत्र रेफ्रिजरेटर मिळाला, दोन सेक्रेटरी, ७५ लेखक, रेडिओमॅन आणि खबरे वगैरे धरून मोठा स्टाफ माझ्या हाताखाली देण्यात आला. मला खूप आनंद झाला. मी तडक बाजारात गेलो आणि स्वत:साठी महागडे सूट्स खरेदी केले. मी रुबाबदारपणे बोलायला लागलो. मी फायलिंगची पद्धत बदलली. काही महत्त्वाचे निर्णय कार्यकारी मंडळाबरोबर घेतले आणि दुपारचे जेवण थोडक्यात आटोपायला लागलो. माझी अशी खात्री झाली की, जनसंपर्क खात्याच्या ध्येयधोरणांची संपूर्ण जबाबदारी आता माझ्या खांद्यांवर येऊन पडली आहे. मला असे वाटले की, मोठमोठी माणसे म्हणजे बेटी डेव्हीस, ऑलिव्हिया हॅवीलाद, एडवर्ड रॉबिनसन, ॲन शेरॉडॅन यांच्या सार्वजनिक आणि खाजगी आयुष्याचा मागोवा घेणे हे आता माझेच काम आहे.

परंतु एक महिन्याच्या आतच असे वाटू लागले की, माझ्या पोटात अलसर्स झाले आहेत; बहुधा कॅन्सरच!

माझा प्रामुख्याने युद्धाचा प्रसंग असे, तो जाहिरात-विभागातील चेअरमन यांच्याबरोबर! पण मला ते काम करणे आवडायचे. या मीटिंगमध्ये अनेक व्यापारी भेटायचे; पण पुढेपुढे या मीटिंग्ज खूपच महागात पडायला लागल्या. प्रत्येक मीटिंगनंतर मी आजारी पडायचो. तो आजारसुद्धा साधा-सुधा नसायचा. कित्येकदा तर घरी जाताना मला गाडी थांबवावी लागत असे. 'आपल्या हातात वेळ कमी आहे आणि अजून खूप काही करायचे आहे आणि ते सगळे फार महत्त्वाचे आहे आणि या सगळ्यासाठी मी खूप अपुरा आहे.' ह्या विचारांनी मी सतत त्रस्त असे. बस्स! हेच बहुधा माझ्या आजाराचे मूळ होते.

दुसरे म्हणजे मी पराकोटीचा सत्यवचनी माणूस आहे. हासुद्धा मला एक प्रकारचा जणू रोगच असल्याचे सिद्ध झाले. माझे वजन कमी झाले. मी झोपू शकत

नव्हतो. वेदना थांबत नव्हत्या.

मग मी एका नावाजलेल्या डॉक्टरांकडे गेलो. माझ्या जाहिरात विभागातल्याच एकाने मला त्यांचे नाव सुचवले आणि हेसुद्धा सांगितले की, त्यांचे बरेचसे पेशंट्स जाहिरात क्षेत्रातीलच होते.

तो डॉक्टर फारच कमी बोलला. माझे दुखणे काय आहे आणि माझे काम काय आहे एवढेच फक्त जाणून घेणे त्याला गरजेचे वाटले. माझ्या आजारापेक्षाही त्याला माझ्या जॉब प्रोफाइलमध्ये अधिक रुची होती; पण त्याने मला बराच धीर दिला. दोन आठवड्यांपर्यंत रोज तो मला वेगवेगळ्या टेस्ट्स करायला लावत होता. शेवटी त्याने मला सांगितले की, मी त्याला चार दिवसांनी माझी शिक्षा ऐकण्यासाठी फोन करायचा.

मी त्याला भेटलो तेव्हा खुर्चीवर मागे रेलून तो म्हणाला, ''मि. शिप आपण अनेक दमवणाऱ्या टेस्ट्समधून गेलो आहोत. त्या गरजेच्या होत्या. अर्थात मी तुम्हाला पहिल्यांदा तपासले तेव्हाच माझी खात्री झाली होती की, तुम्हाला पोटाचा अल्सर नाही.

''तुम्ही ज्या प्रकारची व्यक्ती आहात आणि तुम्ही ज्या पद्धतीचे काम करता ...कदाचित तुमचा माझ्यावर विश्वास बसणार नाही, पण मी तुम्हाला दाखवतो.'' असे म्हणून त्याने मला X-Rays दाखवले. सगळे रिपोर्ट पेपर्स वाचून दाखवले आणि समजावून सांगितले की, मला अल्सर्स नाहीत.

''आता तुम्हाला वाटेल की, तुमचा फार पैसा विनाकारण खर्च झाला, पण ते करणे गरजेचे होते. असो, हे घ्या तुमचे औषध.'' त्याने मला एक चिट्ठी दिली. त्या चिट्ठीवर लिहिले होते, 'चिंता करू नका.'

''आता'' ते पुढे म्हणाले, ''मला माहिती आहे की, या प्रिस्क्रिप्शनप्रमाणे वागणे तुम्हाला ताबडतोब जमणार नाही, म्हणून मी तुम्हाला त्याच्या जोडीला काही गोळ्या देतो. त्यामध्ये बेलाडोना आहे. तुम्हाला हव्या तितक्या या गोळ्या घ्या. या गोळ्या संपल्या की, पुन्हा घ्या. मी तुम्हाला आणखी गोळ्या देईन. या गोळ्यांमुळे तुम्हाला कोणताही त्रास होणार नाही. उलट आरामच पडेल; पण एक लक्षात ठेवा, या गोळ्यांची तुम्हाला गरज नाही. तुम्हाला फक्त एकच गोष्ट करायची आहे, ती म्हणजे चिंता करणे सोडायचे आहे!

''तुम्ही जर पुन्हा चिंता करायला सुरुवात केलीत, तर तुम्हाला इथे परत यावे लागेल आणि त्या वेळी मी तुमच्याकडून दुप्पट फी घेईन. ते तुम्हाला चालेल का?''

आणि आता मी तुम्हाला हे सांगू इच्छितो की, त्या दिवसापासून मी ताबडतोब काळजी करणे सोडून दिले. खूप दिवसांनंतर मी त्या डॉक्टरांनी दिलेल्या गोळ्या

घेतल्या. जेव्हा जेव्हा मला माझ्या काळजीची चाहूल लागली, त्या त्या वेळी मी त्या घेत असे. त्या गोळ्यांमुळे तत्काळ फरक पडायचा. मला एकदम बरे वाटायचे.

पण नंतर माझे गोळ्या घेणे मलाच मूर्खपणाचे वाटले. शारीरिकदृष्ट्या मी धट्टाकट्टा होतो. मी ॲने लिंकनइतका उंच होतो आणि माझे वजन जवळ जवळ दोनशे पौंड हाते, तरीही मी त्या एवढ्या छोट्या गोळ्या मला आराम वाटावा म्हणून घेत होतो. जेव्हा माझे मित्र मला विचारत की, मी या गोळ्या का घेतो? तेव्हा त्यांना खरे सांगायची मला खूप लाज वाटायची. हळूहळू माझे मलाच हसू यायला लागले. मी म्हणालो : 'हे बघ, कॅमरॉन शिप, तू अगदी मूर्खासारखे वागतोस. तू स्वत:ला आणि तुझ्या फुटकळ सुख-दु:खाला जरा जास्तीच गंभीरपणे घेतो आहेस. बेटी डेव्हीस आणि जेम्स कॉर्नेजी वगैरे वगैरे मंडळी तू या क्षेत्रात येण्याच्या कितीतरी आधीपासून जगप्रसिद्ध आहेत. आणि अगदी आज रात्री जरी तुझा मृत्यू झाला, तरी वॉर्नर ब्रदर्स आणि त्यांचे स्टार्स यांचे तुझ्यावाचून काहीही अडणार नाही. जिमी डू लिटिल, मॅक आर्थर वगैरे मंडळींकडे बघ! ते गोळ्या न घेताही युद्ध चालू ठेवत आहेत, पण तू मात्र हीच कामे करताना गोळ्या घेतोस की, ज्यायोगे तुझ्या पोटात कनसाससारखे चक्रीवादळ येणार नाही.'

मग हळूहळू मी गोळ्या घेणे सोडून दिले आणि थोड्याच दिवसांत मी त्या गोळ्या गटारीत फेकून दिल्या. रोज रात्री वेळेवर घरी येऊन रात्रीचे जेवण घेण्यापूर्वी थोडीशी डुलकी काढू लागलो आणि मी इतरांसारखा सामान्य जीवन जगू लागलो. मी पुन्हा कधीही या त्रासासाठी डॉक्टरांकडे गेलो नाही.

पण मी त्या डॉक्टरांचा आभारी आहे, ज्यांनी मला स्वत:वर हसायला शिकवले आणि सगळ्यात जास्त कौशल्यपूर्ण गोष्ट त्यांनी कोणती केली असेल, तर ते मला हसले नाहीत. त्यांनी मला गंभीरपणे घेतले. मला जे आत्ता समजले ते डॉक्टरांना खूप आधी समजले होते. माझ्या समस्येचा उपाय हा त्या गोळ्यांमध्ये नव्हता, तर त्यावर उपाय होता मानसिक दृष्टिकोन बदलण्याचा!

**सांगण्याचा मतितार्थ हा की, जे लोक आत्ता गोळ्या घेत आहेत त्यांनी हा सातवा भाग वाचला, तर त्यांच्या गोळ्या घेण्याची सवय जाईल.**

◆

**मी माझ्या पत्नीला बशा धुताना पाहून काळजी करणे थांबवले !**

— रे विल्यम वूड

काही वर्षांपूर्वी मी पोटदुखीमुळे अगदी बेजार झालो होतो. रात्रीतूनसुद्धा मला २ ते ३ वेळा उठावे लागत असे आणि भयंकर वेदनांमुळे पुन्हा झोपणे अशक्य

होत असे. मी माझ्या वडिलांना पोटाच्या कॅन्सरमुळे मरताना पाहिले होते म्हणून मलापण भीती वाटायची की, मला कॅन्सर झाला आहे. निदान पोटाचे अल्सर तरी नक्कीच झाले आहे. म्हणून मी तपासणी करून घेण्यासाठी दवाखान्यात गेलो. प्रसिद्ध, नामवंत, हुशार डॉक्टरांनी फ्लुरोस्कोपच्या साहाय्याने माझी तपासणी केली आणि पोटाचा X-Ray काढला. त्यांनी मला औषधे देऊन झोपवले आणि मला खात्रीने सांगितले की, मला पोटाचे अल्सर किंवा कॅन्सर यांपैकी काहीही झालेले नाही. माझ्या वेदना ह्या केवळ भावनिक ताणतणावांमुळे होत्या. मी धर्मोपदेशक असल्या कारणामुळे त्याने मला पहिला प्रश्न असा विचारला, "तुमच्या चर्चच्या बोर्डावर एखादा तापट, हेकट, तऱ्हेवाईक असा कोणी म्हातारा माणूस आहे का?"

त्याने मला जे सांगितले होते, ते मला आधीच माहिती होते. मी जरा जास्तच काम करत होतो. माझ्या धर्मोपदेशाच्या कार्याखेरीज मी इतर कामांचेही ओझे माझ्या डोक्यावर वागवत होतो. मी रेड क्रॉस सोसायटीचा चेअरमन होतो. याशिवाय आणखी किवानिसचा प्रेसिडेंट होतो. शिवाय दर आठवड्याला मी किमान दोन तरी अंत्ययात्रांना जात होतो. आणखीही अशी अनेक कामे करीत होतो.

मी सतत दबावाखाली काम करत होतो. मी जराही विश्रांती घेत नसे. मी सतत तणावपूर्ण, घाईगडबडीत व गंभीर असे. आता मला समजले की, जेव्हापासून मला ही काळजी करण्याची सवय लागली होती, तेव्हापासून मी सतत गोंधळलेल्या अवस्थेत असे. माझ्या वेदना इतक्या जबरदस्त होत्या की, मी आनंदाने डॉक्टरांचा सल्ला ताबडतोब पाळला. मी दर सोमवारी सुट्टी घेऊ लागलो आणि माझ्या अनेक जबाबदाऱ्या आणि कामे मी कमी करून टाकली.

एके दिवशी माझ्या टेबलचे ड्रॉवर साफ करताना मला अशी काही कल्पना सुचली की, ती मला प्रचंड उपयोगी ठरली. मी पूर्वी माझ्या कामासंबंधी काही नोट्स काढून ठेवल्या होत्या आणि काही घटनांची यादी केली होती, ज्या फार पूर्वी घडून गेल्या होत्या. त्यांचे ढिगारे साठले होते. मी ते एकेक उचलले आणि कचऱ्याच्या बास्केटमध्ये फेकायला सुरुवात केली. मध्येच मी थांबलो व मनाशी म्हणालो, 'तू आत्ता तुझ्या या लिखाणाच्या बाबतीत जे करत आहेस, तेच तू तुझ्या चिंतांच्या बाबतीत का करत नाहीस? तुझ्या कालच्या काळज्यांना मनातून बाहेर काढून कचऱ्याच्या डब्यात का नाही टाकत?' या एका कल्पनेने माझ्यामध्ये जणू नवचैतन्य निर्माण झाले आणि माझ्या खांद्यांवरचे ओझेच कोणीतरी काढून घेतले असे मला वाटले. त्या दिवसापासून आजतागायत मी माझ्यापुरता हा नियमच बनवून टाकला आहे की, ज्या समस्या माझ्या नियंत्रणापलीकडे आहेत त्यांना कचऱ्याच्या डब्याकडे फेकायचे!

अशीच एके दिवशी माझी पत्नी डिशेस धूत असताना मला दुसरी कल्पना सुचली. माझी पत्नी डिशेस धुताना गाणे गुणगुणत होती तेव्हा मी स्वतःला

मी काळजीवर विजय मिळवला! । २८७

म्हणालो, ‘बघ बिल! तुझी पत्नी किती आनंदी आहे! आमच्या लग्नाला आता अठरा वर्षे झाली आणि गेली अठरा वर्षे ती डिशेस धूत आली आहे. असा विचार कर की, जेव्हा लग्न झाले तेव्हा तिने आता या डिशेस आयुष्यभर धुवायच्या आहेत हा विचार करून त्याचे ओझे खांद्यावर वागवले असते आणि अठरा वर्षांच्या खराब डिशेसचा ढीग एखाद्या धान्याच्या कोठाराप्रमाणे तिने तिच्या नजरेसमोर आणला असता, तर तिचे आयुष्य किती दु:खमय झाले असते! तीच काय, पण दुसरी कोणतीही स्त्री भयभीतच झाली असती.’

मग मी माझ्या मनाशी विचार केला, ‘यामागचे कारण असे आहे की, माझ्या पत्नीला रोज एका दिवसाच्या डिशेस धुणे मुळीच त्रासदायक वाटत नाही’ आणि मग माझी समस्या नेमकी काय आहे ते मला समजले. मी फक्त आजच्या डिशेस धूत नाही, तर कालच्यापण धुवायचा प्रयत्न करतो. एवढेच नाही, तर ज्या डिशेस अजून खराबही झाल्या नाहीत, त्यापण धुवायचा प्रयत्न करतो.

माझे हे वागणे किती मूर्खपणाचे होते! मी चर्चमधील सर्वांत उंच व्यासपीठावर उभा राहून दर रविवारी सकाळी लोकांना कसे जगावे याचे धडे देत होतो आणि तरीही माझे स्वत:चे व्यक्तिगत आयुष्य मात्र चिंताक्रांत, गंभीर, उतावीळपणाचे होते. मला स्वत:ची खूप लाज वाटली.

पण आता चिंता मला सतावत नाहीत. आता माझे पोट दुखत नाही. आता मला निद्रानाशाचा त्रास नाही. आता मी कालच्या काळज्यांना चिरडून टाकून कचऱ्याच्या टोपलीत फेकू शकतो आणि उद्या घाण होणाऱ्या डिशेस धुण्याचा प्रयत्न करणेही मी आता थांबवले आहे.

**या पुस्तकाच्या सुरुवातीला केलेले एक विधान तुम्हाला आठवते का? ‘उद्याच्या काळज्यांचे ओझे अधिक कालच्या काळज्यांचे ओझे यामुळे आजचा दिवस लटपटत्या पायांनी पुढे ढकलावा लागतो !’ तसा प्रयत्नसुद्धा करू नका!**

✦

## मला उत्तर मिळाले!

- डेल ह्युजेस

इ. स. १९४३मध्ये माझ्या तीन बरगड्या तुटल्या होत्या व माझे फुप्फुस पंक्चर झाले होते, म्हणून मला न्यू मेक्सिकोमधील अल्ब्युकर्क येथील एका प्रौढांच्या हॉस्पिटलमध्ये ॲडमिट केले होते. नौदल क्षेत्रातील काही विशेष कामगिरीसाठी

हवालियन आयलंड्समध्ये जेव्हा सराव चालू होता तेव्हा मी छोट्या नौकेतून उडी मारण्याच्या बेतात असतानाच एक मोठी लाट आली. त्यामुळे माझा बॅलन्स गेला आणि मी वाळूवर खूप जोरात आपटलो. मी इतका जोरात पडलो की, माझ्या तुटलेल्या बरगडीमुळे माझे उजवे फुफ्फुससुद्धा पंक्चर झाले.

तीन महिने मी हॉस्पिटलमध्ये घालवले. माझ्या आयुष्यातील मी पचवलेला हा सगळ्यात मोठा धक्का होता. डॉक्टरांनी मला सांगितले की, माझ्या प्रकृतीत कोणतीही सुधारणा होत नव्हती. माझे यापूर्वीचे आयुष्य अत्यंत कार्यमग्न व चैतन्यमय होते, पण त्यानंतर तीन महिन्यांपासून मी बिछान्यावर पडून होतो. दुसरे काहीच काम नाही. जितका मी जास्त विचार करायचो तितकी माझी चिंता आणखी गंभीर व्हायची. माझी चिंता हीच होती की, आता आयुष्यात मी पुन्हा काही करू शकेन की नाही? की आयुष्यभर मला अपंग म्हणूनच जगावे लागणार आहे? माझे लग्न होऊन मला इतरांसारखे सामान्य जीवन जगता येईल का?

मग, मी माझ्या डॉक्टरांना आग्रहाने विनंती केली की, मला पुढच्या वॉर्डमध्ये हलवा, कारण त्या वॉर्डमधील पेशंट्सना त्यांना आवडणारे छंद जोपासता येण्याची मुभा होती. त्या वॉर्डला 'कंट्री क्लब' असे नाव होते.

या 'कंट्री क्लब'मध्ये गेल्यावर मी कॉण्ट्रॅक्ट ब्रीज या खेळामध्ये विशेष रुची घेतली. मला हा खेळ शिकायला सहा आठवडे लागले. मी इतरांबरोबर ब्रीज खेळत असे. त्याशिवाय कल्बर्टसनची ब्रिजवरील पुस्तके वाचत असे. सहा आठवड्यांनंतर मी नियमितपणे रोज संध्याकाळी अगदी ते थेट हॉस्पिटल सोडण्याच्या दिवसापर्यंत ब्रिज खेळत होतो. त्याशिवाय मी ऑइल पेंटींग्जसुद्धा केली. रोज दुपारी तीन ते पाच या वेळात आम्हाला पेंटींग शिकवणारे प्रशिक्षक येत असत. माझी काही चित्रे इतकी छान जमली होती की, तुम्ही ती चित्रे कशाबद्दल आहेत ते ओळखू शकत होतात! रेड क्रॉस सोसायटीने मला पाठवलेली मानसशास्त्रावरची पुस्तकेसुद्धा मी वाचून काढली. मी साबणावरचे व लाकडावरचे कोरीव कामसुद्धा करून पाहिले. त्यावरची पुस्तके वाचली आणि मला ती फार उपयुक्त वाटली. मी स्वत:ला इतका बिझी ठेवत असे की, मला माझ्या आजारपणाबद्दल विचार करायलाच वेळ मिळत नसे. तीन महिन्यांच्या शेवटी हॉस्पिटलचा संपूर्ण स्टाफ माझ्याकडे आला आणि त्यांनी माझे अभिनंदन केले, कारण 'मी आश्चर्यकारक प्रगती केली होती.' माझे कान हेच ऐकण्यासाठी आतुर झाले होते. मी आनंदोत्साहाने जोरजोरात ओरडलो.

मी जो महत्त्वाचा मुद्दा तुम्हाला सांगायचा प्रयत्न करतो आहे तो असा की, जेव्हा मी फक्त बिछान्यावर पडून काळजी करत राहिलो तेव्हा माझ्या प्रकृतीमध्ये थोडीसुद्धा सुधारणा झाली नाही. मी काळजीमुळे माझ्या शरीरात विष पसरवत होतो, पण जेव्हा मी माझे चित्त दुसरीकडे वळवले आणि ब्रिज खेळायला सुरुवात

केली आणि ऑइल पेंटिंग्ज काढायला लागलो, लाकडावर कोरीव काम करायला लागलो तेव्हा डॉक्टरांनी हे जाहीर केले की, माझ्या प्रकृतीत खूप सुधारणा झाली होती.

आत्ता सध्या मी अत्यंत आरोग्यपूर्ण सामान्य जीवन जगत आहे आणि माझी फुप्फुसे तुमच्याइतकीच चांगली आहेत.

**जॉर्ज बर्नार्ड शॉने काय सांगितले ते लक्षात ठेवा – 'दुःखी असण्यामागचे गुपित हे असते की, तुम्ही आनंदी आहात किंवा नाही हे जाणून घ्यायची चैन तुम्हाला परवडते.' म्हणून सतत कार्यरत राहा!**

✦

## काळ हेच औषध!

- लुईस मॉटंट

काळजीमुळे माझ्या आयुष्यातील दहा वर्षे वाया गेली; परंतु हेही खरे आहे की, हीच दहा वर्षे माझे आयुष्य सर्वांत फलदायी आणि समृद्ध करणारी होती; जशी इतर कोणत्याही तरुणाच्या आयुष्यातील असतात तशी माझ्या वयाच्या दहाव्या वर्षापासून ते अठ्ठाविसाव्या वर्षापर्यंत!

आणि आता मला जाणवते आहे की, ह्यात इतर कोणाचा दोष नव्हता, तर माझा स्वत:चाच दोष होता.

मी प्रत्येक गोष्टीची चिंता करत असे : माझी नोकरी, माझी तब्येत, माझे कुटुंब आणि माझा न्यूनगंड. मी इतका भयभीत असायचो की, माझ्या ओळखीची माणसे दुरून येताना दिसली, तरी मी रस्ता बदलून तेथून पळ काढत असे. जर माझा एखादा मित्र रस्त्यात भेटलाच, तर मी असे ढोंग करत असे की, माझे त्याच्याकडे लक्षच गेलेले नाही. खरेतर मनातून मला अशी भीती असे की, कदाचित तो आपल्याला तिरस्काराने वागवेल!

अनोळखी लोकांना भेटण्याची तर मला आणखीनच भीती वाटायची. त्यांच्या अस्तित्वाची चाहूलही मला नकोशी वाटे. दर दोन आठवड्यांनी मला माझी नोकरी बदलावी लागे. मी अशा तीन नोकऱ्या बदलल्या. फक्त याच कारणासाठी की, मी त्या मालकांना हे सांगू शकलो नाही की, मी काय काय करू शकतो!

आठ वर्षांपूर्वी एके दिवशी दुपारी मी चिंतेवर विजय मिळवला आणि त्यानंतर क्वचितच कधीतरी मी काळजी केली असेन! त्या दुपारी मी अशा एका माणसाच्या ऑफिसमध्ये बसलो होतो, ज्याने माझ्यापेक्षा फार जास्त संकटांना तोंड दिले होते,

पण तरीही तो खूप आनंदी होता. माझ्या माहितीतील तो सगळ्यात जास्त आनंदी तरुण होता. त्याने १९२९ साली खूप संपत्ती मिळवली आणि संपूर्ण गमावली. नंतर पुन्हा त्याचे दैव बलवत्तर म्हणून १९३३ साली खूप पैसे मिळवले व तेसुद्धा घालवले. मग १९३९ साली त्याला पुन्हा खूप पैसे मिळाले तेसुद्धा त्याने घालवले. तो आता कर्जबाजारी झाला होता. घेणेकरी, सावकार मंडळी, बँकेचे वसुली अधिकारी त्याच्या मागे शिकारी कुत्र्याप्रमाणे धावत होते. त्याच्या जागी दुसरा कोणी असता, तर कदाचित त्याने आत्महत्या केली असती.

आठ वर्षांपूर्वी त्याच्या ऑफिसमध्ये बसलो होतो तेव्हा मला त्याचा खूप हेवा वाटला आणि देवाने मला त्याच्यासारखे का बनवले नाही याचे वैषम्य वाटले.

आम्ही बोलत असतानाच त्याला एक पत्र आले. ते वाचून तो शांत होता. फक्त मला म्हणाला, ''हे वाच.''

ते फार रागावून लिहिलेले पत्र होते. अनेक अपमानित करणारे प्रश्न त्यात विचारले होते. मला जर असे पत्र आले असते, तर मोठा गहजब झाला असता. मी विचारले, ''बिल, तू याचे काय उत्तर देणार आहेस?''

बिल त्यावर म्हणाला, ''हे बघ, मी तुला एक छोटेसे गुपित सांगतो. पुढच्या वेळेस तुला जर एखादी समस्या असली, तर एक पेन्सिल घे आणि कागद घे. शांतपणे खाली बसून तुला ज्या गोष्टीची काळजी वाटते ती तपशीलवार लिही, नंतर तो कागद तुझ्या टेबलाच्या उजव्या हाताच्या खणात ठेव. दोन आठवडे थांब आणि नंतर तो कागद पुन्हा बघ. जेव्हा तू तो पुन्हा वाचशील तेव्हाही जर त्या समस्या त्याच जागेवर असतील, तर तो कागद पुन्हा जेथून घेतला तेथेच ठेव. दोन आठवड्यांपर्यंत तो तेथेच ठेव. तेथे तो सुरक्षित असेल. त्याला काही होणार नाही, पण दरम्यानच्या काळात ज्या तुला त्रास देत होत्या त्यांचे नक्कीच काहीतरी होईल. माझ्या हे लक्षात आले आहे की, जर मी धीर धरला तर त्रास देणाऱ्या या समस्या अक्षरश: सुई टोचलेल्या फुग्यासारख्या फुटून जातात.''

अशा प्रकारच्या उपदेशामुळे मी भारावून गेलो. तेव्हापासून गेली कित्येक वर्षे मी बिलने दिलेला सल्ला मानत आलो आहे. त्याचा परिणाम असा झाला की, आता क्वचितच मला कसली चिंता वाटते.

**काळ अनेक प्रश्न सोडवतो. आज तुम्ही ज्याविषयी चिंता करत आहात त्याच्यावर काळच उपाय करेल.**

◆

**मला सक्त ताकीद होती की, एक शब्दही बोलायचा नाही किंवा तसूभरही हलायचे नाही**

- जोसेफ रॅन

खूप वर्षे झाली त्या गोष्टीला! एका कोर्टकेसमध्ये मी साक्षीदार होतो आणि त्या गोष्टीचा मला फार मनस्ताप झाला. ती केस आटोपून मी ट्रेनने जेव्हा घरी येत होतो तेव्हा मला गंभीर स्वरूपाचा हृदयविकाराचा झटका आला. मला श्वास घेणेही अशक्य झाले.

मी कसाबसा घरी पोहोचलो तेव्हा डॉक्टरांनी मला इंजेक्शन दिले. मी बिछान्यात नव्हतो. मी माझ्या हॉलच्या सेटीपर्यंतसुद्धा पोहोचू शकलो नव्हतो, पण जेव्हा मी शुद्धीवर आलो तेव्हा चर्चमधील पॅरीश प्रिस्ट माझ्यावर अंतिम संस्कार करण्यासाठी आला होता!

माझ्या कुटुंबातील सर्वच जण दुःखाने व्याकूळ झालेले दिसत होते. माझ्या लक्षात आले की, आपण स्वर्गाच्या दाराला शिवून पुन्हा आलो आहोत. नंतर माझ्या हे लक्षात आले की, माझे डॉक्टर माझ्या पत्नीच्या मनाची तयारी करत होते की, कदाचित तिला आता विधवेचे जीवन जगावे लागेल आणि मी बहुधा तीस मिनिटांच्या आत मरेन. माझे हृदय इतके कमकुवत झाले होते की, मला सक्त ताकीद देण्यात आली की, मी तसूभरसुद्धा हलणार नाही.

मी साधुसंत कधीच नव्हतो; पण मी एक गोष्ट शिकलो होतो. ती म्हणजे देवाशी भांडणतंटा कधीच करायचा नाही. म्हणून मी माझे डोळे बंद केले व म्हणालो, 'देवा, तुझी जशी इच्छा असेल तसे होऊ दे!'

जेव्हा माझ्या मनात असे विचार आले तेव्हा मला एकदम हायसे वाटू लागले. माझी भीती नाहीशी झाली आणि मी स्वतःला शांतपणे विचारले, 'यापेक्षा अधिक वाईट काय घडू शकते?' यापेक्षा वाईट असे घडू शकेल की, पुन्हा एकदा माझ्या हृदयात कळ येऊ शकेल; पण ती अखेरची ठरेल, कारण नंतर सगळे संपलेले असेल, कारण मग मी इहलोकीची यात्रा संपवून आपल्या निर्मात्याकडे जाईन आणि मला शांती मिळेल.

मी त्या सेटीवर पडलो आणि तासभर वाट पाहिली, परंतु पुन्हा छातीत दुखले नाही. शेवटी मी स्वतःला विचारले, 'मी जर आत्ता मेलो नाही, तर यापुढील आयुष्यात मी काय करायचे?' मी निश्चय केला की, जगलो-वाचलोच, तर इथून पुढे मी माझ्या तब्येतीची काळजी घेईन. मी स्वतःच्या शरीराची हेळसांड करणार नाही. विनाकारण ताणतणाव आणि चिंता मनावर लादणार नाही आणि माझी गेलेली ताकद मी पुन्हा मिळवीन.

त्याला आता चार वर्षे झाली. मी आता माझी गेलेली ताकद परत मिळवली आहे. मी सध्या निरोगी आहे व माझा कार्डिओग्राम इतर सामान्य लोकांसारखा आहे. तो पाहून डॉक्टरही चकित झाले. मला आता कसलीच चिंता नाही. मला जीवन जगण्याचा नवा जोम आला; पण मी हे प्रामाणिकपणे सांगू इच्छितो की, जर मी वाइटातल्या वाईट प्रसंगाला म्हणजे साक्षात मृत्यूला तोंड दिले नसते आणि नंतर स्वत:च्या तब्येतीच्या बाबतीत जागृत राहून सुधारणा घडवून आणली नसती, तर आज मी इथे नसतो. मी आलेला प्रसंग स्वीकारला नसता, तर मला काळजीने मृत्यू आला असता.

**मि. रॅन आजही जिवंत आहेत, कारण त्यांनी जादूई मंत्रातील तत्त्वे अवलंबिली. वाइटात वाईट जे काही घडू शकेल त्याला तोंड द्या.**

✦

**विचारांना हद्दपार करणे मला चांगले जमते !**

- आर्डवे टेड

काळजी करणे ही एक सवय आहे, जी सवय मी फार पूर्वी मोडली. माझा असा विश्वास आहे की, मी काळजीला हद्दपार करू शकलो, ते प्रामुख्याने तीन गोष्टींच्या बळांवर –

पहिली – आत्मनाश करणाऱ्या काळजीमध्ये गुंतून पडण्याएवढा माझ्याकडे वेळ नाही. माझी मुख्यत्वेकरून तीन प्रकारची कामे आहेत आणि त्या प्रत्येकासाठी मला माझा पूर्ण वेळ द्यावा लागतो. मी कोलंबिया विद्यापीठात मोठ्या संख्येच्या विद्यार्थ्यांपुढे व्याख्यान करतो, तसेच मी न्यूयॉर्क शहरातील उच्च माध्यमिक शिक्षण बोर्डावर चेअरमन म्हणून काम करतो आणि तिसरे माझे काम म्हणजे हार्पर आणि ब्रदर्स यांच्या 'इकॉनॉमिक आणि सोशल' पुस्तकांच्या विभागाची माझ्यावर जबाबदारी आहे. या तिन्ही कामांसाठी प्रचंड वेळेची मागणी असते. त्यामुळे मला चिंतेच्या चक्रात अडकण्यास वेळ मिळत नाही.

दुसरी – विचारांना हद्दपार करणे मला चांगले जमते. मी एका जबाबदारीतून मोकळे झाल्यावर जेव्हा दुसऱ्या जबाबदारीकडे वळतो तेव्हा पूर्वीच्या समस्येचा माझ्या मनात लवलेशही राहत नाही. मी माझ्या मनाची पाटी कोरी ठेवतो. उलट असे एका कामातून दुसऱ्या कामात शिरल्यामुळे मला अधिक ताजेतवाने वाटते आणि माझ्या बुद्धीला खाद्य मिळते. त्यामुळे मला विश्रांती मिळते आणि माझे मन साफ होते.

तिसरी – मी जेव्हा माझे ऑफिस बंद करतो तेव्हा या सगळ्या छळवादी विचारांना मनातून बाहेर हाकलण्याचे विशेष शिक्षण मी माझ्या मनाला देतो.

नाहीतर ते मनात पिंगा घालत राहतात. त्या प्रत्येक समस्येकडे स्वत:चा असा संच असतो ज्यांना माझे लक्ष वेधायचे असते. जर मी हे सगळे मुद्दे घेऊन रात्री घरी गेलो आणि त्याची चिंता करत बसलो, तर माझेच आरोग्य धोक्यात येईल आणि त्याचबरोबर त्यांच्याशी झटापट करण्याची माझी क्षमताच नाश पावेल.

ऑर्डवे टेड हा कामाच्या नियोजनाच्या चार चांगल्या सवयींचा राजा आहे. **या सवयी तुम्हाला आठवतात का? (पाहा : सातव्या भागातील सव्वीसावे प्रकरण)**

✦

**जर मी काळजी करणे थांबवले नसते, तर केव्हाच स्मशानात पोहोचलो असतो!**

- कोनी मॅक (बेसबॉल खेळाडू)

मी सुमारे त्रेसष्ट वर्षांपासून व्यावसायिक बेसबॉल या खेळामध्ये आहे. जेव्हा मी सुरुवात केली तो काळ होता पन्नासच्या दशकातील! त्या काळात मला पगार नव्हता. जेथे मोकळी जागा असेल तेथे आम्ही खेळ मांडत असू. कित्येकदा डब्या-डुब्यांचे तेथे अडथळे असत. टाकून दिलेल्या घोड्याच्या पट्ट्यांवर आम्ही अडखळत होतो, पण जेव्हा खेळ संपत असे तेव्हा उरलेल्या गोष्टी घरी घेऊन जाण्याची मला मुभा होती. तेव्हा माझ्या आधाराची गरज विशेषत: माझ्या विधवा आईला आणि माझ्या लहान बहीण-भावंडांना होती. काही वेळेस तर आमच्या टीमला दुपारी स्ट्रॉबेरीवर किंवा पावावर राहावे लागे!

काळजी करण्यासारखी माझ्याकडे बरीच कारणे होती. त्या वेळी सलग सात वर्षांपासून एकाच जागेवर काम करणारा मी एकटाच बेसबॉल मॅनेजर होतो. मी एकटाच असा मॅनेजर होतो जो आठ वर्षांमध्ये आठशे मॅचेस हरलेलो होतो. सततच्या पराभवांमुळे मला इतकी चिंता वाटायची की, मला जेवण जायचे नाही व झोपही यायची नाही; पण गेल्या पंचवीस वर्षांपासून मात्र मी काळजी करणे थांबवले आहे आणि माझा अगदी प्रामाणिक विश्वास आहे की, जर मी काळजी करणे थांबवले नसते, तर फार पूर्वीच मी स्मशानात जाऊन पोहोचलो असतो.

मी जेव्हा माझ्या गतजीवनाचा परामर्श घेतो (ज्या वेळी लिंकन प्रेसिडेंट होता त्या वेळी माझा जन्म झाला.) तेव्हा माझी खात्री होते की, खालील गोष्टी केल्यामुळे मी काळजीवर मात करू शकलो.

१) काळजी किती निरर्थक असते हे माझ्या लक्षात आले. मला हासुद्धा

अनुभव आला की, काळजी करून कधीच भले होत नाही. उलट माझ्या उज्ज्वल भवितव्याला त्यामुळे बाधाच आली.

२) माझ्या हेसुद्धा लक्षात आले की, काळजीने माझे आरोग्य धोक्यात आले.

३) मी स्वत: निरनिराळ्या योजना आखण्यात आणि भविष्यात खेळात विजय मिळावा म्हणून विशेष कामगिरी करण्यात इतका गुंतलो की, या मॅचेस हारल्याबद्दल दु:ख किंवा चिंता करायलाही वेळ माझ्याकडे नव्हता.

४) अनुभवान्ती मी एक निर्णय घेऊन टाकला की, मॅच झाल्यानंतर चोवीस तास त्या खेळाडूला त्याची चूक दाखवायची नाही. पूर्वी मी खेळाडूंबरोबर माझे कपडे चढवत व उतरवत असे आणि जर टीम हरली तर त्या खेळाडूंवर टीका करण्यापासून आणि त्यांच्याशी वादविवाद करण्यापासून मी स्वत:ला थांबवू शकत नसे. पराभवामुळे माझ्यामध्ये फार कडवटपणा येई. त्यामुळे माझी चिंता फक्त वाढत असे. इतरांसमोर खेळाडूंवर टीका केली की, ती त्यांना आवडत नसे व मग त्यांच्यातील सहकार्याची भावना लोप पावत असे. खेळाडूंच्या मनातसुद्धा कडवटपणा भरून राही. म्हणून जोपर्यंत मी माझ्या जिभेवर नियंत्रण ठेवत नाही तोपर्यंत सुधारणा होण्याऐवजी प्रकरण बिथरत असे. दुसऱ्या दिवशी मात्र वातावरण शांत होई. मीसुद्धा शांत होत असे. पराभवाचे दु:ख जास्त मोठे वाटत नसे. मी शांतपणे खेळाडूंशी बोलत असे आणि तेसुद्धा न रागावता शांतपणे माझे बोलणे ऐकून घेत असत.

५) खेळाडूंचे दोष काढून त्याची चिरफाड करण्याऐवजी मी त्यांचे कौतुक करत असे. प्रत्येकालाच अशी पाठीवर पडलेली कौतुकाची थाप आवडत असे.

६) माझ्या असे लक्षात आले की, जेव्हा मी जास्त दमत असे तेव्हा जास्त काळजी करत असे. म्हणून मी रोज रात्री दहा तास बिछान्यात झोपत असे आणि दुपारीसुद्धा एक डुलकी घेई. दुपारची अगदी पाच मिनिटांची डुलकीसुद्धा मला फार आरामदायक वाटे.

७) माझा असा विश्वास आहे की, मी सतत कार्यरत राहून माझ्या चिंतांपासून दूर राहिल्यामुळे मला दीर्घायुष्य लाभले. मी सध्या पंचाऐंशी वर्षांचा आहे, पण सेवानिवृत्त होण्याचा विचारही माझ्या मनास शिवला नाही, कारण नाहीतर माझ्याकडे नवीन काही सांगायला नसेल आणि मग मला माहिती आहे की, तुम्ही म्हणाल, मी म्हातारा झालो!

**कोनी मॅकने तर हे पुस्तक 'हाउ टू स्टॉप वरिंग...' कधी वाचले नाही,** पण त्याने स्वत:साठी काही नियम बनवले. तुम्हीसुद्धा तुमच्या भूतकाळातील अनुभवांना जमेस धरून असे नियम का बनवत नाही, ज्यामुळे तुमचे आयुष्य अधिक सुखकर होईल!

लिहा : काळजीवर मात करण्यासाठी मला आढळलेले मार्ग –

१) ................

२) ................

३) ................

४) ................

◆

## मी अल्सर्स व काळजीपासून नोकरी व दृष्टिकोन बदलून सुटका मिळवली

- आर्डन शार्प

पाच वर्षांपूर्वी मी खूप निराश होतो, चिंताक्रांत होतो आणि आजारीसुद्धा होतो. डॉक्टरांनी मला सांगितले होते की, मला पोटाचा अल्सर आहे. त्यांनी मला पथ्य पाळायला सांगितले. मी दूध प्यायलो, अंडी खाल्ली! इतकी की, शेवटी माझे मन बंड करून उठले, पण तरीही मला बरे वाटलेच नाही. नंतर एके दिवशी मी कॅन्सरबद्दलचा लेख वाचला. मग मला कल्पनेतच असे जाणवले की, ती सगळी लक्षणे माझ्यामध्ये दिसत आहेत. आता मला फक्त काळजी वाटत नव्हती, तर त्या विचाराने मी भयभीतही झालो होतो. साहजिकच आता माझे अल्सर्स एखाद्या आगीप्रमाणे भडकले आणि त्याचा शेवटचा फटका बसला जेव्हा आर्मीमधून मला अवघ्या चोवीसाव्या वर्षी शारीरिक तंदुरुस्ती नसण्याच्या कारणावरून नाकारण्यात आले. वास्तविक वयाच्या चोवीसाव्या वर्षी माझ्या अंगी हत्तीचे बळ असायला हवे होते व मी आरोग्याच्या उंच शिखरावर असायला हवे होतो.

मात्र माझे जीवन रसातळाला गेले होते. मला आशेचा एकही किरण दिसत नव्हता. मी या परिस्थितीला कसा येऊन पोहोचलो याचे विश्लेषण मी स्वत:शी करू लागलो. हळूहळू मला सत्य जाणवायला लागले. केवळ दोन वर्षांपूर्वी मी खूप आनंदी आणि निरोगी होतो. मला माझे विक्रेत्याचे कामसुद्धा आवडत होते; पण युद्धकाळामुळे अनेक गोष्टींचा तुटवडा पडला आणि मला विक्रेत्याचे काम बंद करून फॅक्टरीमधले काम घ्यावे लागले. मी फॅक्टरीतल्या कामाचा तिरस्कार करायचो. आणखी वाईट गोष्ट अशी घडली होती की, मी अशा एका टोळक्यामध्ये सामील झालो होतो की, जे सतत नकारात्मक विचार करत. प्रत्येक गोष्टीबद्दलच त्यांच्या मनामध्ये कडवटपणा होता. कोणतीच गोष्ट त्यांच्या दृष्टीने बरोबर नव्हती. ते सतत त्यांच्या नोकरीला, त्यांच्या पगाराला, कामाच्या तासांना, बॉसला आणि

प्रत्येक गोष्टीलाच शिव्या द्यायचे आणि माझ्या लक्षात आले की, माझ्याही नकळत मीसुद्धा त्यांचा खुनशी दृष्टिकोन जोपासत होतो.

माझ्या हळूहळू असे लक्षात यायला लागले की, स्टमक अल्सर्स होण्याच्या मागे मुख्यत: माझे नकारात्मक विचार आणि कडवट भावनाच होत्या. नंतर मी माझ्या आवडीच्या कामाकडे म्हणजे विक्रीकडे परत फिरलो आणि सकारात्मक आणि विधायक विचार असलेल्या लोकांशी मैत्री करायची ठरवली. बहुधा माझ्या या निर्णयामुळे माझे आयुष्य पुन्हा सुरळीत झाले. अशा आनंदी, सकारात्मक विचारांच्या आणि चिंताक्रांत व पोटाचे अल्सर्स नसलेल्या लोकांच्या सहवासात माझेही आयुष्य सुखाचे झाले. माझ्या भावना बदलल्यामुळे माझ्या पोटातील गडबडही थांबली. थोड्याच दिवसांत मी हेसुद्धा विसरलो की, मला पोटाचे अल्सर्स होते. तुम्ही दुसऱ्यांकडून जसे चिंता, कडवटपणा व अपयश घेता तसेच इतरांकडून तुम्ही आरोग्य, आनंद आणि यशसुद्धा घेऊ शकता – हा मी शिकलेला सगळ्यात मोठा धडा आहे. मी खरेतर हे फार पूर्वीच शिकायला हवे होते. यापूर्वी मी याबद्दल अनेकदा ऐकले होते आणि एक डझन वेळा वाचलेदेखील होते, पण ते शिकणे अवघड होते. मला मात्र ते अशा अवघड पद्धतीने शिकवण्याची परमेश्वराची इच्छा होती. जिझस जे म्हणायचा, 'माणूस त्याच्या हृदयात जो विचार करतो, तसा तो असतो.' याचा अर्थ मला आत्ता समजला.

✦

## मी आता हिरव्या दिव्याचा शोध घेतो !

- जोसेफ कॉटर

मी अगदी लहान असल्यापासून म्हणजे माझ्या पौगंडावस्थेनंतर तारुण्यात आणि नंतर एक वयस्कर गृहस्थ म्हणूनही सदैव एक चिंतातुर जंतू म्हणूनच जगत आलो. माझ्या काळज्या खूप जास्त आणि खूप वेगवेगळ्या प्रकारच्या होत्या. त्यातील काही खऱ्यासुद्धा होत्या, पण बहुतांशी काळज्या काल्पनिक होत्या. क्वचित एखाद्या प्रसंगी मला असे वाटायचेसुद्धा की, आता आपल्याला काही काळजी नाही; पण मग लगेच भीती दाटून यायची की, मी नक्कीच काहीतरी विसरतो आहे.

पण गेल्या दोन वर्षांपासून मात्र मी माझ्या जीवनपद्धतीत बदल करून नवीन प्रकारचे जीवन जगतो आहे. असे बदल करण्यापूर्वी मला स्वत:मधील दोष शोधून काढून त्याचे विश्लेषण करावे लागले. माझ्यात दोष जास्त आणि गुण कमी होते.

मी निर्भयपणे स्वतःच्या नैतिक गुणदोषांची यादी बनवली. याच्यामुळेच माझ्या सगळ्या काळज्यांचे मूळ कशात आहे ते समजले.

वास्तव हे होते की, मी आजचा दिवस फक्त आज म्हणून जगू शकत नव्हतो. 'आज'बरोबर काल केलेल्या चुकांचे असमाधान आणि उद्याच्या भविष्याची चिंतासुद्धा त्यामध्ये असायची.

मी नेहमी मनाला पुन्हापुन्हा सांगायचो 'काल मी ज्याची चिंता करत होतो ती उद्या आज आहे' पण तरी त्याचा काही फारसा उपयोग होत नव्हता. काहींनी मला असा सल्ला दिला की, मी रोज चोवीस तासांचे वेळापत्रक बनवावे. मला असेही सांगितले गेले की, फक्त आजचाच असा दिवस आहे की, ज्याच्यावर आपण नियंत्रण ठेवू शकतो आणि म्हणून मी दुसऱ्या दिवसाची काळजी करत न बसता आजच्या दिवसाच्या मिळालेल्या संधीचा जास्तीतजास्त उपयोग करून घेतला पाहिजे. मला असेही सांगितले की, जर मी याप्रमाणे वागलो, तर मला भूतकाळाबद्दल किंवा भविष्यकाळाबद्दल चिंता करायला वेळच मिळणार नाही. हा सल्ला खरोखर तर्कशुद्ध होता, पण तरीसुद्धा मला हा विचार कृतीत आणणे फारच अवघड वाटले.

आणि अचानक काळ्याकुट्ट अंधारात काजवा चमकावा तसे मला माझ्या समस्येचे उत्तर सापडले. आणि तुम्हाला काय वाटते, हे उत्तर मला कोठे मिळाले असेल? नॉर्थ वेस्टर्न रेल्वे प्लॅटफॉर्मवर ३१ मे, १९४५ या दिवशी संध्याकाळी सात वाजता. माझ्यासाठी ती वेळ अत्यंत महत्त्वाची होती आणि म्हणूनच माझ्या डोळ्यांसमोर आजही ते संपूर्ण चित्र उभे राहते.

आम्ही काही मित्रांना आणण्यासाठी स्टेशनवर गेलो होतो. ते लॉस एंजेलिसवरून वेगवान गाडीने सुट्टी संपवून येणार होते. युद्ध अजून चालूच होते. त्या वर्षी गर्दीही प्रचंड होती. मी माझ्या बायकोला घेऊन प्लॅटफॉर्मवर आलो आणि ट्रेनच्या समोर जाऊन पोहोचलो. एक मिनिटभर मी गाडीच्या चमचमणाऱ्या इंजिनाकडे पाहिले. तेवढ्यात माझे लक्ष निशाणी दाखवणाऱ्या लाइटच्या खांबाकडे गेले. पिवळा लाइट लागला होता. त्या क्षणी इंजिनिअरने घंटा वाजवायला सुरुवात केली. 'सगळे गाडीत चढून घ्या' असा अलिखित संदेश माझ्या मनाने वाचला आणि एका सेकंदातच ती भली मोठी वेगवान रेल्वेगाडी आपला तेवीसशे मैलांचा टप्पा गाठायला निघाली.

माझ्या मनानेही विचारांचा वेग घेतला. ती घटना जणू मला काहीतरी सुचवत होती. मला एक जादूई अनुभव येत होता. लगेचच माझ्या मेंदूत बत्ती पेटली. मी शोधत असलेल्या प्रश्नाचे उत्तर त्या इंजिनिअरने दिले होते. त्याने त्याच्या प्रवासाला सुरुवात फक्त एका हिरव्या लाइटच्या इशाऱ्याच्या भरवशावर केली. त्याच्या जागेवर बसून मलासुद्धा संपूर्ण प्रवासभर सगळे हिरवे लाइट बघायला आवडले

असते. वास्तवात ते अशक्य आहे, पण तरीसुद्धा मी आयुष्यात नेमके हेच शोधायचा प्रयत्न करत होतो. मी स्टेशनात बसून होतो. मला कोठेही जायचे नव्हते, कारण मी विनाकारणच पुढे काय होणार आहे याचा विचार करत बसलो होतो.

माझी विचारशृंखला चालूच होती. पुढे जाऊन पुढच्या मैलांवर त्याच्यापुढे काय संकट वाढून ठेवले आहे याची चिंता त्या इंजिनिअरने केली नाही. पुढे जाऊन कदाचित काही अडचणी येण्याची, उशीर होण्याची, गाडी हळू घ्यावी लागण्याची शक्यता होती; पण म्हणूनच सिग्नल सिस्टिम आहे ना! पिवळे लाइट लागले की, गती हळू करा आणि सावकाश पुढे जा. लाल लाईट – पुढे धोका आहे. थांबा आणि म्हणूनच रेल्वेचा प्रवास सुरक्षित आहे. सिग्नल देण्याची उत्तम पद्धत आहे!

मी स्वत:ला विचारले, 'मला माझ्या आयुष्यासाठी अशी सिग्नल सिस्टिम तयार करता येणार नाही का?' माझे त्यावर असे उत्तर होते की, माझ्याकडेसुद्धा सिग्नलसिस्टिन होती. देवाने मलाही ती दिली होती. त्याचे नियंत्रण देवाच्या हाती होते, त्यामुळेच ती निर्धोक होती. मी हिरवा लाइट शोधायचा प्रयत्न केला. 'तो मला कोठे सापडेल? जर तो देवानेच निर्माण केला असेल, तर आपण त्यालाच विचारू या का?' मग मी तसेच केले.

आणि आता रोज सकाळी मी देवाची प्रार्थना करतो. मग त्या दिवसापुरता हिरवा सिग्नल मला मिळतो. कधीकधी क्वचित मला पिवळा लाइटपण दिसतो. मग त्या दिवशी मी अधिक हुशारीने वागतो. काही वेळेस जेव्हा मला लाल लाइट दिसतो तेव्हा मात्र मी कोणताही धोका पत्करत नाही.

दोन वर्षांपूर्वी मला हा शोध लागला, त्या दिवसापासून मी काळजी करणे पूर्णपणे थांबवले आहे. या दोन वर्षांत सातशेपेक्षा अधिक वेळा मला हिरवा सिग्नल मिळाला आहे आणि त्यामुळे माझ्या आयुष्याचा प्रवास अधिक सोपा व काळजीमुक्त झाला आहे. आता कोणताही लाइट लागला, तरी मला त्याची चिंता नाही, कारण त्या वेळी कसे वागायचे, ते मला आता ठाऊक आहे.

✦

## उसनी मिळालेली पंचेचाळीस वर्षे कशी वापरली?

- जॉन डी रॉकफेलर

जॉन डी रॉकफेलर सिनिअर यांनी पहिली लाखाची संपत्ती त्यांच्या वयाच्या तेहेतिसाव्या वर्षी मिळवली होती. वयाच्या त्रेचाळीसाव्या वर्षी संपूर्ण जगाचे ज्यांच्याकडे लक्ष जावे एवढी संपत्ती त्यांच्याकडे होती. प्रसिद्ध स्टँडर्ड ऑइल

कंपनीचे ते मालक होते; पण वयाच्या त्रेपन्नाव्या वर्षी ते काय करत होते? वयाच्या त्रेपन्नाव्या वर्षी काळजीने त्यांना संपूर्ण खिळखिळे करून टाकले होते. प्रचंड मानसिक ताणतणाव व चिंता यामुळे त्यांचे आरोग्य धोक्यात आले होते. 'वयाच्या त्रेपन्नाव्या वर्षी तो एखाद्या इजिप्शियन मृत 'ममी'प्रमाणे दिसत होता.' असे के. विंक्लरने त्याच्या चरित्रात म्हटले आहे.

वयाच्या त्रेपन्नाव्या वर्षी पचनसंस्थेच्या काहीतरी गूढ बिघाडामुळे रॉकफेलरच्या संपूर्ण अंगावरचे केस झडून गेले. इतके की, त्याच्या पापण्यांनासुद्धा केस उरले नव्हते. भुवयांच्या जागी एक पुसटशी रेघ फक्त उरली होती. त्याची शारीरिक अवस्था इतकी भयानक होती की, एक वेळ अशी आली होती की, त्याचे जीवन पूर्णपणे मानवी दुधावर होते. डॉक्टरांच्या सांगण्याप्रमाणे त्याला ॲलोपिया झाला होता - एक प्रकारचे टक्कल. तो इतका भयानक दिसायचा की, त्याचे टक्कल झाकण्यासाठी तो मेंदूला घट्ट चिकटणारी टोपी वापरत असे. नंतर त्याने पाचशे पन्नास डॉलर्स देऊन खास विग बनवला होता. आयुष्यभर त्याने चांदीचे विग्ज् वापरले.

खरेतर रॉकफेलरला त्याच्या सुरुवातीच्या काळात पोलादी पुरुष म्हटले असते, तर काही वावगे ठरले नसते. तो शेतावर खूप राबत होता. त्याने राजकीय पक्षाची धुराही आपल्या खांद्यावर एके काळी पेलली होती. तो अत्यंत मजबूत होता.

तरीसुद्धा वयाच्या त्रेपन्नाव्या वर्षी, ज्यावेळी लोक आपल्या ऐन उमेदीत असतात, तेव्हा त्याचे खांदे झुकले होते आणि त्याची पावले जड झाली होती. जॉन फ्लाइन याने दुसऱ्या एका चरित्रात त्याच्याबद्दल असे लिहिले आहे की, 'मी असा एक म्हातारा माणूस पाहिला जो अव्याहत काम करतो, ज्याला अनंत चिंता आहेत, जो शारीरिक पीडा करून घेतो, जो रात्ररात्र जागतो आणि जो अजिबात व्यायाम करत नाही आणि विश्रांतीसुद्धा घेत नाही.' त्याचे परिणाम त्याला भोगावेच लागले. त्यामुळे तो पूर्ण वाळून गेला. तो जगातला सर्वांत श्रीमंत माणूस होता, पण त्याला असे जेवण जेवावे लागत होते की, ज्याचा एखाद्या कर्जबाजाऱ्यानेसुद्धा तिरस्कार केला असता. त्या काळात त्याचे उत्पन्न दर आठवड्याला एक लाख डॉलर्स इतके होते; पण त्याचा जेवणाचा खर्च होता आठवड्याला दोन डॉलर्स. ॲसिडयुक्त दूध आणि थोडी बिस्किटे एवढेच खाण्याची डॉक्टरांनी त्याला परवानगी दिली होती. त्याच्या कातडीचा रंग गेला होता. त्याचे शरीर म्हणजे निव्वळ हाडांचा सापळा उरला होता आणि निव्वळ भरपूर पैसे खर्च करून देण्यात येणाऱ्या उपचारांमुळे तो त्रेपन्नाव्या वर्षी जिवंत होता.

हे सगळे का घडले? चिंता, उच्च दाब आणि कमालीचा मानसिक ताणतणाव यामुळे त्याने स्वतःच स्वतःला सरणापर्यंत नेले. वयाच्या तेवीसाव्या वर्षापासून आपली ध्येये गाठण्याचा त्याचा निश्चय खंबीर होता. जे लोक त्याला ओळखत

होते ते सांगत असत की, जर त्याला काही फायदा होणार असेल, तरच त्याच्या चेहऱ्यावरचे हावभाव बदलत. जेव्हा त्याला खूप फायदा व्हायचा तेव्हा तो छोटासा वॉर-डान्स करायचा, स्वत:ची हॅट जमिनीवर फेकायचा आणि तालासुरात नाचायचा; पण जर त्याचे नुकसान झाले, तर तो आजारी पडायचा. एकदा त्याने चाळीस हजार डॉलर्स किमतीच्या जहाजावरून ग्रेट लेक्सकडे नेण्यासाठी पाठवलेल्या धान्याचा इन्श्युरन्स केलेला नव्हता, कारण त्यासाठी दिडशे डॉलर्स लागत होते. त्या रात्री प्रचंड मोठे वादळ झाले. रॉकफेलर खूप काळजीत होता, कारण त्याला वाटले त्याचे धान्य आता पोहोचणार नाही. जेव्हा त्याचा या धंद्यातील भागीदार त्याच्या ऑफिसमध्ये पोहोचला तेव्हा रॉकफेलर येरझारा घालत होता.

आपल्या जोडीदाराला पाहिल्यावर तो जोराने ओरडला, ''कोठे होतास? घाई कर! अजूनही वेळ गेली नाही.'' गार्डनर ताबडतोब शहराकडे गेला आणि त्याने इन्श्युरन्स काढला. गार्डनर जेव्हा ऑफिसमध्ये पोहोचला तेव्हा रॉकफेलर आणखीनच वाईट परिस्थितीत होता, कारण तोपर्यंत तार येऊन थडकली होती की, त्याचा माल वादळातूनसुद्धा सुरक्षितरीत्या इच्छित ठिकाणी पोहोचला होता. त्याला आधीपेक्षाही अधिक पश्चात्ताप झाला होता, कारण त्याचे दिडशे डॉलर्स वाया गेले होते. तो या सगळ्या प्रकारामुळे इतका दमला की, त्याने घरी जाऊन बिछाना गाठला. विचार करा, त्या काळी त्याची कंपनी वर्षाला पाच लाख डॉलर्सचा धंदा करीत होती; पण त्याने केवळ दिडशे डॉलर्ससाठी इतका मनस्ताप करून घेतला की, त्याला अंथरुणात पडून राहावे लागले.

त्याच्याकडे कोणताही खेळ खेळण्यास वेळ नव्हता. त्याच्याकडे मनोरंजनासाठी वेळ नव्हता. त्याच्याकडे फक्त पैसे मिळवण्यासाठी आणि रविवारी शाळेत शिकवण्यासाठी वेळ होता. जेव्हा त्याच्या व्यावसायिक भागीदाराने म्हणजे जॉर्ज गार्डनरने एक सेकंडहँड याच म्हणजे छोटी होडी बावन्न हजार डॉलर्सना विकत घेतली तेव्हा रॉकफेलर खूप संतापला आणि त्यामध्ये बसण्याचेपण त्याने नाकारले. एका शनिवारी सायंकाळी गार्डनरने त्याला ऑफिसमध्ये बसलेले पाहिले, तेव्हा तो त्याच्याकडे आला व म्हणाला, ''चल जॉन, आपण माझ्या बोटीतून फिरायला जाऊ. मजा येईल. कामाबद्दल थोडा वेळ विसरून जा.'' रॉकफेलरने त्याला आपादमस्तक न्याहाळले व ओरडला, ''मी तुझ्याइतका पैसे उधळणारा माणूस अजून पाहिला नाही. तू तुझ्या बँकतील संपत्तीला धोका निर्माण करतोयस आणि पर्यायाने माझ्यासुद्धा! पहिली गोष्ट म्हणजे तुझे आपल्या धंद्यात लक्ष नाही. मी तर तुझ्याबरोबर बोटीतून फिरायला येणार नाहीच, पण ती बोट पाहणारसुद्धा नाही.'' असे म्हणून त्याने त्या शनिवारी संध्याकाळी पुन्हा कामात डोके खुपसले.

त्याच्या संपूर्ण व्यावसायिक कारकिर्दीत प्रामुख्याने दिसतो तो विनोदाचा

अभाव, आयुष्याकडे वेगवेगळ्या नजरेतून पाहण्याच्या दृष्टिकोनाचा अभाव, कधी मौजमजा नाही, कधी चेष्टा-मस्करी नाही. काही वर्षांनी त्याने स्वत:च हे कबूल केले, 'रोज रात्री मी उशीवर डोके ठेवून जेव्हा झोपत असे तेव्हा सतत माझे मन मला बजावत असे की, माझे हे यश कदाचित तात्पुरते असेल.'

लाखो रुपये गाठीशी असतानासुद्धा त्याला त्याच्या भविष्याबद्दल नेहमीच चिंता असे, म्हणूनच काळजीमुळे त्याच्या आरोग्याला धोका पोहोचला यात काही आश्चर्य नाही. त्याच्याकडे खेळायला किंवा मनोरंजनाला कधीच वेळ नव्हता. तो कधी चित्रपटगृहात गेला नाही. तो कधी पत्ते खेळला नाही. तो कधी पार्टीला गेला नाही. मार्क टॅनाने त्याच्याबद्दल लिहून ठेवले आहे, 'हा माणूस बाकी सगळ्या बाबतीत शहाणा होता, पण पैशाच्या बाबतीत मात्र वेडा होता.'

ओहयोमधील क्लीव्हलँड येथील त्याच्या एका शेजाऱ्याकडे त्याने ही गोष्ट कबूल केली की, कोणीतरी त्याच्यावर प्रेम करावे, असे त्याला मनापासून वाटे; पण तो इतका थंड, संवेदनशून्य आणि संशयी होता की, फारच थोड्या लोकांना तो आवडत असे. मॉर्गनने एकदा त्याच्याबरोबर भागीदारीत धंदा करण्याची इच्छा प्रदर्शित केली होती, तेव्हा तो तिरस्काराने म्हणाला, "मला तो आवडत नाही आणि अशा माणसाबरोबर मला कोणताच व्यवहार करायचा नाही." रॉकफेलरचा सख्खा भाऊ त्याचा तिरस्कार करायचा, कारण त्याच्या कुटुंबाच्या प्लॉटमध्ये पुरलेल्या त्याच्या मुलांची प्रेते त्याने बाहेर काढायला लावली होती. तो म्हणाला होता, "माझ्या रक्ताचे एकही माणूस रॉकफेलर कंपनीच्या कोणत्याच जमिनीत चिरविश्रांतीसुद्धा घेऊ शकणार नाही." त्याचे नोकरचाकर आणि भागीदार सगळेच त्याला घाबरून असत आणि उपहासाची गोष्ट म्हणजे तोसुद्धा त्यांना घाबरत असे. रॉकफेलर घाबरत असे याचे कारण असे की, त्याला भीती वाटे, त्याच्या कंपनीची गुपितं ते बाहेर कुणाला सांगतील म्हणून! मनुष्य-स्वभावावर त्याचा मुळीच विश्वास नव्हता. एकदा एका स्वतंत्रपणे चालवणाऱ्या रिफायनरबरोबर त्याचे दहा वर्षांचे कॉण्ट्रॅक्ट झाले तेव्हा त्याने त्या माणसाला तो त्याच्या बायकोलासुद्धा ही गोष्ट सांगणार नाही असे वचन घेतले. त्याच्या व्यवसायाचे ब्रीदवाक्य होते की, 'तोंड बंद करा आणि आपापले काम करा.'

नंतर तो यशाच्या, कीर्तीच्या, संपत्तीच्या उंच शिखरावर विराजमान असतानाच त्याला चिंतेत टाकणाऱ्या गोष्टींमुळे त्याचे खाजगी आयुष्य बरबाद झाले. पुस्तकांमधून व वृत्तपत्रांमधून स्टॅंडर्ड ऑइल कंपनी व त्यांचा चोरटा मालक वगैरे शब्दांत खूप निंदा केली गेली! दबा धरून बसलेल्या सर्व शत्रूंनी एकदमच हल्ला केला आणि कंपनीची लक्तरे वेशीवर टांगली गेली.

पेनिसिल्वानियाच्या क्षेत्रात तर जॉन डी रॉकफेलर हा पृथ्वीवरील सर्वांत

तिरस्करणीय माणूस होता. त्याच्यावर ज्या कोणाचा राग होता त्यांनी त्याची प्रतिमा बनवून तिला फासावर लटकवले होते. त्यांपैकी अनेकांना तर खऱ्याखुऱ्या रॉकफेलरच्या मानेभोवती टाय गुंडाळून त्याला कडू सफरचंदाच्या झाडाला टांगण्याची इच्छा होती. त्या काळात रॉकफेलरला जिवे मारण्याची धमकी देणारी अनेक पत्रे गेली. त्याला ठार मारण्याची इच्छा धरणाऱ्या शत्रूंपासून रक्षण करण्यासाठी त्याला अंगरक्षक नेमावे लागले. तिरस्काराच्या या चक्रीवादळाकडे दुर्लक्ष करण्याचा त्याने प्रयत्न केला. एकदा तर तो तुसडेपणाने म्हणालासुद्धा होता, "तुम्ही मला कितीही लाथा मारा किंवा शिव्या द्या, पण मी माझे काहीच बदलणार नाही." पण शेवटी त्याच्या लक्षात आले की, अखेरीस तोसुद्धा एक माणूसच होता. फार काळपर्यंत तो लोकांचा तिरस्कार सहन करू शकला नाही. त्याची तब्येत ढासळायला लागली. आजारपणरूपी या नवीन शत्रूने तो पुरता गोंधळला; भयभीत झाला. हा शत्रू त्याला आतून पोखरत होता. सुरुवातीला त्याला बरे वाटत नव्हते, हे त्याने इतरांपासून लपवून ठेवले होते. तो त्याकडे दुर्लक्ष करण्याचा प्रयत्न करत होता; पण निद्रानाश, अपचन आणि केसांचे गळणे ही सगळी मानसिक चिंतेची शारीरिक लक्षणे होती. त्याच्यातच तो कोसळला. हे सगळे अमान्य करण्यासारखे नव्हते. शेवटी त्याच्या डॉक्टरांनी त्याला धक्कादायक सत्य सांगितले की, त्याच्यापुढे दोनच पर्याय आहेत. तो पैसे आणि चिंता किंवा जीवन हे निवडू शकतो. डॉक्टरांनी त्याला सक्त ताकीदच दिली की, त्याला आता एकतर निवृत्ती घ्यावी लागेल नाहीतर मरण पत्करावे लागेल. त्याने निवृत्ती स्वीकारली, पण निवृत्ती स्वीकारण्यापूर्वीच काळजी, हव्यास, भीती या सगळ्यांनी त्याचे शरीर पूर्णपणे पोखरले होते. अमेरिकेतील प्रसिद्ध चरित्रलेखिका इडा तार्बेलने त्याला प्रथम पाहिले तेव्हा तिला धक्का बसला. तिने लिहिले आहे : 'त्याच्या चेहऱ्यावर त्याचे भयंकर वय दिसत होते. आत्तापर्यंत मी पाहिलेला तो सर्वांत जास्त म्हातारा माणूस होता.' म्हातारा? कसा? जनरल मॅक आर्थरने जेव्हा फिलिपाइन्स परत जिंकून घेतले तेव्हा त्याचे जे वय होते त्यापेक्षा रॉकफेलर कितीतरी तरुण होता! पण त्याची प्रकृती इतकी ढासळली होती की, इडा तार्बेलला त्याची दया आली. इडा तार्बेल त्या वेळी स्टॅंडर्ड ऑइल कंपनीवर टीका करणारे शक्तिशाली पुस्तक लिहीत होती. त्यामुळे निश्चितच तिला या स्वत:भोवती 'ऑक्टोपस' विणणाऱ्या माणसाबद्दल प्रेम असायचे काही कारण नव्हते, पण एक गोष्ट तिने कबूल केली की, एकदा रविवारी त्याच्या वर्गात त्याला जेव्हा शिकवत असताना तिने पाहिले त्या वेळी मात्र तिच्याही अनपेक्षितपणे तिला त्याची कणव आली आणि आपल्या जिवाभावाचे कोणी नसणे हे किती भयप्रद असते याची तिला जाणीव झाली.

जेव्हा डॉक्टरांनी रॉकफेलरचे प्राण वाचवण्यासाठी उपाययोजना सुरू केली

तेव्हा त्यांनी त्याला नियमावली दिली. त्यातले तीन नियम त्याने पुढील आयुष्यभर पाळले. ते असे –

*१) चिंता टाळायची. कोणत्याही परिस्थितीत कधीच चिंता करायची नाही.*
*२) आराम करायचा आणि खुल्या हवेत हलके व्यायाम करायचे.*
*३) आपल्या आहाराकडे लक्ष द्यायचे. थोडीशी भूक ठेवायची. पूर्ण पोटभर जेवायचे नाही.*

जॉन डी रॉकफेलरने वरील नियम पाळले आणि बहुतेक त्यामुळेच त्याचे प्राण वाचले. त्याने निवृत्ती घेतली. मग तो गोल्फ खेळायला शिकला. त्याने बागकामाचा छंद लावून घेतला. त्याच्या शेजाऱ्यांशी गप्पा मारल्या. इतरही खेळ खेळला, गाणी म्हटली.

पण त्याने आणखीही काही केले. विंकलर म्हणतो, 'निद्रानाश झाल्यानंतर आणि संकटग्रस्त काळात जॉन डीला स्वत:चे प्रतिबिंब पाहायला वेळ मिळाला. त्याने एकदा हासुद्धा विचार केला की, तो किती संपत्ती कमावू शकतो? पण मानवी सुखे खरेदी करण्यास त्याचा त्याला कितपत उपयोग होते? त्याला खूप आश्चर्य वाटले. कारण फक्त पैशाने सुख खरेदी करता येत नाही.'

थोडक्यात, आता रॉकफेलर त्याचे लाखो रुपये खर्च करायला शिकला. तेसुद्धा सोपे नव्हते. जेव्हा त्याने एका चर्चला देणगी देऊ केली तेव्हा संपूर्ण देशातून निषेध झाला व त्या पैशाला 'पापाचा पैसा'! असे संबोधले गेले, पण तरीसुद्धा तो देत गेला. मिशिगन तलावाच्या किनाऱ्यावर असलेल्या एका छोट्या कॉलेजला देणगीची खूप गरज होती, असे त्याच्या कानावर आले. तो स्वत: तेथे गेला व लाखो डॉलर्स त्या कॉलेजच्या उद्धारासाठी त्याने खर्च केले. तेच कॉलेज म्हणजे आज ज्याची सर्वदूर ख्याती आहे, ते जगप्रसिद्ध 'युनिव्हर्सिटी ऑफ शिकागो' होय. त्याने निग्रो लोकांनाही मदत करण्याचा प्रयत्न केला. त्याने निग्रो लोकांच्या विद्यापीठांनाही उदा. टस्की कॉलेजला मदत जाहीर केली. त्या देणगीचा उपयोग जॉर्ज वॉशिंग्टन कार्व्हरचे कार्य पुढे नेण्यासाठी केला गेला. हुकवर्म शोधून काढण्यास त्याने देणगी दिली. जेव्हा डॉ. चार्ल्स स्टाईल म्हणाला, ''पन्नास सेंट्सचे औषध माणसाला या आजारातून बरे करू शकते, पण ते पन्नास सेंट्स कोण देणार?'' रॉकफेलरने ते दिले. दक्षिणेकडे हुकवर्म जंतूंनी थैमान मांडले होते, तेव्हा या रोगाचा नायनाट करण्यासाठी रॉकफेलरने लाखो रुपये खर्च केले. त्यानंतर पुढे जाऊन त्याने आंतरराष्ट्रीय स्तरावर 'रॉकफेलर फाउंडेशन' स्थापन केले, जे जगभराचे अज्ञान व रोग यांच्याशी लढते.

मला या फाउंडेशनच्या कार्याची माहिती आहे, कारण मी स्वत: त्या संस्थेत काम केलेले आहे. मला अजूनही त्या दिवसांची चांगली आठवण आहे. जेव्हा इ. स. १९३२मध्ये मी चीनला गेलो होतो तेव्हा पेकींगमध्ये कॉलराची भीषण साथ पसरली होती. चिनी शेतकरी किड्या-मुंग्यांसारखे मरत होते. सर्वत्र भयभीत करणारे वातावरण होते, पण त्यातही आम्ही रॉकफेलर मेडिकल कॉलेजमध्ये गेलो आणि स्वत:ला रोगप्रतिबंधक लस टोचून घेतली. चिनी, इतर परदेशी व आम्ही अमेरिकन अशा सर्वांनाच त्या लशीचा फायदा झाला. आमचे प्राण वाचले. त्या वेळी मला प्रथमच जाणवले की, रॉकफेलरचे लाखो रुपये संपूर्ण जगासाठी किती उपयुक्त ठरले!!

इतिहासात अगदी आदिम काळापर्यंत शोध घेतला तरीसुद्धा रॉकफेलर फाउंडेशनसारखी गोष्ट दूरवरसुद्धा सापडणार नाही. ते काहीतरी भव्यदिव्य होते. रॉकफेलरला संपूर्ण जगामधील अशा काही चांगल्या गोष्टी माहिती होत्या ज्या केवळ एखादा द्रष्टाच बघू शकेल. त्याने संशोधन-कार्याची जबाबदारी उचलली; कॉलेजेस स्थापन केली. त्या काळी डॉक्टर्स रोगांविरुद्ध झगडत होते. अशा ध्येयाने भारलेल्या डॉक्टरांना पैसे उपलब्ध नसल्यामुळे मरायचीसुद्धा वेळ येत असे. रॉकफेलरने अशा मानवतेचे प्रतिनिधित्व करणाऱ्यांना मदत केली. आज पेनिसिलिन या औषधाने जी क्रांती घडवली, त्यासाठी तुम्ही आणि मी रॉकफेलरचे ऋणी आहोत. आणखीही असे डझनभर शोध आहेत, जे शास्त्रज्ञांना उलगडले, ते केवळ रॉकफेलरच्या आर्थिक साहाय्यामुळेच! आपण रॉकफेलरचे आभारी आहोत, कारण आता आपली मुले स्पायनल मेनिनजायटीसमुळे मरत नाहीत. हा रोग इतका घातक आहे की, पाचपैकी चौघांचा तरी तो बळी घेतो. त्याचबरोबर मलेरिया, ट्युबरक्युलॉसिस, इन्फ्लुएंझा आणि डिफ्टेरिया आणि यांसारख्या इतर रोगांच्यावर मात करणेही रॉकफेलरच्या आर्थिक साहाय्यामुळेच शक्य झाले आहे.

आणि रॉकफेलरवर याचा परिणाम काय झाला? जेव्हा त्याने त्याचे पैसे अशा पद्धतीने खर्च केले, तेव्हा त्याला मानसिक शांती मिळाली का? होय. शेवटी त्याला मानसिक समाधान मिळाले. नेव्हीन्स म्हणतो, 'जर १९०० सालानंतरसुद्धा लोकांना स्टँडर्ड ऑइलवरचे फक्त आरोपच आठवत असतील, तर ती लोकांची मोठी चूक आहे.'

रॉकफेलर आता खूश होता. तो आता इतका बदलला होता की, त्याला आता चिंता करण्याचे काही कारण नव्हते. त्याची व्यावसायिक कारकीर्द संपली याचा पश्चात्ताप करण्यासाठी एकासुद्धा रात्रीच्या झोपेचा त्याग करण्यास तो आता तयार नव्हता!

त्याचा मोठा पराभव कधी झाला? जेव्हा स्टँडर्ड ऑइल कंपनीला दंड भरण्याचा आदेश कोर्टाकडून झाला. इतिहासात एवढा मोठा दंड कोणालाही झाल्याची नोंद नाही. युनायटेड स्टेट्सच्या सरकारच्या मते, स्टँडर्ड ऑइलची मक्तेदारी आहे. एक मोठी सत्ता आहे. त्यामुळे अशा कंपनीकडून विश्वासघात हा

दारुण पराभव आहे. त्याची शिक्षासुद्धा जबरदस्तच हवी. हे युद्ध पाच वर्षांपर्यंत चालू होते. अत्यंत हुशार, नामांकित वकिलांनी या प्रकरणात कायद्याचा किस पाडला. आत्तापर्यंत चाललेला कोर्टातील हा सगळ्यात मोठा व दीर्घ काळ चाललेला खटला होता. अखेरीस स्टँडर्ड ऑइल बुडाली.

जेव्हा जज्ज श्री. लॅण्डीस यांनी त्यांचा फैसला कोर्टाला सुनावला तेव्हा बचाव पक्षाच्या वकिलांना वाटले की, आता जॉन डी कोसळणार. मनाला खूप लावून घेणार; पण त्यांना माहिती नव्हते की, आता जॉन डी किती बदललेला होता!

त्या रात्री त्यापैकी एका वकिलाने जॉन डीला फोन केला. शक्य तेवढ्या हळुवारपणे त्याने कोर्टाच्या निर्णयाची चर्चा केली व शेवटी म्हणाला, ''मला आशा आहे, या निर्णयामुळे तुम्ही दु:खी होणार नाही आणि तुमची झोप उडणार नाही.'' त्यावर जॉन डी म्हणाला असेल, 'अजिबात काळजी करू नका! मी तर आत्ता झोपायलाच निघालो आहे, पण तुम्हीसुद्धा शांतपणे झोपा.'

हाच तो माणूस जो केवळ दिडशे डॉलर्सचे नुकसान झाले म्हणून झोपू शकला नव्हता! होय, बरोबर आहे! चिंतेवर विजय मिळवण्यासाठी जॉन डीला फार वर्षे काळजीपूर्वक प्रयत्न करावे लागले. खरेतर तो त्रेपन्नाव्या वर्षीच मरायचा, पण तो अठ्ठ्याण्णव वर्षे जगला!

✦

## मी आत्महत्येच्या मार्गावर होतो, कारण मला विश्रांती कशी घ्यायची हेच माहिती नव्हते

- पॉल सॅम्पसन

सहा महिन्यापूर्वीपर्यंत माझ्या आयुष्याची गाडी टॉप गिअरमध्ये चालू होती. मी सतत गंभीर, तणावपूर्ण असायचो. कधीच शांतपणा, निवांतपणा माझ्यात नसायचा. प्रत्येक रात्री कामावरून मी जेव्हा घरी यायचो तेव्हा थकलेला आणि चिंताक्रांत असायचो. एक प्रकारचे उदासलेपण माझ्यात असायचे. का? कारण मी स्वत:ला कधीच असे म्हणायचो नाही, 'पॉल, तू स्वत:च स्वत:ला संपवतो आहेस. तू जरा तुझा वेग कमी का करत नाहीस? तू जरा विश्रांती का घेत नाहीस?'

मी सकाळी अंथरुणातून वेगाने उठायचो, वेगाने जेवायचो, वेगाने दाढी करायचो, वेगाने कपडे घालायचो. वेगाने गाडी चालवून कामाला जायचो. जणूकाही मला भीती वाटायची की, हे स्टीअरींग मी जिवाच्या आकांताने फिरवले नाही, तर कोणीतरी ते काढून खिडकीबाहेर फेकून देणार आहे. मी कामसुद्धा घाईने करायचो.

घरीपण घाईघाईने यायचो आणि घाईघाईत झोपण्याचा प्रयत्न करायचो.

माझ्या या मानसिक अवस्थेचा इलाज करण्यासाठी मी डेट्रॉइटमधील प्रसिद्ध न्यूरॉलॉजिस्टकडे गेलो. त्याने मला सल्ला दिला, ''विरंगुळा शोध, नेहमी विश्रांतीबाबत विचार कर. जेव्हा तू काम करतोस, गाडी चालवतोस, खातोस आणि झोपायचा प्रयत्न करतोस तेव्हा ते शांत मनाने कर.'' त्याने मला सांगितले की, माझे हे असे वागणे म्हणजे आत्महत्येच्या दिशेने टाकलेली पावले आहेत, कारण मला विश्रांती कशी घ्यायची हे समजत नाही.

त्या दिवसापासून मी मन शांत करायचा व आरामात सगळी कामे करण्याचा सराव सुरू ठेवला. मी झोपण्यापूर्वी जेव्हा अंथरुणात शिरायचो तेव्हा ताबडतोब झोप लागेल अशी अपेक्षा न धरता हळूहळू माझे संपूर्ण शरीर शिथिल करत जायचो आणि माझ्या श्वासोच्छ्वासावर नियंत्रण ठेवायचो. आता मी सकाळी झोपेतून उठतो तेव्हा माझी विश्रांती पूर्ण झालेली असते. माझ्यात फार मोठी प्रगती झाली, कारण यापूर्वी मी झोपेतून उठायचो तेव्हा खूप दमलेला आणि चिंतातुर असे. आता मी शांतपणाने जेवतो व गाडी चालवतो. हो! मी गाडी चालवताना सावध असतो, पण मी आता आततायीपणा करत नाही. कामाच्या ठिकाणी तर मी अधिकच शांततेने काम करतो. दिवसातून अनेकदा मी माझी सगळी हालचाल थांबवतो आणि स्वतःचा शोध घेतो की, मी माझी कामे निवांतपणे करतो आहे की नाही? आता फोनची रिंग वाजली, तर मी त्याच्यावर एकदम झडप घालत नाही आणि जेव्हा माझ्याशी कोणी बोलते तेव्हा मी झोपी गेलेल्या मुलाप्रमाणे सगळे ऐकून घेतो.

याचा परिणाम काय झाला असे म्हणता? आता माझे आयुष्य अधिक आनंददायी आणि सुखासीन झाले. आता मला उदास करणारा थकवा येत नाही आणि काळज्याही भेडसावत नाहीत.

◆

## खरोखर माझ्या बाबतीत चमत्कार झाला !

- जॉन बर्गर

काळजीने माझा संपूर्णपणे पराभव केला होता. मी इतक्या गोंधळलेल्या आणि त्रासलेल्या अवस्थेत होते की, मला माझ्या जगण्यात काहीच अर्थ वाटत नव्हता. माझे शरीर तर इतके आखडून गेले होते की, रात्री मी झोपू शकत नव्हते, तर दिवसा मला आराम मिळत नव्हता. माझी तीन तरुण मुले इकडे-तिकडे विखुरली गेली होती. आमच्या वेगवेगळ्या नातेवाइकांकडे राहत होती. माझे पती नुकतेच

सैन्यातून निवृत्त झाले होते व दुसऱ्या शहरात वकिली व्यवसायात बस्तान बसवण्याच्या प्रयत्नात होते. युद्धानंतरच्या परिस्थितीशी जुळवून घेताना मला फार असुरक्षित व अनिश्चित वाटत होते.

माझ्या पतीचे व्यवसायातील यश धोक्यात होते. माझ्या मुलांची नैसर्गिक वाढ आणि त्यांचा आनंद, सामान्य घरगुती आयुष्य धोक्यात होते. माझे स्वतःचे आयुष्यसुद्धा असुरक्षित होते. माझ्या पतीला घर भाड्याने मिळत नव्हते, त्यामुळे एकच उपाय उरला होता. तो म्हणजे स्वतःसाठी घर बांधणे. प्रत्येक जणच माझ्यावर अवलंबून होता, त्यामुळे मी स्वतः धडधाकट असणेही गरजेचे होते. जेवढ्या प्रकर्षाने या गोष्टीची मला जाणीव होत होती आणि मी त्यासाठी जेवढा जास्त प्रयत्न करत होते तेवढी मला माझ्या अपयशाची भीती वाटत होती. नंतर तर मी माझी जबाबदारी पार पाडण्यासाठी जे नियोजन करत होते त्याचीसुद्धा मला भीती वाटायला लागली. मी पूर्णपणे हरले होते.

जेव्हा माझ्या आयुष्यात असा सर्वत्र काळोख पसरला होता आणि मला कोठूनच मदतीचा, आशेचा किरण दिसत नव्हता, तेव्हा माझी आई माझ्यासाठी धावून आली. ही गोष्ट मी कधीच विसरणार नाही. तिने मला परिस्थितीशी लढा देण्याचा सल्ला दिला. मी परिस्थितीला शरण गेले याबद्दल तिने मला दूषणे दिली. तिने मला आव्हान दिले की, मी कशी अंथरुणातून बाहेर पडून संकटांशी सामना करत नाही, तेच ती बघेल. ती म्हणाली की, परिस्थितीला सामोरे जाण्याच्या ऐवजी मी परिस्थितीला शरण जात होते. रणांगणात थांबून लढायच्या ऐवजी रणागंणातून पळ काढत होते.

त्या दिवसापासून मी अंथरुणातून उठून लढाईला सज्ज झाले. त्या रविवारी मी माझ्या पालकांना सांगितले की, आता ते त्यांच्या घरी जाऊ शकतात, कारण मी स्वतः आता प्रत्येक जबाबदारी घेणार होते आणि जे-जे अशक्य होते, ते-तेसुद्धा मी करून दाखविले. मी आणि माझी दोन लहान मुलेच घरी उरलो होतो. आता मला झोप लागू लागली, जेवण जाऊ लागले. माझ्या मनात नवचैतन्य जागले. एका आठवड्याने माझे पालक परत मला भेटायला आले तेव्हा मी इस्त्री करताना गुणगुणत होते. मी ताजीतवानी दिसत होते, कारण मी युद्ध लढले होते आणि जिंकलेही होते. मी खूप मोठा धडा शिकले की, संकटे जर पार करता येत नसतील, तर त्यांना तोंड द्या! त्यांच्याशी लढा; पण शरण जाऊ नका!

त्या वेळापासून मी स्वतःला कामात गुंतवून घेतले. शेवटी माझी सगळी मुले एकत्र आली आणि त्यांना घेऊन मी माझ्या पतीकडे राहायला गेले. मी माझ्या मनाशी निश्चय केला की, माझ्या कुटुंबाची काळजी घेण्याइतपत तरी मलाच चांगले राहणे भाग होते. मला खंबीर आई होणे गरजेचे होते. मी घरासाठी, मुलांसाठी, नवऱ्यासाठी

आणि इतर गोष्टींसाठी नियोजन करण्यात दंग झाले. स्वत:बद्दल विचार करायला तर माझ्याकडे वेळच नव्हता आणि तेव्हाच हा चमत्कार घडला.

दिवसेंदिवस मी सामर्थ्यशाली बनले, कारण मला चांगले असण्याचा, उद्याच्या सुनियोजनाचा, जगण्याचा आनंद मिळत होता. क्वचित प्रसंगी नैराश्य चोरपावलाने आले, तरी खास करून मी जेव्हा दमलेली असेल तेव्हा मी स्वत:ला बजावत असे की, असल्या विचारांना घालवून दिलेले बरे! आणि हळूहळू ते विचार कमी कमी होऊन शेवटी गायब झाले.

आता एका वर्षाने माझ्या घरात एक आनंदी, यशस्वी नवरा आहे. ज्या घरात मी सोळा तास आनंदाने काम करू शकते असे घर आहे आणि तीन आनंदी निरोगी मुले आहेत आणि माझ्यासाठी सगळ्यात महत्त्वाचे म्हणजे माझी मन:शांती मला परत मिळाली आहे.

◆

## बेंजामिन फ्रँकलिनने काळजीवर मात कशी केली?

- बेंजामिन फ्रँकलिन

*बेंजामिन फ्रँकलिनने जोसेफ प्रिस्टलेला लिहिलेले पत्र आहे. प्रिस्टलेला अर्ल ऑफ शेलबुर्न येथे लायब्ररीयनची नोकरी मिळणार होती. या संदर्भात फ्रँकलिनचा सल्ला प्रिस्टलेला हवा होता. या पत्रात फ्रँकलिनने काळजी न करता समस्या कशा सोडवायच्या याचे मार्गदर्शन केलेले आहे.*

लंडन, सप्टें. १९ १७७२

प्रिय प्रिस्टले,

तू माझा सल्ला एका महत्त्वाच्या विषयावर विचारलास त्यासाठी हा खटाटोप. खरेतर या क्षेत्रात माझा तेवढा अभ्यास नाही, पण तुझी इच्छा आहे म्हणून सांगतो की, निर्णयाप्रत कसे जावे? जेव्हा असे कठीण प्रसंग येतात तेव्हा ते कठीण असतात, कारण जेव्हा ते आपल्या विचाराधीन असतात तेव्हा सगळ्याच जमेच्या बाजू व विरुद्ध बाजू यांचा आपण विचार केलेला नसतो, त्याची कारणमीमांसा मनात उपस्थित नसते; पण दुसरा विचार करत असताना त्या कोठेतरी मनात डोकावतात. मग पहिला मुद्दा बाजूला पडतो व दुसरा त्याची जागा घेतो. मग इतर काही मुद्दे पटतात किंवा एखाद्या मुद्द्याचा आपण जरा जास्तच आग्रह धरतो आणि त्यामुळे मन संभ्रमाच्या झोक्यात हेलकावे खाते.

अशा परिस्थितीवर काबू मिळवण्यासाठी माझी पद्धत फार सोपी आहे. मी एक

कागदाचा तुकडा घेतो व त्याची मधोमध घडी घालतो. त्यामुळे त्याचे दोन भाग होतात. एका बाजूला जमेची बाजू लिहितो तर दुसऱ्या बाजूला विरुद्ध बाजू लिहितो. मग तीन-चार दिवस विचार केल्यावर त्या कागदावर छोट्याछोट्या मथळ्यांखाली थोडक्यात माझे विचार लिहितो. ते विचार मला निरनिराळ्या प्रसंगांत आलेल्या अनुभवांना अनुसरून असतात. त्यानुसारच ते माझ्या फायद्याचे आहे की तोट्याचे हे मी ठरवतो. अशा प्रकारे एकत्रितरीत्या मला त्यांचे फायदे व तोटे समजतात. मग मी फायद्याच्या गोष्टींचे तोट्याच्या गोष्टींबरोबर मनातील वजनकाट्यावर तुलनात्मक व गुणात्मक वजन करतो. जर ते सारखे आले, तर सगळेच खोडून टाकतो. जर तोट्याचे मुद्दे फायद्याच्या तीन मुद्द्यांबरोबर आले, तर मी पाचही मुद्दे खोडून टाकतो. आणखी दोन-तीन दिवस विचार करण्यात घालवतो. त्यानंतर नवीन कोणतेच मुद्दे सुचले नाहीत व महत्त्वाचे काही घडले नाही, तर मग मी निर्णयाप्रत येतो. अर्थात निर्णयाप्रत येताना संख्यात्मक वजनापेक्षा गुणात्मक वजनाला अधिक महत्त्व देणे योग्य ठरते. माझ्या या पद्धतीमुळे मी अधिक चांगला निर्णय घेऊ शकतो. निर्णय घेताना मी तो शांत डोक्याने, विचारपूर्वक घेतो. कोणत्याही प्रकारची घाई करत नाही. या अशा समीकरणांचा मला खूप फायदा झाला आहे. ही समीकरणे बीजगणितातील नाहीत, तर हे नैतिक बीजगणित किंवा शहाणपणाचे बीजगणित आहे.

मला प्रामाणिकपणे असे वाटते की, तू नक्कीच योग्य तो निर्णय घेशील आणि तो तुझ्या भल्याचा असेल.

प्रेमपूर्वक तुझाच
बेंज फ्रँकलिन

✦

## मी चिंतेने इतकी बेजार झाले होते की, अठरा दिवस काहीच खाऊ शकले नाही

- कॅथरीन फार्मर

तीन महिन्यांपूर्वी मी इतकी काळजी करत असे की, चार दिवस आणि रात्र मी झोपू शकले नाही आणि अठरा दिवस अन्नाचा एक तुकडाही खाल्ला नाही. अन्नाच्या वासानेसुद्धा मला उलटी होत असे. माझी मानसिक अवस्था इतकी वाईट झाली होती की, त्याचे वर्णन करण्यास माझ्याकडे शब्द नाहीत. मला वाटते की, मी ज्या वेदनांमधून जात होते, त्या वेदना नरकातल्या वेदनांपेक्षा कमी नसाव्यात. मला वाटायचे, एकतर मला वेड तरी लागेल किंवा मी मरून तरी जाईन. मला

माहिती होते की, आहे या परिस्थितीत मी जगूच शकणार नाही.

ज्या दिवशी मला या पुस्तकाची प्रकाशनपूर्व प्रत मिळाली होती तो माझ्या आयुष्याला कलाटणी देणारा दिवस ठरला. तीन महिने मी अक्षरश: हे पुस्तक जगले आहे. प्रत्येक पानाचा, त्यावरील प्रत्येक शब्दाचा बारकाईने अभ्यास केला आहे आणि नवीन प्रकारचे आयुष्य जगण्याचा कसोशीने प्रयत्न करत आहे. माझ्या मानसिक दृष्टिकोनात आणि भावनिक स्थिरतेत अविश्वसनीय बदल झाला. प्रत्येक दिवसाच्या लढाईला तोंड देणे आता मला शक्य झाले आहे. आत्ता मला हे जाणवते आहे की, पूर्वी मी आजच्या समस्यांमुळे नाही, तर काल घडलेल्या घटनांच्या काळजीमुळे आणि प्रसंगातील कडवटपणामुळे वेडी होत असे किंवा उद्या कदाचित त्या घटना घडतील म्हणून माझे मन व्याकूळ होत असे.

पण आता जेव्हा माझ्या लक्षात येते की, मी कसलीतरी काळजी करते आहे, तेव्हा मी लगेच थांबते आणि या पुस्तकातून मी जी काही तत्त्वे शिकले त्यांचा वापर करते. आज एखादी गोष्ट करायची आहे या मुद्यावरून जर मी गंभीर झाले, तर मी ती गोष्ट ताबडतोब करून टाकते आणि ती चिंता मनातून हद्दपार करते.

मला फार मोठी गंभीर समस्या आली, तर त्याला तोंड देण्यासाठी मी या पुस्तकातील प्रकरण २, भाग १मध्ये सांगितल्याप्रमाणे पावले उचलते. प्रथम मी स्वत:ला विचारते, 'वाइटात वाईट काय होऊ शकेल?' दुसरी गोष्ट मी करते म्हणजे मी ते स्वीकारण्यास मनाची तयारी करते. तिसरी गोष्ट मी करते, ती म्हणजे मी त्या समस्येवर पूर्णपणे लक्ष केंद्रित करते व बघते की, आत्ता मी जे वाइटातले वाईट स्वीकारायला तयार झाले होते त्याच्यात काही चांगले बदल मला करता येतील का?

एखादी गोष्ट मी बदलू शकत नाही याची जर मला काळजी वाटत असेल व ती गोष्ट मला स्वीकारायची नसेल, तर मी स्वत:ला थांबवून एक छोटीशी प्रार्थना म्हणते. ती अशी –

*'देवा, मला अशी प्रसन्नता बहाल कर की*
*जे मी बदलू शकत नाही त्याचा माझ्याकडून स्वीकार होऊ दे*
*जे मी बदलू शकेन ते बदलण्याचे धाडस मला दे*
*आणि या दोन्हीतला फरक समजण्याचे शहाणपण मला दे.'*

हे पुस्तक वाचल्यापासून खरोखरच मला देदीप्यमान आयुष्य लाभले असे मला वाटते. आता माझी तब्येत उत्तम आहे आणि माझ्या आनंदावर चिंतेमुळे विरजण पडत नाही. मी रोज नऊ तास झोपते. मी मजेत जेवते. माझ्या डोळ्यांवरची झापडे दूर झाली आहेत. आता या जगात माझ्याभोवती असलेल्या सुंदर गोष्टी मी पाहू शकते.

**मी काळजीवर विजय मिळवला! । ३११**

या जगात जगण्याची उत्तम संधी मला देवाने दिल्याबद्दल मी त्याची आभारी आहे.

मी तुम्हालासुद्धा हे सुचवेन की, तुम्हीही हे पुस्तक वाचा. झोपताना तुमच्या जवळ ठेवा. तुमच्या समस्यांशी साधर्म्य साधणारे भाग वाचा, त्याचा अभ्यास करा आणि उत्तरे शोधा, कारण हे नुसते वाचून विसरून जाण्याचे सामान्य पुस्तक नाही, तर ही तुमच्या नवीन आयुष्याची मार्गदर्शिका आहे.

◆

www.ingramcontent.com/pod-product-compliance
Lightning Source LLC
Chambersburg PA
CBHW022135060526
44654CB00043B/552
* 9 7 8 8 1 8 4 9 8 3 0 8 1 *